व्यवहाराचं उत्कंठावर्धक, चित्तवेधक आणि सुबकपणे प्रस्तुत केलेल वर्णन!

- डंकन बॅनातीने ऑफ बीबीसी ड्रॅगन्स डेन

मोठमोठाल्या आर्थिक व्यवहारांच्या होणाऱ्या जीवघेण्यास्पर्धेचं अचूक आणि खास माहितीच्या आधारे केलेलं वर्णन. एकदा पुस्तक हातात घेतल्यानंतर खाली ठेवणं अवघड जातं.

-मॅक्स क्लिफर्ड, प्रसिध्दी तज्ज्ञ

शहरात घडणाऱ्या शेअरबाजाराच्या व्यवहारांच्या ठिकाणी असलेल्या वातावरणाचं इतकं अचूक वर्णन करू शकणं फारच दुर्मीळ आहेत. वाचनालयातील अशाप्रकारच्या काल्पनिक कथांच्या कपाटामधे, माझ्या तरी डोळ्यासमोर एखादं नाव येत नाही – कदाचित बेकरच पहिला असेल. या अतिभव्य कथानकाची पूर्ण विचार करून मांडणी केलेली असल्यामुळे, या पुस्तकाचं नाव सार्थ आणि सुयोग्य तर वाटतंच, पण मुख्य म्हणजे ते मनालाही पटतं.

इव्हिनिंग स्टँडर्ड

वेगानं सरकणारं कथानक, मनाला पटतील अशा घडामोडी आणि देशविदेशातल्या ठिकाणी घडणाऱ्या गोष्टी, या कादंबरीत खच्चून भरलेल्या आहेत.

– डेलि मिरर

शेअर बाजारात असणारे खळबळजनक वातावरण, खून, जगाची आर्थिक व्यवस्था उलथून टाकण्याचा प्रयत्न — हे सगळं या कादंबरीत आहे.

– द टाइम्स

वेगाने घडणाऱ्या आर्थिक व्यवहाराची नीटनेटकी कादंबरी सॅम्युअेल स्पेन्डलव्ह हा अतिशय हुशार असला तरी तो पुस्तकी ज्ञानाला कंटाळलेला आहे. प्रसारमाध्यमावर वर्चस्व असलेल्या एक प्रसिद्धीसम्राट त्याला. आपल्या सूडघेण्याच्या कामासाठी, मोठमोठ्या आर्थिक व्यवहारांच्या क्षेत्रात येण्याचं प्रलोभन दाखवतो. पण प्रत्यक्षात जशी वाटली तशी परिस्थिती नव्हती, त्याला एका फार मोठ्या आणि तितक्याच धोकादायक गोष्टीचा सुगावा लागतो (अर्थात त्या रटाळ पुस्तकी ज्ञानापेक्षा, हे फारच मनोवेधक होतं!). यात विविध स्वभावांची पात्र आहेत, कथानकातला गुंता उत्तरोत्तर वाढतच जातो आणि मनाला गुंतवून ठेवणारं एक कथानक वाचायला मिळतं. आमच्या माहितीप्रमाणे या मालिकेत तीन कादंबऱ्या प्रकाशित होणार आहेत आणि आम्ही दुसऱ्या दोघांची वाट पाहात आहोत.

— लव्ह रिडिंग.को., युके

आपल्यापैकी ज्या कोणाचा असा समज असेल की, पैश्याचे व्यवहार रटाळ असतात, त्यांचा हा भ्रम, मार्टिन बेकर मोठ्या आनंदाने दूर करेल आणि प्रत्यक्षात आर्थिकव्यवहाराचे बाजार किती उत्कंठावर्धक असतात, हे दाखवेल. या कादंबरील्या घटनांचं केलेलं वर्णन आपल्या मनाला जखडून टाकतं आणि या प्रकारातल्या कुठल्याही चित्तथरारक कादंबरीपेक्षा हे पुस्तक नक्कीच उजवं आहे.

माझ्या मते या कथानकातल्या पात्रांची निवड फार सुयोग्यपद्धतीने केलेली आहे. लग्नाच्याबाबतीत फसवणूक झालेल्या सॅम्युअेल स्पेन्डलव्हनी भलेमोठे आर्थिक व्यवहार होणाऱ्या क्षेत्रात काम करण्याची जबाबदारी स्वीकारताना आपलं त्या क्षेत्रातील कसब पणास लावलं आहे. त्याच्या अचाट स्मरणशक्तीची तर दाद दिली पाहिजे. यातील स्त्री पात्रही फार सुंदरपणे रेखाटलेली असून, त्यांना प्रत्यक्षात

भेटावसं वाटल्यास नवल नाही. —अर्थात वाचक जर प्रत्यक्ष आयुष्यात तशा लोकांच्यात वावरत असला, तरच हे शक्य आहे. प्रकाशकांची अमर्याद महत्त्वाकांक्षा आणि जगाला आपल्या बोटावर नाचवण्याची वृत्ती, लक्षात घेता प्रसंगी थोडीफार अतिशयोक्ती झाल्यासारखी वाटेल, पण सामान्य वाचकांचं, मोठमोठाले आर्थिकव्यवहार घडणाऱ्या जगाचं ज्ञान विचारात घेता, त्यांच्या हे सहज गळी उतरेल असे वाटते.

बेकर यांनी अनेक वास्तविक आणि काल्पनिक कथांना जन्म दिलेला आहे. सॅम्युअेल स्पेन्डलव्ह या पात्रावर आधारलेली आणखीन दोन पुस्तकं लिहिण्याचा बेकर यांनी संकल्प सोडलेला अहे. या कथानकाच्या प्रेमींना या पुस्तकांची फारकाळ वाट पाहायला लागणार नाही अशी आशा करतो.

— रिव्युइंगथीव्हीडन्स.कॉम

आपलं ध्यानाकर्षित करण्यासाठी अनेक चित्तथरारक कादंबऱ्या बाजारात येत असताना, या सर्वांच्याहून सरस कादंबरीची नितांत आवश्यकता होती – आणि 'मेल्टडाऊन'च्या रुपाने नेमकं तेच घडलेलं आहे आणि त्याचं श्रेय अर्थातच मार्टिन बेकर यांना दिलं पाहिजे. वेगानं पुढे जात राहाणारं उत्तम कथानक, ज्यामध्ये वैयक्तिक सूड उगवण्याच्या घटनांपासून कथानक जागतिक अर्थव्यवस्थेला हादरा देणाऱ्या घटनेकडे कथानक सफाईनी वळण घेतं आणि हे सगळं फार कुशलपणे लेखकानी केलेलं आहे.

– द गुड बुक गाईड

असंख्य घटना आणि पात्र यांनी खच्चून भरलेलं हे कथानक एखाद्या चित्त्याच्या वेगानी पुढे जात असतं आणि ते इतक्या आत्मविश्वासाने आणि मनाला पटेल अशा रितीने केलेलं आहे. की, वाचकांच्या मनात कसलाही संदेह उरत नाही. गुन्हेगारीवर

आधारित कुठल्याही कादंबरीच्या तुलनेत बेकरनी यात खच्चून शृंगारिक मसाला घातलेला आहे आणि मला वाटतं मार्क द साँ हे रोमॅन्टिक पात्र नसलेल्या कुठल्याही कथानकात तो इतका आढळणार नाही. आणि तरीही या कादंबरीची ओळख केवळ शृंगारिक कादंबरी अशी होणार नाही.आरामखुर्चीत बसून वाचन करणाऱ्या प्रत्येक अभिरुचीच्या वाचकांसाठी यात काहीतरी आहे. आणि ते मनाची करमणूक करणारं देखील आहे.

'मेल्टडाऊन'ला कदाचित बुकर्स प्राईझ मिळणार नाही पण त्यापेक्षाही अतिशय महत्वाचं असं काहीतरी मिळणार आहे : चित्तथरारक कादंबऱ्यांची आवड असणारा असंख्य वाचकवर्ग त्याच्याकडे ओढला जाईल. प्रवासात अथवा समुद्रकिनारी वाचायला उत्तम कादंबरी. करमणूकप्रधान, निरपेक्ष आणि प्रसंगी खूनशी वाटणारं हे कथानक वाचताना, मॅकमिलनना, सॅम्युअेलच्या रुपाने आपल्या हातात एक हिराच पडला आहे, असं का वाटलं असेल ते लक्षात येतं.

माझा एकच सल्ला आहे : 'आरामात बसा, जगाला विसरा आणि ह्या अनोख्या प्रवासाचा आनंद लूटा.'

– मटेरियल विटनेस

'दा विंची कोड'च्या डॅन ब्राउननी आत्तापर्यंत केलेल्या कामगिरीपेक्षा ही नक्कीच सरस आहे. हे वाचताना कुठेतरी दा विंची कोडची खुमारीही मनाला भावून जाते. आंतर्देशीय पाठलाग, भारावून गेलेली पण अतिशय चतूर स्त्री एका प्राध्यापक असलेल्या नायकाचा जीव वाचवते.

– सिटी अेम

तुम्ही कोणासाठी काम करता आहात;
हे तुम्हाला माहीत आहे का?

मेल्टडाऊन

लेखक
मार्टिन बेकर

अनुवाद
सुभाष जोशी

मेहता पब्लिशिंग हाऊस

Mehta Publishing House, Pune 411030.
✆ +91 020-24476924 / 24460313 / Mob. No. 9545000513
Email : production@mehtapublishinghouse.com
Website : www.mehtapublishinghouse.com

- *या पुस्तकातील लेखकाची मते, घटना, वर्णने ही त्या लेखकाची असून त्याच्याशी प्रकाशक सहमत असतीलच असे नाही.*

MELTDOWN by MARTIN BAKER
Copyright.© Martin Baker 2008
First Published 2008 by Macmillan
an imprint of Pan Macmillan Ltd London
Translated into Marathi Language by Subhash Joshi

मेल्टडाऊन / अनुवादित कादंबरी

अनुवाद : सुभाष जोशी

मराठी अनुवादाचे व प्रकाशनाचे हक्क : मेहता पब्लिशिंग हाऊस, पुणे ३०.

प्रकाशक : सुनील अनिल मेहता, मेहता पब्लिशिंग हाऊस,
१९४१, सदाशिव पेठ, माडीवाले कॉलनी, पुणे - ४११०३०.

मुद्रक : पार्कसन्स ग्राफिक्स

मुखपृष्ठ : चंद्रमोहन कुलकर्णी

प्रथमावृत्ती : ऑक्टोबर, २०११

किंमत : ₹ ३००

P Book ISBN 9788184982695

आर्थिक व्यवस्था ही देवाण-घेवाणीतलं सामंजस्य, भावनाविरहित मन:स्थिती आणि नफा-नुकसानीवर आधारलेली असते. माणसाच्या गरजा आणि हाव या दोन गोष्टींवर या व्यवहाराची प्रगती अवलंबून असते.

प्रास्ताविक

"चला, आता शुभारंभ करून टाकू!" तो हलक्या आवाजात म्हणाला. त्याने स्वयंचलित टेलिफोनचं बटन दाबलं.

न्यूयॉर्कहून बोलण्याचा आवाज ऐकू आला. औपचारिकतेवर जास्त वेळ खर्च न करता त्याने विचारलं, "आज बाजार कसा काय आहे?"

"पाच सेंटचाही बदल झालेला नाही." मॅनहटनच्या शेअर बाजारात पाठीमागे चाललेला सौम्य कलकलाट त्याला ऐकू येत होता. त्याचं हृदय धडधडत होतं. आता धमाका उडवायला हरकत नव्हती.

"अच्छा. माहिती दिल्याबद्दल आभार. माझं तुझ्याकडे एक काम आहे. ते नंतर सांगतो, पण बाजार उघडायला अजून किती वेळ आहे?"

"आता उलटी गिनती सुरू झाली आहे. पंचेचाळीस सेकंदं बाकी आहेत." सटोडिया शांतपणे म्हणाला. दुसऱ्याला खूश करण्याच्या खास शहरी गुणाची त्याने प्रचिती दिली.

"बाजार उघडताच पन्नास लाख ब्रेन्ट जून घेऊन टाक." तो अधिकाराने आज्ञा केल्यागत म्हणाला. "मग बाजारातली खळबळ जराशी कमी झाली की, परत पन्नास लाख घे. इतकं करूनही बाजार पेटला नाही, तर आणखीन वीस लाख घे."

"म्हणजे एकूण हे एक कोटी वीस लाख होतात! अर्थात तो तुझा प्रश्न आहे, पण मित्रा, बाजाराला इतक्या... धाडसाने अंगावर घ्यायची तुझी तयारी आहे?" आता मघाचच्या सभ्यपणाचा मागमूस नव्हता. या धंद्यातून मिळणारी दलाली वर्षभराच्या पगाराइतकी झाली असती.

"विचारल्याबद्दल आभार, पण जे सांगितलं आहे ते कर आणि घेऊन टाक."

"ठीक आहे. घेतले समज."

आधी मागून येणारा सौम्य कलकलाट आता रणभूमीवरून येणाऱ्या आवाजासारखा प्रचंड वाढला होता. न्यूयॉर्क बाजार उघडला होता. त्याची मागणी नोंदवली गेली. त्याने फोन खाली ठेवला.

त्यानंतर त्याने फ्रँकफर्टच्या बाजारात आणखी ऐंशी लाख लावले. पलीकडल्या बुकीने एकही प्रश्न न विचारता आवंढा गिळला.

पुढची पाळी जिनिव्हाची होती.

"हॅलो?" पलीकडून फ्रेंच-स्विसचा ठसक्यात आवाज आला.

"तुमच्यासाठी काही काम आहे."

"मी तुमच्यासाठी काय करू शकतो?"

खास स्विस विनोद! विनोदापेक्षा यात तिरकसपणाचा भागच जास्त असे.

"तीस लाख ब्रेन्ट जून."

"घेताय का विकताय?"

"घेतो आहे. सहजच."

पलीकडून शिट्टी वाजवल्यासारखा आवाज आला. 'अठरा कोटी डॉलर्स आणि म्हणे सहजच!'

"मोठ्या उलाढालीसाठी बॅरलचा ६२.७० डॉलर्सचा भाव आहे. अं! अं! तुम्हाला हा व्यवहार नक्कीचा करायचा आहे ना?"

"हो तर! आज आम्हाला तेलामध्ये रस आला आहे."

"सगळं काही व्यवस्थित होईल."

पलीकडे शांतता होती, पण फार काळ नाही.

"बाप रे! आता ६२.७५ झाला आणि वरच चालला आहे! तुमचा काय करायचा विचार आहे?"

"आमचा तसा काही विचार नाही, पण आज तेलाला जरा जास्त मागणी असल्यासारखं वाटतंय." तो स्वत:शीच हसत म्हणाला. शेजारी उभ्या असलेल्या सन्मित्राकडे त्याने तिरकस नजरेने पाहिलं. तो मान डोलावून होकार भरत होता.

"तेलाला ही इतकी मागणी कुठून येत असावी?" स्विस गृहस्थाने प्रश्न विचारला.

"कोणास ठाऊक?" स्पीकर फोनपाशी तोंड नेत सॅम्युएल म्हणाला. "तुम्हाला हे काम जमणार आहे का? का हे काम दुसऱ्या कोणाला सांगू?"

"जागचं हलूही नका. काम नक्की होईल."

जगभरात तेलबाजारात खळबळ माजायला सुरुवात झाली होती. थोड्याच वेळात जिनिव्हा ट्रेडर परत आला. त्याचा आवाज उत्साही, पण बेचैन वाटत होता.

"तुमची मागणी आम्ही आत्ता नोंदवतो आहोत. पण मला काय वाटतं, जरा काळजी घेतली असतीत तर...म्हणजे हा थोडासा अविचार होत नाही ना? बेछूटपणे तर पाऊल उचलत नाही आहात ना?"

"सांगितलेलं आहे तेवढं फक्त करा!"

सत्तेचा थरार आणि अत्यानंदाची ऊर्मी आपल्या नसातून दौडत असल्यासारखं त्याला वाटत होतं. आता तो खऱ्या अर्थाने बाजारात उलाढाल करत होता. बाजाराची श्रीमंती आणि सामर्थ्य तो एखाद्या विद्युत्वाहकाप्रमाणे खेचून घेणार होता आणि त्याच्या मनाप्रमाणे, आवडेल तशी वळवणार होता. बँकेच्या सर्व मालमत्तेची ताकद या कामासाठी जुंपून ह्या प्रचंड जागतिक शेअरबाजाराला तो त्याची ताकद दाखवून स्वत:कडे खेचणार होता. जणूकाही तो जगातल्या प्रत्येक शेअर बाजाराची व्यवहाराची जागा, तिथले टीव्ही स्क्रीन आणि सटोडियांना एका फुटबॉलमध्ये कोंबून आपल्या अब्जावधी डॉलर्सच्या बळावर आकाशात फेकून देणार होता.

रस्त्यावर तशीच वर्दळ होती. लगबगीने जाणारे पादचारी होते, वाहतुकीचा गोंगाट होता आणि नेहमीचं शहरी नाट्य चालू होतं; पण जगात आता प्रचंड बदल घडणार होता. अब्जावधी लोकांना याचा फटका बसणार होता. अनेक लोक दरिद्री होणार होते, पण त्याचबरोबर काही मोजक्या लोकांना – अगदी मोजक्याच, निवडक लोकांना तो अतिशय श्रीमंत बनवणार होता.

१

समोर असलेल्या बाडामधली पानं मालक चाळत बसला होता. त्यातल्या व्यक्तीच्या वैयक्तिक, सामूहिक अशा विविध फोटोंकडे तो फिक्कट, पण तीक्ष्ण नजरेने पाहत होते. डोळे न मिचकावता ती खडूस नजर दीर्घ काळ रेंगाळत होती. मधूनच तो एखाद्या परिच्छेदावरून आपली बोटं फिरवत होता किंवा एखादा फोटो जास्त निरखून पाहत होताा. मग कुठलीही खूण मागे न ठेवता तो ते पान उलटत जायचा. टेबलावरच्या नक्षीदार दिव्यातून पिरॅमिडच्या आकाराचा, पिवळसर प्रकाशाचा झोत टेबलावर पडला होता. त्या झोताच्या बाहेर अर्धवट अंधाऱ्या जागेत मॅकमरे मालकाच्या शेजारी उभा राहून मालकाच्या हालचालींकडे बघत होता. अर्थात मालकाच्या शेजारी उभं राहणं तसं फारसं सुरक्षित नव्हतं, पण त्याच्या समोर असण्यापेक्षा ते नक्कीच चांगलं होतं.

मॅकमरे वर्तमानपत्राचा संपादक होता आणि त्याला त्याच्या व्यवसायात मान होता. मालकाविषयी उठलेल्या वावड्यांवर त्याचा प्रथम विश्वास बसला नव्हता. असं ऐकिवात होतं की, मालक जेव्हा स्वत: संपादकाच्या खुर्चीत बसायचा, तेव्हा वार्ताहरांच्या चर्चासत्रात त्याच्या उलटतपासणीच्या माऱ्यामुळे काही वार्ताहर चक्क चक्कर येऊन पडत असत. तीच भेदक नजर आता त्याच्या समोर असलेल्या कागदाच्या बाडावरून फिरत होती. एक शहरी काल्पनिक कथा, असं समजून मॅकमरेने तिकडे दुर्लक्ष केलं होतं. भव्यदिव्य कामगिरीच्या कथा, अतिशयोक्तींनी केलेली वर्णनं, फ्लीटस्ट्रीटवरच्या नायकांची कर्तबगारी, वर्तमानपत्रातल्या तिरस्करणीय, भडक बातम्या आणि २४ तास पीत बसणाऱ्यांचे अड्डे!

पण विल्यम बर्टन हे एक वेगळंच रसायन होतं. आता इतकी वर्षं या माणसाबरोबर काम केल्यामुळे ती चक्कर येण्याची गोष्ट खरी असावी, याची मॅकमरेला खात्री वाटत होती. आधुनिक वृत्तपत्र पत्रकारितेचा बर्टन हा 'मेडुसा' (ग्रीक पुराणातला काल्पनिक महानायक) होता.

बर्टनचं बोट समोरच्या कागदावरून अथकपणे, हलकेच, पण चौकसपणे फिरत असताना त्याच्या बाहीवर लावलेलं सोन्याचं बटण चमकत होतं. ही त्याची विशिष्ट पद्धत मॅकमरेला ओळखीची वाटली. मॅकमरेने एका बंदरावरच्या कुंटणखान्यात एका आंधळ्या इसमाला एका मुलीच्या तोंडावरून अशाच पद्धतीनं हात फिरवताना पाहिलं होतं. म्हणजे तसं पाहिलं तर पैसे आधीच मोजलेले होते, सौदा पक्का झाला होता, पण प्रत्यक्ष कृती करण्याच्या आधी त्याला हात लावून मुलीची पारख करायची होती. आतुरतेने घेतलेला शोध, निकटतेची भावना आणि मुलायम, पण नियंत्रित स्पर्श हा एक आनंदाचाच भाग असतो. कदाचित तोच पूर्ण आनंद असावा.

"मला खात्री पटत नाही. म्हणजे यात न पटण्यासारखं काही नाही, पण तरीही मला पटत नाही." हे सांगताना त्याच्या आवाजात ठामपणा होता. मालकाने ते बाड किंचितसं पुढे सरकावलं. "तुला काय वाटतं?" समोरच्या गरगरीत स्कॉटिश माणसाकडे न पाहता मृदू स्वरात त्याने विचारलं.

अचानक एखादा जिवंत हातगोळा हातात पडल्यासारखा मॅकमरे बिचकला. बर्टन मॅकमरेपेक्षा वयाने मोठा होता, त्याचे केस पिकलेले होते, पण तो सडपातळ होता. तसं पाहिलं, तर तो सुटाबुटातला एक आम आदमी आणि यशस्वी गृहस्थ होता. मात्र त्याने त्याची नजर रोखली की, वेगळंच वाटायचं. आता शांतपणे त्याने मॅकमरेवर नजर रोखलेली होती.

"म्हणजे...." मॅकमरेने घसा साफ केला.

बर्टन अजूनही शांतच होता. अपुऱ्या प्रकाशात त्याची आकृती नीटशी दिसतही नव्हती. तो ऑफिसच्या भिंतीकडे टक लावून पाहत होता.

"तो फारच हुशार आहे. म्हणजे पारंपरिकदृष्ट्या आणि अपारंपरिकदृष्ट्याही." मॅकमरे एका दमात म्हणाला.

बर्टनने हलकेच मान डोलावली. "कबूल आहे, पण तो आपल्यायोग्य आहे का?"

बर्टनने ते बाड मॅकमरेकडे सरकावलं, पण नजरेला नजर मात्र भिडवली नाही.

मॅकमरेने परत आवंढा गिळला. आपला घसा सिगारेटच्या गरम धुराने साफ करण्याची त्याला मनस्वी इच्छा झाली होती. तो इतका ढेपाळला का होता? शाळेत असताना त्याने प्रथम शाळेचं वर्तमानपत्र संपादित केलं होतं. त्या शाळेतलं वातावरण जरी उदास असलं, तरी घोटून अभ्यास घेत असल्यामुळे शिक्षणाच्या दृष्टीने ही पायस्लीची संस्था फार दर्जेदार होती. त्याच्या कारकिर्दीचा आलेख फार झपाट्याने वर गेला होता आणि तो प्रवास आनंद देणारा होता. स्थानिक वर्तमानपत्रामध्ये छापून आलेल्या बातमीमुळे लंडनच्या फॅशनेबल परिसरातल्या राष्ट्रीय वर्तमानपत्रात स्थानिक बातम्या देणाऱ्या विभागात काम करण्याची त्याला संधी मिळाली होती.

त्यामुळे रात्री उशिरापर्यंत काम करण्याची त्याला आता सवय झाली होती. शहरातला समाज एकत्र कसा राहतो आणि वागतो, वेस्टमिनिस्टरचे सत्ताधीश, शहरातला तरुण वर्ग आणि त्यांच्या वेगवान मोटारी आणि त्याहून वेगवान ललना, हे सर्व शोधून काढण्यात त्याला प्रचंड उत्साह वाटत होता. लंडनमध्ये वाङ्मयीन जगतात दिला जाणारा अल्प मोबदला, तिथला विद्वत्तेचा लब्धप्रतिष्ठितपणा, खेळाच्या संदर्भात चाललेलं घाणेरडं राजकारण, ख्रिश्चन धर्माचा ऱ्हास आणि मुस्लीम धर्माचा उत्कर्ष हे सगळं तो झपाटल्यागत शोधून काढत होता आणि मुख्य म्हणजे प्रसारमाध्यमांचं कामकाज, हा त्याचा विषय होताच. या सर्व प्रकारांना प्रसारमाध्यमं आरसा दाखवत असत. अर्थातच मर्जीत असलेल्या अभिनेत्रीला, राजकारण्याला आणि बँकरला सोयीप्रमाणे या अथवा त्या बाजूला थोडासा तिरका करून हा आरसा दाखवला जाई.

पण हे प्रकरण? हे जरा वेगळंच होतं.

"अल्पवयातच त्याने बुद्धीची चमक दाखवलेली आहे." मॅकमरे सावधपणे म्हणाला. "नॉर्थ इंग्लंडमधल्या अपरिचित शाळेत त्यानं शिक्षण घेतलं. जेसुईट लोक ती शाळा चालवतात. बोर्डाच्या परीक्षेला वयाच्या मानाने दोन वर्षं आधीच तो बसला."

मालक टेबलावर बोटांनी टकटक करत विचार करू लागला.

"म्हणजे हा कॅथॉलिक आहे तर!" बर्टन पुटपुटला.

मॅकमरे स्वत: विभक्त स्कॉटलंडच्या बहुसंख्य प्रोटेस्टंट राहत असलेल्या पश्चिम स्कॉटलंडमधून आला होता. "काहीच हरकत नाही. आम्ही काही त्याला रोमन कॅथॉलिकच्या तसल्या चर्चशी संबंध तोडायला सांगत नाही आहोत." आपल्याच विनोदावर खूश झाल्यामुळे तो किंचित हसला.

"बरोबर आहे. ते तर आणखीनच वाईट झालं असतं!" बर्टन संथपणे म्हणाला.

मॅकमरेने मान डोलावून संमती दिली आणि पान उलटलं. मालक 'वाईट' असं कोणत्या संदर्भाने म्हणाला होता, ते त्याला माहीत होतं. मालकाचा पूर्वी एक खाजगी सचिव होता. तो पोरगा फार हुशार होता; उत्साही होता आणि मनापासून काम करणारा होता. तो अनेक प्रकारची कामं करत असे – गाडी चालवणं, टायपिंग, बुद्धिबळ खेळणं, एखाद्या भाषणाचा वृत्तान्त बनवणं इ. जगातल्या कुठल्याही देशाची भौगोलिक, राजकीय परिस्थिती त्याला मुखोद्‌गत होती. तुम्ही त्याला नुसतं एखाद्या खंडाचं आणि देशाचं नाव सांगायचा अवकाश, तो धडाधड माहिती पुरवायचा; पण त्याची एकच समस्या होती. बर्टनने त्याला आठवड्याच्या शेवटच्या दिवशी (रविवारी) काम करण्याची सूचना केली होती, पण त्याने ती मानली नाही. विल्यम बर्टन संपादक असताना धार्मिक कारणासाठी सुट्टी देत नसे.

ज्यू लोकांच्या धर्मदाय संस्थांना भरपूर देणग्या मिळत आणि धूर्तपणाने लिहिलेली अनेक संपादकीय, लेख छापून येत असत. हे असंच चालू राहणार होतं. प्रसारमाध्यमाचे मालक ज्यूंच्या विरोधात गेल्याचं दिसणं गैरसोयीचं होतं; नव्हे अशक्यच होतं. तरीही आता ज्यू धर्माच्या माणसाला कामावर ठेवायचंच नाही, असं ठरलं होतं. कॅथॉलिकसुद्धा तसे फारच धार्मिक असल्यामुळे त्यांच्यापासूनही धोका संभवत होता.

"साहेब, आपण फार धार्मिक आहोत असं दाखवणं स्पेन्डलोव्हला परवडण्यासारखं नाही, असं मला वाटतं."

"का बरं?" भिंतींच्या विटांचे आकार लक्षात ठेवत असल्यासारखं भिंतीकडे पाहत बर्टन म्हणाला.

"त्याचा घटस्फोट झाला आहे किंवा तो होणार आहे. एका मक्याच्या तुऱ्यासारखे पिंगट केस असलेल्या अमेरिकन बाहुलीशी त्याने लग्न केलं होतं."

प्रथमच ही माहिती ऐकल्याप्रमाणे बर्टननी मानेनी होकार भरला. "हे त्याच्या बाजूनी आहे की विरोधात?

"तोच तर कळीचा मुद्दा आहे. दोन्हीही होऊ शकतं."

"धर्मामुळे तर त्यांच्यात फूट पडली नसेल?"

मॅकमरेने परत सर्व बाड चाळलं. खरंतर त्यामध्ये सगळंकाही दिलेलं होतं, पण मॅकमरेने आपल्या विचारांची नीट जुळणी करून ते मोठ्यानं, स्पष्टपणे बोलावं, असं बर्टनला वाटत होतं.

"मला नाही तसं वाटत. तिचा एक मित्रही होता. रक्तबंबाळ करणारे मर्दानी खेळ खेळणारा."

परत एकदा मानेनी होकार मिळाला. "आणि मला वाटतं, ती जी काही आहे, ते त्याला आत्ताच समजलेलं आहे."

"कोण आहे ती?"

"एपिस्कोपालियन."

"एपिस्कोपालियन काय! म्हणजे कट्टर धार्मिक होती तर! मग बरोबर आहे." बर्टनने मान डोलावली.

"त्याचं तिच्याशी लग्न झालं, तेव्हाच त्याला ते समजलं असेल." मॅकमरे पुटपुटला.

"आपण आपल्या नेहमीच्या चाचण्या घेतल्या आहेत का?"

"अर्थातच!"

"आणि त्याचा निकाल?"

"एकदम पास! काहीच चूक न करता."

प्रसारमाध्यमावर अधिराज्य गाजवणाऱ्या, झेविअर या बर्टनच्या आजोबांच्या नावाने स्थापन झालेल्या, एक्सबी फाउंडेशन ट्रस्टच्या वतीने घेण्यात येणाऱ्या एका शैक्षणिक चर्चासत्रात सॅम्युएल स्पेंडलव्हने भाग घेतला होता. प्रसारमाध्यमाशी थोडाफार संबंध असलेल्या अनेक विद्यार्थ्यांना या ट्रस्टकडून शिष्यवृत्त्या दिल्या जायच्या. पुढेमागे ऑक्सफर्ड युनिव्हर्सिटीत त्यांच्या नावाने अध्यासन असण्याची शक्यता होती आणि बर्टनला पत्रकारितेचा अध्यापक म्हणून तेथे शिकवण्याची संधी मिळण्याची शक्यता होती. विश्वविद्यालयांनी आत्तापर्यंत तरी तो प्रस्ताव रोखून धरला होता. कारण तसं पहिलं तर बर्टनचं नाव अप्रिय होतं; पण बर्टनकडे भरपूर प्रमाणात पैसा असल्यामुळे त्याच्या जोरावर एक दिवस ते काम फत्ते होणारच होतं. शेवटी ते झालंच.

''या चर्चासत्रासाठी कोणतं रेस्टॉरंट निवडलं होतं?''

''नॉटिंगहॅममधलं कॅमल टो हेवन. आपण ती सगळी जागाच आरक्षित केली होती.''

मॅकमरेनी समोरच्या फाइलमध्ये डोकावलं. त्याची मुलाखत व्यवस्थित पार पडली होती. आपल्या कुशाग्र बुद्धीच्या आणि उत्तम स्मरणशक्तीच्या जोरावर सॅम्युएल स्पेन्डलव्हने चांगलीच छाप पाडली होती. सहभाग घेतलेल्या इतरांपेक्षा तो अर्थातच उजवा होता; पण आक्रमक नव्हता. विनयशील, अलिप्त आणि शांत स्वभावाचा होता. मालकाच्या दृष्टीने या सगळ्या उत्साहवर्धक गोष्टी होत्या.

कॅमल टो हेवनमध्ये प्रथम उमेदवारांच्या मुलाखती झडल्या. मग पेयपानाचा आणि भोजनाचा कार्यक्रम झाला. यानंतर सगळे करमणुकीच्या कक्षात गेले. मुली आल्या. केंब्रिजमध्ये शिक्षण घेतलेल्या, हुशार आणि सुंदर असलेल्या त्या भुरभुरत्या केसांच्या मदनिका आपण एका मर्यादेपर्यंत खेळायला तयार आहोत, हे सुचवत होत्या. आपलं सावज टिपण्यासाठी त्या तरबेज भक्षकासारख्या वावरत होत्या.

सॅम्युएल आपल्या बायकोपासून काही काळापूर्वी विभक्त झाला होता, पण त्या प्रलोभनाला बळी न पडता तो योग्य अंतर राखून होता. त्याला आपल्या जाळ्यात खेचण्यासाठी गंभीर विषयावर बोलतानाही त्या एखाद्या परीसारखे नखरेल हावभाव करत होत्या. सॅम हा सर्वसाधारण माणसाच्या मानाने चांगलाच उंचपुरा होता. त्याचे केस पिंगट होते आणि डोळे हिरवट निळे होते. एकूणच तो रुबाबदार होता. त्याने थोडी मजा केली असती, तर मुलींनाही आनंद वाटला असता.

पार्टीत उत्तम प्रकारची शॅम्पेन, कोनियाक, बर्बन व्हिस्कीची बर्फासोबत रेलचेल होती. तिसरा पेग झाल्यानंतर पांढऱ्या पावडरच्या पुड्या आणल्या गेल्या. सॅम्युएलच्या बरोबर आलेल्या उमेदवारांना त्याची भुरळ पडली नसती तरच नवल! शेवटी एकदोन कश मारल्यामुळे फारकाही फरक पडणार नव्हता. ते काही स्वत: तसली

वस्तू घेऊन आले नव्हते. पार्टीच्या वेळी करण्याची ती छोटीशी गंमत होती इतकंच. एखाद्याची सिगारेट घेऊन तुम्ही जसा झुरका मारता म्हणून तुम्ही काही नेहमीच धुम्रपान करणारे नसता, तसाच हा प्रकार होता आणि मुख्य म्हणजे त्या सुंदर मुली ती सिगारेट देत होत्या. काहीच नुकसान नव्हतं; पण सॅम्युएलने काहीतरी सबब सांगत तिथून काढता पाय घेतला होता.

बर्टनने हात पुढे करत परत ते बाड हातात घेतलं. त्याने संथपणे पान उलगडलं. निकाल उत्तम होता. त्यांनी निवड केलेल्या माणसाला व्यवसायात अनेक प्रलोभनांना सामोरं जावं लागणार होतं. लोकांच्यात मिसळताना मोकळेपणाने वागण्याची नितांत गरज होती, पण तरीसुद्धा दारू, अमली पदार्थ आणि बायका वर्ज्यच होत्या. हुशारी, कामावरची निष्ठा आणि क्षमता हेच पात्रतेचे निकष होते. ते ज्याची नेमणूक करणार होते, त्याने मालकाच्या आणि संपादकाच्या सूचनेप्रमाणेच काम करायचं होतं. याहून महत्त्वाचं म्हणजे तो त्यांच्या ताब्यात असायला हवा होता.

"ती घोड्याची लीद आहे का तुझ्यापाशी?"

मॅकमरेने लगेच एक तंबाखूच्या वडीचं पाकीट बर्टनच्या पुढ्यात केलं.

"ब्लॅककरंट युकॅलिप्स्टीक फ्लेवर!" बर्टन गुरगुरत म्हणाला. "तरीही लागतं शेणासारखंच." बर्टनपेक्षा निम्म्या वयाची असलेली त्याची नवीन जपानी-अमेरिकन बायको बर्टन घराण्याच्या चौथ्या वारसाची पत्नी म्हणून आनंदात राहत होती. तिने बर्टनला सिगारेट ओढण्याची सक्त मनाई केली होती. पट्टीचा सिगारेट ओढणारा मॅकमरे हल्ली मालकाला हवी असलेली तंबाखूची वडी सतत जवळ बाळगत असे. मालकाला त्याची सतत गरज भासत असल्यामुळे तो अजिबात निराश झाला नव्हता.

बर्टनने ती वडी कचाकचा चावली. चावताना त्याचं तोंड वेडंवाकडं होत होतं. मॅकमरे परत नेमणुकीचा विचार करायला लागला. त्याने एक दीर्घ उसासा टाकला. कदाचित त्यांना हवा असलेला माणूस अस्तित्वातच नव्हता. आता मॅकमरेनेच एक वडी तोंडात सोडली आणि तो रवंथ करायला लागला. रोज तीस सिगारेट ओढण्याचं व्यसन त्याला होतंच, पण आता ही तंबाखूची वडीसुद्धा खाण्याची त्याला चटक लागली होती.

"विषयाची समज आणि स्मरणशक्ती कशीकाय आहे?" बर्टनने शेवटी विचारलं. जणूकाही त्याला या प्रश्नाचं उत्तर माहीतच नव्हतं.

"उत्तम मार्कांनी पास झाला आहे. काही ठिकाणी तर तो अव्वल आहे. एडिटीक स्मरणशक्तीचा उपयोग होत असावा त्याला."

"एडिटीक?"

"म्हणजे फोटोग्राफिक असा फाइलमध्ये उल्लेख आहे. शब्दातली अक्षरं उलटीपालटी करून लिहिण्यात किंवा दिलेल्या शब्दांवरून ती कशाविषयी आहेत हे ओळखण्यात त्याने चांगलंच नैपुण्य दाखवलेलं होतं. म्हणजे त्याचा मेंदू नुसतीच नक्कल करत नाही."

"मला वाटतं, मी तुझं बोलणं नीट ऐकलं नाही." बर्टन पुटपुटला. "आपल्या सर्वोत्तम उमेदवाराची तुलना तू ऑफिसातल्या एखाद्या मशिनशी तर करत नाहीस ना?"

"त्याच्या पार्श्वभूमीसंबंधी दिलेल्या माहितीमध्ये आणखीन काही दिलेलं असेल." पुढ्यातली इंचभर जाड फाइल चाळत मॅकमरे घाईघाईने म्हणाला. "एडिटीक किंवा फोटोग्राफिक स्मरणशक्ती ही सगळ्यांच्यातच आढळून येत नसते. दोन हजार लोकांमध्ये एखाद्याकडेच ती कुठल्यातरी स्वरूपात असते. यात नैसर्गिक देणगीचा अर्धा वाटा असतो, तर उरलेला बुद्धीचा योग्य वापर केल्यामुळे साध्य होतो. एखाद्या पुस्तकाचं पान, एखादी यादी अथवा चिन्ह तुम्ही बघता, तेव्हा तुम्ही त्याचा आकार लक्षात ठेवता; त्यातला आशय नाही. मग गरज भासेल तेव्हा ती आकृती डोळ्यापुढे आणून तुम्ही स्वत:च ते वाचायला लागता. हे म्हणजे सरकती चित्र पाहिल्यासारखं आहे."

"हे म्हणजे सकर्ससमध्ये काम करण्याइतकं महत्त्वाचं आहे." बर्टन उद्वेगाने म्हणाला.

समोरच्या स्कॉटिश माणसाने आवंढा गिळला. जर काही चुकीचं झालं असतं, तर ती त्याचीच चूक ठरली असती; पण आता बर्टनने स्वत: ती फाइल पाहिली होती. शेवटी बर्टनने त्याची निवड केली.

"मी तुमच्या निवडीशी सहमत आहे साहेब. त्याला आता परत आत बोलावण्याची गरज आहे का?"

"आपण त्याची निवड केली आणि तो आपल्या अपेक्षांना उतरला नाही, तर तो आपल्या सगळ्यांचाच पराभव असेल; खास करून तुमचा."

बर्टन आता मॅकमरेकडे वळला. आत्ता पहिल्यांदा त्याला बर्टनचा पूर्ण चेहरा आणि त्याने रोखलेली नजर दिसत होती. मॅकमरेच्या डोळ्यासमोर हप्त्याने घेतलेली बेन्टली मोटार, बँकेच्या पैशांनी घेतलेलं महागडं घर आणि भरपूर पैसे घेऊन आमंत्रण दिल्यानंतर शय्यासोबत करणारी कॉलगर्ल करिना दिसू लागली. आपल्या हातातून हे सर्व निसटत चालल्यासारखं त्याला वाटायला लागलं. बर्फाळ नदीत तरंगत असल्यासारखी त्याची अवस्था झाली. त्याने आवंढा गिळला. म्हणजे निदान तसा प्रयत्न तरी केला. त्याच्या तोंडाला कोरड पडली आणि घसा आवळायला लागला.

"करून टाक!" फाइलवर बोटांनी थपथपत बर्टन म्हणाला आणि थोडंसं

हसला. हॉटेलात आपण जितक्या अदबीने हलक्या आवाजात खाण्याचे पदार्थ मागवतो तितकाच बर्टनचा आवाज होता. ''पण काय कराल ते जबाबदारीने करा. समजलं? नाहीतर त्याचे परिणाम काय होतील ते बघा.''

शेवटचे शब्द जरा आणखीनच हलक्या आवाजातले होते. आवाज वाढवण्याची गरजच नव्हती. त्याची नजरेची भाषाच सर्वकाही सांगून जात होती. मग झटक्यात दुसरीकडे पाहत बर्टन जागचा उठला आणि बाहेर पडला.

मॅकमरे खुर्चीला खिळूनच होता. आपली जीभ ओठांवरून फिरवत तो परत एकदा फाइल वाचायला लागला. बर्टनला नेमकं हेच अपेक्षित होतं. समोरच्या चित्रावर नजर टाकण्याचा मोह मॅकमरेला आवरता आला नव्हता. फ्रेंच पद्धतीचं एक शृंगारिक चित्र भिंतीवर लटकत होतं. भरदार वक्षस्थळं असलेल्या एका तरुणीने फ्रान्सच्या राष्ट्रीयत्वाला आणि नागरिकांना अंगावर आच्छादून घेतल्याचं प्रतीकात्मकरीत्या दाखवलेलं होतं आणि ही तरुणी सरंजामशाहीच्या आणि धार्मिक सत्तेच्या विरोधात संघर्ष करत असल्याचं त्यातलं दृश्य होतं.

आता याला विसंगतीतून निर्माण झालेला विनोद म्हणावं की नाही, हे उलगडण्यासारखं नव्हतं. प्रत्यक्षात वस्तुस्थिती अशी होती की, खुद्द बर्टन महाशय पलीकडच्या खोलीत त्या चित्राच्या मागे बसलेले होते आणि त्या चित्रातून त्यांना मॅकमरेच्या त्यांच्या बाजूच्या हालचाली फक्त दिसत होत्या. समोरच्या उपकरणाचे हेडफोन कानाला लावून ते ऑफिसातल्या घटना ऐकू शकत असत. या जागी घडणारी प्रत्येक गोष्ट ते ऐकू शकत होते, पाहू शकत होते आणि त्यावर ते नियंत्रण ठेवू शकत होते. विनोदाचा भाग म्हणजे हे सगळं ते स्वातंत्र्य, बंधुभाव आणि समानतेच्या हक्कासाठी लढा देणाऱ्या, भरदार उरोज असलेल्या फ्रेंच युवतीच्या चित्राच्या मागून करत होते.

खोलीचा दरवाजा हलकेच उघडला गेला. मॅकमरेने आपल्या नाकावरचा चष्मा वर चढवला आणि डोळे किलकिले करून समोरच्या अंधारात पाहिलं.

''हॅलो सुझी!''

''हाय!''

सुझी गिलबर्टन आत आली आणि मॅकमरेच्या शेजारच्या खुर्चीत बसली. पलीकडच्या खोलीतून चित्राच्या मागून बर्टन बघत होता, हे तिलाही माहीत होतं; पण तरीही ती आरामात बसली.

''आता लवकरच नाटकाला सुरुवात होईल.'' मॅकमरे स्वत:शीच चरफडत म्हणाला आणि फाइल चाळू लागला.

''आपण परत एकदा पाहू या.'' विनंतीवजा आज्ञा फर्मावली गेली. ती तरुण होती; साधारणपणे तिशीची. तिच्या तोंडावरचे भाव घरेलू होते. म्हणजे दु:खात

असलेल्या नातलगांचं सांत्वन करावेत तसे. तिचे डोळे काळे होते, कांती मुलायम होती आणि ढोबळमानाने बोलायचं, तर ती सेक्सी होती. भेटीला आलेल्या माणसाच्या कलानुसार ती चहा किंवा मार्टिनी चपळाइनं पुढ्यात सादर करायची. तिच्याकडे नेहमीच एखादी बातमी तयार असायची. मालकाचा तिच्यावर डोळा होता, हे सगळ्यांना माहीत होतं. काही लोकांच्या मते आपल्या एखाद्या प्रकाशनाची सूत्र सोपवायला किंवा न्यूयॉर्कच्या वर्तमानपत्राचा संपादक म्हणून मालक तिला न्यूयॉर्कला पाठवण्याच्या विचारात होता. ती आता उदयोन्मुख होती; फार चलाख होती आणि मॅकमरेच्यापेक्षा स्पेंन्डलव्हच्या वयाची होती. सध्याच्या योजनेसाठी अगदी आदर्श होती.

"सगळं कसं चपखल आहे! तुला दिसेलच." मॅकमरे म्हणाला.

सुझीने स्पेन्डलव्हचा एक पोहतानाचा फोटो उचलला. फाइलमध्ये पुरवलेल्या माहितीत अनेक कागदपत्रं होती – फ्लीटस्ट्रीटवर दलाली केलेल्या त्याच्या वडलांच्या मित्रांनी दिलेली शिफारसपत्रं, कुटुंबाची पार्श्वभूमी - एकुलता एक मुलगा, मोटार अपघातात आईवडील दगावलेले, बाजारातली पत, सामाजिक आणि राजकीय मतप्रणाली इ. सर्वकाही त्या फाइलमध्ये होतं. इतकंच काय, त्याने कोणाला मत दिलं असावं याचाही अंदाज वर्तवण्यात आला होता. (आणि म्हणे लोकशाहीतलं गुप्त मतदान!) फाइलमधले मथळे अंगावर येत होते. पात्रता, परिचय, सहभाग, ध्येय आणि धोरणं.

"ही पार्श्वभूमी दिली आहे ते ठीक आहे, पण ही शुद्ध हेरगिरीच वाटते. कोण करतं हे सगळं?"

"अशी हेरगिरी करणाऱ्यांपैकीच एक आहे."

"म्हणजे त्या क्रोलसारखी?"

"नाही, त्यांच्याइतकी मोठी नाही. उद्योगातून निवृत्त झालेल्या आणि राजकारणात डाळ न शिजलेल्या एका व्यक्तीच्या मालकीची ही संस्था आहे. आपल्या एक्सबी फाउंडेशनच्या उमेदवारांची माहिती बर्टनला खूश करण्यासाठी ते फुकटात पुरवतात. त्यांना हे तपासाचं काम चांगलं जमतं."

"नाहीतर काय!" सुझी हसली. "सगळं कसं खुल्लमखुल्ला आहे आणि त्यात काही वाईटसाईटपण लिहिलेलं नाही. पण हे सगळं फुकटात करतात, याचंच मला आश्चर्य वाटतं."

"अगदी तसंच काही नाही. मोठी कामं हातात आली की, मग ते चांगलाच हात मारतात. मोठमोठाले राजकारणी, उद्योगविश्वाचे सूत्रधार आपली कुलंगडी लपवून ठेवण्यासाठी पैसे मोजतातच."

"मला माहीत आहे, बर्टनचा हा खास आवडीचा विषय आहे," सुझी

म्हणाली, "पण हे काम जरा जास्तच खास दिसतंय. बघ नं, केवढी मोठी फाइल बनवलेली आहे!"

"मलापण आवडेल." एक वेगळाच आवाज आला.

सुझी खुर्चीत दचकून उठली.

"अरे सॅम्युएल, तू आहेस होय! ये. आत ये." दाराकडे काळजीपूर्वक लक्ष असलेला मॅकमरे म्हणाला.

"माझ्या घुसखोरीबद्दल माफ करा," सॅम्युएल म्हणाला, "पण त्यांनी मला सरळ आत जायला सांगितलं."

"काही बिघडत नाही." मॅकमरे म्हणाला, "बस."

सॅम्युएल स्पेन्डलव्ह तरणाबांड, तरतरीत, प्रतिभासंपन्न व्यक्तिमत्त्वाचा होता. त्याच्याविषयी लोकांना जेवढं कौतुक वाटत होतं तितकाच लोकांना त्याचा संशयही यायचा.

मॅकमरेने फाइल हलकेच मिटली. सुझीने उठून दिवे लावले.

"मला वाटलं की, माझ्याकडे काही तपासाचं काम येणार आहे." समोरच्या खुर्चीत आपले हात मांडीवर ठेवून आरामात बसत सॅम्युएल म्हणाला.

"आम्हाला सगळी कामं चोखपणे करायची असतात आणि सॅम्युएल, या फायलीमध्ये फक्त तुझ्याविषयीच माहिती नाही." मॅकमरे सहजपणे खोटं बोलून गेला. मालकाशी सामना करण्यापेक्षा हे फारच सोपं होतं.

"तुमच्याविषयी मी खूपकाही ऐकलं आहे." सॅम्युएलकडे हसून पाहत सुझी म्हणाली. मॅकमरेचं तिच्यावर लक्ष होतंच. हॉटेलातल्या त्या पार्टीत फक्त सॅम्युएलनेच फुकटची मौजमजा करायचं टाळलं होतं, हे तिला माहीत होतं. यासाठीच ते हसणं मनापासून असावं.

"आभारी आहे. तुम्ही माझी स्तुती करताय का डिवचताय हे मला कळत नाही." सॅम्यएल सुझीकडे पाहून हसत म्हणाला.

"यापैकी काहीच नाही आणि तुम्हाला ते चांगलंच माहीत आहे." सुझी लाडंलाडं म्हणाली. तिच्या हावभावाने मॅकमरे अस्वस्थ झाला; पण ती एक धंदेवाईक होती.

"पण हा तपास-अहवाल तुला का हवा आहे, हे मला समजलेलं नाही."

"याचं उत्तर सरळ आहे. मला इथे उमेदवारीसाठी अर्ज करायला सांगण्यात आला होता, त्या वेळी मी नेमका द्विधा मन:स्थितीत होतो." सुझीच्या लाडिकपणे उघडलेल्या तोंडाकडे अस्वस्थपणे पाहत सॅम म्हणाला.

"तुम्हाला म्हणायचं आहे, तुमच्या बायकोमुळे? गेलमुळे?"

"गेल. हो. माझी बायको."

"बिचारा! असल्या गोष्टी जरा त्रासाच्याच असतात नाही!" सुझीच्या मधाळ चेहऱ्यावर काळजीची सुरकुती उमटली.

सॅम्युएलने पायाची घडी बदलली आणि हाताची परत घडी घातली. त्याचे टपोरे डोळे थोडे भरून आल्यासारखे वाटले. चित्राच्या मागे बर्टन अजूनही च्युइंगम चघळत होता. आता त्याच्या चेहऱ्यावर स्मितरेषा उमटली. माणसाचा एखादा कच्चा दुवा त्याला ताब्यात ठेवण्यासाठी उपयोगी ठरतो. तसं पाहिलं तर लग्नाचे संबंध केव्हाच संपुष्टात आले होते. फाइलीतल्या माहितीप्रमाणे लग्न मोडायच्या कित्येक दिवस आधीपासून ह्या बाईने अनेकांशी शय्यासोबत केलेली होती. मात्र स्पेन्डलव्ह अजूनही तिला विसरू शकलेला नव्हता. तो अजून मुरलेला नव्हता. त्याच्या मनाला ही गोष्ट फार लागली होती. हे फायद्याचं होतं आणि छान होतं.

"मला ऐकून वाईट वाटतंय मि. स्पेन्डलव्ह! खरंच मला वाईट वाटतंय. मी तुम्हाला सॅम्युएलच हाक मारू का?"

"सॅम्युएल चालेल. कृपा करून सॅम मात्र नको."

"अर्थातच नाही सॅम्युएल. मलाही तुझ्या अवस्थेविषयी खेद वाटतो, पण तू तुझ्या प्रबंधाचं काम मध्येच सोडून चालून आलेल्या चांगल्या संधीला का लाथाडलंस?"

"खर सांगायचं, तर मला पैशाचं फार आकर्षण आहे. ऑक्सफर्ड आणि केंब्रिज विश्वविद्यालयांना आपला प्राध्यापकवर्ग सांभाळून ठेवताना किती त्रास पडला, ते तुम्हीही वाचलंच असेल. हार्वर्ड आणि येलप्रमाणे त्यांना देणग्या मिळत नसल्यामुळे इंग्लंडमध्ये प्राध्यापकाला मिळणाऱ्या पगारावर निभाव लागणं अशक्य होतं."

"अर्थातच! इंग्लंडमधल्या विश्वविद्यालयांच्या तुलनेत एक्सबी फाउंडेशन देत असलेलं मानधन भरपूर होतं, याची मला जाणीव आहे. तरीसुद्धा तुझी पार्श्वभूमी पाहता, जर तू टिकून राहिलास, तर तुझ्या हातून मोठमोठी कामं होण्याची शक्यता आहे – प्राध्यापकाची जागा, कायदेशीर बाबींवर विद्वत्तापूर्ण लिखाण इत्यादी अनेक मार्ग आहेत. राहिला प्रश्न तुझ्या उत्पन्नाचा, त्यासाठी काही मार्ग निघू शकतो."

"तुम्ही फार दयाळू आहात."

आत्तापर्यंत गप्प बसलेल्या मॅकमरेने मध्येच विचारलं. "एक अभ्यासू व्यक्ती म्हणून स्वत:ला किती मानतोस?"

"मी नेहमीच सर्वोत्तम स्थानाच्या जवळपास होतो." किंचितसं थांबून सॅम्युएल म्हणाला.

चित्रामागे असलेल्या बर्टनच्या चेहऱ्यावरचं हसणं वाढायला लागलं होतं. ऑक्सफर्डच्या शेवटच्या पदवी-परीक्षेत सॅम्युएल दुसरा आला होता. नंतर थोडा काळ हार्वर्ड आणि कॉर्नेलमध्ये व्यतीत केल्यावर तो त्याच्या ब्रेसनोझ या आधीच्या कॉलेजात नागरी कायद्याची पदवी घेण्यासाठी दाखल झाला होता. बीसीएलच्या

परीक्षेत तो पहिला आला आणि त्याला व्हिनेरिअन पदक मिळालं. ऑक्सफर्डचा अतिविशिष्ट विभाग समजल्या जाणाऱ्या ऑल सोल्सच्या निवडणुकीत उभं राहण्याचं आमंत्रण त्याने स्वीकारलं.

''पण मग तू हाती घेतलेलं काम तडीस नेणाऱ्यांपैकी होतास का?'' नुकत्याच एका व्यवस्थापनाच्या चर्चासत्रात कोणीतरी बरळलेलं वाक्य मॅकमरेने फेकलं. त्याला आता चित्राच्या मागून रोखलेली मालकाची नजरही अस्वस्थ करत होती.

''मी आदर्श व्यक्तिमत्त्वासाठी धडपडणारा माणूस नाही, तर आहे ते व्यक्तिमत्त्व जपणारा माणूस आहे. मग ते सदोष असलं तरी चालेल.'' आता तो थोडासा ठामपणे हसला.

''आपण आता एकत्र कामं करायची आहेत सॅम्युएल.'' सुझी लगेच म्हणाली. ''ॲलन जरा अवघड प्रश्न विचारतो आणि मी सोपे इंतकंच.''

बर्टनला आता खुदकन हसू फुटलं. सुझीच्या म्हणण्याचा खरा अर्थ होता की, मॅकमरे मूर्खासारखे प्रश्न विचारतो आहे आणि ती शहाण्यासारखे.

''सोपे प्रश्नच सगळ्यात धोकादायक असतात.'' सॅम्युएल आता जरा सावरला होता. त्याने परत पायाची घडी बदलली.

''मला एक गोष्ट सांगशील का सॅम्युएल?'' हेल काढत सुझीनं विचारलं, ''फोटोग्राफिक स्मरणशक्ती असलेल्या फार कमी लोकांना मी ओळखते. तुझ्या संशोधक वृत्तीला याची जोड मिळाल्यामुळे त्याचा फारच फायदा मिळत असणार. आपण जरा त्या विषयावर बोलू या का?''

''जर तुला बोलायचंच असलं, तर मला आनंदच होईल; पण याचा शैक्षणिक देवाणघेवाणीशी कसा काय संबंध आहे, ते मला समजलं नाही. आणि माझ्या अनुभवाच्या जोरावर मी एक्सबीच्या ट्रस्टींसाठी एक प्रबंध लिहायचा या विषयी बोललेलं बरं. नाही का?''

''आम्हाला निवड करताना फार काळजी घ्यावी लागते. त्याची कारणं मी नंतर सांगेन. याचा फाउंडेशनला कमी फायदा असेलही, पण या निवडीच्या कामात विल्यम बर्टनने स्वतः लक्ष घातलेलं आहे; विशेषतः तुझ्याबाबतीत.''

''किती आश्चर्यकारक बाब आहे!''

''माझ्या प्रश्नाचं उत्तर देशील सॅम्युएल? मला हे जाणून घेण्यात खरंच रस आहे.'' सुझीने मध्येच पुन्हा विषय काढला.

आपापल्या मतानुसार बर्टन आणि मॅकमरे यांना सुझीच्या कर्तबगारीचं कौतुक वाटायचं. सुझीने स्पेन्डलव्हचा कच्चा दुवा झटक्यात शोधून काढला होता. आता त्याच्या नाकात वेसण पडली होती आणि ती त्याला मनाप्रमाणे इकडेतिकडे वळवू शकणार होती. तो आता माणसाळत चालला होता.

“त्याचं असं आहे....” परत आपल्या हाताची छातीवर घडी घालत सॅम्युएल म्हणाला.

“तुझी हरकत असेल, तर आपण आत्ता इथेच बोललं पाहिजे असं नाही.” सुझीने सुचवलं. “मी तुझी कधीतरी ऑक्सफर्डला येऊन भेट घेईन. कदाचित आपण ड्रिंक वगैरेसुद्धा घेऊ.”

तिच्या सरळसाध्या बोलण्यामुळे तिचा प्रस्ताव साधाभोळा वाटत होता आणि तिला खरंच या विषयाची माहिती करून घ्यायची होती, असंच वाटत होतं; पण तिचे डोळे मात्र काही वेगळंच बोलत होते.

सॅम्युएलने तिच्याकडे क्षणभर निरखून पाहिलं. मग खाली मान वळवत तो म्हणाला, “तुला नक्की काय समजून घ्यायचं आहे, ते समजायला इतकं काही अवघड नाही.”

चित्राच्या मागे बर्टननी कौतुकाने मान डोलावली.

उत्साहित झालेल्या सुझीच्या प्रश्नांना उत्तरं देत सॅम्युएलने फोटोग्राफिक स्मरणशक्तीची संकल्पना समजावून सांगितली. अगदी बाल्यावस्थेत होणाऱ्या मेंदूच्या वाढीशी याचा संबंध असतो. दृकुश्राव्य विभागाचं काम मेंदूच्या ज्या भागात होतं, तिथे काही वेळा अडथळे निर्माण होतात आणि काही कारणांनी ते दृश्य अथवा आवाज आपल्याला परत आठवता येत नाहीत. म्हणून सॅम्युएल पुस्तकातल्या एखाद्या परिच्छेदाचा किंवा चित्राचा आपल्या नजरेने फोटो काढून ठेऊन मग ते विसरून जात असे.

“पण मी तर ऐकलं आहे तू फार कमी विसरतोस?”

“विसरणं आणि नजरेआड करणं यात फरक आहे. जसं आपण एखादं चित्र पाहून झाल्यावर बाजूला ठेवून देतो, तसा हा प्रकार आहे. तुम्ही गाडी चालवताना अथवा स्वयंपाक करताना त्याची गरज नसते; पण ते परत पाहायचं असेल, तर त्या कपाटापाशी जाऊन तुम्ही ते बाहेर काढता.”

“असं आहे तर!” ती अजूनही साशंकपणे मान डोलवत होती. ‘आता हा जरा खुलायला लागला आहे, तर बोलू दे.’ “यामुळे तुम्हाला खरं आयुष्य जगता येतं.”

“जे काही खरं असेल ते.” सॅम्युएल थोड्याशा कंटाळवाण्या सुरात म्हणाला.

“हे असं काही खरं असेल यावर विश्वासच बसत नाही.” मॅकमरे म्हणाला. “हे काय मेंदूचं नेहमीचं काम असतं?”

“माझ्या अनेक चाचण्या झालेल्या आहेत आणि माझ्या मेंदूचं काम सशक्तपणे चाललेलं आहे.”

सॅम्युएल खुर्चीत ताठ झाला. सुझीने चित्राच्या दिशेने पाहिलं. आत्ता जर तो निघून गेला असता, तर मॅकमरेची आणि सुझीची खैर नव्हती.

"आणि मानसशास्त्रीयदृष्ट्या?" मॅकमरेने विचारलं.

सॅम्युएल थोडा थांबला.

"मानसशास्त्राच्या दृष्टीने मी अगदी बच्चा आहे मि. मॅकमरे."

सुझी खिदळली आणि मॅकमरे डोकं खाजवू लागला.

मॅकमरेच्या कपाळाच्या किंचित वर नजर रोखून आपला विक्षिप्तपणा दाखवण्यासाठी सॅम्युएल बोलायला लागला, "३, १,४, २, ८, ५, ७, १, ४ ...."

"हे काय चाललंय?" स्कॉटिश माणसाने विचारलं.

"मला वाटतं, तो भूमितीतला पाय म्हणून दाखवतो आहे." सॅम्युएलच्या तोंडावरची नजर न हटवता सुझी म्हणाली.

सॅम्युएलचे एव्हाना साठ अंक मोजून झाले होते.

शेवटी ती गाडी थांबली. "हे काही खायचं काम नाही, पण पायची किंमत म्हणताना लोकांना हे पटकन समजायला मदत करतं." सॅम्युएल म्हणाला.

"याला काही अंत असेल असं वाटतच नाही, हो ना?" सुझी म्हणाली. "तू किती आकड्यांपर्यंत मोजू शकतोस सॅम्युएल?"

"मला खरंच कल्पना नाही. मला वाटतं, मी काही हजार अंकांपर्यंत मोजू शकतो, पण मी त्याचा फारसा विचारच केला नाही."

"मला वाटतं काही लोक हे कला म्हणून दाखवतात. हो की नाही? ते तासन्तास मोजत बसतात."

"खरं आहे." सॅम्युएल हसत म्हणाला. "पण वास्तवात ते बच्चेच असतात."

"तुला जर आंकड्यांचं इतकं मोठं वरदान आहे, तर मग गणितातला दुद्धाचार्य का होत नाहीस?" मॅकमरेने विचारलं.

"मला वाटतं, कायद्याची पदवी मिळवण्यासाठी विद्वत्ता पारजण पुरेसं आहे. आता हे पाहा." सॅम्युएल खुर्चीत बसल्या बसल्या छताकडे पाहू लागला. "शिक्षण : प्लेमाऊथ गर्ल्स ग्रामर स्कूल; डाऊनिंग कॉलेज, केंब्रिज. कामाचा इतिहास : उमेदवार वार्ताहर, क्रोयडॉन ॲडव्हर्टायझर; वृत्त वार्ताहर आणि खानपान विभागाचा वार्ताहर. ग्राझीयाना मासिक वार्ताहर, डेली क्वेस्ट; रात्रीचा वार्ताहर, डेली क्वेस्ट; कार्यवाही संपादक प्रमुख, डेली क्वेस्ट. आवडीचे विषय : वाइन आणि पाण्यावरचे खेळ."

सॅम्युएलने सुझीकडे पाहिलं. ती त्याच्याकडे टक लावून बघतच बसली होती.

"हे शेवटी काय लिहिलेलं आहे ते कळत नाही." तो छद्मीपणं हसत म्हणाला. "कदाचित पुढे काय होणार आहे, त्याच्याशी याचा संबंध असेल. ऐशोआरामासाठी हवी असलेली महत्त्वाची गोष्ट : पुरुष. आणि तोसुद्धा अविवाहित."

सॅम्युएलने बोलणं थांबवलं आणि दोघांच्याकडे पाहिलं.

मॅकमरे आणि सुझी गिलबर्टसनची नजरानजर झाली. पत्रकारिता आणि वार्ताहरांची विनोदी ओळख करून देणाऱ्या बर्क्स बिअरेजच्या अंकामध्ये सुझीची आलेली माहिती स्पेन्डलव्हने घडाघडा सांगितली होती. व्यवसायबंधू या माहितीकडे गांभीर्याने बघायचे, कारण यातला चरित्रात्मक तपशील अचूक असायचा. स्पेन्डलव्हच्या मुलाखतीसाठी सुझी येणार, हे त्याला माहीत नव्हतं. त्यामुळे त्याने सुझीची माहिती पाठ म्हणून दाखवली त्याला विशेष महत्त्व होतं. बर्टन समूहाच्या अधिकाऱ्यांची माहिती त्याने त्या अंकात वाचलेली असावी आणि सुझी समोर दिसताच त्याने नेमकी तिची माहिती अचूक सांगितली.

"आता ॲलन मॅकमरे, कामाचा पूर्वेतिहास...."

"नको, नको. त्याची काही गरज नाही." मॅकमरे घाईघाईने म्हणाला. "तुला काय म्हणायचं आहे ते समजलं. तुझं हे जे काही कसब आहे, ते अचाट आहे सॅम्युएल."

सॅम्युएलने मॅकमरेकडे निरखून पाहिलं. ही स्मरणशक्तीची गंमत पार्टीमध्ये करून दाखवण्याची चलाखी असते, त्याचा लोकांवर चांगलाच प्रभाव पडतो. आता परत पुढे संभाषणाची गाडी ओढायला हरकत नव्हती.

"या जागेसाठी अपेक्षित असलेला कामाचा तपशील जरा वेगळाच वाटतोय मि. मॅकमरे. मला जरा याची तपशिलात माहिती सांगता?"

"ठीक आहे. हा एक संशोधनाचा प्रकल्प आहे आणि यात आकर्षक आणि आव्हानात्मक अशा नवीन विषयांचा अभ्यास केला जातो." मॅकमरेने उडवाउडवी करत काहीतरी उत्तर दिलं.

"यातून मला फारकाही बोध झाला नाही. म्हणजे हे संशोधन आहे आणि कामपण आहे. मग नोकरी?"

"बरोबर आहे. हे काम ऑफिसच्या वातावरणात करायचं आहे." सुझी म्हणाली. आपल्या मनातलंच सुझी बोलली अस मॅकमरेला वाटलं. "हे वातावरण तुला जास्त आवडेल असं आम्हाला वाटलं. इतके दिवस तू...म्हणजे तुझी बुद्धी बंद पेटीत असल्यासारखी होती. इथे अतिशय हुशार, उत्साही आणि समान हेतूने काम करणाऱ्या लोकांच्या सहवासात काम करणं तुला नक्कीच आवडेल."

सॅम्युएलने यावर बराच विचार केला. ऑक्सफर्डच्या रॅडक्लीफ कॅमेरा लायब्ररीत एकट्याने बसून काढलेले कंटाळवाणे दिवस त्याला आठवले. चांगले सहकारी आणि समान हेतूची कल्पना त्याला आवडली होती.

"हे ऑफिस पॅरिसमध्ये आहे आणि पॅरिस तुला आवडतं, हे आम्हाला माहिती आहे." सुझीने पुस्ती जोडली.

“थोडक्यात काय,” संभाषण तोडत मॅकमरे मध्येच म्हणाला, “काहीतरी नावीन्य आणि बदल हवा असलेल्या आणि कुशाग्र बुद्धी असलेल्या तुझ्यासारख्या माणसासाठी हा प्रकल्प योग्यच आहे. अशा कामासाठी फारच कमी लोकांचा विचार केला जातो आणि त्यातल्या फारच कमी लोकांना ही संधी मिळते.” भारदस्तपणे किंवा थोड्याशा प्रौढीने फेकलेल्या या वाक्याचा सॅम्युएलवर योग्य तो परिणाम झाला होता.

“पण मि. मॅकमरे, मी नक्की काय करावं असं या फाउंडेशनला वाटतं?”

“जगाच्या वित्तबाजारावर प्रभाव टाकू शकणाऱ्या आणि वित्तपुरवठा करणाऱ्या समूहासाठी विश्लेषक-संशोधकाचं तू काम करावंस असं आम्हाला वाटतं.” सुझी म्हणाली. “पगार चांगला आहे. नव्हे अतिशय चांगला आहे.”

तीन महिन्याच्या कामासाठी सुझीने जो मोबदला सांगितला, तो सॅम्युएलच्या वार्षिक वेतनाच्या पाचपट होता. त्याने मनातल्या मनातच एक शिट्टी वाजवली. पॅरिसच्या ऑफिसात तीन महिने, हे आकर्षण तर होतंच; पण हे नक्की काय होतं ते कळत नव्हतं.

“मला तुम्हाला काही गोष्टी विचारायच्या आहेत.” तो एका दमात बोलला. “या कामासाठी आपण इतकी मोठी शिष्यवृत्ती का देत आहात? हे काम बँकेसाठी असू शकतं, पण या फाउंडेशनचा उद्देश शैक्षणिक आहे, अशी माझी समजूत आहे.”

“थोडं शैक्षणिक आणि थोडं व्यावसायिक संशोधन आम्ही करतो. एक्सबी फाउंडेशनला प्रसारमाध्यमांकडून खरा पैसा मिळतो, हे विसरू नकोस.” मॅकमरे म्हणाला.

“हे अजूनही माझ्या गळी उतरत नाही.” सॅम्युएल म्हणाला. “या कामासाठी पैसा कोण पुरवतो आहे?”

“त्याचं नाव खान आहे.” सुझी म्हणाली. “मला खात्री आहे, हे नाव तू ऐकलं असशील.”

“हो-हो. हे प्रकरण आता रंगत चाललं आहे.” सॅम्युएल उदासवाणं बोलला. खान हा मोजक्या मालदार वित्तपुरवठा करणाऱ्यांपैकी होता. वर्तमानपत्रात तो नेहमी पहिल्या पानावर झळकायचा. शिवाय टीव्ही, इंटरनेटवरही त्याच्या मुलाखती पाहायला मिळायच्या. एखादं लहान मूल जसं हातातली खेळणी भिंतीवर फेकतं, तितक्या सहजपणे खान शेअर बाजाराशी आणि सर्व देशांच्या पैशाशी खेळत असे.

“तू असले काही भेदक प्रश्न विचारणार याची मला खात्री होती आणि त्या प्रश्नांची सगळी उत्तरं तुला याच्यात सापडतील.”

मॅकमरेने दोन मोठे चौकोनी लिफाफे सॅम्युएलच्या पुढ्यात टाकले. त्यापैकी एक लाल होता आणि दुसरा पिवळा.

"ही काही तुझी परीक्षा नाही, पण तुझ्या मनाचा कल कसा आहे ते बघायचं आहे. या दोन्ही लिफाफ्यांपैकी कोणताही चुकीचा नाही. यात चूक अथवा बरोबर असं काही नाही; पण मी मात्र तुला एकाची निवड करायला सांगणार आहे."

सॅम्युएलने उसासा टाकला.

"हे इतकं रटाळ काम आहे सांगतो; जर केळं पिवळं नसेल, तर मग ते अ) निळं ब) हिरवं क) लाल असावं का? हे थोडंसं गोंधळात टाकणारं आहे. ठीक आहे, मी पिवळा लिफाफा उचलतो." त्याने लिफाफ्याकडे हात नेला.

"हे इतकं सोपं नाही." मॅकमरे म्हणाला. "हे बघ, या दोन्ही लिफाफ्यांपैकी प्रत्येकात वेगवेगळ्या प्रकारची माहिती, टाचणं आणि पैशाचा उल्लेख आहे. पिवळ्या लिफाफ्यात दलालीच्या रकमेचा उल्लेख आहे. मघाशी सुझीने जो आकडा सांगितला तो नुसता ढोबळमानाने कल्पना देण्यासाठी सांगितला आणि तुला पॅरिसच्या ऑफिसात जे काम सांगितलेलं आहे त्यासंबंधात लागणारी फक्त आवश्यक तेवढीच माहिती त्यात आहे. लाल लिफाफ्यातसुद्धा एका रकमेचा उल्लेख आहे. कदाचित ती कमी असेल, जास्त असेल किंवा तेवढीच असेल; पण याच्यात पूर्ण माहिती दिलेली आहे."

समोर दिलेल्या पर्यायांवर सॅम्युएल विचार करत असताना शांतता पसरली होती.

"मी लाल लिफाफा घेतो."

"परत सांगतो, हे इतकं सोपं नाही." मॅकमरे हसून म्हणाला. "त्याची एक पद्धत आहे. पिवळा लिफाफा तू कधीही उघडू शकतोस. मात्र लाल उघडायचा असेल, तर तुला मी परत येण्याची वाट पाहावी लागेल."

"परत येण्याची? किती वेळ लागेल?"

"ते सांगितलं, तर खेळातली मजाच जाईल."

मॅकमरे आणि सुझी गिलबर्टसन खुर्चीतून उठले. स्कॉटिश माणसाने नाकावरचा चष्मा काढला आणि सॅम्युएलकडे पाहत म्हणाला, "तू जर दोन्ही लिफाफे उघडलेस, तर मघाशी मी दिलेल्या सूचना बाद होतील. मी परत येण्याच्या पूर्वी तू लाल लिफाफा उघडलास, तर परत तेच होईल."

"हा जरा पोरखेळ होतो आहे, असं वाटत नाही तुम्हाला?" त्या दोघांकडे उद्वेगाने पाहत सॅम्युएल म्हणाला.

"हे अपारंपरिक आहे, पण विल्यम बर्टननी स्वत: तसं करायला सांगितलेलं आहे."

"पण ते फारच परिणामकारक आहे." सुझी म्हणाली आणि त्याच्या खांद्यावर थोपटत ती दाराकडे गेली. "नीट निवड कर सॅम्युएल."

दहा मिनिटं झाली तरी बर्टन, मॅकमरे आणि सुझी शेजारच्या अंधाऱ्या खोलीत चित्राच्या मागे सॅम्युएलवर लक्ष ठेवत बसलेले होते. सॅम्युएल आता चरफडायला लागला होता. त्याने घड्याळाकडे पाहिलं, खोलीत येरझाऱ्या घातल्या, नाक खाजवलं, आपल्या लांब रेशमासारख्या केसातून बोटं फिरवली. पिवळा लिफाफा उचलण्यासाठी दोन वेळा तो त्याच्याजवळ गेला. प्रत्येक वेळी हात पुढे पुढे जात असताना त्याने माघार घेतली.

''त्याने किती वेळ थांबायचं हे ठरवलं आहे का तुम्ही?'' मॅकमरेने बर्टनला विचारलं.

''नाही.'' बर्टन हलकेच म्हणाला. ''योग्य बक्षिसीसाठी हा किती कळ काढू शकतो, ते या चाचणीतून दिसेल. स्वभावाची खरी परीक्षा यातून होते.''

''म्हणजे तुम्हाला नक्की काय म्हणायचं आहे?'' सुझीने येरझाऱ्या घालत असलेल्या सॅम्युएलकडे पाहत विचारलं.

''पहिली गोष्ट ही बघायची आहे की तो काही निर्णय घेतो की नाही.'' बर्टनने खुलासा केला. ''तो हा खेळ खेळायला तयार झाला, ही चांगली गोष्ट आहे.

''दुसरी गोष्ट ही बघायची आहे की, त्याला कोणत्या प्रकारचं काम हवं आहे. त्या लाल लिफाफ्यात जास्त चांगली संधी उपलब्ध आहे, हे उघडच आहे. आपल्यालाही त्याने तोच लिफाफा उचलायला हवा आहे. यासाठी त्याची किती थांबायची तयारी आहे हे बघणं महत्त्वाचं आहे. त्यातून त्याच्या मनाचा कल समजेल. याखेरीज त्याला माहितीची किती कदर आहे, तेही दिसेल, कारण आपण त्याला लाल लिफाफ्यात जास्त माहिती आहे असं सांगितलेलं आहे, हे विसरू नकोस आणि तोच तिसरा मुद्दा आहे.''

बर्टनने तोंडातला गम रक्षापात्रात फेकला. मॅकमरे आणि सुझी बर्टन पुढे काय सांगणार होता याची वाट बघत थांबली.

''तिसरा महत्त्वाचा मुद्दा असा की, मघाशी सांगितल्याप्रमाणे योग्य बक्षिसीसाठी हा किती कळ काढू शकतो. तो स्वतःला शिस्त लावून जास्त वाट पाहत बसेल. याचाच अर्थ हा एकट्यानेसुद्धा चांगलं काम करू शकेल आणि आपल्याला नेमकं तेच हवं आहे. अशी संयमी व्यक्ती गैरकृत्य करण्याची, मादक पदार्थांच्या आहारी जाण्याची किंवा पळवाट शोधणारी असण्याची शक्यता कमी असते. मुलाखतीसाठी आलेले बहुतेक जण दुसऱ्या प्रकारात मोडतात हे आपण बघतोच. थोडक्यात, या परीक्षेत पास झालेला माणूस यशस्वी होण्याची दाट शक्यता असते.''

''असं आहे तर!'' मॅकमरे पुटपुटला.

''तो वीस मिनिटं टिकला, तर मग त्याला या जाचातून सोडव.'' बर्टन म्हणाला.

"ही फारच भन्नाट कल्पना आहे; पण त्या लाल लिफाफ्यात किती जास्त माहिती आहे आणि पैसे तरी किती जास्त आहेत?" सुझीने विचारलं.

"जरासाही फरक नाही. दोन्ही तंतोतंत सारखी आहेत."

"म्हणजे तो कोणता लिफाफा घेतो याला महत्त्व नाही, तर तो कसा घेतो याला आहे."

"तसं पाहिलं, तर त्याला आपण काहीच पर्याय दिलेला नाही; पण आपलं हे गुपित आपण आपल्यापाशीच ठेवायचं. समजलं ना सुझी?" बर्टन हसून म्हणाला, पण त्याचे डोळे मात्र थंडपणे रोखलेले होते.

२

आपल्याच विचारात हरवलेला सॅम्युएल ऑक्सफर्डमधल्या त्याच्या खोलीत उभा होता. बाहेर चांगलाच गारठा होता, पण आत खोलीत ऊबदार वातावरण होतं. खिडकीच्या काचेवर बाष्पाचा पातळ पडदा दिसत होता. क्षणभर त्या काचेकडे बघत त्याने आपली तर्जनी काचेवर टेकवली. त्यावर त्याने आठच्या आकाराच्या दोन आकृत्या काढल्या आणि मग काच पुसून स्वच्छ केली. बाहेरचा उजेड बाहेर पडण्यासाठी खुणावत होता. 'आता निघायलाच पाहिजे. आपल्या तोंडावर खास लॅटिन भाषेतल्या, अल्पिअनमधल्या उक्ती फेकण्यासाठी नाकावर चष्मा चढवलेला केंपिस वाट पाहत बसला असेल.' सॅम्युएलने अंगावर लांब कोट चढवला, दार उघडलं आणि क्षणभर तो थबकला. तसं पाहिलं, तर तो इथे फार दिवस वास्तव्य करत नव्हता, पण त्याला आता ही जागा आवडायला लागली होती, कारण त्याच्या अडचणीच्या काळात याच घरट्याने त्याला आधार दिला होता.

स्वप्नामध्ये आपल्याच फाशीसाठी वधस्तंभाकडे जात असल्यासारखा तो जवळच असलेल्या ऑल सोल्सकडे निघाला. चार जिने उतरून तो ब्रासनोझ लॉजमधून न्यू क्वाडवरून लहानशा डिअर पार्कमधून ओल्ड क्वाडला आला. रॅडक्लिफ कॅमेरा हिरवळीवरून जात त्याने जवळचा रस्ता निवडला. 'या असल्या खास सवलती देण्याची पद्धत केव्हा अस्तित्वात आली देव जाणे! कदाचित डन्स स्कॉट्सचं राज्य असताना त्याने घालून दिलेले हे नियम पुरातन काळापासून चालत आलेले असावेत.'

बिडाच्या भव्य फाटकामागून दरवानाने त्याच्याकडे प्रश्नार्थक मुद्रेने पाहिलं. सॅम्युएलने आपल्या टेड लिपीडस कोटावर घातलेला ओव्हरकोट सारखा केला आणि कोटाच्या आतल्या खिशातल्या पत्राला स्पर्श केला. त्याचं लक्ष टेक्सासच्या पोस्टाच्या शिक्क्याकडे आणि बाजूला चिकटवलेल्या छापील चिठ्ठीकडे गेलं. ती चिठ्ठी बरंचकाही सांगून जात होती. गेल ॲव्होका आणि रॅन्डाल जेफ्रिसचा तो

अधिकृत शिक्का होता. छापील गोष्टी कधी खोटं बोलत नसतात.

फाटकाचं दार लगेचच उघडलं गेलं. दरवानाने घोगऱ्या आवाजात केलेल्या अभिवादनाला मान डोलवून त्याने प्रतिसाद दिला आणि केंपिस राहत असलेल्या चौकोनी इमारतीकडे गेला. गार वातावरणात पावलांचे आवाज घुमणाऱ्या जिन्यावर तो अनिच्छेने चढला आणि त्याने समोरचं दार उघडलं. काळ्याशार दगडी फरशीवर पांढऱ्या अक्षरात **PBH KEMPIS** अशी मोठाली अक्षरं ठळकपणे लिहिली होती.

सॅम्युएलनी आपल्या केसातून बोटं फिरवली आणि तो वाट पाहत बसला. 'आतमध्ये प्रोफेसर आपल्या आवडत्या खुर्चीत बसलेले असणार, बाजूला त्यांच्या आवडत्या थंडगार शेरीचा ग्लास असणार आणि ते ठरावीक वाक्य बोलून संभाषणाला सुरुवात करणार. ते जरी आज्ञा केल्यासारखं बोलत असले, तरी त्यांचा तसा हेतू नसतो.' केंपिस घसा साफ करत असल्याचं त्याला बाहेर ऐकू आलं. मग नेहमीप्रमाणे भारदस्त आवाजात हाक ऐकू आली.

"आत या."

सॅम्युएलने दार उघडलं. विद्वान प्राध्यापक महाशयांनी खोली चांगलीच उबदार ठेवलेली होती आणि खोलीमध्ये ज्वालांचा पिवळा प्रकाश पडला होता.

केंपिस महाशय अपेक्षेप्रमाणे त्यांच्या आवडत्या खुर्चीतच बसलेले होते. त्यांनी सॅम्युएलला बसण्याची खूण केली. शेरीचे ग्लास आले. त्यांच्या चेहऱ्यावरच्या जाड चष्म्याच्या मागे असलेल्या झुबकेदार भुवया आणि गरुडासारखं नाक प्रकर्षाने जाणवत होतं. आज ते जरा जास्तच खुशीत असल्यासारखे दिसत होते. स्वतःच्या अस्वस्थ होण्याचं सॅम्युएलला आश्चर्य वाटलं. हे जरा अवघडच होणार होतं.

"पीटर, आज मी तुम्हाला हे सांगायला आलो आहे की, मी ऑक्सफर्ड सोडण्याचा निर्णय घेतलेला आहे. आत्तापर्यंत मी इथे व्यतीत केलेला काळ फार कष्टप्रद पण अविस्मरणीय होता. मला आता कायमचा बदल हवा आहे. तेच माझ्या हिताचं होईल."

सॅम्युएलच्या बोलण्यानंतर केंपिस काही वेळ गप्प बसले.

"सॅम्युएल, तू हे काय चालवलंयस? मलातर धक्काच बसलाय. तू फार निराश केलं आहेस मला."

जुन्या काळातल्या न्यायाधीश पॉलच्या निवाड्याचं विवरण करताना अथवा रोमन साम्राज्यातल्या गुलामगिरीच्या पद्धतीमागची ऐतिहासिक कारणं स्पष्ट करून सांगताना पिवळसर आणि वाघासारखे भेदक वाटणारे केंपिसचे डोळे आता निष्प्रभ वाटत होते. सॅम्युएल पटकन शेरीच्या ग्लासाकडे वळला. शेरी फारच गार आणि उग्र लागत होती. केंपिससचा ग्लास तसाच टेबलावर पडून होता.

"मला मान्य आहे की, प्रबंधाचं काम पुढे ढकलणारा तू काही पहिलाच

नाहीस. पण का? सॅम्युएल तू हे का करतो आहेस?''

''खरंतर मलाही याचं उत्तर माहीत नाही. कदाचित मी दुसऱ्या कशाच्या शोधात असेन.''

''तुझ्यासारख्या ग्रंथवेत्त्याला त्याची काय गरज आहे?''

सॅम्युएलने पाय लांब केले आणि केंपिसच्या बोलण्यावर तो विचार करू लागला. केंपिस मात्र फारच संतापले होते. केंपिसना मनापासून आवडणाऱ्या विषयाच्या प्रबंधाच्या बाबतीत अशी निराशा त्यांना नको होती; पण गेलने दिलेलं पत्र आणि त्याच्यासोबत चिटकवलेली, पत्ता लिहीलेली गचाळ चिठ्ठी हातात पडताच ऑक्सफर्डमधलं आयुष्य त्याला रटाळ वाटायला लागलं. अकराव्या शतकातल्या विद्वान न्यायाधीशाने केलेलं काम किंवा कुणा अनामिकाने लिहिलेली रोमन कायद्याच्या विश्लेषणावरची जाडजूड पुस्तकं आता त्याला गौण वाटायला लागली होती.

''चल माझ्याबरोबर!'' आपल्या आवडत्या तपकिरी आरामखुर्चीतून उठून शेजारच्या शयनगृहाच्या दाराकडे अवघडत चालत असताना केंपिस म्हणाला. सॅम्युएलला आपल्या मागे येण्याची त्याने खूण केली.

शयनगृह थंडगार होतं आणि त्याचा फारसा वापर होत असल्याचं दिसत नव्हतं. नॉर्थ ऑक्सफर्डच्या वुडस्टॉक रोडवर केंपिसचं भलं मोठं घर होतं. त्याच्या दैनंदिन गरजेच्या वस्तूंनी ते घर जेमतेम भरलेलं होतं. ह्या प्रचंड वकूब असलेल्या माणसाच्या गरजा मात्र फारच थोड्या होत्या.

''हे बघ,'' १९३७ साली ऑक्सफर्डच्या ब्रासनोझ कॉलेजातून पदवी घेतलेल्या विद्यार्थ्यांच्या फोटोकडे बोट दाखवत केंपिस म्हणाले. तो फोटो काढणाऱ्या छायाचित्रकाराचं नाव सॅम्युएलला चांगलंच माहीत होतं. असलं दुर्मीळ स्मृतीचिन्ह छापण्याची त्यांची मक्तेदारी तर होतीच आणि हे काम करण्याची त्यांची कित्येक वर्षांची परंपरा होती. त्यांचं नाव होतं शेपर्ड आणि वुडवर्ड.

''हा, हा मी उभा आहे. इथे, तुझ्या आजोबांच्या जवळ. अतिशय हुशार माणूस होता. गेला बिचारा युद्धात!'' त्या फोटोकडे बोट दाखवत केंपिस म्हणाले आणि बराच वेळ फोटोकडेच बघत राहिले. आजोबांची आठवण करून देऊन केंपिसने सॅम्युएलला भावनिक आवाहन करण्याचा प्रयत्न केला होता, पण त्यांचा तो प्रयत्न निष्फळ ठरला. केंपिसने एक उसासा टाकला आणि आपल्या नाकावरून घसरलेला लंबगोल आकाराचा चष्मा सारखा केला. त्यांनी सॅम्युएलला परत बाहेरच्या अभ्यासिकेत चलण्याची खूण केली.

''तुझ्या वडलांचा फोटो मात्र माझ्याकडे नाही. ते दुसऱ्याच काही नादात वाया गेले.''

सॅम्युएलचा चेहरा लालबुंद झाला. 'कशामुळे हे झालं असेल? मादक पदार्थ, दारू की आणखीन काही?' ऐसपैस पॅन्ट घालायच्या वडलांच्या जमान्यात अनेक तरुणांच्या बाबतीत हे घडलेलं होतं. ते वाया गेले नव्हते, तर त्यांनी आपलं सुखासीन आयुष्य जगण्याचे चोचले पुरवले होते. केंपिस मात्र फार अस्वस्थ झाल्याचं सॅम्युएलच्या लक्षात आलं. आता हा विषय इथेच थांबलेला बरा, असा त्याने विचार केला.

"स्पेन्डलव्ह घराण्याच्या तीन पिढ्यांनी इथे शिकवायला हवं होतं आणि कमीतकमी तुझ्यावर तर माझी फार भिस्त होती. मास्टर ऑफ बिब्लोजसारखा उत्तम विषय तुला मिळाला होता." केंपिसने एवढं बोलून खाली नजर फिरवली. आता सॅम्युएलचा निर्णय पक्का झालेला होता आणि तो बदलता येणं शक्य नव्हतं, हे त्यांना जाणवलं.

"पीटर, खरं सांगू का? मला आता काहीतरी दुसरं करून बघायचं आहे."

सॅम्युएलने केंपिसकडे बघितलं. रोमन कायद्यावर आधारित कायदेप्रणाली ज्या समाजात आधारभूत मानली जाते, त्या कायद्याच्या विकसनातल्या त्रुटी शोधून काढण्याच्या कामात ते जागतिक दर्जाचे तज्ज्ञ मानले जात. आता मात्र ते फक्त सतत पाणावलेले डोळे असलेले आणि प्राध्यापकासारखी विशिष्ट वेषभूषा करणारे वृद्ध गृहस्थ होते. त्यांच्या या लहानशा जगाबाहेरच्या गोष्टी लोकांना का आणि कशाकरता हव्या असतात, हे त्यांना कधीच समजलं नव्हतं.

"परत येऊन नंतर हे काम पूर्ण करण्याचं तू निदान सोंग तरी करतो आहेस. मी आजवर अनेक प्रबंधांना मार्गदर्शन केलेलं आहे. तुझ्यासारखे असे विद्वान प्रवासी परत कधीच येत नसतात."

"नाही. तसं नाही. मी आणि माझा प्रबंध - मास्टर ऑफ बिब्लोज - आता कायमची फारकत घेणार आहोत."

"एक चांगली संधी चालून येते आहे, याची तुला कल्पना आहे का?" नेहमी घोटभर शेरी पिणाऱ्या केंपिसने ग्लास उचलून आज अर्धा रिचवला होता.

"चांगली संधी?"

"हो, हो चांगली संधी. न्यू कॉलेजमध्ये अमेरिकेतल्या मार्क स्टोकला एका अज्ञात ठिकाणाहून आणि अज्ञात व्यक्तीकडून गरजेपेक्षा जास्त पैसे मिळाले आहेत. आता त्यांना कायद्याचं शिक्षण देणारा विभाग उघडायचा आहे. मार्क स्टोकला ते त्याच्या फेलोशिपवरून दूर करणार नाहीत, पण तीन वर्षांसाठी चांगल्या मानधनावर त्यांना एका चांगल्या माणसाची गरज आहे."

"मला वाटतं, मला व्यावहारिक जगाचं, बाहेरच्या जगाचं आकर्षण आहे पीटर." सॅम्युएल सौम्य स्वरात म्हणाला. बुद्धिजीवी वर्गाकडे इतर अनेक गोष्टींची

उपलब्धता असली, तरी त्यांना पैशाचं खास आकर्षण नसतं. ऑल सोल्समधली फेलोशिप तशी मनाला भुरळ पाडणारी होती. बाहेरच्या जगात लोक जे काही बोलत असतात, ते त्यांना समजत असतं. पण याचा काय उपयोग? एक उच्च पदवी, बुद्धीला चाळवणारे प्रबंध, बाकी गेल म्हणाल्याप्रमाणेच; वर्षात काही भोजन-समारंभ आणि खास प्राध्यापकांसाठी राखीव असलेल्या हिरवळीवरून चालण्याचा मान!

"हे सगळं पैसा बोलतो आहे." केंपिस शुद्ध लॅटिनमध्ये म्हणाले.

"नाही पीटर, पैशासाठीच फक्त पैसा नको आहे."

केंपिस आता विद्वान लोकांप्रमाणे कृत्रिम भाषेत बोलायला लागल्याचं सॅम्युएलच्या लक्षात आलं होतं. म्हातारबुवा फार चिडचिडे झाले की, ही युक्ती वापरत असत. आत्तादेखील त्यांनी एक दुर्बोध ओळ तोंडावर फेकली होती. त्याचा ढोबळमानाने अर्थ होता, रोमन लोकांच्या ताब्यात असलेल्या गुलामांना मुक्त करून त्यांना तांब्याची नाणी वाटून टाका. केंपिस मालक होते आणि सॅम्युएल गुलाम. इथे मात्र मालक गुलामाला बंधमुक्त करत नव्हता, तर गुलाम स्वत:च तो विधी पार पाडत होता.

"नाही, अर्थातच नाही." स्वत:लाच पटवून देत असल्यासारखं केंपिस म्हणाले. "यापूर्वी कधीही सादर झाला नव्हता असा एक खुमासदार, विनोदी आणि दिमाखदार प्रबंध लिहून ज्याने ऑल सोल्सची फेलोशिप मिळवलेली आहे, अशा माणसाकडून असल्या सामान्य कामाची अपेक्षा मी कधीच करणार नाही. ते तीन तासात केलं लिखाण...आणि आता काय बघा?"

"अभद्रपणा पीटर अभद्रपणा! तुला चांगलंच माहीत आहे."

केंपिस तुच्छतादर्शक हसले. रात्र पडली होती. त्यांच्या घराखाली असलेला हार्टफर्डचा लहानसा चौक व्हिक्टोरिअन काळातल्या कांदिलांनी उजळला होता आणि दूरवरच्या ख्रिसमसच्या झाडावर शोभिवंत दिवे चमकायला लागले होते.

"मग, तू नक्की काय करायचं ठरवलं आहेस?"

केंपिस कॉम्प्युटरच्या समोर जाऊन बसले आणि त्यांनी तो चालू केला. कोणा टोपण नामधारी इसमाने (कदाचित प्रबंध लिहिणारा केंपिसचा दुसरा एखादा विद्यार्थी असेल) नव्या जमान्यातल्या तंत्रज्ञानाची त्यांना ओळख करून दिली असावी. म्हातारबुवा आता नेटवर आनंदाने सर्फिंग करत होते. मात्र हे करतानाही ते जुन्या काळच्या विद्वानांची वैशिष्ट्य जपून ठेवण्यात आनंद मानत होते. लोकरीचे कपडे, गोडसर तंबाखू आणि प्रसिद्ध जुन्या-पुराण्या अभ्यासपूर्ण ग्रंथांचा संग्रह!

"मी संशोधनाचं काम हाती घेणार आहे."

केंपिसची नजर चुकवणं अशक्य होतं. बाजूला असलेल्या पितळी फोटोफ्रेमकडे सॅम्युएलचं लक्ष गेलं. केंपिस तरुण असतानाचा तो फोटो होता. एका हातात बंदूक

होती आणि दुसऱ्या हातात नुकताच मेलेला तितरपक्षी. त्यांनी मागे वळून पाहिलं. प्राध्यापक महाशय नीरसपणे त्याच्याकडे बघत होते आणि सॅम्युएलकडून आणखीन खुलासा होण्याची वाट पाहत होते.

"अर्थात, आत्ता जे मी इथे करतो आहे तेही संशोधन आहे, याची मला कल्पना आहे, पण हे त्याहून फार वेगळं असणार आहे. याचा व्यावहारिक पातळीवर जास्त उपयोग होणार आहे."

"अशी नेमकी कोणती गोष्ट आहे की जी तुला इथून दूर घेऊन जाते आहे?" सॅम्युएलने घेतलेल्या निर्णयामागचा विचार केंपिसला जाणून घ्यायचाच होता. ते त्याला तसे सोडणार नव्हते.

"हा एका विशिष्ट कामाच्या संशोधनासाठीचा प्रकल्प आहे. हे केलं तर पीटर, मी बाहेरच्या जगात बदल घडवून आणू शकेन; अगदी लक्षात येण्याइतका बदल!"

त्याला त्याच्या वडलांची नक्कल करत असल्याचा भास झाला. कुमारवयीन पोराप्रमाणे असलेल्या आपल्या केसातून तो त्यांच्याप्रमाणेच हात फिरवत होता. त्याचा आवाज किंचित कापत असला, तरी त्यात एक प्रकारचा आत्मविश्वास होता. व्यवस्थेत काहीतरी बदल घडवून आणल्यानेच आयुष्याला अर्थ प्राप्त होतो, हे त्याला जाणवत होतं.

"ते कामही मोठं आकर्षक असेल." त्याने जास्तीची पुस्ती जोडली.

"खरंच का? आकर्षक वगैरे मोठमोठाले शब्द वापरण्यापूर्वी नीट विचार कर. तुझ्यापाशी वंशपरंपरागत बुद्धिमत्ता आहे. अगदी तुझ्या आजोबा आणि वडलांसारखी! तुझे वडील तर तुझ्या आजोबांपेक्षा प्रतिभावान होते, पण अंतिम परिणाम दुर्दैवीच झाला."

सॅम्युएलने शेरीचा घोट प्यायला आणि खुर्चीत जाऊन बसला. प्राध्यापक महाशयांकडे वडलांच्या आठवणींचा खजिना होता. ते तरुण असल्यापासून त्यांना ओळखत होते. सॅम्युएलला अशी संधी मिळालेली नव्हती; पण तो जे काही करणार होता, ते बरोबरच असल्याची त्याला खात्री होती. गेल आणि या विद्यापीठापासून दूर जाऊन बाहेरच्या जगात तो नक्कीच बदल घडवून आणणार होता. मात्र हे जरी खरं असलं, तरी आपल्या अंतर्मनाच्या कलानुसार वागून तो स्वतःचं भवितव्य ठरवत असल्यामुळे केंपिसला दुखावत होता.

"तुझ्या प्रतिभेचा तू अजून योग्य तो उपयोग करायला सुरुवात केलेली नाहीस. ते करायला लागलास आणि तेच करायला लागलास की, मगच तुला तुझ्या कामात रस निर्माण होईल." प्राध्यापकांनी ठाम स्वरात आपला निवाडा ऐकवला.

"आणि जर नाही केला तर?"

"ठीक आहे मुला, मघाशी अभद्र शब्दाचा फार मोठा मूल्यवान अर्थ तूच मला

सांगितला होतास."

परत ब्रासनोझ कॉलेजाकडे जाताना सॅम्युएलला आपण वास्तवापासून दुरावत जात असल्यासारखं वाटलं. केंपिसना तो आयुष्यभर ओळखत होता आणि त्याबद्दल त्यांचे आभारच मानायला हवे होते. ते त्याला त्याच्या आजोबांच्या आणि वडलांच्या जागी होते. त्यांना तोंडघाशी पाडायचा विचारसुद्धा त्याला तिरस्करणीय वाटत होता, पण शेवटी त्याला मनाच्या कौलाप्रमाणे वागायलाच हवं होतं.

पोर्टर्स लॉजला परत आल्यावर त्याला टपालपेटीत एक लाल लिफाफा आढळला. मॅकमरे आणि सुझीला भेटून आठवडा झाला होता आणि त्या दिवशी मॅकमरेच्या ऑफिसमध्ये त्याला नाकारण्यात आलेल्या बक्षिसाची तो आतुरतेने वाट पाहत होता. तो पिवळा लिफाफा उचलण्याचा त्याला खूप मोह झाला होता, पण त्याने आपला संयम ढळू न देता वाट पाहायचं ठरवलं होतं. नंतर मॅकमरे खोलीत आला होता आणि त्याने त्याची पाठ थोपटली होती. शेवटी ती पोरकट आणि कुतूहलजन्य परीक्षा एकदाची संपली होती.

त्यांनी आश्वासन दिल्यानुसार तो लाल लिफाफा शेवटी एकदाचा त्याच्या हातात पडलाच! आता तो त्याने हातात धरलेला होता. तो झटकन खोलीच्या दिशेने गेला. दार उघडलं. दिवे लावले. बाहेरच्यापेक्षा आत उबदार वाटत होतं. त्याने इलेक्ट्रिकची शेगडी चालू केली. त्या जुन्या इमारतीमध्ये तापमान वाढवणारी मध्यवर्ती यंत्रणा नव्हती. तो आता त्वरेने टेबलावर जाऊन बसला. आजोबांकडून वारसा हक्काने मिळालेली चांदीची सुरी उचलून त्याने अतिशय काळजीपूर्वक ते पाकीट उघडलं. पत्रात त्याच्या नेमणुकीचा कागद आणि मॅकमरेने लिहिलेली चिठ्ठी होती. एक्सबी फाउंडेशनच्या त्या अधिकृत कागदावर पॅरिसमधल्या रोपनर बँकेत प्रॉप्रेटरी ट्रेडिंग करणाऱ्या विभागात त्याची प्रशिक्षणार्थी म्हणून नेमणूक केल्याचा उल्लेख होता. खान नावाच्या माणसाला त्याला रोजच्या कामाचा अहवाल द्यायचा होता.

यानंतरची पत्रातली भाषा जरा दुर्बोधच होती. 'फ्रान्समधल्या शेअर बाजारात व्यवहार करताना येणारे संभाव्य धोके कसे हाताळावेत' या विषयावर विश्वस्तांच्या वतीने मॅकमरेने सॅम्युएलला एक अभ्यासपूर्ण टाचण करायला सांगितलं होतं. त्याचबरोबर भिन्न प्रकारच्या मालमत्तेला संभावणारे धोके आणि त्यांचं तुलनात्मक विश्लेषण करायलाही सुचवलं होतं. अशा व्यवहारातून निर्माण होणाऱ्या धोक्यांची तीव्रता कमी करण्यासाठी वेगवेगळ्या प्रकारच्या मालमत्तांचे व्यवहार हाताळले, तर एका जागी होणारं नुकसान दुसऱ्या व्यवहारातल्या फायद्यामुळे कसं भरून काढता येईल, यावरही त्याला एक टाचण करायला सांगितलेलं होतं. याशिवाय

कर्जरोखे, मालमत्ता, फॉरवर्ड ट्रेडिंग आणि ऑप्शन कॉन्ट्रॅक्ट्स यांच्या तुलनात्मक अभ्यासाविषयी किचकट तांत्रिक भाषेत लिहिलं होतं. या संबंधात फ्रान्सची गॅलिमार्ड ही प्रकाशनसंस्था करत असलेल्या शेअरच्या व्यवहाराचा अभ्यास करून एक विश्लेषणात्मक टाचण करण्याचं किचकट, तांत्रिक स्वरूपाचं कामही सोपवलं होतं.

हे सगळं गोंधळात टाकणारं होतं. पत्रातला इतर मजकूर गुंतवणुकीसंबंधातला, नीरस आणि रटाळ असला, तरी गॅलिमार्डच्या प्रकरणाचा उल्लेख मात्र अनावश्यक वाटत होता. कॅमूस या सॅम्युएलच्या आवडत्या लेखकाचं पुस्तक गॅलिमार्डने प्रकाशित केलं होतं. आदल्या वर्षीच एका कंपनीला ताब्यात घेण्याच्या प्रसंगी झडलेल्या तुंबळ झटापटीचं त्यात वर्णन केलं असल्याचं त्याला आठवलं. त्याच्या आठवणीप्रमाणे त्या लढाईत बर्टन साम्राज्याचा पराभव झाला होता. सॅम्युएल तडक कॉम्प्युटर असलेल्या खोलीत गेला. वसतिगृहातल्या सर्वांना ही सोय उपलब्ध होती. वेबसाइटवर जाऊन काही जास्तीची माहिती मिळते का, ते सॅम्युएल बघायला लागला. त्याच्या हातात पडलेल्या पत्रातला मजकूरच तिथे होता, मात्र गॅलिमार्डच्या व्यवहारासंबंधी त्याने बांधलेला अंदाज जवळपास बरोबर होता.

पत्राच्या सोबत दोन्ही बाजूच्या प्रवासाचं वरच्या वर्गाचं विमानाचं तिकीट होतं. तिसऱ्या दिवशी निघण्याची त्यात सूचना केली होती.

सॅम्युएलला आता जरा बढती मिळाल्यासारखं वाटलं. अजूनही नेमकं काय काम करायचं होतं, हे त्याला नीटपणे समजलेलं नव्हतं; पण त्याची हरकत नव्हती. कारण तिथे गेल्यावर कोणीतरी त्याला समजावून दिलंच असतं. बर्टनच्या ऑफिसात खेळलेल्या लपाछपीच्या खेळामुळे आता तो निव्वळ शैक्षणिक विषयच हाताळणार नव्हता.

गेल्या काही दिवसांत त्याने खानसंबंधीची जास्तीत जास्त माहिती मिळवण्याचा प्रयत्न केला होता. एका प्रसारमाध्यमाचा उद्योगसमूह विकत घेण्यावरून खान आणि बर्टन यांच्यात मतभेद होते. 'ती गॅलिमार्ड तर नसेल?' नसते तणाव वाढवायचे, शत्रुत्व पत्करायचं ही प्रसारमाध्यमांची खासियतच होती. त्याला बर्टनने खानबरोबर काम करायला केवळ योगायोगानेच पाठवलं नव्हतं, हे त्याला कळून चुकलं होतं. ते काहीही असो. तो आता आत्ता वावरत असलेल्या जगापेक्षा वेगळ्या जगात प्रवेश करत होता. उत्तम!

सॅम्युएलने पलंगाखालून बॅग काढली आणि तो सामानाची जुळवाजुळव करू लागला.

३

शेअर बाजारात उलाढाल करणं, ही नवख्या माणसाच्या दृष्टीने नुसती धोक्याची सूचनाच नसते, तर त्याहूनही ती गंभीर बाब असते. स्वयंचलित यंत्रातून काही खाण्याचे पदार्थ घेऊन सॅम्युएल आपल्या जागेवर आला आणि कॉम्प्युटरचं बटण दाबून त्याच्या पडद्यावरची माहिती बघताच खुर्चीतून उडालाच. त्या दिवशीच्या उलाढालीत त्याला वीस कोटी डॉलर्सचा नफा झाला होता. या माहितीमुळे उत्साहित होण्याऐवजी त्याच्या पोटात एक थंडगार कळ उमटली आणि भीतीमुळे पोटात गोळा आला.

काहीतरी भानगड असल्याचं त्याच्या लक्षात आलं. एका हातात डायट कोकची बाटली घेऊन दुसऱ्या हाताने ध्वनीनिरोधक दार उघडून त्याने शेअर्सचे व्यवहार होतात त्या ट्रेडिंग फ्लोअरच्या भव्य हॉलमध्ये प्रवेश केला. बाजारात मोठी उलाढाल होईल या कल्पनेने त्याच्या पोटात कलकलत असल्याचं त्याला आपल्या टेबलाकडे जात असताना जाणवलं. प्राण्यांना जसा दूरवरून वास येतो तशीच झपाटल्यासारखी उलाढाल व्हायची असताना चाहूल लागते.

तीन मिनिटांपूर्वी सॅम्युएलचे सहकारी आपापल्या खुर्चीत बसून महागड्या चिकन सँडविचचे लचके तोडत वर्तमानपत्र वाचण्याचा प्रयत्न करत होते. टीव्हीवर दिसणाऱ्या रॉयटर आणि ब्लुम्बर्गच्या बाजारभावापेक्षा पोटपूजा त्यांना अधिक महत्त्वाची वाटत होती.

बाजारातल्या खरेदी-विक्रीच्या माहितीची दर सेकंदाला हाती येणारी छाननी करून ती निळ्या-तांबड्या रंगात टीव्हीवर झळकत होती. बहुतेक सटोडिये उभे राहिलेले होते आणि ठणाणणा ओरडत होते.

आपल्या खास गिऱ्हाइकाशी काही जणं ध्वनिवर्धकात ओरडून संपर्क साधत होते. बाकीच्यांच्या कानाला फोनचं उपकरण लावलेलं होतं. समोरच्या टेबलावर आणखीन काही फोन पडलेले होते. प्रत्येकाचा आवाज आजूबाजूला चाललेल्या गोंगाटाच्याही वर वर वाढतच होता.

एखाद्या नवीन आनंदाचा शोध लागल्यासारखंच त्या क्षणी सॅम्युएलला वाटत असावं. ऑक्सफर्डच्या सेंट क्रॉस या कायदेविषयक ग्रंथसंग्रहालयापेक्षा ही जागा मोठी नव्हती. मात्र इथे जमलेल्या प्रत्येक व्यावसायिकाला रोपनर बँकेसाठी आणि त्यांच्यासाठी जमेल तितका पैसा ओढायचा होता. आधीच्या जागी काम करताना चामड्याच्या वेष्टणात गुंडाळेली पुस्तकं वाहून नेणाऱ्या ट्रॉलींची कडकड सभोवताली ऐकू यायची. आता इथे अदृश्य स्वरूपात टोकियो, फ्रँकफर्ट अशा ठिकाणांहून वाहत येणारा प्रचंड पैसा थोड्या काळासाठी ऱ्यु आऊबे या उलाढालीच्या जागी अलगद उतरायचा आणि परत अथकपणे पुढच्या प्रवासाला लागायचा. बिलियन्सच्या बिलियन डॉलर्स इथे खेळले जात होते.

सॅम्युएलच्या बाबतीत एक अडचण होती. त्याचं वहीखातं अशा प्रकारे आखलेलं होतं की, असल्या अतिरेकी देवाणघेवाणीचा त्यावर परिणाम होणार नाही. फार काळजीपूर्वकपणे आखलेल्या या खात्यात कुठल्याही प्रकारे झंझावाती चढउतार होणार नाहीत, याची काळजी घेण्यात आलेली होती. मग अचानक ही इतकी मोठी वाढ खात्यात कशी झाली होती?

त्याने परत एकदा टीव्हीच्या पडद्याकडे पाहिलं. त्याचा बॉस खान सिंगापूरच्या गुंतवणुकीच्या परिषदेत गुंतवणुकीचा खेळ खेळत होता. अर्थात तो बडा आसामी होता, यात वाद नव्हता. रोपनर बँकेत खान प्रिन्सिपल प्रायॉरिटी ट्रेडर होता. शिवाय प्रोप्रायटरी बँकेच्या स्वत:च्या गुंतवणुकींची जबाबदारीही त्याच्याकडे होती. सॅम्युएलला बेताचा अनुभव असूनसुद्धा खानने त्याला एकट्याला हे खातं सांभाळायला सांगितल्यामुळे तो जरा खुशीतच होता; पण आता त्याच्या खात्यात अचानक हे वीस कोटी डॉलर्स कुठून आले होते, याचं त्याला स्पष्टीकरण देता येत नव्हतं.

ब्लुम्बर्गच्या टीव्ही वृत्तान्तावरून युरोपियन सेंट्रल बँकेने पुन्हा एकदा तोच प्रकार केल्याचं त्याला समजलं. अपेक्षेनुसार त्यांनी व्याजाचे दर परत वाढवलेले होते आणि त्यामुळे बाजारात खळबळ उडालेली होती. आता उद्योग-व्यवसायाला मंदीच्या वातावरणाला तोंड द्यावं लागणार होतं आणि कर्ज काढून व्यवसाय करणाऱ्यांना तर जास्तच कठीण दिवसांचा सामना करायला लागणार होता. आत्ताच्या घटकेला शेअर्स विकून मग ते परत कमी भावाला विकत घेण्याकडे बाजाराचा कल होता. प्रत्येकानेच असा विचार केल्यामुळे बाजार कोसळायला लागला होता.

खानला जाऊन आता दोनच दिवस झालेले होते. या काळात सॅम्युएलने प्रॉपर्टी ट्रेडिंगच्या खात्यात एकच किरकोळ बदल केलेला होता. हा बदल करण्यापूर्वी त्याने खानशी फोनवर बोलण्याचा प्रयत्न केला होता, पण ते शक्य झालं नव्हतं. मग आपल्या मतानुसार त्याने कथिलाच्या काही शेअर्सच्या ऐवजी तांब्याचे शेअर्स

घेतले. चीनमध्ये तांब्याला अचानक भरपूर मागणी आल्यामुळे त्याचे भाव खूपच वाढणार असल्याचं त्याने एका माहितीपूर्ण अहवालात वाचलं होतं. आपल्या निर्णयामुळे खान प्रभावित होईल, याची त्याला खात्री होती.

ठरावीक व्याजदर देणाऱ्या विभागातून जोरदार आवाज आला. आधी आलेला आवाज मोठाच होता, पण आता तो कानठळ्या बसवणारा आणि फुफ्फुस फाडून टाकणारा झाला होता. सॅम्युएलने समोरच्या पडद्यावर परत एकदा बाजाराची परिस्थिती पाहिली. बाजार थोडासा नरम पडला होता, पण तरीही भरपूर नफा दाखवत होता. त्याने सकाळी केलेल्या व्यवहाराची स्थिती पाहिली. अपेक्षेप्रमाणे भाव वाढलेले होते, पण वीस कोटी डॉलर्सचं घबाड मिळालं नव्हतं.

सॅम्युएल आता आपल्या गुंतवणुकीच्या तपशिलाचा अभ्यास करायला लागला. प्रत्येक मिळकतीचा आता सखोल अभ्यास करून ते व्यवहार समजून घेण्याचा तो प्रयत्न करत होता. आजूबाजूची लोकं किंचाळत होती, हवेत गुद्दे मारत होती, समोरच्या कीबोर्डची बटणं हातानी, डोक्यानी बडवण्याचा त्यांना मोह होत होता. त्यालाही असा वेडेपणा करायचा मोह होत होता, पण तो आता अगदी संयमाने, संथपणे हालचाली करत होता. एखादा निष्णात पियानोवादक जसा आपला लांब कोट सारखा करत आणि हाताची बोटं मोडत पियानोच्या दिशेने जातो, ते चित्र डोळ्यापुढे आणत तो आपल्या हालचाली करत होता. मनात धसका उत्पन्न करणाऱ्या अशा शेअर बाजाराच्या वातावरणात (खास करून आत्ताच्या) आपले अंदाज वर्तवण्याची क्रिया उद्दामपणे आणि धडाडीनेच चालत असते, हे सॅम्युएलला चांगलंच माहीत होतं. त्याचे नवीन सहकारी त्याच्या हालचालींवर लक्ष ठेवून होते. शब्दात वर्णन करता न येणारा तो बाजार, ज्याचा तो नुकताच एक सदस्य झाला होता, तोही त्याची पारख करत होता.

शेवटी तो कोण होता? तो कशामुळे आनंदी, उदासवाणा, प्रक्षोभित आणि समाधानी होत होता? माणसाचा स्वभाव कळला की त्याची चालही लक्षात येते. तो जसा प्रत्येकावर लक्ष ठेवून होता, तसे सगळे त्याच्यावरही लक्ष ठेवून होतेच. या व्यवहाराच्या कक्षांतलं जीवन स्टॅलिनच्या रशियासारखंच होतं. फरक इतकाच की, इथे कोट्यवधी डॉलर्सची बक्षिसीपण मिळत होती. तो क्षणभर जरी स्वत:ला ताब्यात ठेवू शकला असता, तरी त्याला स्वत:ला मोकळा श्वास घेता आला असता. शंकेखोराची दिशाभूल करायला मध्येच मारलेली एखादी थाप उपयोगी पडते. आणि अर्थातच आजूबाजूला शंकेखोर वावरत होतेच. तो खानच्या मर्जीतला असल्यामुळेच त्याला ही जागा मिळालेली होती, असंच त्या संशयात्म्यांचं मत होतं.

काही मिनिटं बारकाईने अभ्यास करूनही काहीच अर्थबोध झाला नव्हता. अचानक इतके भरघोस पैसे कसे मिळाले, हे त्याला अजूनही समजलेलं नव्हतं

आणि ते पैसे घालवण्याहूनही जास्त वाईट होतं. आर्थिक बाजारात एक गोष्ट तुम्ही नक्कीच कधीच बोलून दाखवायची नसते, 'मला समजलंच नाही'. त्या पैसे देणाऱ्या मशिनने त्याला इतक्या भरघोस प्रमाणात पैसे का दिले, हे त्याला अजूनही उलगडलेलं नव्हतं.

वीस कोटीचा नफा म्हणजे त्याच्यासारख्या माणसाच्या दृष्टीने त्यात एकच गोष्ट होती, नव्हे एकच महत्त्वाची गोष्ट होती. ती म्हणजे किमान दहा लाख डॉलर्सचा फायदा! पण त्याचे सहकारी त्याला वारंवार बजावत होते की, तो या व्यवसायात नव्याने आलेला होता. तो पॅरिसमध्ये आल्यापासून शेअर बाजारातल्या या तणाव-कक्षात काही आठवडेच गुंतला असला, तरी याच कक्षाचा बाहेरच्या खऱ्या जगावर खरा प्रभाव असतो, हे त्याच्या आता लक्षात यायला लागलं होतं. सॅम्युएलच्या दृष्टीने हे दहा लाख एका मोठ्या चेकपेक्षा किमती होते. त्याच्या वडलांनी आयुष्यभरात केलेल्या कमाईपेक्षाही ते शंभर पटीने जास्त होते. या रकमेतून त्याला किमान पाच अद्ययावत हॉस्पिटल्सची उभारणी करता आली असती किंवा या रकमेतून तो एक प्रचंड मोठा महाल, उत्तम मोटारगाड्या आणि व्हॅन गॉगची चित्रं विकत घेऊ शकला असता. तीन लाख लोकवस्ती असलेल्या गरीब आफ्रिकेतल्या एखाद्या देशातल्या वार्षिक उलाढालीपेक्षा ही रक्कम जास्त होती.

अन्तोन मिलरने त्याला त्याच्या टीव्हीच्या पडद्यावर दिसणाऱ्या या विसंगतीचा अर्थ विचारला असता. दहा लाख डॉलर्स काही चेष्टा नव्हती. काहीही करून हे कसे मिळाले याचं उत्तर तयार असायला हवं होतं, नाहीतर क्षणात पार्श्वभागावर लाथ बसून बाहेरचा रस्ता दिसला असता. आत्ता १४:४७ वाजले होते. मिलर अजूनही कसा उगवला नव्हता आणि त्याच्या पाठीमागे कसा घिरट्या घालत नव्हता, याचंच त्याला नवल वाटत होतं.

अन्तोन मिलर हा फ्रान्समधल्या रोपनर बँकेचा प्रमुख होता आणि शेअर बाजारातल्या खान या सुप्रतिष्ठित माणसाचा तो तिरस्कार करत असे, हे त्यांच्या पॅरिसमधल्या छोटेखानी आरामदायी ऑफिसात सर्वांना माहीत होतं. बाजारातल्या उलाढालीमधून थोडा वेळ मिळाला की, सर्व सटोडिये खेळाविषयी आवडीने गप्पा मारत असत. या गप्पांची सॅम्युएलने तीन गटांत विभागणी केली होती. सर्वसामान्यपणे खेळल्या जाणाऱ्या खेळावर गप्पा झडतच असत, पण नंतर मग विषयाची गाडी सेक्सकडे वळायची. त्यामध्ये बायकांची बेमुर्वतखोरपणे वर्गवारी केली जायची आणि कोण सेक्सची भुकेली आहे, फोनवर चावटपणे गप्पा मारण्यात कोण तरबेज आहे, अशा गोष्टी आवडीने चघळल्या जायच्या. तिसऱ्या प्रकारात राजकारणावर बोलणाऱ्यांचा समावेश होता आणि त्यावर सारासार तर्क न लढवता बेफाट विधानं करत चर्चा झडत असत. या खेळात मिलर आणि खानला विशेष रस होता.

रोपनर बँकेतले वरिष्ठ अधिकारी खानला देवासमान मानत असत. बँकेतल्या आदल्या वर्षीच्या एकूण नफ्याच्या पंचवीस टक्के नफा एकट्या त्याच्या अक्कल-हुशारीने मिळाला होता आणि चालू वर्षी तर तो आणखीनच चांगली कामगिरी करेल, अशी चिन्ह दिसत होती. मिलरला त्यामुळेच खानचा इतका दु:स्वास वाटत होता. खानच्या स्वतंत्र विचारसरणीने वागण्याच्या पद्धतीमुळेच मिलरला त्याच्यावर अधिकार गाजवणं जड जात होतं. यशस्वी कामगिरी करून दाखवणाऱ्या सटोडियांना गुंतवणूक करणाऱ्या बँकांतून फार मागणी होती. अशी लोकं बाजारात पैसे कमवायची आणि ते कसे कमवतात हे फक्त त्यांनाच ठाऊक होतं. अशा लोकांची बँकेच्या बरकतीसाठी फार गरज असे आणि त्यांचं हे अनाकलनीय कर्तृत्व व्यवस्थापनाच्या दृष्टीने फार मोठं आव्हान उभं करत असे.

कुणाला आवडो अथवा न आवडो, सॅम्युएल खानचा चमच्या हातातलं बाहुलं होता. निदान त्याच्या ऑफिसात तरी तसा समज होता. तो आपल्या बॉसच्या उजव्या हाताला बसून कंपन्यांचे ताळेबंद, उत्पादन आणि बाजारच्या कलाचं विश्लेषण करत असे आणि रोपनर बँकेसाठी आपल्या बॉसला जास्त पैसे कमवायला मदत करत असे. अर्थात त्यात त्याचाही बक्कळ फायदा होताच. बाजारात कुठेही खळबळ माजल्याचं लक्षात येताच त्याचा फायदा कसा उठवता येईल याचा तो विचार करायला लागायचा. आपल्याला बाजाराच्या व्यवहाराचं इतक्या पटकन आकलन झालं, याचं त्याला स्वत:लाच आश्चर्य वाटत असे आणि त्याला या कामातून मनापासून आनंद मिळत होता. आता तो स्वत:वरच जाम खूश झाला होता.

खानच्या सिंगापूरमधल्या हॉटेलात त्याने परत फोन लावण्याचा प्रयत्न केला, पण तोही प्रयत्न असफल ठरला. समुद्रकिनाऱ्यालगतच्या त्या सुरक्षित प्रदेशात खान आपलं खाजगी आयुष्य रंगाढंगात घालवत असावा, असा त्याने तर्क केला.

मधल्या काळात अजूनही त्याच्या खात्यात विचित्रपणाच चालला होता. आता समोरच्या पडद्यावर दिसणाऱ्या आकड्यानुसार तेव्हा झालेला फायदा १९.७ कोटी डॉलर्स दिसत होता. तशी पिछेहाट मामुलीच होती, पण ती का झाली होती, याचं उत्तर त्याच्याकडे नव्हतं. त्याने त्याच्या हिशेबाप्रमाणे दिवसभरात अपेक्षित असलेल्या नफ्याचा मनातल्या मनात हिशेब केला. तो तर फक्त वीस लाख डॉलर्सच दिसत होता. मग हे बाकीचे १९.५ कोटी डॉलर्स कुठून आले होते?

अरे देवा! सॅम्युएलने परत एकदा समोरच्या पडद्याकडे नजर टाकली. आता १९.७ कोटी डॉलर्सच्या ऐवजी १६.२ कोटी डॉलर्स दिसत होते. त्याच्या अज्ञानामुळे केवळ पाचच मिनिटात बँकेचं ३.५ कोटी डॉलर्सचं नुकसान झालं होतं. नकळत झालेला फायदा ही एक बाब होती, पण तो हातचा घालवणं फारसं शहाणपणाचं नव्हतं.

त्याच्यासमोर असलेल्या टेलिफोनवरचे ते दिवे आता चमचमत होते. टीव्हीच्या पडद्याकडे पाहत असतानाच त्याला समोर तीन फोन येत असल्याचं दिसलं. त्याने बटण दाबून पहिला फोन घेतला; पण हे करत असतानाही त्याच्या डोक्यात बेरीज-वजाबाकीचं मंथन चालूच होतं.

पहिला फोन बँकेच्या चेअरमनच्या खास मित्राचा, चक स्टटॅफोर्डचा होता. बँकेत खाजगी गुंतवणूक करणाऱ्या फार थोड्या व्यक्तींपैकी तो एक होता आणि खान त्याच्याशी बोलायला नेहमीच उत्सुक असे.

''हॅलो सर!'' स्टटॅफोर्डचं लांबलचक पाल्हाळ टाळण्यासाठी सॅम्युएल म्हणाला.

''हो-हो, बाजार आता बदलत चालला आहे सर!'' आजूबाजूचा कलकलाट ऐकू न येण्यासाठी कानात बोट घालत सॅम्युएल म्हणाला. दहा मिनिटांपूर्वी बाजारात भाव वाढत असल्याची ऐतिहासिक बातमी स्टटॅफोर्डने ऐकलेलीच नव्हती. त्याने खानचा सिंगापूरचा टेलिफोन नंबर विचारला. सॅम्युएलनी तो पटकन दिला आणि पुढच्या फोनसाठी बटण दाबलं.

''खान?''

''नाही, मी सॅम्युएल स्पेन्डलव्ह बोलतोय.''

आता निदान हा फोन तरी लवकर व्हायला हवा होता. बँकेच्या फ्रँकफर्ट ऑफिसातला डी तुंग्ली हा विक्रीविभागातला माणूस खानशी बोलता यावं आणि त्याच्या विश्वासातल्या सल्लागाराचं आपल्याला स्थान मिळावं म्हणून गेले काही महिने त्याच्या मागावर होता.

''अरे सॅम, काही मदत हवी आहे का?''

पण तुंग्लीचा हा बार फुसका निघाला. सॅमला फक्त खानच आज्ञा करू शकत होता आणि तो आत्ता परदेशात होता. सॅम्युएलने वेळ न दवडता त्याला सिंगापूरचा फोन नंबर देऊन टाकला; पण ते करण्यात फक्त औपचारिकताच होती. का कोणास ठाऊक, खानला हा अमेरिकन माणूस फारसा आवडत नसे. कदाचित त्याचा पिच्छा पुरवण्याच्या स्वभावामुळेही असेल. या तुंग्लीला आतल्या गोटात प्रवेश मिळणं केवळ अशक्य होतं.

आता सॅम्युएलने तिसरं बटण दाबलं.

''मी मि. खानशी बोलू शकतो का?''

समोरच्या पडद्यावर वरखाली जाणारे आकडे बघत असल्यामुळे हा फोन घेताना तो आता चीडचीडा झाला होता. आता नफ्याचा आकडा ११.९ कोटी डालर्सवर येऊन ठेपला होता. त्याच्या डोळ्यादेखत फायद्याची रक्कम हवेत विरून चालली होती.

''रोपनर बँक.'' शेवटी त्याने फोनला उत्तर दिलं.

"मला मि. खानशी बोलायचं आहे. आपण कोण बोलताय?'

सॅम्युएल आता काळजीत पडला. तो आवाज त्याने कुठेतरी ऐकलेला होता.

"ते सिंगापूरमध्ये आहेत. मी काही मदत करू शकतो का?"

"नक्कीच. मी लंडनच्या मर्क्युरीमधून होझे निस्सान बोलतो आहे. आपण कोण बोलताय?"

"मी, म्हणजे मी...त्यांच्या हाताखाली काम करतो. मला वाटतं मी वार्ताहरांशी काही बोलू शकणार नाही. होझे निस्सान." त्याच्या आवाजावरूनच तो सॅमला ओळखीचा वाटला.

"अगदी अधिकृतरीत्या नाही, तरी खाजगीत तर बोलू शकता. सध्याच्या घटकेला बाजारात जो गदारोळ चाललेला आहे, त्या विषयी रोपनरचं काय मत आहे? या परिस्थितीविषयी तुम्हाला काय वाटतं? म्हणजे आम्ही 'मि. खानच्या जवळच्या सूत्रांकडून असे समजते' अशा सदरात ती बातमी छापू."

"मला माफ करा, मला आता जायलाच हवं. तुम्हाला मी हवं तर त्यांचा सिंगापूरचा नंबर देतो."

निस्साननने नंबर घेतला आणि फोन खाली ठेवला. समजा त्यानेही सॅम्युएलचा आवाज ओळखला असता, तरी ते त्याने मोठ्या चतुराईने दाखवलेलं नव्हतं. निस्सानशी सॅम्युएल कित्येक वर्षात बोलला नव्हता. म्हणजे ते कॉलेजात अगदी एकत्र शिकले होते. त्यानंतर आपण रोपनरमध्ये काम करतो आहोत, हे निस्सानला कळावं, असं सॅम्युएलला नक्कीच वाटत नव्हतं. ते त्याला समजलं असतं, तर सगळंच मुसळ केरात गेलं असतं.

हे असले निस्सानसारख्यांचे फोन आणि त्यांनी लिहिलेल्या लेखांनीच अन्तोन मिलरचा पूर्ण अपमान केला होता. मिलर तर खानच्या प्रसिद्धीचा उघड उघड दु:स्वास करत होता. जिथे फक्त पैसाच बोलत असे, अशा त्यांच्या ऑफिसात खानचं व्यवहारचातुर्यच कडवटपणा उत्पन्न करायला पुरेसं होतं. आर्थिक क्षेत्रातली आणि वर्तमानपत्रातली खानची प्रसिद्धी मिलरला जास्त खुपत होती. चढत्या क्रमाने छापून आलेल्या त्याच्या मुलाखतींनी सर्वांना भारून टाकलं होतं. पत्रकारितेतला सर्वश्रेष्ठ नमुना म्हणता येईल, असा 'किंग खान' हा लेख तर त्याचंच एक उत्तम उदाहरण होतं. किंग काँग नावाच्या अतिभव्य गोरिलाच्या अंगावर प्रसिद्ध दलालांची तोंडं चिकटपट्टीनी चिकटवलेली होती आणि तो गोरिला एम्पायर स्टेट बिल्डिंगवर बसलेला दाखवला होता. थोडक्यात म्हणजे खानला सर्वोच्च पदावर दाखवलेलं होतं. नेमका आजच, या महत्त्वाच्या क्षणी खान इथे बाजारात नसावा हे खरंच दुर्दैव होतं.

सॅम्युएलने मान वर केली. अन्तोन मिलर, खानच्या साम्राज्याला छळणारा तोच मिलर आत्ताच्या घटकेला सॅम्युएलकडे रोखून पाहत होता.

मिलर तसा उंच, सडपातळ होता आणि सदोदित उत्तमोत्तम सूट आणि हर्मिसचे भारी टाय घालून वावरायचा. तुरळक केस असलेला मिलर इन्व्हेस्टमेंट बँकरच्या पेशासाठी तसा वयस्कच वाटायचा आणि जेव्हा केव्हा तो क्वचित प्रसंगी हसत असे, तेव्हा त्याचे घारे डोळे त्याच्या चेहरेपट्टीशी विसंगत वाटत असत. मात्र आत्ताच्या घटकेला बाजारात संकटाची परिस्थिती उद्भवल्यामुळे त्याच्या ओठांवर किंचित हास्यरेषा उमटल्या होत्या.

''सगळंच विचित्र आहे नाही?''

'आत्ताच्या घटकेला विचित्र काय असेल?' सॅम्युएलच्या मनात विचार आला, 'तर पॅरिसमधल्या बँकेचा प्रमुख एका सर्वात कनिष्ठ कर्मचाऱ्याच्या पुढे या फ्लाइंग वेजमध्ये उभा आहे.'

''फक्त सत्तावन्न लोक किती कलकलाट करू शकतात, हे खरंच आश्चर्यकारक आहे, हे मात्र नक्की!'' सॅम्युएलने उत्तर दिलं.

''चालू परिस्थितीविषयी समोरचा पडदा काय म्हणतो आहे?''

''तुम्हाला माहीत आहेच. खानच्या सांगण्याप्रमाणे जर्मन लोक पहिल्या महायुद्धामुळे बसलेल्या धक्क्यातून अजूनही सावरलेली नाहीत; अगदी आजही. युद्धानंतर त्यांच्याकडे आलेल्या प्रचंड मंदीचे ओरखडे अजूनही जाणवतात.'' समोरच्या पडद्यावरच्या आकड्यांशी खेळत सॅम्युएल स्वत:वर ताबा ठेवण्याचा प्रयत्न करत होता.

''बाजाराच्या मानसिकतेविषयी खानची मतं जराही परंपरागत नाहीत, हे मला माहीत आहे; पण रोपनरची परिस्थिती कशी आहे? चांगली आहे का काही वाईट बातमी आहे?'' मिलरचा थंडपणा हा एक कुतूहलाचाच विषय होता. सावजाला मारण्यासाठी सज्ज असलेल्या हिंस्र प्राण्यासारखा तो समोर उभा ठाकत असे आणि त्याच्या या अनपेक्षित धक्क्यामुळे भीतीनेच सावज मरून जात असे.

''या खवळलेल्या बाजाराचा फायदा करून घेण्याच्या स्थितीत आता आपण आहोत आणि या गोंधळाच्या वातावरणात असलेल्या व्यवहारातून आपल्याला नक्कीच फायदा करून घेता येईल. तुला माहीत आहेच की, खान कधीच धोपटमार्गाने काम करत नाही. प्रत्यक्षात बाजाराचा कल ज्या दिशेने असेल, त्याच्यावर तो कधीच बोली लावत नाही.''

हे विश्लेषण फारच मिळमिळीत होतं, हे दोघांच्याही लक्षात आलं. मिलर सॅम्युएलच्या अगदी जवळ जात, जेमतेम त्याला ऐकू जाईल इतक्या हलक्या आवाजात बोलायला लागला.

''हा पोरकटपणा बास आता. सध्याच्या घटकेला आपली काय परिस्थिती आहे?'' सॅम्युएलच्या समोर उभा असलेला मिलर आता जास्तच करारी मुद्रेने धमकावण्याच्या आवेशात उभा होता.

“हाय सॅम्युएल! काय अभद्र दिवस आहे नाही?” काझ डे. तसं पाहिलं, तर ऑफिसातली सर्वांत सुंदर बाई (आणि सॅम्युएलच्या दृष्टीने त्याने आत्तापर्यंत पाहिलेल्या बायकांतली सर्वांत देखणी बाई) मिलरच्या गुबगुबीत खुर्चीशेजारी असलेल्या जागेवरून उठून सॅम्युएलकडे येत म्हणाली. मिलरचं स्वत:चं ऑफिस होतंच, पण त्याला प्रत्यक्ष रणांगणावरही वावरायचं होतं. प्रत्यक्ष सैनिकांत मिसळून तो माहिती गोळा करत असे.

“अन्तोन, मला वाटतं तू हे बघायला पाहिजेस. आताच्या घडीला आपण जवळपास दहा कोटी डॉलर्स घाट्यात आहोत. अर्थातच आता हे प्रकरण हाताळायला सर्वांनीच कामाला लागलं पाहीजे.”

मिलर ताडकन उठला आणि धावतच स्थिर व्याजाचा तपशील देणाऱ्या कॉम्प्युटरकडे गेला. मागे उभ्या असलेल्या सॅम्युएलकडे कटाक्ष टाकत काझही तरातरा त्याच्यामागे गेली.

ज्या कर्मचाऱ्याच्या हातून हे पैसे बुडले होते तो मिलर त्याच्यापाशी जाईपर्यंत रडवेला झाला होता. मिलरकडे थोड्याशा उद्धटपणे बघत तो कर्मचारी जागेवरच बसून होता, पण आता आपली परिस्थिती फारच केविलवाणी झालेली आहे, हे लक्षात येताच तो कसाबसा बाजूला झाला. आता काही बोलण्यासारखं उरलंच नव्हतं. आता अन्तोन मिलरच्या दृष्टीने (आणि रोपनर बँकेच्या दृष्टीनेही) तो अस्तित्वातच नव्हता, हे त्या तरुणाच्या लक्षात आलं होतं.

काझ आता परत आपल्या टेबलापाशी जाऊन आपल्या गिऱ्हाइकांशी ऐटबाजपणे संभाषण करण्यात गुंतली होती. या क्षेत्रात बायका तशा कमीच होत्या आणि ज्या काही होत्या त्या कनिष्ठ पदावरच काम करत होत्या. काझमध्ये असलेल्या खास गुणवैशिष्ट्यांमुळेच ती संस्थेमध्ये या उच्च पदाला पोहोचली होती. तिच्या सुस्वरूप चेहऱ्यावरून तिच्या वयाचा अंदाज बांधणं अवघड होतं. आपला पिंगट केशसंभार हलकेच मागे करत, आपल्या सहकाऱ्यांशी सल्लामसलत करत ती आता त्यांना धीर देत होती. आलेल्या प्रसंगाला तोंड देऊन त्यातून आपल्या बँकेसाठी त्यांना उत्पन्न मिळवणं गरजेचं होतं. काझ हलक्या आवाजात आपल्या सहकाऱ्यांना प्रोत्साहित करत होती. आता शेअरर्सचे भाव खाली आल्यामुळे त्यांच्यामार्फत व्यवहार करणाऱ्या ठेवीदारांनी ते सढळ हाताने विकत घ्यावेत, असा प्रयत्न तिच्या सहकाऱ्यांनी करावा असं ती सुचवत होती. जास्त शेअर विकले गेले असते, तर अर्थातच जास्त दलाली मिळाली असती आणि विक्रीत वृद्धी झाली की, बाजारही स्थिरावला असता आणि परत तेजीत आला असता. काझवरून सॅम्युएलची नजर हटत नव्हती. अशा संकटाच्या वेळीही ती ज्या संयमाने वागत होती, त्याचं त्याला अप्रूप वाटत होतं.

इतक्यात एका टीव्हीच्या पडद्यावर बीप बीप आवाज ऐकू आला आणि तो परत भानावर आला. त्यांच्या खात्याची पडद्यावर दिसणारी परिस्थिती फारच गंभीर होती. त्याने फ्रॅंस्वाला पाचव्यांदा फोन लावला. फ्रॅंस्वा रेनिंगर त्याचा आय टी विभागातला मित्र होता. बँकेच्या व्यवहार-यंत्रणेवर आता फारच ताण पडला होता आणि त्यामुळे ते तिथे अस्वस्थ झाले असतील, हे त्याच्या लक्षात येत होतं. या वेळी मात्र फोन लागला आणि दुसऱ्याच बेलला उचलला गेला.

"फ्रॅंस्वा? देव पावला म्हणायचा! मी सॅम्युएल बोलतोय."

"तू फारच वाईट वेळ निवडली आहेस फोन करायला सॅम्युएल."

"मला कल्पना आहे. सगळे तुझ्यामागे हात धुवून लागले असतील. पण ऐक, हे प्रकरण फारच हाताबाहेर चाललं आहे. मला वाटतं, प्रॉप ट्रेडिंग सिस्टिममध्येच काहीतरी गडबड आहे."

पलीकडे क्षणभर शांतता होती.

"तुला माहीत आहे ना, ही खानची स्वत:ची सिस्टिम आहे आणि आपण ती वेगळ्या सर्व्हरवर चालवतो. असं असताना काही अडचण यायला नको. तुम्ही काही फार जास्त व्यवहार करत नसता. कॉम्प्युटरची बरीचशी क्षमता आकडेवारीचं विश्लेषण करण्यासाठी वापरता."

"मेलो फ्रॅंस्वा, ठार मेलो! एक काम कर, परत एकदा पटकन सगळंकाही नजरेखालून घाल आणि काही गडबड वाटली, तर मला फोन कर. मलातर बंदुकीच्या नळीलाच डोळा लावून बसल्यासारखं वाटतं आहे."

कोणापाशीतरी मन मोकळं करायला मिळाल्यामुळे सॅम्युएलला हायसं वाटलं. फ्रॅंस्वा विश्वास ठेवण्याजोगा होता. त्यात कसलाही धोका नव्हता आणि नेहमीच्या दलालांच्या टोळक्याबाहेरचा असल्यामुळे सॅम्युएलला आता मोकळं वाटत होतं.

एक शेअर्सचा दलाल उद्विग्नपणे समोरच्या टेबलावर आपलं डोकं आपटत बसला होता. फोनची बेल वाजली, तेव्हा सॅम्युएलने तो उचलला.

"सॅम्युएल बोलतो आहे."

"कसलीच समस्या नाही मित्रा." फ्रॅंस्वा पलीकडून बोलत होता. अपेक्षेपेक्षा तो फारच लवकर फोनवर आला होता. "मलातरी कसलीच समस्या दिसत नाही. माझ्या मते ही चांगली बातमीच म्हणावी लागेल."

"मलातर काहीच उलगडत नाही. असो, पण फोन केल्याबद्दल आभार." असं म्हणत सॅम्युएलने फोन खाली ठेवला.

त्याने परत पडद्यावर नजर टाकली. आताच्या घटकेला फायद्याचा आकडा दहा कोटी डॉलर्सच्या खाली घसरलेला होता आणि तोसुद्धा दोन मिनिटं फोनवर बोलत असताना! आता दुसरा काही पर्यायच उरला नव्हता. मिलरला परत फोन

लावून सगळी कल्पना द्यायलाच हवी होती. मग जे काही व्हायचं ते झालं असतं. मिलरने ताबडतोब बँकेचे व्यवहार थांबवले असते. त्यामुळे बँकेची पत खालावली असती; पण त्याचा जास्त फटका खानला बसला असता. मग साहजिकच खान सॅम्युएलवर विजेसारखा कोसळला असता आणि मग काही वेळापूर्वी त्या रडकुंडीला आलेल्या कर्मचाऱ्याप्रमाणेच सॅम्युएलची अवस्था झाली असती. बँकेमध्ये जवळपास स्वतंत्र काम करायला मिळणं, ही केव्हाही चांगलीच गोष्ट होती. खानच्याच शब्दांत सांगायचं, तर 'रोपनर बँकेचा सार्वभौम सम्राट!'; पण उरलासुरला नफा विरून जाण्यापूर्वी सॅम्युएलला आता कोणाचंतरी मार्गदर्शन हवं होतं.

सॅम्युएलने काहीशा रागाने समोरच्या पडद्यावरची माहिती बघण्यासाठी बटणं दाबली.

"हा हरामखोर सिंगापूरमध्ये झक मारत न बसता इथे असता तर...." तो स्वत:शीच पुटपुटला.

"हा बघ, तो हरामखोर तुझ्यामागेच उभा आहे. तू कुठे आहेस?"

"ओ! मि. खान, मला वाटलं...."

"मला कल्पना आहे तू काय विचार करत असशील. म्हणूनच मी लवकर परत आलो."

शेअर बाजारातल्या त्या कक्षात जेव्हाकेव्हा खान प्रवेश करायचा, तेव्हा तो सगळ्यांचं लक्ष वेधून घ्यायचा. आताही सर्वांचे डोळे त्याच्यावर खिळलेले होते. काझने क्षणभर वर मान करून बघितलं आणि परत ती आपल्या कामात गुंतली.

खानने आपला कोट उतरवला, तेव्हा त्याचा खास, पांढराशुभ्र शर्ट उठून दिसत होता. त्याने सॅम्युएलकडे पाहत एक आश्वासक स्मित केलं. त्याच्या निमगोऱ्या वर्णापुढे त्याचे दात जास्तच पांढरेशुभ्र वाटत होते. त्याच्या डोक्यावरच्या केसांचं ते सुप्रसिद्ध जंगल आता दिसत नव्हतं. आता डोक्यावर अर्ध्या इंच लांबीचे केस ब्रशसारखे वाटत होते. तो इतका आरामात आणि प्रसन्नपणे वावरत होता की, याने सिंगापूरला नक्की बराच वेळ पोहण्याच्या तलावात डुंबण्यात घालवला असला पाहिजे, असा विचार सॅम्युएलच्या मनात आला.

"मि. खान, तुमच्या लक्षात येतंय का....?"

"आपण आज जवळपास दहा कोटी डालर्सने फायद्यात आहोत?"

"हे तर काहीच नाही. काही वेळापूर्वी आपण वीस कोटी डॉलर्सने वर होतो. मग परिस्थिती बदलली आणि घसरायला लागली. मला का ते नक्की सांगता येणार नाही."

हीच ती वेळ होती. सॅम्युएलला जर दणका बसणारच असला असता, तर तो आत्ताच बसणार होता.

"हे बघ पोरा, खरंतर हे तुला माहीत असायला नको होतं. मी जरा आपल्या हिशेबाच्या खात्याशी खेळत होतो. तुझ्या लक्षात आलं असेलच की, आजच्या दिवसात आपण दहा कोटी डॉलर्स कमाई केली आहे. ऑफिसकडे जाताना मी आजचे व्यवहार बंद केले होते."

"व्यवहार बंद केलेत?"

"मी माझी योजना सादर केली आणि नंतर रात्री एका कॉकटेल पार्टीला गेलो. रात्री जरा लवकरच झोपायला जाण्याचा विचार होता. तू कधी सिंगापूरला गेला आहेस का? ती आशियातल्या लोकांची नीतिमूल्य जी काय असतील ती असोत, पण जाम कंटाळवाणी आहेत. प्रत्येक ठिकाणी ती वाटेत कडमडतात."

खान तसा अंगाने सडपातळ होता. मध्यम उंचीचा म्हणजे साधारणपणे ५.६ इंच असेल आणि १९५० साली रेडिओवर बातम्या देणाऱ्या माणसासारखा त्याचा आवाज होता. तो नक्की कुठल्या वंशाचा होता, हे त्या देवालाच ठाऊक होतं. काहींच्या मते तो भारतीय वंशाचा असावा. काहींना तो थायलंडचा वाटत होता, तर तो अल्जेरियन ज्यू असून त्याने आपलं नाव बदललं असावं, असं मानणारेही बरेच होते. अर्थात कशानेच काही फरक पडत नव्हता. खान हुशार होता आणि त्याच्याकडे केंब्रिज आणि प्रिन्स्टन युनिव्हर्सिटीच्या पदव्या होत्या. आशियन नीतिमूल्यांचा त्याला तिटकारा होता. त्यापेक्षा पाश्चात्त्य पद्धतीचं, सुखासमाधानाचं आयुष्यच त्याला आवडत असे. याशिवाय त्याला आधुनिक कलाकुसरीची फार आवड होती आणि ती पाश्चात्त्य देशातच चांगली जोपासलेली होती. एखाद्या मोठ्या बजेटच्या सिनेमाच्या दिग्दर्शकाने एखाद्या एक्स्ट्रा कलाकाराला कामावर घ्यावं तितक्या नीरसपणे त्याने सॅम्युएलला नोकरी दिली होती. सॅम्युएलचं म्हणाल, तर गेल्या अर्ध्या तासात ज्या काही हबकवून टाकणाऱ्या घटना घडल्या होत्या, त्यांनी अस्वस्थ झाल्यामुळे त्याला एकच गोष्ट करायला आवडली असती – खानच्या थोबाडावर जोरकस ठोसा मारणे. सर्वसाधारणपणे सुविद्य व्यक्तीकडून अशी अपेक्षा नसते; पण नुसत्या कल्पनेने मनाला समाधान मिळतं. आपल्या कल्पनेवर खूश होत सॅम्युएल हसला. या नवीन जगात फक्त एकाच गोष्टीला किंमत होती – कसंही करून काम फत्ते झालं पाहिजे!

खानची टकळी अजून सुरूच होती : "...चलनवाढीचा दर आता शून्यावर आला आहे, असं जेव्हा मी त्या जर्मनीच्या अर्थमंत्र्याला सांगितलं, तेव्हा त्याची बोलतीच बंद झाली. तेव्हाच मला जाणवलं की, आता युरोपियन सेन्ट्रल बँकेची मंडळी व्याजाचे दर वाढवतील. ही जर्मनीतल्या अर्थ-खात्यातली मंडळी तशी धूर्त आहेत, पण उघडपणे गोष्टी न बोलल्यामुळे ती काय गमावून बसतात, याची त्यांना कल्पना नाही. म्हणूनच मी एक सापळा लावला आणि त्याचे काय परिणाम होतात

ते बघायला परत आलो. अर्थात तसा मला जरासा उशीरच झाला ते तपासून बघायला.''

''पण खात्याच्या बाहेर रीतसरपणे केलेल्या व्यवहारांचा कसाकाय परिणाम होऊ शकतो?''

''असं तर प्रत्येक जणच करत असतो. समजा, बाजारात जरासं भीतीचं वातावरण आहे, असं तुझ्या लक्षात आलं की, मी आज जसा त्याचा अंदाज बांधून चाल खेळलो, तसं तुलाही करावसं वाटेल. तू फक्त इतकंच करायचंस – एखाद्या बँकेकडे जायचंस आणि आपल्यापाशी असलेल्या रोख्यांच्या आधारावर त्यांच्याकडून पैसे उचलायचे. अशा संधीची वाट बघत असणाऱ्या अनेक बँका समोर लोळण घेऊन येतात. तुम्ही जर वाटाघाटी केल्या, तर सर्वसाधारणपणे तुम्ही तारण म्हणून ठेवलेल्या रोख्यांच्या साठ टक्के किंमत ते स्वत:कडे ठेवून घेतात.''

''म्हणजे बँकेकडून घेतलेल्या पैशांच्या जोरावर तुम्ही बाजारात खेळत होतात तर!''

''अगदी बरोबर! आणि म्हणूनच अचानकपणे हा फायदा कुठून होत होता, हे तुला कळलंच नाही.'' नव्यानंच समजलेल्या माहितीची सॅम्युएल मनातल्या मनात जुळवाजुळव करत असताना स्वत:वर खूश होत खान हसत उभा होता.

''असं बघ सॅम्युएल, मी कशातच बदल केला नव्हता. मी घेतलेल्या पैशाची फक्त तात्पुरती नोंद आपल्या कर्जाच्या खात्यात केलेली होती. त्या पैशांची जर मी दिवसाच्या व्यवहाराअखेर परतफेड केली नसती, तर मग मला ते आपल्या सहकाऱ्यांना आणि संचालक मंडळाला सांगावं लागलं असतं. पैसे परत करून मी तो व्यवहार पूर्ण केल्यामुळे आता आपल्या खात्यात झालेल्या नफ्याचीच नोंद दिसते. साधारणपणे आज आपण....''

खानने समोरच्या की-बोर्डवर बोटं फिरवली : ''हां! १०.३४ कोटी डॉलर्सचा नफा आपण आज कमावला.''

''पण हा इतका नफा झाला कुठून?''

''यासाठी कसल्याही भारी तंत्रज्ञानाची गरज नसते. मी जर्मन सरकारच्या कर्जरोख्यांवरचे पूट ऑप्शन्स विकत घेतले. तज्ज्ञ मंडळींच्या मते अशा व्यवहारात १०० पैकी ९९ वेळा काहीच दम नसतो; पण जर बाजार धाडकन कोसळला, तर मात्र तुम्ही गुंतवलेल्या पैशाच्या अनेक पट तुम्हाला मिळून जातात.'' हे बोलत असताना खानची बोटं परत की-बोर्डवर फिरत होती. कारण त्याला इतर सगळे व्यवहार ठीकठाक असल्याची खात्री करून घ्यायची होती.

''पण व्याजाचे दर वाढणार आहेत, हे तुम्हाला माहीत होतं आणि त्याचाच अर्थ रोख्यांचे भाव गडगडणार हे ओघानेच आलं. मग याच्यात पैसे घालवण्याचा प्रश्नच कुठे होता?''

"व्याजदर वाढणार असा केवळ अंदाज होता; तशी खात्री नव्हती. जर याच्या उलट झालं असतं, तर आपल्या बोलीला काहीच अर्थ नव्हता आणि वरती बँकेचं देणं डोक्यावर पडलं असतं. मी फक्त हे तुलाच कळवलं होतं." खानने सॅम्युएलकडे पाहत एक विश्वासदर्शक हास्य केलं. नंतर ते हास्य अचानक विरून गेलं. "अरे हो, तू मिलरशी या बाबतीत बोलला नाहीस ना?"

"त्याने मला सकाळी एकूण परिस्थितीविषयी विचारलं; पण मी त्याला अशा बातम्या देण्याच्या आपल्या अलिखित संकेतांची आठवण करून दिली."

"छान! उत्तम!! त्या महामूर्ख विदूषकाला चांगला धडा शिकवायला हवा. त्याच्या हाताखालचे लोक काय करतात, हेही त्याला माहीत नसतं, मग माझ्यासारख्या पट्टीच्या दलालाशी तो काय टक्कर घेणार?"

"पण मग तुम्ही आपल्याला आधी झालेला वीस कोटींचा नफा दहा कोटींवर कसा काय घसरू दिलात?"

खानने सॅम्युएलसमोर आपला मोबाइल नाचवला.

"इकडे येताना मी टॅक्सीत बसलो होतो. माझ्या मोबाइलची बॅटरी उतरली होती आणि त्या टॅक्सीवाल्याकडेही मोबाइल नव्हता, त्यामुळे मला खातं बंदच करता आलं नाही. त्या भिक्कार मोबाइलच्या बॅटरीसाठी फुकटच दहा कोटी मोजावे लागले. चालायचंच. अशा गोष्टीही घडतात कधी कधी. जेव्हा तुम्ही घाईघाईत हे सगळं करता, तेव्हा प्रत्येक खेळीची किंमत लाखात मोजावीच लागते. हरकत नाही. यामुळे मिलरचं काम थोडं सोपं झालं. मी तर ऐकलं की, आपल्या फिक्स्ड इन्कमची मंडळी बाजारात विरुद्ध बाजूने काम करत होती." आता मिलरला न्यूयॉर्कच्या ऑफिसातून बोलणी खावी लागतील, या कल्पनेने खानच्या चेहऱ्यावर समाधानाचे भाव उमटले. तसं पाहिलं, तर सॅम्युएललाही मिलर आवडतच नव्हता, पण त्याच्या दयनीय अवस्थेमुळे आता सॅम्युएलच्या मनात थोडीशी सहानुभूती उत्पन्न झाली होती.

"माझ्याकडे असं विचित्र नजरेने बघू नकोस सॅम्युएल! ते मूर्खासारखा व्यवहार करत होते आणि त्यांना चांगला धडा शिकायला मिळाला. इकडे मी नफा करत होतो, ही आपल्या बँकेच्या दृष्टीने सुदैवाची बाब आहे. शेवटी गोळाबेरीज करता बँकेचं काहीच नुकसान झालं नाही. बँकेचं नुकसान होऊ दिलं नाही म्हणून दिवसाअखेर मला शाबासकी मिळणार आहे आणि मध्येमध्ये नाक खुपसल्याबद्दल मिलरला चांगलाच झटका बसणार आहे आणि तो योग्यच आहे. आपल्या घरात काय चाललं आहे, हे आधी त्या मिलरने पाहायला पाहिजे आणि नंतर मग आजूबाजूच्या जगात काय चाललं आहे याची त्याने काळजी करावी."

सॅम्युएल आपल्या खुर्चीवर मागे रेलून बसला. समुद्राकाठाच्या दिशेला असलेल्या

मोठ्या काचेच्या खिडकीतून फक्त गार्नियें ऑपेराचीच इमारत दिसत होती. 'ही इमारत जरा जास्तच सजवली आहे.' असा विचार त्याच्या मनात येऊन गेला, पण त्याने त्याची फारशी फिकीर केली नाही. 'कदाचित दुसऱ्या महायुद्धाच्या काळात ही हिटलरची फार आवडती वास्तू होती, हेही कारण त्यामागे असावं.'

आता आजूबाजूची धावपळ बऱ्याच प्रमाणात थंडावली होती. गेर दू नॉर्ड या रस्त्यावर सायंकाळी गर्दीच्या वेळी जितकी संथ वाहतूक होते, तितक्याच संथपणे इथे हालचाल होत होती. सॅम्युएलने मोठ्या कष्टाने आपल्या दुखऱ्या भुवईला हात लावत ती चोळली.

"आजचा दिवस तसा भारीच होता!" सॅम्युएल सुस्कारा सोडत म्हणाला.

कॉम्प्युटरच्या की बोर्डावर पटापटा बोटं फिरवत खान रॉयटरवर दिसणारी ताजी बातमी पाहत होता. "आजच्या दिवसाला लोक काळा बुधवार किंवा करडा गुरुवार असं कोणतंही नाव कदाचित देणारही नाहीत." खान त्याच्या अस्तित्वाची दखल घेत म्हणाला.

"सॅम्युएल, एक गोष्ट मात्र नक्की. तू हे प्रकरण छान हाताळलंस. माझा मोबाइल बंद झाल्यावर मी जरा काळजीतच पडलो होतो; पण तू छान काम केलंस. तू तुझं डोकं आणि जीभ तुझ्या ताब्यात ठेवलीस हे विशेष. तू परिस्थितीला समर्थपणे तोंड दिलंस, हे पाहून बरं वाटलं. मी कॉम्प्युटरवर तुझ्या खात्याची जंत्री चाळली. जस्ताकडून तांब्याकडे तू मोर्चा वळवलास, तो तुझा निर्णय फार चांगला होता. तुला माझ्याबरोबर मदतनीस म्हणून कामाला घेण्याचा जो धोकादायक निर्णय मी घेतला होता, त्याची आता चांगली फळं मला मिळत आहेत. कदाचित, म्हणजे खरोखरीच कदाचित, या कामात तुला चांगली गती आहे, असं वाटतं."

अचानकपणे झालेल्या स्तुतीमुळे सॅम्युएल थोडासा लाजला आणि त्याच्या गालावर लाली उमटली. एके काळी खानच्या आधुनिक वर्तनामुळे आणि त्याच्या भुरळ पाडणाऱ्या व्यक्तिमत्त्वामुळे सॅम्युएल त्याच्यावर फिदा झाला होता; पण खान एक जागतिक कीर्तिचा दलाल होता आणि तो बाजारातल्या व्यवहाराची दिशा ठरवत असे आणि यामध्ये नेमकं सत्य काय आहे, हेच शोधून काढण्याचं काम सॅम्युएलला करायला सांगितलं होतं.

निरनिराळ्या कर्जरोख्यांशी, चलनांशी; परिणामस्वरूप सगळ्या अर्थव्यवस्थेशी आणि या क्षेत्रात काम करणाऱ्यांच्या जीवाशी खेळून खानने कोट्यवधी डॉलर्सची कमाई केली होती. हे सगळं त्याला आपल्या वहीखात्याच्या बाहेर राहून खेळायला आवडे. तो अगदी सर्वज्ञ असल्याच्या थाटात खेळत असे; पण ते करताना देवानेच घालून दिलेले नियम धुडकावून खेळत असे. एका माणसाचा फायदा हा आर्थिक क्षेत्रात दुसऱ्याचा तोटा असतो. पैशाच्या हव्यासापायी आणि सट्टेबाजारातल्या

तज्ज्ञांकडून प्रशंसा मिळवण्यासाठी खान उपयोगात आणत असलेल्या बेमुर्वतखोर पद्धती काय आहेत हे जाणून घेण्याचा लोकांना हक्क होता. अंतर्गत वाद आणि बेमुर्वतखोरपणाला कारणीभूत असलेल्या या गूढ आणि विचित्र खेळाचा रहस्यभेद सॅम्युएलला करायचा होता. त्याला मिळालेल्या लाल पाकिटातल्या सूचनांप्रमाणे सेंट-एक्सुप्रेची सुप्रसिद्ध गॅलिमार्ड ही प्रकाशन संस्था, सार्टे, कॅमुस आणि सिमॉन द ब्युव्हीयॉ या संस्थांच्या व्यवहाराच्या बाबतीत नेमकं काय घडलं होतं, हे सॅम्युएलला शोधून काढायचं होतं. दोन दलालांना एकमेकांविरुद्ध झुंजवून खानने स्वत: अगणित पैसा गोळा केला होता. विल्यम बर्टनचा पूर्ण पराभव झालेला होता. वृत्तपत्रांच्या बातमीनुसार बर्टन सूडाच्या भावनेने जळत होता; पण सॅम्युएलला आता त्याची फिकीर नव्हती. आता तो काहीतरी बदल करून दाखवणार होता आणि तो ते नक्कीच करणार होता!

अचानक खानचा हात हळूवारपणे त्याच्या पाठीवर पडला आणि त्याच्या हृदयाची धडधड जवळपास थांबलीच! दगलबाजी, मग ती कितीही चांगल्या हेतूने केली असली, तरी त्याचं ओझं बाळगणं जडंच जातं.

"आता इथलं काम आवरतं घे. वेजची वहीखाती बंद कर आणि आजच्या दिवसाचं काम संपव. नंतर आपण कॅफे मार्लिमध्ये जाऊन थोडी शँपेन घेत बसू. तुला काय वाटतं?"

"हो! नक्कीच! मला आवडेल." सॅम्युएलने क्षणाचाही विलंब न लावता उत्तर दिलं.

"पप्पा, एखादी गोष्ट सांगा ना!"

"कसली गोष्ट सांगू बाळा? पुस्तकातली गोष्ट की जुनी गोष्ट?"

"नाही, पुस्तकातली नको. जुनी गोष्ट, जुनी गोष्ट!"

या जुन्या चालत आलेल्या गोष्टी नेहमीच चांगल्या असतात. म्हणजे बाजारातल्या केकपेक्षा आईने घरी बनवलेला केक जसा वेगळा असतो, तशा त्या गोष्टी पुस्तकातल्या गोष्टींपेक्षा वेगळ्या असतात. त्या ऐकल्यावर मनाला समाधान मिळतं. गोष्टींना जर चव असती, तर पप्पांच्या गोष्टी जास्त चविष्ट वाटल्या असत्या.

"आज कुठली गोष्ट सांगू बरं?" पप्पा म्हणाले.

"ती घड्याळाच्या मनोऱ्याची गोष्ट! तुम्ही तेव्हा माझ्यासारखे लहान होतात, तेव्हाच्या लढाईची गोष्ट."

"बरं, मला जरा विचार करू दे ...घड्याळाच्या मनोऱ्याची गोष्ट काय? बघू दे मला ती आठवते आहे का ते." नेहमीच गोष्ट सांगायच्या आधी पप्पा हसायचे तसे आत्ताही हसले. खरं म्हणजे दोघांनाही ती गोष्ट माहीत होती; अगदी तोंडपाठ! पप्पांच्या आईवडलांनी, ओमा आणि ओपाने केलेल्या गोष्टी, तसंच इतर घटना कधीच बदलत नसत. या पोराने त्यांना कधीच पाहिलं नव्हतं, पण पप्पा जेव्हा त्यांच्याविषयी बोलायचे तेव्हा त्याला फार आनंद व्हायचा. एक गोष्ट मात्र मुलाच्या लक्षात आली की, जेव्हा गोष्ट सांगून पूर्ण व्हायची, तेव्हा पप्पांच्या चेहऱ्यावर उदास भाव दिसायचे.

कदाचित गोष्ट संपल्यामुळे ते उदास होत असतील, असं त्या लहानुला वाटायचं. त्यालाही ते आवडायचं नाही. गोष्टीचा शेवटच होऊ नये, असं त्याला वाटे आणि तो उदास होत असे.

पण आता ही नव्याच गोष्टीची सुरुवात होती. यात पप्पांनी केलेल्या धाडसी कामांची कथा होती.

"असं बघ, मी जवळपास तुझ्या वयाचा असेन...कदाचित थोडा मोठाही असेन."

मुलाने आनंदाने एक उसासा टाकला आणि अंथरुणावर पाठ टेकली.

"त्या रात्री कमालीची थंडी होती. माझ्या नाइट गाउनचे पट्टे मी अंगाभोवती घट्ट लपेटून घेतले होते."

"मग ओमा आणि ओपा कुठे होते?"

"ते खालच्या मजल्यावर बिनतारी संदेशाचे संदेश ऐकत बसले होते. त्या काळात बाहेरच्या जगात काय चाललं आहे हे कळण्याचा केवळ तो एकच मार्ग होता. अर्थातच तेव्हा टेलिव्हिजन नव्हताच. मी पायात चप्पल अडकवली आणि घड्याळाच्या मनोऱ्याच्या दिशेने हळूच सटकलो. घरापासून तो काही फूट अंतरावरच होता. मग मी झपाझपा पायऱ्यांवर चढलो. फार गारठा होता."

"मरणाची थंडी होती पप्पा, मरणाची थंडी!" मुलाने वडलांच्या वाक्यात दुरुस्ती केली. मरणाची थंडी हा कथानकातला महत्त्वाचा तपशील होता.

"हो रे पोरा, मरणाची थंडी होती." पप्पांनी हसत दुरुस्ती स्वीकारली. "पण वरची खोली उबदार होती. पॅरॅफिनच्या भट्टीमुळे आणि आत कोणीच नसल्यामुळे ती उबदार होती. पूर्वेकडच्या या घड्याळाच्या मनोऱ्यात सुमारे तीस मिनिटं किंवा जास्तच असेल, कोणीही फिरकत नसे. तो शांततेचा काळ होता. ज्या भयंकर युद्धाची लोक अजूनही चर्चा करत होते, ते केव्हाच संपलेलं होतं.'

"मग ते पहारेकरी कुठे होते पप्पा?"

"ते मधूनमधून थोडीशी रम पिण्यासाठी जात असत. अर्थात थंडीत त्यांना तशी गरज होतीच. रात्री लवकर झोप न येणाऱ्या माझ्यासारख्या मुलाला त्या मनोऱ्याकडे जाणं फार रोमांचित करत असे."

"म्हणजे तुम्हालाही खराखुरा सैनिक झाल्यासारखं वाटायचं ना?" मुलाने विचारलं.

"अगदी बरोब्बर! त्यामुळे मला खरंच सैनिक झाल्यासारखं वाटायचं. अर्थात, आमच्या घराच्या खिडकीतून आम्हाला अमेरिकन सैनिक उशिरा येताना दिसायचे. त्यांना आम्ही जीआय म्हणत असू. ते मोठमोठ्यांदा हसायचे आणि बोलायचे. शहरात तशी शांतताच असल्यामुळे त्यांचं बोलणं खूप दूरवर ऐकू येत असे. मात्र काटेरी तारांनी वेढलेल्या सुरक्षाचौकीपाशी येताच, ते शांत व्हायचे."

"आणि त्या बाईचं काय पप्पा? ती कुठे होती?"

"ती तिथेच असायची. सुरक्षाचौकीपासून ४०० ते ५०० फूट अंतरावर ती रोज रात्री रस्त्यावर दिव्याखाली उभी असायची. ती अमेरिकन नव्हती. ओमा आणि ओपांप्रमाणे तीसुद्धा जर्मन होती. ती सुरक्षाचौकीपासून दिसत नसे, पण मनोऱ्यावरून ती खाली उभी असलेली दिसायची. दिव्याच्या प्रकाशात दिसणारी तिची उजळ मूर्ती पाहत बसायला मला आवडायचं. मला ती आवडायची. त्या रात्री त्या बाईने त्या

सैनिकांकडे पाहत मानेने खूण केली, तेव्हा तिच्या अंगावरचा कोट बाजूला झाला. मला आत पांढरं पांढरं काही दिसलं. ती त्या बाईची त्वचा होती.''

''म्हणजे तिने पुरेसे कपडेही घातलेले नव्हते? पार गारठून गेली असेल बिच्चारी!''

''हो तर, ती पार गारठून गेली होती. ते जीआयसुद्धा तिच्याशी नीट वागत नव्हते. ते तिची थट्टा करत होते आणि ते पाहून मी खिन्न झालो होतो.''

''म्हणजे लढाई संपली तरी अमेरिकन सैनिक जर्मनांशी भांडतच होते का?''

''अगदी बरोब्बर बोललास. असो. त्यातला एक सैनिक मात्र तिच्याशी नीट बोलला आणि मग ते थोडा वेळ कुठेतरी गायब झाले.''

''ते अंधारात कुठे गेले असतील?'' वरच्या छताकडे पाहत तो लहान मुलगा ते दोघं कुठे गेले असतील, याचा विचार करायला लागला. पप्पा काहीतरी खुलासा करतील म्हणून त्याने वाट पाहिली, पण ते आता गोष्टीच्या दुसऱ्या भागाकडे वळाले होते.

''ती दोघं परत आली तेव्हा सगळ्यांनी मोठ्यांदा हसत टाळ्या वाजवल्या, तेव्हा कोणीतरी एखादा चांगला विनोद सांगितला असावा, असंच मला वाटलं. पण बाईबरोबर गेलेला सैनिक हसत नव्हता, तर आपल्या कोटाच्या बटणांशी चाळा करत खाली मान घालून उभा होता. मला आठवतंय, ते जीआय परत आपल्या कॅम्पकडे जाताना जास्तच जोरात हसायला लागले. मी मनोऱ्यावरून हे सगळं पाहत होतो. ती बाई त्यांना उद्देशून काहीतरी बोलली. ती ज्या सैनिकाशी बोलत होती, तो वळून तिला काहीतरी उत्तर देत होता.''

''तो काय म्हणाला पप्पा?''

''मला नीटसं ऐकू आलं नाही, पण तो काही विशेष चांगलं बोलला नसल्याचं माझ्या लक्षात आलं. त्याचा आवाज आता कठोर झाला होता. तो सैनिक काही पावलं तिच्या दिशेने गेला आणि त्याने तिच्या दिशेने काहीतरी फेकलं. ते पैशासारखं दिसत होतं. आणि काहीतरी असावं.''

''ती वस्तू काय होती पप्पा?''

''प्रथम मला नीटसं दिसलं नाही, पण त्या सिगारेटी होत्या हे नंतर मला दिसलं. सिगारेटी! त्या सैनिकाने सिगारेटी फेकल्या होत्या आणि ती बाई वाकून त्या गोळा करत होती.''

''पप्पा, तुम्ही त्या मनोऱ्यावर जाण्यात फार धाडस दाखवलंत.'' त्या मुलाने पेंगुळलेल्या आवाजात सांगितलं.

''त्यात कसलंच धाडस नव्हतं.'' पप्पा म्हणाले. ''मी तेव्हा सर्वोच्च स्थानी होतो आणि कोणाला त्याचा पत्ताच नव्हता.'' लहानगा आता झोपला होता. पप्पांनी त्याच्या कपाळाची पापी घेतली आणि त्याचं पांघरूण सारखं करून ते खोलीच्या बाहेर पडले.

४

सॅम्युएलला जेव्हाकेव्हा लंडनमध्ये असलेल्या ॲलन मॅकमरेशी खाजगीत बोलायचं असे, तेव्हा तो सरळ सार्वजनिक टेलिफोनवर जाऊन बोलत असे. अर्थात मोबाइल फोनच्या त्या एरियात असे फोन फारसे उपलब्ध नव्हते. बर्टनने तशा सूचना त्याला सुरुवातीलाच देऊन ठेवलेल्या होत्या. फ्रेंच सरकारी संस्थांनी त्याला दिलेल्या संशयास्पद वागणुकीचा त्यांनी पूर्वी अनुभव घेतलेला असल्यामुळे बर्टनला वाटणाऱ्या काळजीची सॅम्युएलला कल्पना होती.

काही वर्षांपूर्वी जेव्हा तो महाविद्यालयीन विद्यार्थी होता त्या वेळी सरकारी यंत्रणेने त्याला पत्रकार म्हणून अधिकृत नोंदणीपत्र (कार्त द सजूर) घेण्यासाठी भाग पाडलं होतं. त्याने मुलाखतीच्या वेळी मंत्रालयातल्या अंतर्गत विभागाचं काम बघणाऱ्या ऱ्यु कॉंबोंनमधल्या कार्यालयातल्या अधिकाऱ्यांना नाव नोंदवण्यामागचा हेतू सांगितला. त्याची मुलाखत एक पन्नाशीची महिला अधिकारी घेत होती. मुलाखतीच्या वेळी ती कायम आपल्याला 'मादम्वाझेल' (बाईसाहेब) म्हणूनच संबोधावं, असा आग्रह करत होती.

बाईसाहेबांनी सॅम्युएल विद्यार्थीच असल्याचं लगेच मान्य केलं. फ्रान्समधल्या बहुचर्चित बायकांवर मृत्युविषयक लेख लिहिणं हा काही वादाचा मुद्दा नव्हता, तसंच फ्रान्समधल्या राजकारणी आणि उद्योजकांना घडवणाऱ्या एकोल नासिओनाल दामिनिस्त्रासियाँ या संस्थेच्या उत्कर्षाविषयी लिहिण्यातही काही गैर नव्हतं. पीटर ब्रुक्सच्या फ्रेंच भाषेत लिहिलेल्या शेक्सपिअरसंबंधीच्या पुस्तकाकडे लक्ष देण्याची राज्याच्या सुरक्षायंत्रणेला अजिबात गरज वाटत नव्हती. पण सॅम्युएल हा महाविद्यालयीन विद्यार्थी होता, लेखक होता आणि मुख्य म्हणजे पत्रकार होता. ह्या व्यवसायातल्या व्यक्तींच्या हातात काही प्रमाणात सत्ता एकवटू शकते आणि फ्रान्सच्या सरकारी यंत्रणेला ही भीती नेहमीच वाटत असते.

सॅम्युएल फ्रान्समध्ये विद्यार्थी म्हणून शिकत असताना ब्रिटनच्या डग्लस हर्ड

या परराष्ट्र मंत्र्याने फ्रान्सची शासनव्यवस्था उत्तम असल्याचा निर्वाळा दिला होता आणि नेमकी त्याच दिवसापासून त्याच्या फोनवर रस्त्यावरून धावणाऱ्या टॅक्सीच्या बिनतारी संचांची खरखर ऐकू यायला लागली होती. अर्थात पेटीट पॅलेसमध्ये चाललेल्या प्रदर्शनाविषयी सॅम्युएलला काय वाटत होतं, हे जर स्थानिक गुप्तहेरांना जाणून घ्यायचं असलं असतं, तर त्याला त्याची हरकत नव्हती.

पॅरिसच्या बुलेव्हामधल्या रात्रीच्या गमतीजमतीचा अस्वाद घेत सॅम्युएलने नवीन शहरात पहिले काही आठवडे घालवले. अनुभवाला आलेल्या गोष्टींचं भडक वर्णन न करता सौम्य शब्दांत वर्णन केलेले असंख्य लेख त्याने 'स्ट्रीम' नावाच्या विद्यार्थ्यांनी चालवलेल्या वर्तमानपत्रासाठी पाठवले. हे वर्तमानपत्र वाचकांपेक्षा होतकरू किंवा प्रशिक्षणार्थी वार्ताहरांसाठीच जास्त उपयोगी होत असे. त्याने पाठवलेले बहुतेक लेख प्रसिद्धही झाले होते आणि नंतर अधिकृत वार्ताहराचा परवाना हाती आल्यावर सगळ्या नाइट क्लबमध्ये, खास उच्चभ्रू लोकांसाठी असलेल्या बारमध्ये आणि इतर सर्व ठिकाणी त्याला मुक्तपणे वावर करता येऊ लागला होता. त्या बाईसाहेबांच्या बरोबर घालवलेला वेळ आणि त्यांची ऐकून घेतलेली बडबड, शेवटी त्याच्या कामी आली होती.

वार्ताहर म्हणून मिळणारे फायदे आणि प्रलोभने ही जरी जमेची बाजू असली, तरीही या पेशात त्याच्या मनाला न पटणाऱ्या काही गोष्टी होत्या. हे सगळं त्याला उथळ आणि दिखाऊ वाटत होतं. एखाद्या गोष्टीविषयी सत्याचा आभास निर्माण करत पूर्ण सत्य लिहिलं नाही, तरी तुम्हाला कोणी काही करू शकत नाही. त्यानेच लिहिलेले असे लेख जेव्हा छापून येत, तेव्हा त्याचाही त्यावर पटकन विश्वास बसत असे. असाच एके दिवशी तो एका कॅफेमध्ये विचार करत बसला असताना त्यानं मनाशी ठरवलं की, पत्रकारीता हा आपल्यासाठी पेशा असू शकत नाही. पण हे वडलांना कसं पटवून द्यावं, हे त्याला समजत नव्हतं.

आता तो विद्यार्थ्यांनी चालवलेल्या एखाद्या चिटोऱ्यासाठी काम करत नव्हता. आता या नवीन मोहीमेत तो खराखुरा वार्ताहर होता. आपण एखादा गुप्तहेर असल्याचं त्याला उगीचच वाटून गेलं.

त्याच्या मोबाइलवर आता पूर्वीसारखी, जाणवण्याएवढी खरखर ऐकू येत नव्हती, तरीसुद्धा लंडनशी संपर्क ठेवण्यासाठी सार्वजनिक फोनचा वापर करणंच त्याला सुरक्षित वाटत होतं. हाती असलेली संवेदनाशील कामगिरी बघता हा दूरदृष्टीने घेतलेला निर्णय होता, असंच म्हणावं लागलं असतं. मॅकमरेला फोन करण्यापूर्वी सॅम्युएल एखाद्या प्रदर्शनाला किंवा वस्तूसंग्रहालयाला भेट देत असे. आज तो मोंपार्नासजवळच्या म्युझे आँत्वान बुर्देल इथून लंडनला फोन करणार होता. त्याच्या माराई डिस्ट्रीक्टमध्ये असलेल्या घरापासून मेट्रोने थोड्याच अंतरावर ही जागा होती.

गाडीच्या सरकत्या दरवाजातून सॅम्युएल सुळकन बाहेर पडला आणि गाडी अंधारात दिसेनाशी होईपर्यंत तिच्याकडे प्लॅटफॉर्मवरून बघत राहिला. गाडीच्या मागचे मंद दिवे आणि ब्रेकमुळे लागत असलेल्या ठिणग्यांची माळ बोगदा जणूकाही गिळंकृत करत होता. 'बाहेर' अशी पाटी लिहीलेल्या जिन्याकडे तो चालू लागला. लोखंडी जिन्यावर चालत जाणाऱ्या प्रवाशांच्या पायाच्या ठेक्याशी त्याच्या पावलांनी नकळत ताल धरला.

जिन्यापाशी त्याला एक लहानशी कृष्णवर्णीय मुलगी दोरीच्या उड्या मारताना दिसली. एक-दोन, एक-दोन अशा तालात उड्या मारत असताना तिचं लक्ष सॅम्युएलकडे गेलं. आता तिने त्यालाही आपल्या खेळात ओढलं आणि दोघंही उड्या मारू लागली. उड्या मारताना ती त्याच्यावर आपटली. आपल्यामुळे त्या चिमुरडीला इजा होऊ नये असं सॅम्युएलला वाटलं; पण इतक्यात स्टेशनात प्रवेश करणाऱ्या गाडीचा आवाज त्याला ऐकू आला आणि ती पोर आईच्या दिशेने धावत गेली आणि तिला बिलगून गाडीची गंमत पाहू लागली.

एखाद्या सरपटत जाणाऱ्या अजस्र किड्याप्रमाणे अंधारातून प्लॅटफॉर्मच्या दिशेनी येणाऱ्या गाड्या इच्छित स्थळी लोकांना वेळेवर पोहोचवण्यासाठी वचनबद्ध असल्याप्रमाणे ये-जा करत होत्या. सॅम्युएलच्या मनात विचार आला की, तो जेव्हा या शहरात नुकताच आला होता, तेव्हा तो आणि त्याच्यासारखे अनेक नवखे गाडीची वाट बघत असताना गाडी येण्याच्या दिशेनी वाकून वाट बघत असत आणि मग भीतीपोटी पटकन मागे होत, तर पॅरिसचे रहिवासी शहरी संस्कृतीत मुरलेले सराईत प्रवासी असल्यामुळे जगाकडे तुच्छतेनी बघत असत.

प्लॅटफॉर्मवर वेळ घालवायला दुसरंही एक कारण होतं. तिथे बऱ्याचशा उत्पादनांच्या जाहिराती लावलेल्या होत्या आणि अर्थातच कमीत कमी कपडे घातलेल्या सुंदरी आपलीच उत्पादनं घेण्यासाठी गिऱ्हाइकांना भुरळ पाडत होत्या. सॅम्युएलवर नजर ठेवण्यासाठी समजा कोणी पाठलाग करतच असला, तर हा उगाचच भटकत असलेला इसम नक्की काय करणार होता, हे त्याला समजलंच नसतं. समोरच्या प्लॅटफॉर्मवर उत्तरेच्या दिशेने जाणारी एक गाडी आली आणि मोठ्ठा उसासा टाकून थांबली. पाच-पन्नास माणसं उतरली आणि दिसेनाशी झाली. ती चिमुरडीही आता गेली होती. तो अतिशय काळजीपूर्वक हालचाली करत होता, असं म्हणण्यापेक्षा एखाद्या शंकेखोर माणसासारखा वागत होता.

सूर्य तळपत नसल्यामुळे स्टेशनच्या बाहेर कुंद वातावरण होतं. पण खाली, भुयारी रेल्वेच्या अंधूक वातावरणाला डोळे सरावल्यामुळे त्या प्रकाशातही डोळे दिपत होते. मॉन्टपार्नेसाच्या सिमेंट-कॉंक्रीटच्या इमारतींच्या बाजूने तो चालला होता. सेर्त बोबूरचा प्रसंग सोडला, तर १९६० सालानंतर सुदैवाने फक्त हीच एक

आपत्ती पॅरिसवर कोसळली होती असं म्हणावं लागलं असतं.

मोन्टपार्नेसेवरच्या चौकात असलेल्या एका भव्य इलेक्ट्रॉनिक जाहिरात-फलकात चारचौघात आपलं प्रेम व्यक्त करणाऱ्या मिशेल नावाच्या विदूषकाची जाहिरात होती : 'माझं व्हेरॉनिकावर प्रेम आहे'. जणूकाही फलकाच्या दुसऱ्या बाजूला असलेलं इलेक्ट्रॉनिक हृदय लोकांच्या प्रतिसादाची अपेक्षा करत धडधडत होतं. सॅम्युएलच्या भौतिक जीवनाला हे एक प्रकारचं आव्हानच होतं.

त्याने जाहिरातीकडे पाठ फिरवली आणि तो चालू लागला.

शांतपणे वेळ घालवण्यासाठी म्युझे बुर्देल ही सॅम्युएलची आवडती जागा होती. मुख्य चौकाच्या पिछाडीला ऱ्यु आँत्वान बुर्देलवर असलेल्या या जागी कायम नीरव शांतता असे. इथून अर्ध्या किलोमीटर अंतरावर असलेल्या लेझांवालीदवरच्या मुसे रोदीमध्ये जपानी पर्यटकांची तुंबळ गर्दी असे. तऱ्हेतऱ्हेच्या रंगीत छत्र्या हातात उंच धरून ही मंडळी गाइडच्या मागे भरकटत जात असत; पण रोडीनच्या एका प्रतिभावंत चेल्याच्या पवित्र वास्तूत नेहमीच शांतता असे. शहरी वातावरणातल्या धामधुमीत या मूल्यवान जवाहिराकडे कोणाचं लक्षच गेलेलं नसावं.

सॅम्युएलने आपल्या घड्याळावर नजर टाकली. आता इथे अकरा वाजले होते, म्हणजे लंडनला दहा वाजले असणार होते. अर्थात, रविवारी सकाळी मॅकमरे या वेळी ऑफिसात असणं शक्यच नव्हतं, पण एक प्रयत्न करायला हरकत नव्हती. त्याने सार्वजनिक फोनची निवड केली.

"हां!"

एकच बेल वाजली होती. याचा अर्थ 'सन्डे इन्क्वायर'च्या संपादक महाशयांनी, मॅकमरे साहेबांनी कामाला सुरुवातही केली होती. रविवारी, अंक प्रसिद्ध होण्याच्या दिवशी, आणि तेही चक्क सुट्टीच्या दिवशी मॅकमरे साहेबांना पाहून त्यांच्या हाताखालची मंडळी पार भेदरून गेली होती. सकाळी सकाळी पहिल्या बेलनंतरच त्यांनी फोन उचलला, याचंही सर्वांना आश्चर्य वाटून गेलं. पण गेल्या काही आठवड्यांत सॅम्युएलला विल्यम बर्टनकडून जे काही शिकायला मिळालं होतं, त्यावरून यात आश्चर्य वाटण्यासारखं काहीच नव्हतं. बर्टनने आपल्या कारकिर्दीची सुरुवात एक पत्रकार म्हणूनच केली होती आणि नंतर तो संपादक झाला होता. शनिवारी रात्री उशिरापर्यंत बसून त्याने रविवारी प्रसिद्ध होणारा अंक पहिल्या पानाच्या पहिल्या ओळीपासून ते शेवटच्या पानाच्या शेवटच्या ओळीपर्यंत वाचून काढला असल्यास त्यात नवल वाटण्यासारखं काहीच नव्हतं. एखादा लेख त्याच्या पसंतीस उतरला नाही, तर त्या लेखकाची सुट्टीच होत असे. तो लेख वाचून त्याला फारच राग आला, तर मग त्या उपसंपादकाचीही खैर नसे.

"मि. मॅकमरे? मी सॅम्युएल स्पेन्डलव्ह बोलतो आहे."

"अरे, स्पेन्डलव्ह का? छान! बोल. काही प्रगती?'

मॅकमरेशी नेहमीच मुद्याला धरून संभाषण होत असे. त्याच्याबरोबर झालेल्या पहिल्या भेटीच्या वेळी त्याच्याबद्दल सॅम्युएलच्या मनात जी आदरयुक्त भावना निर्माण झालेली होती, ती आता पार विरून गेली होती. आतापर्यंत झालेल्या अनेक संभाषणांवरून एक गोष्ट स्पष्ट झाली होती की, मॅकमरेला धोक्याचे संकेत दाखवणाऱ्या विश्लेषणात मुळीच रस नव्हता. त्याला फक्त गॅलिमार्ड प्रकरणाचा सखोल अभ्यास करून हवा होता. बर्टनने गेल्या वर्षी त्या प्रकाशन संस्थेवर बोली लावली होती, पण मोनॅकोतल्या एका विश्वस्त निधीच्या मदतीने एका लहानशा प्रकाशनसंस्थेनं त्यावर बाजी मारली होती. त्या विश्वस्त निधीचा मालक कोण होता, हे कोणालाच माहीत नव्हतं. याबद्दल खरंतर मोनॅकोसारख्या टीचभर देशाच्या गुप्तता-कायद्यालाच धन्यवाद द्यायला पाहिजे होते.

गॅलिमार्डवर एखादा विद्वत्ताप्रचुर लेख लिहायचा नव्हता, तर ते शोध-पत्रकारितेचं काम होतं आणि तेही महाकठीण!

"अजून तशी काही खास प्रगती झालेली नाही. काय आहे, इथल्या महत्त्वाच्या लोकांचा विश्वास संपादन केला पाहिजे."

"साला, असा कितीसा विश्वास तुला मिळवायचा आहे? अरे देवा! तू आता तिथे काही आठवडेच आहेस. तू काही त्यांना तुझी पोपच्या जागी निवड करायला सांगत नाही आहेस. मलातर आता त्या रेड इंडियन लोकांप्रमाणे धुराच्या संदेशाची वाट बघत असल्यासारखं वाटायला लागलंय."

"खरा प्रकार काय आहे, ते उलगडून दाखवायला जरा हळुवारपणेच पावलं टाकायला हवीत." सॅम्युएल कुजबुजल्यागत म्हणाला.

लंडनच्या बाजूने फक्त गुरगुरल्यासारखा आवाज आला. पलीकडे मॅकमरेला आता चक्कर आली असावी, असा सॅम्युएलने तर्क बांधला. मॅकमरेचा गुबगुबीत आणि पांढुरका चेहरा आता जास्तच फिक्कट झाला असेल, अशी त्याने कल्पना केली.

"मला मूर्खासारखं ते उलगडून वगैरे सांगू नकोस स्पेन्डलव्ह. पॅरिसमध्ये तू गुंतवणूकदाराचा मुखवटा घालून बोंबलत हिंडतो आहेस, पण मला माझ्या बातमीसाठी काही ठोस पुरावा हवा आहे. यासाठी तुला काय करावं लागेल, त्याची मी ढुंकूनही काळजी करणार नाही."

"पण तरीही थोडासा वेळ लागणारच."

"ऐक स्पेन्डलव्ह, तुला माहीतच आहे की, आपल्या मालकाला यामध्ये खूपच स्वारस्य आहे. तू ज्या माणसाची बॅग आता सांभाळतो आहेस, त्या हलकट वंडर-बॉयची मालकांना ठासायची आहे. त्यांना त्या बॅगेतली घाण हवी आहे आणि तीही आत्ताच्या आत्ता. त्यांना काहीतरी वर्तमानपत्रात छापून यायला हवं आहे."

सॅम्युएल थोडासा अस्वस्थ झाला. रात्री उशिरा अडखळत येणाऱ्या वडलांची त्याला आठवण झाली. वरिष्ठांच्या शिव्या खाऊन मग विमनस्क अवस्थेत खच्चून व्हिस्की प्यायल्यामुळे त्यांच्या चेहऱ्यावर तरल भाव येऊन ते उदासवाणे दिसायचे. सॅम्युएल त्यांची वाट बघत जिन्यात बसलेला असायचा आणि आई हात चोळत येरझाऱ्या घालत असायची. ''इतका उशीर का झाला? परत ते पबमध्ये गेलेच का?''

स्पेन्डलव्ह अस्वस्थ झाल्याचं मॅकमरेच्या लक्षात आलं आणि तो नरमाईने बोलायला लागला : ''मला काय म्हणायचं आहे, या महत्त्वाच्या गोष्टीत स्वत: विल्यम बर्टनला खूप रस आहे आणि त्यांना हे तडीस न्यायचं आहे. माझी केवळ तुझ्यावर भिस्त आहे स्पेन्डलव्ह. तेव्हा पुढल्या आठवड्यात मला तुझ्याकडून गॅलिमार्डविषयी काहीतरी मिळायला हवं. आपल्याला परिणाम दिसायला हवेत आणि तेही लवकर. तुला कोणाची मदत हवी आहे का? मी सुझी गिलबर्टसनला एक-दोन आठवड्याकरता वेळ देऊ शकतो. ती फ्रेंच भाषा बऱ्यापैकी बोलते आणि त्या खणून काढण्याच्या कामात तर ती चांगलीच वाकबगार आहे.''

सॅम्युएलच्या डोळ्यापुढे तिची ती आव्हानात्मक नजर आली आणि तो क्षणभर विचलित झाला. गोष्टीच्या मुळापाशी जाण्यासाठी एका हसतमुख पात्राची मदत घेण्याचा प्रस्ताव त्याच्यासमोर होता.

''नको, मीच काय ते करीन. सुझी आली, तर माझ्यापुढे जास्त अडचणी उभ्या राहतील.''

''पोरा, काम नक्की फत्ते होईल असं बघ.''

इतकं बोलून मॅकमरेने फोन खाली ठेवला.

पलीकडचा फोन ठेवल्याचा आवाज ऐकू आल्यावर सॅम्युएलनेही हलकेच फोन ठेवून दिला. याचा अर्थ बातमी मिळवण्यासाठी विल्यम बर्टन मॅकमरेच्या मागे लागला होता. गॅलिमार्ड त्याला मिळू नये यासाठी खाननेच प्रयत्न केले असल्याचं बर्टनला स्पष्टपणे दिसत होतं, पण हे सिद्ध करण्यासाठी त्याच्या हातात काही ठोस पुरावा नव्हता. तो हाती लागताच त्याची प्रसारमाध्यमाची ताकद पणाला लावून तो खानला लोकांसमोर उघडं पाडणार होता आणि त्याची लाज काढण्यासाठी मॅकमरे आणि सॅम्युएल नावाची शस्त्र वापरणार होता. आता ही घाण लगेचच उकरून काढायला हवी होती, कारण सुरुवातीला सांगितल्याप्रमाणे या कामासाठी त्याला फक्त तीन महिनेच मिळणार होते.

खानविषयी ऐकीवात असलेल्या अनेक अफवांपैकी एकतरी त्याला पुराव्यानिशी सिद्ध करणं गरजेचं होतं. गॅलिमार्ड ही सगळ्यात महत्त्वाची बातमी होती, पण इतर अनेक भानगडीही होत्या. उदाहरणार्थ लहान अथवा मोठ्या उद्योगांच्या शेअरर्सच्या

किमतीत सोयीस्करपणे चढ-उतार करण्याचं खानचं कौशल्य वादातीत होतं. आर्थिक व्यवहारातही तो काही कमी चलाख नव्हता. थायलंडमध्ये झपाटल्यागत फ्युचर ट्रेडिंग झाल्यामुळे तिथल्या 'बाथ' या चलनाचा भाव वाढला, याचं श्रेय लोक खानलाच देत होते; पण नंतर काही मिनिटांतच व्हिएतनामचं डाँग नावाचं चलन पार कोसळलं होतं, हे कोणाच्याच लक्षात आलं नव्हतं. खानच्या कानावर या सर्व गोष्टी आल्या होत्या, पण तो ते हसण्यावारी नेत असे. "त्या डाँग नावाच्या चलनाला काही अर्थ आहे का?'' तो हसत हसत म्हणे. समजा या अफवांमध्ये काही तथ्य असतं, तरी सॅम्युएलने तो गैरव्यवहार सप्रमाण सिद्ध केला असता, तरच त्याची सनसनाटी बातमी होऊ शकली असती. जर त्याने या कामाने मॅकमरेला खूश केलं असतं (खरंतर बर्टन खूश होणं महत्त्वाचं होतं), तर मग त्याला एक पत्रकार म्हणून आयुष्यभर काम करता आलं असतं; अर्थात त्याची इच्छा असती तर! शिवाय पत्रकारितेमध्ये काही बदल घडवून आणल्याचं श्रेयही त्याच्या पदरात पडलं असतं, ते वेगळंच!

रस्त्यावरचा पादचाऱ्यांसाठीचा सिग्नल बदलण्याची वाट बघत सॅम्युएल उभा होता. ही बातमी मिळवण्यासाठी खानला रंगेहाथ पकडायला हवं होतं आणि त्यासाठी हुशारीची गरज आणि नशिबाची साथ हवी होती. हे सगळं एका आठवड्यात घडवून आणणं केवळ अशक्य होतं, हे सॅम्युएलला माहीत होतं आणि म्हणूनच त्याला स्वत:चाच राग येत होता. गुप्तपणे चालवलेल्या कामात आता सॅम्युएलला मजा वाटत होती आणि मुख्य म्हणजे आर्थिक क्षेत्रात बिनबोभाट धुमाकूळ घालणाऱ्या एका खाशा टोळीच्या कार्यपद्धतीचा त्याला आता उलगडा व्हायला लागला होता. पण अशा वेळी वेळेचं बंधन घालणं हास्यास्पद, अन्यायकारक आणि डोकं फिरवणारं होतं.

रॉडिनने सुचवलेला बुर्देल नावाचा काहीसा अप्रसिद्ध शिल्पकारच आता त्याला दिलासा देणार होता. त्याने त्या पेंगुळलेल्या दरवानाला तीन युरो दिले आणि प्रदर्शन पाहण्यासाठी तो आत गेला. एके काळी बुर्देल वास्तव्य करत असलेल्या घराचंच आता प्रदर्शनगृहात रूपांतर झालं होतं. घराच्या एका भागात बुर्देल राहत असे आणि दुसऱ्या भागात त्याची कार्यशाळा होती. कुठलंही शिल्प तयार करण्यापूर्वी बुर्देल त्याचं रेखाचित्र त्याच्या राहत्या घराच्या भिंतींवर काढत असे. सॅम्युएलने त्या जागेपासूनच प्रदर्शन पाहायला सुरुवात करायचं ठरवलं. दुपारच्या वेळी ते घर चांगलंच तापलं होतं आणि सर्वत्र चरबी आणि मातीचा विशिष्ट वास येत होता. तिथे असलेल्या पलंगाच्या बाजूलाच एक हातपाय धुवायची जागा होती. दिवसभराचं काम झाल्यावर हा महान शिल्पकार उघड्याबंब अवस्थेत इथेच अंग पुसून दिवसभराचा शीण घालवत असेल, असा विचार सॅम्युएलच्या मनात आला.

तो जिना चढून वरच्या मजल्यावरच्या दालनात गेला. असंख्य झाडांच्यामध्ये लष्करातल्या एका जनरलचा अश्वारूढ पुतळा बसवलेला होता. एके काळी ही सुंदर आखीव बाग असावी, असं सॅम्युएलला वाटून गेलं. आपल्या मालकाला श्रद्धांजली वाहण्यासाठी येणाऱ्यांकडे ते झाड आता नुसतंच पाहत असावं, असं त्याला वाटून गेलं. प्रसन्नपणे हसणाऱ्या मादाम द पोलिन्याकचा अर्धपुतळा सॅम्युएलला खूप भावला. थोड्याशा नजाकतीने मागे वळवलेली मान, चेहऱ्यावर आत्मविश्वास आणि रसरशीत ओठ! तिचं सगळंच कसं आकर्षित करणारं होतं. सॅम्युएलच्या मनात तो शिल्पकार आणि ती मॉडेल एकत्र काम करत असताना कसे दिसले असावेत ते दृश्य आलं. त्याने तिचे केस हळुवारपणे सारखे केले असतील, मग तिची मान किंचितशी तिरकस करत त्याला अपेक्षित असलेल्या स्थितीत आणली असेल आणि मग...मग.... सॅम्युएलने एखाद्या स्त्रीचं चुंबन घेतल्याला बराच काळ उलटून गेला होता.

खिडकीच्या काचेवर काही वस्तू पडाव्यात, तसा जोरदार तडतड आवाज ऐकून तो भानावर आला. एक बाई स्वत:लाच दूषणं देत खाली वाकून लगाबगा काही वस्तू गोळा करत होती. उत्तरेकडच्या अनेक लहानमोठ्या शिल्पांनी खच्चून भरलेल्या त्या मोठ्या दालनात तीच एक दुसरी व्यक्ती होती. तिच्या लिपस्टीकची डबी जिन्यावरून घरंगळत खाली जात असताना होणाऱ्या टणटण आवाजाने त्या दालनाच्या शांततेचा भंग झाला होता.

तिला मदत करण्याच्या उद्देशाने सॅम्युएलनी पाऊल पुढे टाकलं, पण तो क्षणात थबकला. ही बाई तर ओळखीची वाटत होती; अगदीच ओळखीची! ती काझ असल्याची त्याला खात्री पटली आणि तो नकळत एका खांबामागे लपला.

तो पटकन तिच्या मदतीला गेला नाही, हे त्याला बरंच वाटलं कारण तोपर्यंत दुसरी एक बाई तिथे मदतीला धावून आलीच. ती दुसरी बाई वयाने आणि चणीनी काझच्याचसारखी होती, पण इतर बाबतीत मात्र त्यांच्यात कुठेच साम्य नव्हतं. त्या बाईच्या लांबसडक काळ्या केसांना एक प्रकारची चमक होती, तर काझचे केस पिंगट कुरळे होते; तिच्या चालण्यात एखाद्या मल्लाचा आवेश होता, तर काझचं चालणं स्त्री-सुलभ नजाकतदार होतं. मोटरसायकल चालवणाऱ्या इसमांप्रमाणे तिने काळ्या चामड्याचा पेहराव केला होता आणि पायात गुडघ्यापर्यंत येणारे बूट घातलेले होते. काझने घातलेल्या जीन आणि कुडत्यापुढे ते विसंगत वाटत होते. ती शामवर्णीय सुंदरी होती, तर काझ उजळ! खाली वाकून काझला मदत करताना तिने हलकेच काझच्या हातावर हात ठेवला.

मगरीसारख्या दिसणाऱ्या एका इजिप्शियन देवतेच्या पुतळ्यामागून सॅम्युएल हे सगळं पाहत होता. ती मोटारसायकलवाली बाई काझशी अल्लडपणे बोलत

होती. अननसाच्या आकाराची एक वस्तू उचलून त्या बाईने काझच्या भल्यामोठ्या पर्समध्ये कोंबली. ते पाहून सॅम्युएल हदरलाच. त्याने ती वस्तू ओळखली होती. धनुष्याला बाण लावून तो सोडण्याच्या वेळी किंचित वाकलेल्या माणसाच्या प्रसिद्ध मोठ्या शिल्पाची ब्राँझमधली ती लहानशी प्रतिकृती होती. शेजारी असलेल्या कार्यशाळेत अशा अनेक वस्तू एका कुलूप नसलेल्या कपाटात ठेवलेल्या होत्या.

हातात भरपूर पैसा आहे, पण तो खर्च करायलाही वेळ नाही, अशी मंडळी अशा कलाकुसरींच्या वस्तूंवर तो पैसा खर्च करत. कलाकृतीचं आकर्षण असणं हा भाग वेगळा, पण हे काही वेगळंच प्रकरण होतं. काझ नक्कीच श्रीमंत होती, यात शंका नव्हती, पण चोरून वस्तू जमवण्याने तिला जास्त आनंद मिळत असावा.

दोघी बायका आता प्रदर्शनगृहातून बाहेर पडत होत्या. ती मोटारसायकलवाली आता बाहेरच्या बागेतले पुतळे बघण्यात गुंग झाली होती. त्या चेस्नट वृक्षांच्या गर्दीत ते चाळीस फुटी उंच पुतळे शोधावे लागत होते. काझ शातंपणे वाट पाहत उभी होती; अगदी नाइलाजाने. तिला आता त्या पुतळ्यात काही रस नव्हता आणि तिला लवकर बाहेर पडायचं होतं, पण ती दुसरी बाई आजूबाजूला पाहत, रेंगाळत, उसासे टाकत बसली होती. तिला कदाचित काझचा खोळंबा करण्यातच मजा वाटत असावी.

गर्द सावली असलेल्या सुरक्षित जागी सॅम्युएल आता दबा धरून बसला होता. इकडे काझची चरफड होत होती. तिला जर कोणी आता अडवलं असतं, तर तिच्यावर खटला भरला गेला असता. शिवाय रोपनरमधली आणि आर्थिक जगतातली तिची कारकीर्दही संपुष्टात आली असती. भागधारकांच्या आणि गुंतवणूकदारांच्या व्यवहाराची नैतिक जबाबदारी एखाद्या गुन्हेगाराच्या हाती कुठल्याही बँकेने दिली नसती, हा भाग वेगळा; पण पकडलं जाण्याचा मूर्खपणा करणाऱ्या कर्मचाऱ्याला बँकेने कधीच जवळ केलं नसतं.

शेवटी त्या दोघी कोणीही न अडवता सटकल्या. सॅम्युएल त्यांच्या मागून निघाला, पण गरुडासारखी तीक्ष्ण नजर असलेल्या पहारेकऱ्याने त्यालाच अडवलं. अर्थात, सॅम्युएलच्या हातात बॅगच नव्हती आणि तपासणीअंती तो काहीही चोरून नेत नसल्याचं निष्पन्न झाल्यामुळे त्याला बाहेर जाण्याची परवानगी मिळाली.

सोमवारी जेव्हा प्रदर्शनगृहाच्या व्यवस्थापकांनी सर्व कलाकुसरींच्या गोष्टींचा हिशेब लावला असता, तेव्हा त्यांना चोरी झाल्याचं आढळलं असतं. अर्थातच, बुर्देलच्या शिल्पकृतीच्या चाहत्या असल्याने त्या दोघींचा संशय न घेता व्यवस्थापनाने सॅम्युएलचाच संशय घेतला असता.

पहारेकऱ्याच्या संशयी नजरेपासून सुटका मिळवल्यावर तो तडक बाहेर पडला. तो भराभरा ऱ्यु ऑत्वान बुर्देलच्या टोकाला गेला. त्या दोघी निघून गेल्या

होत्या. आता त्याच्यापुढे प्रश्न होता. डावीकडचा रस्ता मुसे रोडिनकडे आणि लेझांवालीदवरच्या नेपोलियनच्या समाधीपाशी जात होता, तर उजवीकडचा परत मोंपार्नासला जात होता. त्याने उजवीकडे जाण्याचा निर्णय घेतला. अर्थातच हा निर्णय त्याने काही अपेक्षा न ठेवता निव्वळ आशेपोटी घेतला होता.

तो फुटपाथवर भराभरा चालला होता आणि त्याचं मन त्याच्यापुढे धावत होतं. काझचं भवितव्य नक्कीच चांगलं होतं. बँकेतलाच कोणी सांगत होता की, ही जर 'स्त्री' नसती आणि तीही अशी नजरेत भरण्यासारखी सुंदर नसती, तर तिला अन्तोन मिलरकडे केव्हाच काम मिळालं असतं. कुठल्याही दृष्टीने विचार केला असता, तरी खानची बातमी काढण्यासाठी काझच योग्य व्यक्ती होती, हे सॅम्युएलच्या लक्षात आलं होतं. खानच्या कामाची पद्धत आणि तो करत असलेली कामं बेकायदेशीर होती का, हे जर कोणाला माहीत होतं, तर ते काझलाच!

आतातर त्याच्या हाती मोठ्ठंच घबाड लागलं होतं. कलाकुसरीच्या वस्तू चोरण्यात आनंद मानणाऱ्या बाईची बाजू केव्हाही लंगडीच होती. तिने प्रथम ते सगळं अमान्य केलं असतं, सॅम्युएलचं जगणं अशक्य करून टाकलं असतं आणि मग तो बँकेच्या बाहेर केव्हाही फेकला गेला असता; पण तरी त्याला वाटलं, 'हरकत नाही. बातमी तरी मिळेल. पण ही बया आहे कुठे?'

सॅम्युएलला नशिबाने साथ दिली. टॅक्सीची वाट पाहत त्या ला क्वुपोल आणि ब्रासेरी क्लो दे लीलाच्या नाक्यावर थांबल्या होत्या. आता त्या रांगेत सर्वात पुढे होत्या. सॅम्युएल धावतच बुलेव्हॉ मोंपार्नासच्या कोपऱ्यावर गेला आणि त्याने गर्दीतून एक टॅक्सी बोलावली.

"नक्की कुठे जायचं आहे ते नंतर सांगतो." असं त्याने सांगितल्यावर टॅक्सीवाल्याने खांदे उडवले आणि मिटर टाकला. टॅक्सीत बसल्यावरही नक्की कुठे जायचं आहे, ते माहीत नसणारे अनेक महामूर्ख त्याच्या टॅक्सीत बसलेले होते.

त्या दोघी दक्षिणेच्या दिशेने चालल्या होत्या. मागून येणाऱ्या दुसऱ्या टॅक्सींना पुढे जाऊ द्यावं का नाही, याचा उलगडा होत नसल्यामुळे टॅक्सीवाला आता अस्वस्थ होत चालला होता. शेवटी हा थबकत थबकत चाललेला प्रवास एकदाचा चौदाव्या विभागातल्या ऱ्युदालेसियापाशी संपला. टॅक्सीतून उतरल्यावर सॅम्युएलने ड्रायव्हरच्या हातात नोट टेकवली. या अर्धवट माणसाने दिलेली नोट खरी असल्याची त्या ड्रायव्हरने खात्री करून घेतली.

मुख्य रस्त्यापासून एका मिनिटाच्या अंतरावर असलेल्या एका दरवाजातून त्या दोघी आत गेल्या आणि दिसेनाशा झाल्या. सॅम्युएलही त्यांच्यामागोमाग आत गेला आणि थोडंसं अंतर ठेवून चालत राहिला. नाइट क्लब किंवा बारला असतो, तसा हा भक्कम दरवाजा काळ्या रंगाने रंगवलेला होता. बाहेरून मात्र ही जागा नाइट

क्लब वाटावी अशा कोणत्याच खुणा दिसत नव्हत्या. नेहमी आढळणाऱ्या, खोटंखोटं स्वागत करणाऱ्या दिव्यांच्या जाहिराती, बायकांची चित्रं असला प्रकार दिसत नव्हता; पण काही अक्कलहुशारीनी चालवलेल्या नाइट क्लबच्या चालकांना बाहेरून तशी जाहिरात न करण्यातच अभिमान वाटतो. खऱ्या जाणकाराला जर चांगल्या क्लबात जायचं असेल, तर तो कुठे आहे याची जाण त्याला असावीच लागते. यालाच म्हणतात, *'ब्वात द न्युई शिक'*

आत जावं का नाही अशा विचारात असतानाच त्याने एक शक्कल लढवली. तो दारावर टकटक करून दार उघडायला सांगणार होता. जर ते कोणाचं घर निघालं असतं, तर तो त्रास दिल्याबद्दल मनापासून दिलगिरी व्यक्त करून परत जाणार होता. जर तो एखादा क्लब निघाला असता, तर मात्र तिथे ऐसपैस जागा असली असती व मग तो आत जाणार होता म्हणजे त्याला त्या दोघींच्या दृष्टीस न पडता त्यांच्यावर लक्ष ठेवता आलं असतं आणि समजा तो आत गेला नसता, तरी एका नवीन जागेचं नाव आणि माहिती त्याला मिळाली असती.

त्याने दारावर जोरात थाप मारली. काहीच झालं नाही. परत एकदा आणखीन जोरात प्रयत्न केला. साधारणपणे चेहऱ्याच्या समोर असलेलं एक चौकोनी खिडकीचं कवाड उघडलं गेलं. एक अतिशय रेखीव चेहरा त्याला निरखून पाहत होता. मोहक चेहरा, पिंगट काळे डोळे, मुलायम त्वचा, एकाच कानाच्या पाळीत घातलेलं भलं मोठं कर्णभूषण हे सगळं सॅम्युएल पाहतच राहिला! ती मघाचीच मोटारसायकलवाली होती.

''एस्क्युझेम्वा, जे ला मोव्हेझाद्रॅस ज व्रवा'' (माफ करा, मी चुकीच्या पत्त्यावर तर आलो नाही?)

ते डोळे आता जास्त रोखून बघत होते. ती दिसायला सुंदर होती, पण तिच्या चेहऱ्यावर कठोर भाव होते. ती काहीतरी शोधत होती, पण ते तिला गवसत नव्हतं. *''जी व्रवा म्वा ओसी, नाँपोत''* ती हसून म्हणाली. (मित्रा, ही जागा चुकीची आहे, वेळ चुकीची आहे आणि तुझ्या समोरची व्यक्तीही अर्थातच चुकीची आहे.) मघाशी ज्या सफाईने ते कवाड उघडलं गेलं होतं, त्याच सफाईने ते बंद झालं.

सॅम्युएलने जवळच्या भुयारी रेल्वेच्या स्टेशनचा रस्ता धरला. 'काझने आपल्याला पाहिलं नसलं म्हणजे मिळवली!'

या सगळ्याचा अर्थ काय समजायचा, ते त्याला समजत नव्हतं. ती जागा क्लबसारखीच वाटत होती, पण तिथे त्याला प्रवेश नव्हता. म्हणजे हा समलिंगी स्त्रियांचा क्लब तर नव्हता! ही गोष्ट जर शेअर बाजारात समजली असती, तर काझला फाशीच झाली असती.

त्यापेक्षा हे विसरून गेलेलंच बरं, असं त्याला वाटलं. आता फक्त काझने ढापलेल्या बुर्देलच्या त्या लहान शिल्पाचाच विचार करायला हवा होता. त्याला

समजलेल्या गुपिताच्या आधारावर तिच्यावर काही माहिती पुरवण्याची जबरदस्ती करणं, हे भयंकर काम होतं; पण त्याचा नाइलाज होता. काही प्रसंगी सत्य वदवून घेण्यासाठी असा ओंगळपणा करावाच लागतो, हे त्याला मान्यच करावं लागलं. आणि जेव्हा दुसऱ्यासाठी हे काम गुप्तपणे केलं जातं, तेव्हा तर तिथे तुमच्या अस्तित्वाचाच प्रश्न असतो.

तो जेव्हा घरी परत आला, तेव्हा त्याच्या फोनची बेल वाजत होती. त्या एकोणीसाव्या शतकातल्या दाराशी झटापट करून ते त्याने उघडलं आणि धडपडत फोन उचलला. 'कदाचित हा गेलचा फोन असेल. स्टेरॉईडस खाऊन माजलेल्या त्या विद्रूप माणसाबरोबर पळून गेल्याचा आता तिला पश्चात्ताप होत असावा. कदाचित दुसऱ्या कोणाचा फोन असेल....'

"हॅलो सॅम्युएल!"

त्याने आवंढा गिळला आणि त्याच्यासमोर असलेल्या नॉट्रडॅमच्या जुळ्या इमारतीकडे तो पाहू लागला.

"अरे, हा तर आश्चर्याचा धक्काच आहे!"

"मी शक्यतो माझ्या आणि माझ्या हाताखालच्या लोकांच्या शनिवार/रविवारच्या सुटीचं खोबरं करत नाही. प्रत्येकालाच स्वत:साठी थोडा वेळ हवा असतो सॅम्युएल."

"मग....?"

"तेव्हा तूही थोडी गंमत करावीस, असं मी ठरवलं आहे. आपल्यापाशी आता भरपूर पैसा खेळतो आहे, तेव्हा बाजारात खेळण्यासाठी मी तुला अर्धे पैसे द्यायचं ठरवलं आहे."

"तुम्हाला नक्की काय म्हणायचं आहे?"

"मी तुला काही चाली खेळण्यासाठी अगदी तुझ्या मतानुसार बाजाराचा कल ओळखून काही पैसे द्यायचं ठरवलं आहे. अर्थात माझ्याकडेही काही कल्पना आहेतच."

आता खानशी बोलताना सॅम्युएल कागदावर काहीतरी खरडू लागला. त्याचं डोकंच गरगरायला लागलं. तो चक्क बँकेचे पाच कोटी डॉलर्स सॅम्युएलला बाजारात खेळण्यासाठी देणार होता!

काही वेळानी फोन खाली ठेवल्यावर त्याने हातातल्या कागदाकडे नजर टाकली. 'दुसऱ्याच कोणाचे पैसे आणि तेही पाच कोटी!'

खानला नव्याने भरती झालेला सॅम्युएल कदाचित चांगला आणि उपयुक्त सहकारी वाटत होता; अगदी सर्वार्थानी. म्हणजे बँकेच्या पैशाने स्पेक्युलेटिव्ह ट्रेडिंग करण्याचं धाडस करायला सांगण्याइतपत सॅम्युएलवर खानचा विश्वास होता. खानची कार्यपद्धती जवळून पाहण्याची ही चांगली संधी चालून आली होती. 'शेवटी सत्याच्या मुळाशी जाणं फारसं अवघड नाही तर!' सॅम्युएलच्या मनात आलं.

"हे इथे बघ. दिसतंय तुला? हे त्यातलं मोठं रहस्य आहे."

टेबलाशेजारी असलेल्या स्टुलवर मुलगा चढला आणि काळजीपूर्वक पाहू लागला. आपल्या आजीच्या चमकत्या वृद्ध हातांकडे तो पाहत राहिला. ज्या कामासाठी ते भराभरा हालत होते, ती हालचाल जराशी चक्रावून टाकणारी होती. इतर वेळी त्याच्या आजीच्या हालचाली संथपणे होत असत; मग ती बोलत असो किंवा कुठे जात असो. आजीने केलेली प्रत्येक हालचाल संथ आणि कुरकुरत केलेली असायची; पण आता ती केक बनवत होती. ॲपल स्टुडल करायचं म्हणजे भट्टी बव्हेरियन सरपणाने चांगली पेटलेली असणं आवश्यक होतं. ती केक बनवताना पाहत बसणं त्याला आवडायचं. साखर, दालचिनी, लवंगा, हिरवीगार मोठाली सफरचंद, मैदा आणि जळणाऱ्या लाकडाचा धुरकट वास, हे सगळं तो मनात भरून घेत असे.

"हे बघ."

मुलगा पाहत होता. आजीने एक काश्याचं भांडं घेतलं आणि त्यात ती केकचं मिश्रण घुसळायला लागली.

"यासाठी दोन गोष्टी लागतात. प्रथम आपण त्यात पांढरी मिरी घालू म्हणजे सफरचंदाची गोडी वाढेल आणि केक चांगला फुगेल. दुसरी गोष्ट म्हणजे प्रेम आणि माया. त्यामुळे लाडोबा, तुझं पोट उबदार राहील. तू कधीच भुकेला राहणार नाहीस; कधीच नाही."

सरपण आता तडतड आवाज करत जळत होतं.

आजी परत रडायला लागली. रुपेरी अश्रूंची माळ तिच्या गुबगुबीत तांबूस गालावरून ओघळायला लागली. पण अशा वेळी काय करायचं, ते या पोराला ठाऊक होतं. त्याने पटकन फोटोचा अल्बम आणला, तेव्हा आजीने त्याला घट्ट पोटाशी धरलं.

"हे कोण आहेत पोरा?"

"हे तुझे वडील आहेत आजी."

वॉलरस प्राण्यासारख्या मिशा असलेल्या या काळसर माणसाला तो कधीच भेटला नव्हता. त्याने न पाहिलेल्या एका किल्ल्यापुढे तो गृहस्थ उभा होता. या मुलाच्या जन्माच्या कित्येक वर्षं आधी हा फोटोतला गृहस्थ मरण पावला होता.

"आणि आजीचे वडील काय करायचे? आठवतंय ना तुला?"

"आजी, ते लढाईनंतर जर्मनीतल्या सगळ्या पैशाचे व्यवहार बघत असत. म्हणजे पणजोबा ज्या लढाईत लढले, त्याच्या आधीच्या लढाईनंतर ते हे काम करायचे."

"किती हुशार आहेस रे पोरा! आजीला तू खूप खूप आवडतोस."

त्या मुलालाही आजी आवडत असे. मात्र काही गोष्टी त्याला बुचकळ्यात टाकत असत. आजीचे वडील जर जर्मनीतल्या सर्व पैशांचे व्यवहार बघत होते, तर मग सरपण विकत घ्यायलाही आजीकडे पैसे का नसत? त्यालाच का नेहमी जंगलात जाऊन काटक्या गोळा कराव्या लागत?

५

सकाळी गाणं गुणगुणतच सॅम्युएल बँकेत शिरला. आज त्याला मोठ्या तोऱ्यात बँकेमार्फत गुंतवणूक करणाऱ्या एखाद्या माणसासारखं जगायचं होतं आणि ते करताना त्याला शेअरच्या उलाढालीशिवाय दुसरा कसलाच विचार करायचा नव्हता; पण तिथे तर वातावरण वेगळंच होतं. त्याने सभोवतालच्या सेक्रेटरी, देखभाल करणारी मंडळी, सफाई कर्मचारी आणि कार्यालयीन काम करणाऱ्या लोकांच्या चेहऱ्यावरचे भाव पाहिल्यावर त्याचा तोरा थोडासा कमी झाला. सर्वसाधारणपणे पॅरिसमध्ये वास्तव्य करणारी ही सामान्य मंडळी बाहेरच्या वास्तववादी जगात जगत असत. त्यांना शेअर्स किंवा कर्जरोख्यांची विक्री/खरेदी करायची नव्हती आणि त्यामुळे हे करून पदरी पडणारं मोठ्ठं आर्थिक घबाडही त्यांना मिळणार नव्हतं. या लोकांच्या लेखी मोठाल्या पगारावर काम करणारी मंडळी परग्रहावरून आलेली असावीत. सॅम्युएलला हे त्यांच्या चेहऱ्यावर साफ दिसत होतं.

त्याचे सहकारी जास्तीत जास्त पैसा ओढण्याच्या लालसेनी झपाटल्यासारखे काम करायचे. बऱ्याचशा गुंतवणूकदारांना पूर्वेकडच्या देशांशी व्यवहार करायचा असे, त्यामुळे त्यांना भल्या पहाटेच कामाला सुरुवात करावी लागे. ही मंडळी जेव्हा पहाटे चार वाजता ऑफिसात येत असत, तेव्हा बिचारे पक्षीही अजून गाढ झोपेत असत.

भल्या पहाटे कामावर येणारी जितकी मंडळी होती तितकीच मध्यरात्रीपर्यंत जागून काम करणारीही होती. त्यांना फिलाडेल्फियातल्या नाणेबाजारावर लक्ष ठेवायचं असे किंवा कॅलिफोर्नियातल्या एखाद्या पेन्शन फंडाचं व्यवस्थापन करणाऱ्याच्या माथ्यावर युरोपियन इक्विटी इश्यू मारायचा असे.

शेअर बाजाराचं जरी जागतिकीकरण झालेलं असलं, तरी वेगवेगळ्या देशातली घड्याळं वेगवेगळ्या वेळा दाखवत असल्यामुळे दिवसाच्या दोन्ही बाजूंनी कामाच्या

वेळा ताणल्या गेल्या होत्या.

ही लठ्ठ पगार मिळवणारी लोकं एखाद्या पिंजऱ्यातल्या जनावराप्रमाणे खात खात काम करत बसत. पॅरिससारख्या शहरात इतकं अप्रतिम जेवण मिळत असताना हे असं अन्न कुरतडणं लज्जास्पद होतं. त्या फास्टफूडची गोष्टच सोडा! पॅरिसमध्ये पटकन चांगले पदार्थ करून मिळत आणि खाता येत. ऱ्युदे मात्युरँवरच्या लहान लहान कॅफेमध्ये गेलं की, तुमच्यासमोर अदबशीरपणे काटा, चमचा, सुरी आणि नॅपकिन ठेवला जातो आणि सोबत लाल अथवा पांढऱ्या वाइनचा ग्लास समोर येतो. तुम्ही त्या ग्लासातली अर्धी वाइन पिता, तोच तुमचं जेवण समोर येतं; गरमागरम, स्वादिष्ट आणि मनपसंत! पण ह्या गुंतवणूकदारांना जेवणासाठी पंधरा मिनिटंही समोरच्या पडद्यापासून बाजूला जायचं नसतं. त्याऐवजी ते लीनाजमधून सॅन्डविचेस किंवा पिझ्झा हटमधून अथवा शिकागो पिझ्झा पायमधून पिझ्झा मागवून कुरतडतात. नीरस माणसाचा आहार! बाजार जेव्हा थंड असतो, तेव्हा ते एकमेकांवर कागदाचे बोळे, पिना किंवा शिळ्या पावाचे तुकडे मारत वेळ घालवत बसतात; पण त्या टीव्हीच्या पडद्यापासून अजिबात बाजूला हटत नाहीत.

"थोर मंडळींनो, काय चाललं आहे?" सॅम्युएलच्या समोरच्या पडद्यावरचा दिवा उघडझाप करायला लागला, तेव्हा त्याने समोर पहिलं. डी. तुंग्ली फ्रँकफर्टहून संदेश पाठवत होता.

"मी ठीक आहे डी, पण तुमच्यासारख्या आंतरराष्ट्रीय गूढ माणसाची काय बातमी?"

बाजारात जेव्हा फारशी गडबड नसे, तेव्हा लोकही आरडाओरड करत नसत. अशा वेळी असल्या फालतू गप्पा चालायच्या. सभ्य लोक या प्रकाराला हवा चिवडणं म्हणत असत, पण ही लठ्ठ पगारवाली मंडळी याला विष्ठा चिवडणं म्हणायची.

"अरे, मी गूढ आहे म्हणूनच या भिक्कारड्या लहानशा गावात राहतो आहे."

"पळ रे, फ्रँकफर्ट काही वाईट जागा नाही. तिथे तुम्ही काहीही विकू शकता." युरोपचं आर्थिक केंद्र म्हणून एके काळी फ्रँकफर्ट दावेदार होतं, पण अमेरिकन लोक जर्मन भाषा बोलू शकत नव्हते, तेव्हा लंडनने सरळ बाजी मारली. "जर तू हेलसिंकीला असतास, तर डी. अरे याच्याहून ही वाईट परिस्थिती झाली असती. तिथे फक्त नोकियाचा आणि सरकारी रोख्यांचाच व्यवहार करता येतो."

फारशी गडबड नसलेल्या अशा दिवशी सॅम्युएल जरा थट्टामस्करी करायच्या मूडमध्ये होता. डी. तुंग्लीनी त्याच्या नावाची आपल्या यादीत नोंद करून घेतल्यामुळे त्याला जरा आपली पत वाढल्यासारखं वाटून गेलं. तुंग्लीचं नाव गेले कित्येक आठवडे सॅम्युएलच्या डायरीत होतं. शेवटी तुंग्ली मूळ मुद्यावर आला. तो सध्या

एका इटालियन कंपनीचे, मनाला लालूच दाखवणारे रोखे विकत होता.

"मी काहीच सांगू शकत नाही डी. मला खानशी बोलावं लागेल."

"माझं ऐक, हा एक सरळसाधा व्यवहार आहे. अगदी स्वच्छ आणि मिळकत खात्रीशीर. त्याला सांग. तो तर प्रेमातच पडेल. मी नंतर तुला फोन करतो."

आता व्यवहारकक्षात गर्दी वाढायला लागली होती. काझ तिच्या टेबलावर बसून काही महत्त्वाचे कागद चाळत होती. त्या बुर्देलच्या प्रसंगानंतर आता तिच्याकडे टक लावून न बघणं सॅम्युएलला जमणार नव्हतं. ती प्रमाणबद्ध, पण डौलदार दिसत होती. तिच्या सौंदर्यशक्तीचा ती नेमका उपयोग करून घेत असे. अर्थात तिच्या सुस्पष्ट विचार करण्याच्या गुणामुळेच ती या पदापर्यंत पोहोचलेली होती. या पुरुषप्रधान उद्योगात ती अधिकार गाजवत होतीच आणि तिच्या सौंदर्यामुळे लोक जास्तच मोहित होत असत.

एक लहानशी अडचण मात्र होती. स्वच्छतेचं जरा जास्तीचं स्तोम माजवणाऱ्यांपैकी ती एक होती आणि सॅम्युएलला ते जरा धोक्याचं वाटायचं. तुम्ही मरेपर्यंत सिगारेटी फुंकल्यात, समोरच्या ब्लुम्बर्गच्या पडद्यावर अर्धवट खाल्लेला केक किंवा वापरलेला कंडोम ठेवलात किंवा एखादा व्यवहार मनासारखा झाल्यावर ढेकर दिल्यासारखे ओरडलात, तरी रोपनरच्या व्यवस्थापकांना काही देणं-घेणं नव्हतं. मात्र तुमचा शर्ट स्वच्छ आणि इस्त्री केलेलाच हवा. तुम्ही वापरत असलेल्या स्प्रेला आल्प्स पर्वतावर वाहणाऱ्या वाऱ्यासारखा सुगंध हवा आणि तुमची दंतपंक्ती कितीही वाईट असली, तरी तुम्ही तुमचे दात ब्रशने स्वच्छ घासलेले आहेत असं लोकांना वाटायला हवं. अर्थातच तुमचे केस आणि बोटांची नखं व्यवस्थित कापलेली असायला पाहिजेत, हे सांगायलाच नको. इथला नियम : बायकांचे केस फार लांब असू नयेत आणि पुरुषांच्या चेहऱ्यावर केसाचा मागमूसही नको.

सॅम्युएलच्या सिद्धान्तानुसार ही स्वच्छतेची भानगड एक प्रकारची सबब होती, तशी ती रास्तही होती. एखाद्या लबाड कंपनीचे शेअर्स तुम्ही तुमच्यावर विश्वास ठेवणाऱ्या माणसाला विकता आणि मग आरशात आपला गुळगुळीत चेहरा आणि स्वच्छ शर्ट बघून म्हणता की, तुम्ही कसलंही गलिच्छ कृत्य केलेलं नाही. किंवा तुम्ही असंही म्हणू शकता की, हे सगळं जग घाणीने भरलेलं आहे, पण कमीत कमी आम्ही स्वच्छता पाळून त्यात भर घालत नाही. आमचा नेकटायही किती स्वच्छ आहे ते बघा!

दुसरं म्हणजे ऑफिसात चालणारं घाणेरडं राजकारण! वर्षानुवर्षं इथे भयंकररीत्या एकमेकांवर कुरघोडी चाललेली असते. बाकीचे सगळे मरून पडल्यावर जो कोणी उभा असेल तो विजेता! मृत्यू हा वास्तव असतो. मग तो हृदयविकाराच्या झटक्याने असो अथवा मेंदूतल्या रक्तस्रावाने! ऑफिसात होणारा छळवाद, पदावनती किंवा

नोकरीवरून काढलं जाणं ही प्रत्यक्ष मरणाइतकीच वाईट गोष्ट असते. ऑफिसातले दोन सेक्रेटरी जेव्हा आपला साहेब आपल्या कामावर कसा खूश आहे, हे तुम्हाला ऐकू येईल अशा आवाजात वारंवार बोलतात, तेव्हा या वर्षी बोनस न मिळण्याची शक्यता लक्षात येऊन तुम्ही ढसाढसा रडला नाहीत तरच नवल! एखाद्या अति महत्त्वाच्या गिऱ्हाइकाचा खोटेपणा लक्षात आल्यामुळे तुम्ही त्याच्यावर नकळत उंच आवाजात बोललात की, तो तुमचा मृत्युक्षणच असतो! भरपूर काम करून थकवा आल्यामुळे जर तुम्ही एखादी आकडेमोड क्षणार्धात करू शकला नाहीत, तर तोही तुमचा मृत्युक्षण समजा. आकडेमोड जमली नाही, तर व्यवहारही तडीस नेता येत नाही. इथे फार गळेकापू आणि अप्रिय वातावरण असतं. रोपनरमध्ये अशाही वातावरणात लोकं तग धरून राहतात, याचं बाहेरच्या परक्या व्यक्तीला आश्चर्यच वाटेल; पण सट्टा बाजाराची नशा अमली पदार्थासारखी असते. इथे दहा लाख डॉलर्सचा बोनस मिळवणं, हे एकमेव ध्येय असतं. पैशाच्या मागे लागून तो मिळवण्याची हाव धरणं, हीच गोष्ट इथे काम करायला प्रवृत्त करते.

आपल्या असंख्य गिऱ्हाइकांच्या वतीने कोट्यवधी डॉलर्स सांभाळणाऱ्या खान, मिलर, काझ आणि इतरांच्याभोवती मृत्यू रोज घुटमळत असतो. त्यांनी त्यांची व्यावहारिक उपयुक्तता सिद्ध केली असती, तरच ते तगून राहिले असते, हे त्यांना पक्कं ठाऊक होतं. या संस्थेसाठी त्यांनी अनेक वर्षं प्रामाणिकपणे काम करण्यात घालवलेली असली, तरी आपल्याला केव्हाही बाहेरचा रस्ता दाखवला जाऊ शकतो, हे त्यांना चांगलंच माहीत होतं. प्रत्येकाने आपला गड सांभाळत बसायचं असतं. नंतर परिणामस्वरूपी मिळणारी बक्षिसी किंवा शिक्षा किती असू शकते, याची बाहेरच्या माणसाला कल्पनाही करता येत नाही.

खानने रमत-गमत ऑफिसात प्रवेश केला. तो आज स्वत:वरच फार खूश असल्यासारखा वाटत होता.

"काय? मजेत?"

"इतका आनंदात कधीच नव्हतो." सॅम्युएल म्हणाला.

"छान, छान! काही नवीन कल्पना सुचतीये का सॅमीबॉय?"

त्या दिवशी सकाळी बाजार थंडच होता. आर्थिक बाजारात एक म्हण आहे, त्यात तथ्य असावं. या बाजाराला वाईट बातमी चालू शकते, पण वाईट आश्चर्याचा धक्का मात्र आवडत नाही. सुरुवातीला शेअर्स आणि रोख्याचे भाव खाली चालले होते. मग अचानक भाव वाढायला लागले आणि दिवसभरात परत वर गेले. आठवडा अखेरच्या सुट्टीत मिळालेल्या विश्रांतीमुळे सगळ्यांचीच मनं स्थिरावली होती. बँकर्स, दलाल, वित्तव्यवस्थापक आणि विश्लेषकांनी आपआपल्या विश्रांतीगृहातून एकमेकांना फोन करून आकाश खाली कोसळणार नाही याची ग्वाही दिली. बाजार

का सुस्तावला होता, याची माहिती खानने फोनवरून सॅम्युएलला दिली होती. अनेकदा अशा गोष्टी घडतात, त्यांपैकीच ही एक होती. आर्थिक जगतात एक अनधिकृत संपर्क यंत्रणा असते, त्यामुळे हा परिणाम झाला असण्याची शक्यता होती. युरोपातल्या अनेक शेअर बाजारांत थोडीशी उलाढाल झाल्यामुळे तिथे थोडीशी तेजी दिसत होती. बाजारावर विश्वास दाखवण्याचा हा प्रयत्न होता.

बाजारात आलेल्या नवीन कंपन्यांच्या माहितीपत्रकाच्या ढीगाकडे सॅम्युएलने नजर टाकली. लहानसहान जपानी कंपन्यांत गुंतवणूक करणाऱ्या गुंतवणूक विश्वस्त निधीत त्याला रस नव्हता. अल्बानियन सरकारच्या रोख्यातही त्याला काहीच रस नव्हता, अगदी ते डॉलरमध्ये असले तरी. त्यापेक्षा इंटरनेटची सुरक्षाप्रणाली विकसित करणारी कंपनी त्याल जास्त होतकरू वाटत होती.

"काय नवीन काय आहे बाजारात?" सॅम्युएलशेजारी बसत खानने विचारलं. तो इतका जवळ बसल्यामुळे सॅम्युएल थोडासा अस्वस्थ झाला. वडीलकीच्या नात्याने जवळ बसून खानने त्याच्या कामात स्वारस्य दाखवल्यामुळे सॅम्युएल सुखावला असला, तरी त्याचं लक्ष आता पलीकडे होतं.

काही वेळापूर्वी डी. तुंग्लीने सांगितलेल्या इटालियन कंपनीची माहिती सॅम्युएलने खानला दिली आणि त्याच्या हातात तुंग्लीचा टेलिफोन क्रमांक ठेवत ऑफिसच्या बाहेरचा रस्ता धरला. काही वेळापूर्वीच काझ त्याला ऑफिसातून बाहेर जाताना दिसली होती.

काझ एका मशिनमधून शीतपेयाची बाटली काढत असताना सॅम्युएलला दिसली.

"हॅलो!"

"ओ! सॅम्युएल, हॅलो."

ती त्याच्याकडे पाहत प्रसन्नपणे हसली. अर्थात, ती अशी का हसली होती, याचं कारण सॅमला उलगडलंच नव्हतं. आता पुढचे कित्येक तास तो त्यावर विचार करत बसणार होता.

"गेल्या आठवड्यात त्या मिलरपासून माझी सुटका केल्याबद्दल आभार. वाचलो!"

"त्या मिलरपासून सगळेच दूर पळतात. स्वत: तोसुद्धा!" स्वत:ला सावरत काझ हसली खरी, पण ती तिची अस्वस्थता लपवत असावी असं सॅम्युएलला वाटलं. कदाचित तिथला काचेचा दरवाजा ठोठावणाऱ्या माणसाला तिने पाहिलं असावं. क्षणभर विचित्र शांततेत गेला आणि काझ परत आपल्या टेबलाकडे जायला लागली. सॅम्युएलही नकळत तिच्या मागे गेला आणि परत तो त्याच्या टेबलाच्या दिशेने वळाला.

खान फोनवर बोलत होता.

''बघ, स्वत: तोच फोनवर आहे.'' खानने सॅम्युएलला दिलासा देत त्याच्या हातात फोन कोंबला.

''बोलो यार!''

''हाय! आपल्या दोघांना बोलल्याशिवाय चैन पडत नाही असं दिसतंय.''

सॅम्युएलने त्या इटालियन कंपनीचे पाच कोटी डॉलर्सचे शेअर्स विकत घेऊन टाकले. तुंग्लीच्या मते, त्या शेअर्सची किंमत कमी लागलेली होती आणि रोपनर बँक त्यावर पटकन नफा कमावू शकणार होती. या व्यवहारात सुमारे एक आठवडा पैसे अडकून राहिले असते, पण सॅम्युएलचे दहा टक्के नक्कीच सुटले असते. हिशेबानुसार पन्नास लाख डॉलर्सची कमाई होती!

''या व्यवहाराची पूर्तता आजच होईल.'' सॅम्युएलने खानला सांगितलं.

''माझ्या मते याला कमीत कमी एक महिना लागेल. गेली अनेक युगं हा आपल्याशी व्यवहार करायला उत्सुक होता.'' खान गालातल्या गालात हसत म्हणाला. ''पण शाबास! छान व्यवहार केलास. मलातरी हा फायदेशीर वाटतो आहे.''

खान परत पडद्याकडे पाहू लागला. आपल्या मागे एखादं आपत्तीजनक अस्तित्व असल्यासारखं सॅम्युएलला वाटलं. त्याने मागे वळून पाहिलं. अन्तोन मिलर मागे दबा धरून उभा होता आणि त्याच्या नजरेतून द्वेषाच्या ठिणग्या पडत होत्या. सॅम्युएलने त्याला इतका संतापलेला कधीच पाहिलं नव्हतं. मिलर इतका संतापलेला होता की, त्याची कृश शरीरयष्टी थरथरत होती. मिलर आल्याचं खानच्याही लक्षात आलं होतं, पण त्याने दोन मिनिटं चक्क त्याच्याकडे दुर्लक्ष केलं होतं. शेवटी आपल्या कॉम्प्युटरचा स्क्रीन बंद करून खुर्चीत बसल्या बसल्या तो गर्रकन वळाला.

''अरे? अन्तोन? बोल, मी तुझ्यासाठी काय करू?''

''तू माझ्यासाठी आणि बँकेसाठी जे काही केलंस, ते पावलं.'' मिलर धुसफुसतच बोलला. स्वत:वर ताबा ठेवण्याचा मिलर आटोकाट प्रयत्न करत होता.

''माफ कर अन्तोन, पण मी तुझ्याशी या बाबतीत सहमत नाही.'' खानला आपल्या खास ब्रिटिश पद्धतीने बोलायला आवडत असे. इतर युरोपियनांप्रमाणे ते मोडकं-तोडकं इंग्रजी नसल्यामुळे ते मिलरच्या जिव्हारी लागायचं.

''तू सहमत नसणार, याची मला खात्रीच होती; पण मला तुला काही गोष्टी सविस्तरपणे सांगायला हव्यात. तुला तो डुवाल आठवतो? ते फालतू जर्मन रोखे विकणारा?''

''हां, हां, तो महामूर्ख इसम, ज्याची तू चारचौघात लाज काढून नुकतंच

त्याला हाकलून दिलंस तो? तो मला चांगलाच आठवतो.''

''त्याने अनधिकृतपणे व्यवहार करून या बँकेला दहा कोटी डॉलर्सने खड्ड्यात टाकलं.''

''मग त्याचं मुंडकं तू तिथेच छाटलं नाहीस, हे त्याचं नशीबच म्हणायचं. हो की नाही?''

''कृपा करून पोरकट विनोद करू नकोस. माझ्या माहितीप्रमाणे तुला माहीत होतं की, तो ते रोखे पेन्टॅन्गल ट्रस्टला विकत होता.''

''आणि मी त्या पेन्टॅग्नलच्या लोकांना ओळखतो म्हणून मी त्यांच्या वतीने काम करत होतो, अशी तू समजूत करून घेतलीस, हो ना?''

आता मिलर एखाद्या उलटतपासणी घेणाऱ्या वकीलाप्रमाणे टेबलाभोवती फिरायला लागला.

''हे तू नाकारतो आहेस का?''

''नाही, मी त्यांच्याबरोबरच होतो. मी पेन्टॅग्नलला मोठ्या प्रमाणात ते रोखे विकत घ्यायला सांगितले आणि तुझा तो विद्वान त्यासाठी राजीखुशी तयार झाला.''

आपलं नाव लोकांना कळू नये म्हणून बऱ्याच वेळा खान दुसऱ्या कंपनीला पुढे करून तिच्यामार्फत व्यवहार करत असे. तुम्ही खेळलेल्या चाली नेहमीच यशस्वी होतात हे लक्षात आलं की, मग बाजारातले लोक तुमच्याशी व्यवहार करायला नाखूश असतात, असं खान त्याला एकदा म्हणाला होता. मध्यस्थामार्फत व्यवहार केला म्हणजे त्यात गोपनीयता राहते.

''तुझ्यामुळे माझ्या टीमला दहा कोटी डॉलर्सचा फटका बसला.'' मिलर आता सौम्य आवाजात, योग्य शब्दांची निवड करून बोलत होता.

''नाही अन्तोन. याला तुझा तो गधडा जबाबदार आहे. खरं म्हणजे तो काय करतो, हे तुला माहीत असायला हवं होतं, पण तुला ते ठाऊक नव्हतं. खरंतर तू देवाचे आभार मानायला हवेस की, मीच विरुद्ध बाजूला व्यवहार करत होतो. दोघांनी केलेल्या व्यवहाराचा विचार केला, तर बँकेला काहीच नफानुकसान झालेलं नाही.''

पण स्थिर उत्पन्न देणाऱ्या टीमच्या दृष्टीने तसं नव्हतं. प्रत्येक टीमने मिळवलेल्या नफ्यावर त्यांना मिळणारा बोनस वर्षाअखेर ठरवला जायचा. आता उरलेल्या महिन्यात हे नुकसान भरून काढणं मिलरला अवघड गेलं असतं. मधल्या काळात खानच्या टीमने आणखीन काही उद्योग करून ठेवलाच असता.

मिलरने आपली पावलं उलट्या दिशेला नेली आणि तो चालायला लागला. मध्येच पटकन तो वळाला आणि सॅम्युएलपाशी गेला. त्याच्या टेबलावर ओणावत, त्याने सॅम्युएलवर बोट उगारलं. आता मिलरचा संयम सुटत चालल्याचं सॅम्युएलच्या

लक्षात आलं.

"आणि तू, तूही यात सामील आहेस, लक्षात ठेव. बाजाराच्या अकार्यक्षमतेचा तुम्ही लोक कसा गैरफायदा घेता, ते मी विसरलेलो नाही."

मिलर आता पटकन ताठ झाला आणि दोन पावलं मागे गेला. त्याचा मूळ स्वभाव आता परत डोकं वर काढत होता. तो त्यांच्याकडे वळून इतक्या हलक्या आवाजात काहीतरी बोलत होता की, ते ऐकायला दोघांना कान टवकारावे लागले.

"तुम्ही पार चुकीचं वागलात."

"खरंच तुला असं वाटतंय अन्तोन?" खानने हेल काढत विचारलं. "तुझ्या दैवी शक्तीपासून आम्हाला वाचव. आमचं आता काय करायचा तुझा विचार आहे? बेडूक का गाढव?"

एक दीर्घ श्वास घेत मिलर संथपणे उभा राहिला. वेजमधल्या लोकांनी या प्रकाराकडे फारसं लक्ष दिलं नाही. त्याची कृशमूर्ती आता परत टेबलावर ओणावली. त्याचा चेहरा आता सॅम्युएलच्या इतका जवळ आला होता की, त्याला मिलरने लावलेल्या सेंटचा आणि तोंडातल्या पेपरमिन्टचाही वास येत होता. मिलरचे डोळे तसे बारीकच होते आणि त्यात सतत दुष्टपणाच दिसत असे.

त्याने आलटून-पालटून खान आणि सॅम्युएलकडे पाहिलं आणि मघाचच्यापेक्षाही हलक्या आवाजात तो पुटपुटला : "मी तुम्हाला खात्रीने सांगतो, हे कृत्य केल्याबद्दल मी तुम्हाला अद्दल घडवीन."

नंतर मागे जात तो त्या कक्षाच्या कोपऱ्यात असलेल्या आपल्या टेबलाच्या दिशेने गेला. खान आपल्या खुर्चीत मागे रेलून मिलरकडे पाहत बसला होता.

"चालला, हा बाराच्या भावात चालला." दूरचा दरवाजा बंद होत असताना खान म्हणाला. "याचे आता काही आठवडेच उरले आहेत. फार फार तर सहा महिने समज." सॅम्युएलच्या पडलेल्या तोंडाकडे पाहत खान हसत म्हणाला, "काळजी करू नकोस. पैसा आणि यश नेहमीच मित्र आणि आनंद मिळवून देतातच असं नाही. ते चांगले भारी शत्रूही तुमच्या पदरी टाकतात."

सॅम्युएलने कसनुसा चेहरा करत खानकडे पाहिलं. आता खानच्या गुंतवणुकीच्या रहस्याचा आणि त्यामुळे मिळालेल्या यशाचा फारसा भेद करायचा उरलेला नव्हता, असं त्याचं एक मन त्याला सांगत होतं. केवळ पत्रकारांना तो आवडत नव्हता, म्हणून त्याला लबाड म्हणता आलं नसतं.

स्वॅप टीमचा एक सहकारी खानशी बोलायला त्यांच्याजवळ आला, तेव्हा सॅम्युएलचं लक्ष काझकडे गेलं. ती किती वेळ त्यांच्याकडे बघत बसली असावी, याचा त्याला अंदाज बांधता आला नाही. ती दोघं एकमेकांकडे पाहत किंचितसं हसले आणि कामाला लागले. व्यवहार करण्याच्या जागी इतकी जवळीक असणं

घातक होतं.

खानचा मोबाइल कडकड करायला लागला. त्याने भुवया उडवल्या आणि बाहेरच्या दिशेने जात फोन कानाला लावला. चक स्टुफोर्ड फोनवर होता. बाजारात निर्माण झालेल्या धोक्याच्या परिस्थितीविषयी तो बोलत होता. त्याच्यासारख्या धनाढ्य, पण मूर्ख गुंतवणुकदारांना आपल्या दुबळ्या मनाची व्यथा नियमितपणे खानच्या कानावर घालावीशी वाटे. त्याच्याशी बोलून त्याला धीर देणं, हा खानच्या कामाचा एक अविभाज्य भाग होता.

खान आता गेल्यामुळे सॅम्युएलचे पाय आता आपोआपच काझच्या दिशेने वळाले.

"परत एकदा हॅलो!" तिच्या प्रसन्न हसण्यात जास्तीच आपलेपणा होता. आपल्या मनातली बेचैनी लपवण्याचा सॅम्युएल आटोकाट प्रयत्न करत होता.

"हाय! तुला थोडा वेळ देता येईल का? माझ्याकडे एका नवीन कंपनीचं माहितीपत्रक आलं आहे आणि तिच्याविषयी तुझं काय मत आहे, ते मला जाणून घ्यायचं आहे, असं म्हणत त्याने ते पत्रक तिच्यासमोर टाकलं."

"यातून मला काय मिळेल?" तिने लाडिकपणे खोटा-खोटा अविर्भाव करत त्याला विचारलं, पण त्यात एक प्रकारची आव्हानात्मक सूचना होती. तो गोंधळला.

"फिक्स्ड इन्कम टीममध्ये उलथापालथ करून समाधान झालं नाही वाटतं? आता इक्विटी विभागात घातपात करायचा बेत दिसतो आहे!" हलकेच मागे येऊन दबा धरून उभा असलेला मिलर म्हणाला.

"अन्तोन, अन्तोन, माझा कोण घातपात करेल?" काझ त्याला समजावण्याच्या सुरात आत्मविश्वासाने म्हणाली. "मी स्वत:च बॉम्बगोळे पेरत असते. काळजी केल्याबद्दल आभारी आहे." असं म्हणत तिने समोरचं माहितीपत्रक हलकेच काळजीपूर्वकपणे उचललं.

"मी सॅमला म्हणजे सॅम्युएलला सांगितलं होतं की, मी त्याला लंडन आयपीओवर माझं मत सांगेन. खानची माणसं इक्विटी टीममध्ये गोंधळ घालतील, अशी जर तुला भीती वाटत असेल, तर ती मनातून काढून टाक. मी माझी काळजी घ्यायला समर्थ आहे अन्तोन."

मिलरने आ वासून आलटून-पालटून दोघांकडे पाहिलं आणि त्याने त्याचा जबडा मिटला. तो त्याच्या ऑफिसात परत गेला आणि त्याने पडदे ओढून घेतले. ती दोघं आता पुढे काही बोलणार, इतक्यात काझच्या समोर तीन-तीन फोनच्या बेल वाजायला लागल्या. ती आता बटन दाबायला लागली.

सॅम्युएल आपल्या टेबलावर परत आला, तेव्हा त्याला ई-मेल येत असल्याची सूचना मिळाली.

आपण त्या माहितीपत्रकावर चर्चा करू. शक्यतो कामाच्या वेळेनंतर बालाँ द ब्लॉकमध्ये? बुधवारी भेटलं तर चालेल का? मिलरची काळजी करू नकोस. तो माझ्या ताब्यात आहे.

काझ

ताजा कलम : तुला फक्त माहितीपत्रकाचीच चर्चा करायची आहे की आपल्या संभाषणाचा ओघ खानची व्यवहारनीति या मनोवेधक विषयाकडेही वळणार आहे, असं मी म्हणाले, तर ते बरोबरच ठरेल ना?

त्याने आश्चर्यचकित होऊन वर पाहिलं. एखाद्या लहान मुलाला मिळालेल्या बक्षिसाचा कागद उलगडत असताना बघावं, तशी काझ सॅम्युएलकडे पाहत हसत होती. नंतर तिने या मेलइतकीच आश्चर्याचा धक्का देणारी गोष्ट केली. तिने चक्क त्याला जुन्या काळातल्या पद्धतीसारखा डोळा मारला!

त्याने श्नाप्सचा घोट रिचवला तेव्हा त्याचं अंगं थोडसं शहारलं. त्याला ती चव कधीच आवडली नव्हती; पण ते आजीचं आवडतं पेय होतं. तिची ती चैनीची व्याख्या होती. तेव्हा तो तिच्यासाठी नेहमी श्नाप्सची बाटली जवळ ठेवायचा. श्नाप्सची बाटली आणि फोटोचा अल्बम – या वेगाने पुढे जाणाऱ्या जगात या दोनच गोष्टी स्थिर होत्या.

खिडकीतून रात्रीच्या उजेडात चमचम करणारं लंडन दिसत होतं. तो खिडकीपाशी गेला आणि सहजच सभोवार पाहून मग त्याने पडदे लावून घेतले. मार्गारेट थॅचरच्या टोरी पक्षाच्या मंडळींची शँपेन-बारच्या बाहेरची लगबग सोडली, तर लंडन हे बाकी न्यूयॉर्क किंवा हाँगकाँग किंवा सॅनफ्रॅन्सिस्कोसारखंच वाटत होतं. ते १९८०चं भयानक दशक होतं.

गुबगुबीत गादी असलेल्या एका आरामखुर्चीच्या हातावर फोटोचा अल्बम पडलेला होता. त्या मऊमऊ आसनात आसनस्थ होताना त्याला किंचितसा थकवा जाणवला. हातातल्या फोटो-अल्बममध्ये असलेली त्याची आजी आणि ती दुसरी बाई त्याच्याकडे गतकाळातून बघत होत्या.

हा फोटो काढला होता, तेव्हा त्या दोघी बायका तरुण होत्या. धुण्याच्या कपड्यांनी भरलेली मोठी टोपली दोन्ही बाजूच्या कड्यांना धरून त्यांनी डोक्याच्या वर धरली होती आणि एखादं मोठं पारितोषिक मिळाल्याच्या आनंदात दोघी खळखळून हसत होत्या.

त्याने श्नाप्सचा घोट घेतला. म्हातारीचा सुरकुतलेला प्रेमळ हात त्याच्या लहानशा हाताला स्पर्श करत असल्याचा त्याला भास झाला. थोडासा घुसळत तो खुर्चीत आरामात बसला आणि मागे डोकं ठेवून त्याने उसासा टाकला.

"आणि मारिएल्ला आणि आजीनी दोन मोठ्या टोपल्या घेऊन, बँकेत जाऊन सगळे पैसे काढायचं ठरवलं."

"तुझ्याकडे इतके पैसे होते की, तुम्हा दोघींना ते आणण्यासाठी टोपल्या लागणार होत्या?" त्या लहान मुलाने डोळे मोठाले करत आजीला विचारलं.

"हो रे बाळा, आमच्याकडे भरपूर पैसे होते, पण त्याला काही अर्थ नव्हता. त्या पैशाला काही किंमतच नव्हती. प्रत्येक वेळी खरेदीला गेलं की, आदल्या दिवशीच्या दुप्पट भाव असायचे. येणाऱ्या प्रत्येक दिवशी पैशाची किंमत कमी कमी होत जायची."

त्या मुलाने आपल्याला हे समजल्याचा आविर्भाव करत आजीकडे पाहून मान डोलावली. आता गमतीचा भाग पुढेच येणार होता.

"तेव्हा आज घरात आवराआवर करण्याची गरज नसल्याचं आजीने मारिएल्लाला सांगितलं. आज तू माझ्याबरोबर शहरातल्या बँकेत चल, असं आजी तिला म्हणाली. नंतर त्या दोघी बँकेत गेल्या आणि आजीआजोबांच्या नावावर असलेले सगळे पैसे त्यांनी काढले. त्या पैशाची किंमत विरघळण्याच्या आधी त्यांनी बाजारातून चांगल्या वस्तूंची खरेदी केली."

"आजी पैसे वितळतात? म्हणजे अगदी आईस्क्रीमसारखे?"

"हो रे माझ्या सोनुल्या, जवळपास आइस्क्रीमप्रमाणेच. म्हणूनच ते आम्हाला घाईघाईने काढावे लागत आणि विरघळायच्या आत खर्च करावे लागत. बँकेतून काढलेल्या पैशांनी आमच्याजवळच्या दोन्ही टोपल्या भरल्या. आता मी आणि मारिएल्ला दोघी मिळून फक्त एकच उचलू शकत होतो. मग आम्ही एक टोपली बाहेर आणून ठेवली आणि दुसरी टोपली आणायला आत गेलो."

"आणि मग?'

"आत येताच लक्षात आलं की, त्या पहिल्या टोपलीकडे बघायला कोणीच नव्हतं. म्हणून घाईघाईने बाहेर आलो; पण आम्हाला उशीर झाला होता. ती चोरीला गेली होती. मारिएल्लाला राग आला. ती त्या चोराच्या मागे पळाली आणि त्याला तिने पकडलं."

"आणि मग?"

"करतो काय! दिली त्याने टोपली परत."

"पण त्या पैशाचं काय? आजी त्याने ते पैसे चोरले कसे नाहीत?"

"कारण त्यालाही माहीत होतं की, थोड्याच वेळात यालाही काही किंमत उरणार नव्हती. एका आठवड्यात त्या टोपलीइतकीही किंमत त्या पैशांना उरणार नव्हती, तेव्हा टोपलीच घेतलेलीच बरी."

खुर्ची आता आरामदायक वाटत नव्हती आणि श्नाप्सही घशाला कडू लागत होती. त्याने चेहऱ्यावरून हात फिरवला आणि अल्बम मिटला.

आजीने तिच्या आयुष्यात भोगलेल्या यातनांची आठवण न करण्याचा प्रयत्न करत तो दोन मिनिटांत अंथरुणात जाऊन पडला. दुसऱ्या दिवशी सकाळीच त्याला सेन्ट्रल लंडनमध्ये एका बैठकीला जायचं होतं. तिथे काही व्यवहार होणार होता.

६

सकाळी सॅम्युएल उठला तेव्हा त्याच्या डोक्यात काझचाच विषय घोळत होता. शिवाय संध्याकाळी घडणाऱ्या भेटीची उत्सुकताही त्याला होती ती वेगळीच! तो अंथरुणातून बाहेर पडला आणि जीन चढवून बाहेर बाल्कनीत गेला. सारं कसं शांत शांत होतं. रस्ते साफ करणाऱ्या गाड्याही अजून आल्या नव्हत्या. त्याच्या समोरचा तो सुप्रसिद्ध बार नुकताच बंद झाला होता. कदाचित त्या दिवशीही तिथे मारामारी झाली असावी, अशी सॅम्युएलला शंका आली. रात्री गाढ झोपेत असताना काही आदळआपट झाल्याच्या आवाजाने त्याच्या स्वप्नात व्यत्यय आल्याचं त्याला आठवलं.

आता ते भव्य आकाश प्रकाशाने उजळायला सुरुवात झाली होती. त्याच्या उजव्या बाजूला सेंट जाक ग्रिफिन आणि गारगोलिजच्या पहाऱ्यात मनोऱ्याच्या वर उभा होता. डाव्या बाजूला असलेल्या हॉटेल दु व्हीलेमध्ये नीरव शांतता होती. त्याच्या पलीकडे नोत्र-दाम दोन गगनचुंबी इमारतींच्या मधोमध अंग चोरून उभा होता. एक ढगांचा पुंजका, आता पांढूरका होत विरत चालला होता.

६:२५ला तो फ्लाइंग वेजमध्ये त्याच्या जागी जाऊन बसला, तेव्हा तिथे हजर असलेली सहा-सात मंडळी कामाला लागून रुळल्यासारखी वाटत होती. यातले काही जण तर दोन-तीन तासापूर्वीच कामाला भिडले असण्याची शक्यता होती. अर्थातच इतक्या सकाळीही त्यांनी टापटीप पेहराव केलेला होता!

खान परत कुठेतरी दौऱ्यावर गेलेला होता. वरकरणी जरी तो लुसानेला एका बैठकीसाठी जात असल्याचं सांगत होता, तरी आपण मजा मारायला जात असल्याचंही गुपित त्याने राखलं नव्हतं. खानचा एक मित्र तिथे राहत होता आणि त्यालाही खानप्रमाणेच आधुनिक कलेची आवड होती. इकडे मिलरने खानशी युद्ध पुकारलेलं असताना खानने ऑफिसच्या बाहेर असणं कितपत शहाणपणाचं होतं, हे सॅम्युएलला समजत नव्हतं; पण त्याच्या बॉसला स्वत:च्या रोपनरमधल्या

जागेची इतकी खात्री वाटत होती की, तो मिलरला हिंग लावून विचारत नव्हता. मिलर खानचं काही वाकडं करू शकेल, अशी शक्यताच नसल्याचं सॅम्युएललाही पटलं आणि त्याने खांदे उडवले.

नुकत्याच केलेल्या व्यवहारांवर सॅम्युएलने एक दृष्टिक्षेप टाकला. इटालियन कंपनीच्या रोख्यांनी थोडी प्रगती केली होती. बरेच पैसे गुंतल्यामुळे व्यवहार जरासा महाग झाला होता आणि पदरी फारकाही पडत नव्हतं. त्याच्या अंदाजाप्रमाणे नफा मिळवायला जराशी वाट पाहावी लागणार होती, हे त्याच्या लक्षात आलं. त्याने इतर काही संधी मिळण्याच्या जागा तपासल्या आणि एक हलकीच शीळ घातली. त्या घडीला इटालियन कंपनीच्या रोख्यात फारशी हालचाल नसली, तरी सहा महिन्यांनंतरच्या वायदे बाजारात कित्येक टक्क्यांनी वाढ दाखवलेली होती. खानचा होरा अगदी अचूक होता.

आता नाश्त्याची वेळ झाली होती. कॅफे दे स्पोरचा ठेंगणा पिएन्वार वेटर हातातल्या वेताच्या परडीत असलेले सॅन्डविचेस आणि केक सगळीकडे फिरवण्यात दंग होता. त्याने लवकर कॅफे उघडावं म्हणून दलालांना खूप झगडावं लागलं होतं. दलालांच्या क्रूरपणाचा हा सबळ पुरावाच होता आणि त्याचा रॉबर्टला फार राग आला होता. आपल्या स्टेकबरोबर ग्लासभर दुधाची ऑर्डर करणाऱ्या एका कॅनेडियन दलालाला त्याने तोंडावर नकार दिला होता. हा म्हणजे माणसाने खाद्यसंस्कृतीवर केलेला एक प्रकारचा हल्लाच होता.

थोड्याशा अनिच्छेनेच रॉबर्टने सॅम्युएलला अपारंपरिक नाश्ता दिला. त्याने सॅम्युएलला कापून लोणी लावलेले बागेत, हॅम आणि चीज दिलं. सॅम्युएलने रॉबर्टची धष्टपुष्ट आकृती दूर जात असलेली पाहिली. रॉबर्टचं सगळं आयुष्य पॅरिसमध्येच गेलं होतं आणि त्याला त्याचा फार अभिमान वाटत होता. या उंच उंच हस्तीदंती मनोऱ्यात बसून मोठमोठ्या रकमांचे व्यवहार करणाऱ्या लोकांच्या मानाने तो एखादा गावाकडला अस्सल शेतकरी वाटायचा. एक खाण्याचा संबंध सोडला, तर दोघांची विश्व भिन्न होती.

त्या सकाळी जरा शांतताच होती आणि सॅम्युएलला फार कंटाळा आला होता. काही तासांनंतर होणाऱ्या काझच्या भेटीची तो आतुरतेने वाट पाहत होता. त्याने फोन लावला. पलीकडे असलेल्या कॉम्प्युटर विभागातल्या फ्राँस्वा रेग्नीएने दुसऱ्याच बेलला फोन उचलला.

तळघरातल्या माहितीक्षेत्राच्या साम्राज्यात बसून काम करणाऱ्या फ्राँस्वाच्या तोंडात सतत सिगारेट शिलगावलेली असे. तो उंचापुरा आणि काळ्या वर्णाचा होता. त्याचा रंग इतका गडद होता की, कधीकधी तो किंचित नीळसर वाटत असे. त्याचे आईवडील सेनेगालमध्ये जन्मलेले होते, पण फ्राँस्वाचा जन्म पॅरिसच्या

लाव्हाल्वा या पश्चिमेला असलेल्या उपनगरात झाला होता आणि तो स्वत:ला कट्टर फ्रेंच समजत असे. गेल्या काही आठवड्यात फ्राँस्वाकडे फ्रेंच पोलिसांनी दोन वेळा तपासणीसाठी ओळखपत्र मागितली होती आणि या गोऱ्या सॅम्युएलकडे कुणी साधं ढुंकूनही पाहिलं नव्हतं, या गोष्टीचा फ्राँस्वाला कधीच मनस्ताप झाला नव्हता. समजा झालाही असला असता, तरी तो इतका शांत स्वभावाचा होता की, त्याने तो या इंग्रजाला कळू दिला नसता. ते दोघंही फ्रान्समध्ये बाहेरून आलेले असल्यामुळे कदाचित त्यांचं पहिल्या दिवसापासून पटत गेलं असावं. अर्थातच ही गोष्ट ते एकमेकांना बोलून दाखवणार नव्हते.

दोघांनीही भेट होताच हस्तांदोलन केलं आणि फ्राँस्वाने दोघांसाठी कपात कॉफी ओतली. ऑफिसमधल्या कॉफी-मशिनमधून थेंब थेंब पडणाऱ्या कॉफीला कंटाळून फ्राँस्वाने स्वत:च एक कॉफी बनवण्याचं पात्र खरेदी केलं होतं आणि ऑफिसात ठेवलं होतं. त्याच्या टेबलावर तांत्रिक माहितीने पुरेपूर असे असंख्य कागद असत. ते त्याने आता पटापट आवरले आणि टेबलवर जागा केली.

"आजचा ताळेबंद समाधानकारक दिसतो आहे. नाहीतर तू तुझी जागा सोडून इथे आला नसतास."

"आहे तसा ठीकच म्हणायचा आणि मुख्य म्हणजे आज खान बाहेरगावी गेला आहे."

"तेव्हा उंदीर मजा मारत फिरत आहेत वाटतं?"

"नाही...मागे तो जो गोंधळ झाला, त्या संबंधात मला तुझ्याशी बोलायचं होतं. आपण इथे जे काही काम करतो, ते दूरूनही करता येऊ शकतं का? हे शक्य आहे का? समजा खान बाहेरगावी गेला आहे, पण त्याला व्यवहार करायचा आहे, तर तसा करता येईल का? त्याला आपल्या खात्यात काही बदल करून ती माहिती अद्ययावत करायची असेल, तर तसं करता येणं शक्य आहे का? आपण करत असलेले व्यवहार जोखमीचे आणि गुंतागुंतीचे असल्यामुळे लोकांना अंधारात ठेऊनच करावे लागतात. मला काळजी एकच आहे, पुढच्या वेळेला आपणच पैसे घालवून बसायला नको."

फ्राँस्वाने सॅम्युएलकडे क्षणभर रोखून पाहिलं आणि मग किंचितशी मान हलवून होकार भरला.

"गोष्ट अशी आहे की, खानकडे स्वत:ची प्रणाली आहे आणि ती फार साधीसोपी आहे; विशेष काही नाही. त्यात सविस्तर लेखाजोखा दिसतो. आपल्यालाही कॉम्प्युटरवर ते ऑन-लाइन दिसण्याची व्यवस्था करता येईल. मित्रा, याच आठवड्यात मी तुझ्यासाठी एक प्रोग्रॅम लिहून तयार ठेवतो."

"उत्तम! आणि ही मूळ प्रणाली कसं काम करते, हे जर तू मला समजावून

सांगितलंस, तर मग माझी अडचण मलाच सोडवता येईल आणि सारखासारखा तुला त्रास द्यावा लागणार नाही.''

''माझ्या प्रणालीत आम्ही त्रास घालत नाही.'' फ्रॉंस्वा हसून म्हणाला.

''तुझा विनोद मला समजला, पण माझ्या संशोधनाच्या कामात याची मला फार मदत होईल आणि खान किती उतावळा होतो, ते तुला माहीतच आहे.''

''ज्ञानप्राप्तीच्या कामात मदत करायला हा बंदा केव्हाही तयार असतो!'' नाटकी आविर्भाव करत फ्रॉंस्वा म्हणाला. माहिती-क्षेत्रातल्या विभागात गंभीर भाव चेहऱ्यावर आणून काम करणाऱ्या या तंत्रज्ञांनाही ज्ञान ही एक शक्ती असल्याचं मान्य होतं.

सॅम्युएल परत आपल्या टेबलापाशी आला, तेव्हा मासे पकडायला करकोचा जसा आपल्या लांबलचक पायावर पाण्यात उभा असतो, तसा मिलर त्याच्या टेबलाजवळ उभा होता.

''मला तू दहा मिनिटांत माझ्या ऑफिसमध्ये येऊन भेटशील का?'' मिलर होकाराची वाट बघत सॅम्युएलकडे पाहत उभा राहिला. त्याचा आविर्भाव जरासा अवघडल्यासारखा वाटला. ''तू थोडासा वेळ देऊ शकलास, तर मी तुझा आभारी राहीन.''

''अर्थातच अन्तोन, मी नक्की येतो.'' शेवटी मिलर त्याचा वरिष्ठच होता. ''दहा मिनिटात पोहोचतो.''

किंचितसं अभिवादन केल्यासारखं करत मिलर म्हणाला, ''दहा मिनिटात ये.'' मिलर आपल्या ऑफिसच्या दिशेने जाताना सॅम्युएलच्या मनात अनेक विचार आले.

सॅम्युएलने आपल्या मोबाइलवरून खानला फोन लावला. मिलरला एकाएकी सॅम्युएलची भेट का घ्यावीशी वाटली होती, हे सॅम्युएलला कळत नव्हतं. खानला सावध करायलाच हवं होतं. सॅम्युएलच्या फोनमधून निघालेल्या ध्वनिलहरी अवकाशातल्या उपग्रहावर आदळून परत भूतलावर येत होत्या अन् फोनमध्ये घंटानाद करत होत्या. नेमकी त्याच वेळी काझ ट्रेडिंग फ्लोअरवर डौलदारपणे येरझाऱ्या घालत होती. इथे सतत असणाऱ्या गोंधळाच्या वातावरणातही काझ स्वत:साठी थोडा वेळ आणि एकान्त शोधू शकत असे. तिच्या रुबाबदारपणाला आणि मादक सौंदर्याला ती एक प्रकारची पावतीच होती. त्यामुळे एक सेकंद का होईना, सगळा व्यवहार थांबल्यासारखा वाटत असे. बाहेरून येणाऱ्या फोनला जास्त वेळ वाजल्यावरच उत्तर मिळत असे. कर्मचाऱ्यांच्या खुर्च्या काझरूपी लोहचुंबकाच्या दिशेने वळत असत. सुरेख रंगसंगती असलेला स्कर्ट आणि जॅकेट, टपोरे डोळे, परीकथेतल्या परीसारखा चेहरा, विपुल केशसंभार, डोळे दिपवून टाकणारे भरदार उरोज या सर्व वैशिष्ट्यांमुळे ती १९५० सालच्या एखाद्या देखण्या अभिनेत्रीसारखी दिसत असे.

सॅम्युएलने काझकडे पाहिलं, तेव्हा डिआझ आणि त्याचा तो डेरिव्हेटिव्ह टीममधला चमचा ब्रिट तिच्याशी काही खाजगीत कुजबुजत होते. ब्रिटचं खरं नाव काय होतं, हे कोणालाच माहीत नव्हतं आणि ते जाणून घेण्याची कोणाला फिकीरही वाटली नव्हती. सगळी लोकं त्याचा नो बडी असाच उल्लेख करत असत कारण तीन पेग मारल्यानंतर तो त्याच्या लिंगाने विचार करायला लागे. एक गंभीर प्रकृतीची कॅनेडियन बाई त्याला विकृतपणे आवडायची. तो जननक्षम नसल्यामुळे त्याच्या पहिल्या बायकोने त्याला घटस्फोट दिला होता. दुसरी बायकोसुद्धा तोच कित्ता गिरवण्याची शक्यता होती. या आर्थिक बाजारात प्रचलित असणारी आणि तोंडावर केलेली भलावण काझला आवडत नसे, तशीच वेळ घालवण्यासाठी केलेली खूशमस्करीही तिला पसंत नव्हती. ती सरळ आपल्या कामाला लागली. इझाबेला आणि ॲलेक्झांड्रा या फ्रेंच बायकांनी लांबूनच काझकडे पाहून नाकं मुरडली आणि त्या आपल्या टेबलाकडे गेल्या. इझाबेलाला ऑफिसमध्ये *ला पेतित* या टोपणनावाने ओळखलं जायचं, तर ॲलेक्झांड्राला 'एफ्टी' नाव पडलं होतं. इतर कुठलंही वर्तमानपत्र न वाचता ती नेहमी 'वॉल स्ट्रीट जरनल' आणि 'ला त्रिब्युन' वाचत असे; पण जे होतं ते असं होतं : इथे काम करणाऱ्या प्रत्येकाला एक टोपणनाव मिळालेलं होतं आणि काही वेळा तर ते का पडायचं, हेही कोणाला माहीत नसे.

सॅम्युएलने खानला फोन लावला, तेव्हा थोडासा किर्रकिट्ट आवाज झाला, पण तो लागला.

"रशियन वकिलातीतून बोलतो आहे."

याचा अर्थ खान त्या घटकेला प्रसन्नपणे विनोद करण्याच्या मन:स्थितीत होता. कदाचित बर्गन आणि कंपनीमध्ये जाऊन तिथे नवनवीन कलाकृती पाहायला मिळणार, या कल्पनेने तो उत्साहित झाला होता. लुसाने इथे अतिविशाल तलावाच्या काठावर असलेल्या जॅक बर्गन या खानच्या मित्राच्या ऑफिसमध्ये सॅम्युएल पूर्वी गेला होता. तिथल्या स्वागतकक्षात खानला आवडणाऱ्या कागदाच्या लगद्यापासून बनवलेल्या असंख्य कलाकृती होत्या.

"मि. टोव्हारिश," सॅम्युएलनेही विनोद करत त्याच्या मन:स्थितीला साद दिली, "तुम्ही माझ्या फोनची अपेक्षा करत असाल ना?"

"अगदी बरोबर सॅम्युएल! बोल, तू कसा आहेस?"

"उत्तम, पण आता मी वाघाच्या गुहेत जायच्या बेतात आहे. मिलरशी आता काही मिनिटांतच मोकळ्या वातावरणात चर्चा होणार आहे." मोकळ्या शब्दावर जोर देत सॅम्युएल म्हणाला.

"काय सुंदर कल्पना आहे!"

"काय?"

''समोर दिसणाऱ्या निसर्गरम्य दृश्याविषयी मी बोलतोय सॅम. समोर दिसणारा जुरा पर्वत, उत्तम भोजन, रुचकर वाइन इ. इ. अर्थात त्या युआन वाइनला लोकांनी उगाचच डोक्यावर घेतलं आहे, असं माझं मत आहे.''

''तुला काळजी वाटत नाही का?''

''त्या मिलरची? अजिबात नाही. आपण केलेला थोडासा धाडसी व्यवहार पूर्णपणे कायदेशीर होता, हे त्याला चांगलंच ठाऊक आहे. या प्रकारात आपल्याप्रमाणेच दुसऱ्या विभागात काम करणाऱ्या बिचाऱ्या डुआलचा मात्र बकरा झाला आणि त्याला काढून टाकण्यात आलं; पण त्याच्या कामावर लक्ष ठेवण्याची जबाबदारी शेवटी मिलरचीच होती. मिलरच्या विभागातल्या किरकोळ सामानाचं तू आपल्या विभागाच्या हिशेबात जे अर्धं मूल्य दाखवलेलं आहेस, ते त्याला चुकीचं वाटत असणार, म्हणूनच त्याला तुला भेटायचं असणार. माझ्या विभागातल्या लोकांपासून आणि माझ्यापासून जरा सांभाळूनच राहायला हवं, हे मिलरला नक्कीच ठाऊक आहे, अशी मी आशा करतो.''

''ते ठीक आहे. मला फक्त हे तुझ्या कानावर घालायचं होतं. बाकी आपली खाती व्यवस्थित आहेत.''

''ते मला माहीत आहे सॅम्युएल. मी इथे नुसताच सृष्टीसौंदर्य पाहत बसलेलो नाही. आर्थिक जगताकडे जर पर्वत गेले नाहीत, तर त्यानेच पर्वताकडे जायचं असतं.''

समोरच्या शांत, नीरव तळ्याकडे पाहत असताना हा भला माणूस खान आपल्या लॅपटॉपवर दिवसाचे व्यवहारही बघत असल्याचं दृश्य सॅम्युएलच्या डोळ्यापुढे आलं.

''तुमचं म्हणणं बरोबर आहे. आता मला अन्तोन मिलरच्या जगात प्रवेश करायला जायलाच पाहिजे.''

''मार, मजा मार! पण मिलर काय सांगेल ते नीट लक्ष देऊन ऐक सॅम्युएल. मला आता खात्री पटत चाललेली आहे की, तो तुला घोळात घेण्याचा प्रयत्न करेल. त्याच्या तरुणपणात तो एक हुशार कारभारी होता. नीट ऐक आणि समजावून घे.''

''ठीक आहे.'' असं सॅम्युएल म्हणेपर्यंत पलीकडचा फोन बंद झाला होता.

तो मिलरच्या ऑफिसात जाताना फक्त काझचं त्याच्याकडे लक्ष गेलं. तिने त्याच्याकडे एक चोरटा कटाक्ष टाकला.

मिलरच्या ऑफिसातलं वातावरण कृत्रिम होतं. बाहेरून येणाऱ्या उजेडाला इथे मज्जाव होता. खोलीत येणारी हवा एअर कंडिशनरमधून येत होती. मिलरच्या टेबलावर चमकणाऱ्या काळसर काचेमध्ये पडलेली दोघांची प्रतिबिंब भुतासारखी दिसत होती. त्या जागी दिवस अथवा रात्र याची जाणीवच होत नव्हती. इथे फक्त बाजाराचा प्रभाव जाणवत होता!

मिलर एका कोपऱ्यात अंधूक प्रकाशात उभा होता. सॅम्युएल आत जाताच त्याने काही न बोलता खुर्चीकडे हात दाखवला आणि जिद्दीने रात्रभर जुगार खेळायला जसे जुगारी बसतात तशी ती दोघं समोरासमोर, आपापल्या जागी स्थानापन्न झाली. खोलीच्या बाहेरून येणारे टेलिफोनवर बोलण्याचे आवाज, ओरडण्याचे आवाज किंवा मोठमोठ्याने हसल्याचे आवाज सोडले, तर खोलीत पार शांतता पसरलेली होती. सॅम्युएल गप्पच बसून राहिला. नाहीतरी मिलरनेच त्याला भेटायला बोलावलं होतं.

मिलरच्या टेबलावर लहान लहान दगडांनी बनवलेल्या जपानी पद्धतीच्या बागेचा एक देखावा होता. हा देखावा असलेलं महोगनी लाकडाचं तबक टेबलाच्या एका बाजूला होतं, तर दुसऱ्या बाजूला परीची मूर्ती असलेला दिवा होता. बाकी टेबल रिकामंच होतं. आता मिलरने त्या लहानशा दगडांशी चाळा करायला सुरुवात केली आणि परत ते जागच्या जागी ठेवून दिले. शेवटी एकदाचा :

"हे बघ स्पेन्डलव्ह, तुझ्यात नक्कीच क्षमता आहे. माझं बारीक लक्ष आहे तुझ्याकडे. बाहेरचं दडपण तू चांगल्या प्रकारे हाताळतोस; निदान तसं भासवतोस तरी! अर्थात दोन्हीचा अर्थ एकच आहे म्हणा!"

"आभारी आहे. माणसाच्या हातात फक्त प्रयत्न करणंच असतं."

"माझी एक सूचना आहे आणि ती केवळ सूचनाच समज. खबर; खबर वेळेवर मिळणं हेच महत्त्वाचं आहे. आपल्या बँकेच्या पैशाची प्रामाणिकपणे गुंतवणूक करण्याची जबाबदारी माझ्यावर असेल, तर गुंतवणुकीच्या नावाखाली इथे काय चालतं, हे मला माहीत असायलाच हवं." मिलरनी त्याचे ओठ मिटून घेतले आणि त्यावर बोट ठेवलं.

काही वेळाने ओठावर ठेवलेलं बोट परत त्या लहान दगडांशी चाळा करायला लागलं. "या आठवड्याच्या सुरुवातीला जो काही प्रकार घडला, तो दुर्दैवी होता आणि याच्याशी तूही सहमत असशील. ते फारच धक्कादायक होतं. खानची स्वत:ची अशी एक कार्यपद्धती आहे, हे मला मान्य आहे. शेवटी न्यूयॉर्कच्या ऑफिसशी त्याची बांधिलकी आहे, हे मला समजतंय; पण इथे, या पॅरिस ऑफिसचा प्रमुख या नात्याने मला त्याच्या हालचालींवर लक्ष ठेवणं अवघड जातं आहे."

"म्हणजे तुम्हाला असं म्हणायचं आहे का की, प्रोप्रायटरी ट्रेडिंग विभाग काय करतो, ते तुम्हाला माहीतच नसतं?'

"कसं असेल? हे सगळे ऑप्शन्स, फ्युचर्स आणि रोखे एकत्रितपणे काय करतात, हे कळणंच अवघड असतं. शिवाय ती दुसरी भानगड आहेच." मिलर आता एखादा हल्ला करण्याच्या बेतात असलेल्या अजस्र सापासारखा डोलत पुढे

वाकला. "बाजारात परस्पर वायदे करण्यात खानचा जास्तीत जास्त वेळ खर्ची पडतो आणि तुला माहितीच असेल की, त्याच्यावर कसलंच नियंत्रण नसतं. कोणीही कोणाशीही व्यवहार करावा. हे सगळं विश्वासावर आणि बाजारात असलेल्या पतीवर चालतं. म्हणजे व्यवहार करणारा समोरचा माणूस बोली हरला, तर तो दिलेल्या शब्दाप्रमाणे पैसे चुकते करेल, हा विश्वास असतो."

"पण आता शेअर बाजारातल्या सर्वच व्यवहारांवर नियंत्रण असतं ना?"

मिलर किंचित हसला.

"तीच तर खरी मेख आहे. शेअर बाजारावर नियंत्रण आहे, रोख्यांच्या व्यवहारांवर नियंत्रण आहे, इतकंच काय, फ्युचर आणि ऑप्शन्सचे व्यवहारही काळजीपूर्वक तपासले जातात. आपण ज्या बँकेत काम करतो, तिच्या व्यवहारावरही नियंत्रण आहे आणि वर्षातून दोन वेळा आपण केलेल्या व्यवहाराची माहिती आपण बँक ऑफ फ्रान्सला देतो. आपण व्यवहार करत असलेल्या गोष्टीसुद्धा नियंत्रणाखाली येतात; पण सौदेबाजी म्हणजे फक्त सौदेबाजी असते आणि समजा, उद्या खानने जगातल्या दुसऱ्या टोकाच्या मित्राशी साटंलोटं केलं आणि त्याने आपण गुंतवणूक केलेल्या रकमेवर जास्त मोबदल्याच्या बदल्यात किंवा शेअरला मिळणाऱ्या चढ्या भावाच्या बदल्यात आपल्यापाशी असलेले रोखे दिले, तर जगातली कुठलीच शक्ती त्यावर नियंत्रण ठेवू शकणार नाही. हे म्हणजे सेक्ससारखं झालं. जर दोन व्यक्तींनी आपल्या परस्पर व्यवहार केला, तर त्यांना कोणीच आणि काहीही करून थांबवू शकणार नाही."

"कमाल आहे! मग या खानला ऑफिसात येण्याची गरजच काय? तसं पाहिलं, तर तो गाडीत, मोटारीत किंवा हेलिकॉप्टरमध्ये बसल्या बसल्या हे व्यवहार करू शकतो."

"नाही, तसं नाही. खानला बाजाराची गरज आहेच. त्याला इथे बसूनच बाजाराचा कल समजतो. यासाठीच तो आग्रहाने इथे येतो आणि या फ्लाइंग वेजमध्ये तळ ठोकून बसतो."

मिलर आता सॅम्युएलची प्रतिक्रिया निरखून पाहत होता.

"मला खानबरोबर काम करणाऱ्या एका विश्वासू माणसाची गरज आहे आणि मुख्य म्हणजे खान आपल्या बँकेला संकटात टाकत असल्याची जाणीव त्या माणसाला असायला हवी. सॅम्युएल, तो माणूस तूच असावास, असं मला मनापासून वाटतं." मिलर आता खुर्चीतून उठून खोलीत येरझाऱ्या घालायला लागला. "मग मला मदत करायला तयार आहेस? तुझी मदत वाया जाणार नाही. त्याची बक्षिसीही तुला मिळेल."

"मलातर हे हेरगिरीचं काम असल्यासारखं वाटायला लागलं आहे. खान माझ्याशी चांगला वागतो अन्तोन; पण मला तुझा मुद्दा पटला आहे. पण मला एक

कबूल केलं पाहिजे की, हा खान काय करणार आहे, हे बऱ्याच वेळा मलाच नेमकं उलगडत नाही.''

''पण तू तर त्याच्या शेजारी बसतोस!''

''मला विचार करायला थोडा वेळ मिळेल का?''

''नक्कीच. मला खात्री वाटते की, असा काही मार्ग निघेल की, तुलाही अवघडल्यासारखं होणार नाही आणि आपल्या निरनिराळ्या विभागाच्या कामात सूसुत्रता निर्माण होईल. मला काय ते लवकर कळव.''

परत शांतता पसरली. मुलाखत आता संपलेली होती.

आपल्या चलाखीचं कौतुक करत सॅम्युएल बाहेर पडला. चर्चेच्या वेळी तो फारसं बोललाच नव्हता आणि तो हे हेरगिरीचं काम करण्यावर निदान विचार तरी करेल, अशी मिलरची समजूत झाली होती. आता जर सॅम्युएलने काही माहिती जमवण्यासाठी प्रश्न विचारले असते, तर ते तो आपल्या वतीनेच विचारतो आहे, असं मिलरला वाटलं असतं. सॅम्युएल आता फ्रेंच नियामक मंडळाच्या चौकशीची किंवा सन्डे इन्वायरर अथवा डेली क्वेस्टच्या पहिल्या पानावर ही बातमी छापून येण्याची वाट बघणार होता. अर्थात, मिलरच्या दुसऱ्या एखाद्या प्रकाशनात जरी हे छापून आलं असतं, तरी त्याची हरकत नव्हती.

सॅम्युएल परत टेबलावर आला, तेव्हा त्याला बँकेच्या विक्री-विभागाचं धोरण ठरवणाऱ्या ओव्हि ला ब्रोयचा खलिता दिसला. खलित्यामध्ये मूळ मुद्दा असा होता की, दर १८० वर्षांनी येणाऱ्या हवामानातल्या बदलाची शक्यता लक्षात घेता, वातावरणात प्रतिकूल बदल होण्याची शक्यता होती. तसंच त्याचा शेती-उद्योगावर विपरीत परिणाम झाल्यामुळे येणारा काळ शेअर बाजारासाठी मारक ठरू शकणार होता. ला ब्रोय हा हुशार मनुष्य होता, यात वादच नव्हता; पण अफाट भाकितं करून, भयानक टोळधाड येण्याची शक्यता आहे असं सांगून शेवटी तो स्वत:ची नोकरी गमावून बसण्याची शक्यता होती.

त्याच्या फोनवरचे दिवे वेड्यासारखे लुकलुकत होते. सॅम्युएलने मनातल्या मनात फ्लाइंग वेजमध्ये काम करणाऱ्या सहकाऱ्यांना शिव्या घातल्या. ते खानसाठी काम करत नसले, तरी त्यांनी फोन उचलायला हरकत नव्हती, असं सॅम्युएलला वाटलं. फोन करणाऱ्याला वाटलं असतं की, तिथे कोणी काम करत नसावा किंवा सगळे दुपारच्या भोजनाच्या निमित्ताने दारू पित बसले असावेत. एक सोडला, तर इतर दिवे आता बंद झाले होते. तो फोन उचलला तेव्हा त्याला ओळखीचा आवाज आला.

''स्पेन्डलव्ह? तूच बोलतो आहेस ना?''

सॅम्युएलने संकोचाने आजूबाजूला पाहण्याचं टाळलं. तो मॅकमरेचा फोन होता. साल्याला *पाऊंड आफ फ्लेश हवं होतं.*

सॅम्युएलला आता जास्त दक्ष राहणं भाग होतं, कारण अनेक वर्षं प्रचलित असलेल्या पद्धतीनुसार तिथे येणाऱ्या प्रत्येक फोनवरचं संभाषण ध्वनीमुद्रित होत असे. यासाठीच सॅम्युएल सार्वजनिक फोनवरून मॅकमरेशी बोलत असे.

''तुझी वेळ संपत आली आहे.'' पलीकडच्या स्कॉटिश माणसाचा भुंकल्यासारखा आवाज झाला.

''आता किती वेळ उरला आहे?''

बसल्या बसल्या सॅम्युएलने आपली खुर्ची ३६० अंशात फिरवली. त्याच्याकडे कोणाचं लक्ष नव्हतं. डिआझ आणि नोबडी चाळे करत बसले होते. रबरबँडचा चेंडू करून तो समोरच्या पडद्यावर दिसणाऱ्या सिनेमा नटीला ते फेकून मारत होते. तो चेंडू आपटून परत आला की, ते दोघं काहीतरी फालतू, चावट विनोद करत असत. काझची खुर्ची रिकामी होती.

''फारसा नाही. नाहीतर फोनच केला नसता. मला काहीतरी कळवण्यासाठी आज रात्री फोन कर. आमच्यावर फार दबाव येतो आहे; अर्थात तुझ्यावरही तो आहेच! तुला काहीतरी साध्य करायलाच लागेल.''

''ठीक आहे. मी प्रयत्न करतो आणि काहीतरी जमवतो. आज रात्री मी एकाला भेटणार आहे. तो बहुतेक मदत करू शकेल. जर काही हाती लागलं, तरच मी फोन करीन.''

''स्पेन्डलव्ह, काहीतरी करच.''

मॅकमरेच्या आवाजातला धमकावणीचा सूर दबावामुळे होता, रागापोटी होता की भीतीपोटी, याचा विचार करत सॅम्युएलने फोन खाली ठेवला.

न्यु स्क्रीब रस्त्याच्या बाजूला असलेल्या खिडकीतून एक फिरता प्रकाशझोत त्याच्या टेबलावर पडला. त्याचं नाव असलेल्या एका चिठ्ठीवर तो पडल्यामुळे त्याचं लक्ष वेधलं गेलं. ती चिठ्ठी तिथे बराच काळ होती, पण त्याचं तिकडे लक्षच गेलं नव्हतं. त्याने ती कागदांच्या पसाऱ्यातून बाहेर काढली. दस्तुरखुद्द बाईनेच ती लिहिली होती!

मध्येच थोडंसं काम निघाल्यामुळे संध्याकाळी जमणार नाही. रात्री उशिरा कॅफे ब्युबोरर्गमध्ये थोडंसं खायला जायची कल्पना कशी आहे? रात्री ९:३०वा?

भुकेली आणि घाईत असलेली
काझ

'‘भुकेली आणि घाईत असलेली' म्हणजे नक्की किती?' सॅम्युएलला ही कल्पना आवडली.

७

सॅम्युएलच्या घरापासून कॅफे ब्युनोग चालत जाण्याच्या अंतरावर होतं. न्यु कँकाँप्वा रस्त्यावरच्या मन उदास करणाऱ्या करड्या रंगाच्या जुनाट इमारती पार करत असताना त्याला ऑक्सफोर्डमधल्या जीझस लेनची आठवण झाली.

चालता चालता त्याला अचानक गेलची आठवण झाली. भिरभिरणाऱ्या वाऱ्यात बर्फाची वृष्टी होत होती. बर्फामुळे पदपथ निसरडा झाला होता आणि घट्ट पाय रोवून चालताना कसरत करावी लागत होती. गेलने त्याचा हात धरला होता. तिचा घनदाट केशसंभार ओला झाला होता आणि तो त्याच्या खांद्यावर चिकटला होता. भर बर्फाच्या वादळात बस्कीन रॉबिन्समधून घेतलेलं आईस्क्रीम ते खात होते आणि सहाजिकच, हे दृश्य पाहणारी आजूबाजूची लोकं चक्रावून जात होती. कडाक्याच्या थंडीची जराही तमा न बाळगता, हसत-खेळत ते एकमेकांत गुरफटून गेले होते. तिने मान वर करून हलकेच त्याचं चुंबन घेतलं, तेव्हा तिच्या चेहऱ्यावर पडलेल्या बर्फाच्या तुषारामुळे ती एखाद्या परीसारखी दिसत होती आणि तिच्या ओठांची चव साखरेसारखी मधूर होती.

एग्लि सां मारीवर असलेल्या न्यु सँत मारीच्या घड्याळाने साडेनऊ वाजल्याचा ठोका दिला, तेव्हा तो जवळपास पळतच जायला लागला. दरवाजाजवळ उभ्या असलेल्या, काळी पॅन्ट आणि पांढरा शर्ट घातलेल्या दरवानाने चौदाव्या लुईच्या दरबारातल्या एखाद्या सेवकाच्या थाटात त्याला वाकून अभिवादन केलं आणि माफक हसत त्याचं स्वागत केलं.

आतली सजावट पॅरिसच्या नावलौकिकाला साजेशी होती. तिथेसुद्धा बोचरी थंडी जाणवत होती. जागेच्या मालकाने महागड्या सल्लागाराच्या मदतीने अंतर्गत सजावट केल्यामुळे बहुतेक सर्व पैसा तिथेच खर्च झाला असावा, त्यामुळे बारचं वातावरण उबदार ठेवण्याची त्याला गरजच वाटली नसावी. अर्थात त्या सजावटीच्या जोरावर त्याने अनेक सुंदर लोकांना आकर्षित केलेलं होतं. १९८० साली या

जागेचं उद्घाटन झालं तेव्हा आलेले लोक कायम इथेच येत राहिले होते. पबची अंतर्गत सजावट आकर्षक होती. तिथे आधुनिक डिझाइनच्या खुर्च्या होत्या आणि तिथल्या काळ्या आणि भुऱ्या रंगाच्या फरशीवर वेटर्सची डौलदार हालचाल होत होती; पण तिथे लष्करी आदबीने चालू असलेला जुन्या काळचा व्हिएन्ना वाल्झ वातावरणाशी विसंगत वाटत होता. एक गोल फिरकी घेतलेला प्रशस्त जिना वरच्या मजल्यावर जात होता. बारच्या गोल भिंतीच्या कडेने असलेला वरचा मजला तसा अरुंदच होता. भिंतींच्या बाजूला मोकळी वाट सोडलेली असल्यामुळे तिथे येणाऱ्यांना आपण एखाद्या नाटकाच्या प्रयोगाला आल्यासारखं वाटत असे.

काझ आधीच जाऊन तिथे डेरा टाकून बसलेली होती. सॅम्युएलला आत येताना तिने पाहिलं आणि त्याच्याकडे बघून स्मितहास्य केलं. सॅम्युएल वरच्या मजल्यावर गेला आणि तिच्या दोन्ही गालांचं चुंबन घेऊन त्याने तिला अभिवादन केलं. हे त्याने यापूर्वी कधीच केलं नसल्याचं त्याला जाणवलं.

तिच्यासमोर व्हिस्की आणि बर्फाने भरलेला एक मोठा उभट ग्लास सॅम्युएलला दिसला. सॅम्युएलने वेटरला बोलावण्यासाठी खूण केली तेव्हा काझनी सिगारेटचं पाकीट बाहेर काढलं.

"अरे, तू सिगारेट ओढतेस, हे मला माहीत नव्हतं."

"तशी मी नाहीच ओढत. फक्त काही विशेष प्रसंगी मात्र ओढते." तिची भिरभिरणारी नजर त्याला चिडवत होती. "तशी मी व्हिस्कीपण पीत नाही." तिने खोटा खोटा आविर्भाव करत समोरचा ग्लास उचलला आणि सॅम्युएलला चिअर्स करत घोट घेतला.

"का नाही?" त्याच्यासमोर त्याला आवडणाऱ्या लाल चुटुक व्हॅक्यराँ वाइनचा ग्लास भरलेला होता.

"का पीत नाही? कारण ती माणसाला खोटं बोलायला भाग पाडते."

"छे! तसं काही नसतं." सॅम्युएल म्हणाला आणि दोघांनी आपआपल्या हातातले ग्लास एकमेकांच्या ग्लासांना टेकवत घोट घेतला. काझने हातातली सिगारेट विझवली. सॅम्युएलला उलगडाच होत नव्हता की, हा विशेष प्रसंग, ही काय भानगड होती. जे काही असेल, ते चांगलंच असलं पाहिजे, नाही भलतंच चांगलं असलं पाहिजे. कारण तो तिच्याकडून काही महिती काढणार होता आणि तो एक पत्रकार होता, याची तिला पुसटशीही कल्पना नव्हती.

"तुझ्या हातात मला कागदाचं बाड कसं दिसत नाही?" काझ वेटरला बोलावण्यासाठी खूण करत मेन्युकार्ड मागवताना म्हणाली.

"नाही, शेवटी आम्ही तसाच निर्णय घेऊन टाकला आणि गुंतवणूकसुद्धा केली. तेव्हा...."

"तेव्हा आता तू काही वेगळ्याच उद्देशाने इथे आला आहेस म्हणायचा. छान! मला असे वेगळे उद्देश आवडतात."

सॅम्युएलला आपला चेहरा तापत असल्याचं जाणवलं.

"खानच्या व्यवहाराच्या पद्धतीबाबत तू मला जी चिठ्ठी पाठवलीस, ती काय भानगड होती?"

"अरे, तो खानच एक मोठी भानगड आहे. अगदी खात्रीने सांगते." काझ आता सॅम्युएलच्या दिशेने वाकली. "म्हणून तर मी तुला भेटायचं ठरवलं."

त्यांनी मागवलेले खाद्यपदार्थ टेबलावर आले. सॅलडच्या जोडीला चविष्ट आणि रसरशीत लोरेन आणि पोमोरेल वाइनची, खास काझच्या आवडीची बाटली. आता काझने संभाषणात पुढाकार घेतला. ती सगळ्या विषयांवर हातवारे करत साभिनय बोलत होती; फक्त खानचा विषय टाळून. सॅम्युएलला या नाटकात काही रस होता का? त्याने असली नर-माद्यांची अनेक प्रदर्शनं पाहिली होती. ती याहून जास्त मनोरंजक आणि उत्तेजित करणारी होती. तो मुळात फ्रान्सला का आला होता? आपल्या शैक्षणिक जगताला रामराम ठोकून एकाएकी त्याने आर्थिक जगतात का प्रवेश केला होता? त्याने घेतलेला हा निर्णय त्याच्या कार्यक्षेत्राशी निगडित होता. काझची नाटकं चालूच होती आणि आता ती सिनेमा आणि तिच्या आवडीच्या पदार्थांविषयी बोलत होती.

समोरचे पदार्थ फस्त झाले होते आणि ती सायंकाळ तिथेच संपते की काय, अशी शंका सॅम्युएलच्या मनाला चाटून गेली. इतक्यात ऱ्यु देझ लोबॉवरच्या एका बारमध्ये जाझ संगिताचा जलसा ऐकायचा मानस काझने बोलून दाखवला.

सॅम्युएलच्या हाताला धरून ती बारच्या दिशेने निघाली. बारमध्ये कर्कश आवाजात संगीताचा जलसा रंगला होता. दाराजवळच्या एका टेबलावर दोघं जाऊन बसली. बाहेरची हवा थंड असली, तरी आर्मान्याकचे दोन पेग घेतल्यावर दोघांना आता ती जाणवत नव्हती. पर्यटकांची रस्त्यावर फारशी वर्दळ नसली, तरी मध्येच पांढरे बूट आणि त्याला साजेसा पट्टा लावलेल्या ढेरपोट्या अमेरिकन पर्यटकांचा जथा हिंडताना दिसत होता. नुकत्याच वयात आलेल्या पोरांची टोळकी सभोवार कुतूहलाने बघत तुरुतुरु भटकत होती. पन्नाशीतल्या तरुणी अंगावर घातलेला मिंक कोट आणि दागदागिने यांचं प्रदर्शन करत हिंडत होत्या. रात्रीच्या उन्मादक वातावरणात या शहरातले समस्त स्त्री-पुरुष जणूकाही भोजन, मदिरा, नृत्य आणि त्या क्षणी प्रचलित असलेल्या फॅशनचा अस्वाद घ्यायला आसुसलेले होते.

"आता मग?" आपल्या हातातला ब्रॅन्डीचा ग्लास खाली ठेवत काझ म्हणाली.

या असल्या प्रश्नामुळे सॅम्युएलचा गोंधळ उडत असे. ही सुंदरी काहीतरी सुचवू पाहत होती. पण काय? आता तो मोठ्या पेचात पडला होता. 'ती आता

आपला हात हातात घेऊन आपल्या शामळूपणाला डिवचेल का?' मॅकमरेने दिलेलं आव्हान पेलण्यासाठी त्याला खानची महिती मिळवणं गरजेचं होतं. अर्थात त्याला स्वत:लाही ती जाणून घेण्यात रस होताच.

"हं, मग ते खान...." सॅम्युएल पुटपुटला.

काझने फक्त एक उसासा टाकला.

"तुझ्या घरात कॉफी ठेवतोस का?"

सॅम्युएलने मान डोलावली.

"आणि आर्मान्याक?"

त्याने परत मान डोलावली; पण या वेळी जरा जास्त उत्साह होता.

"चल मग एक सौदा करू. तू मला कॉफी पाजायचीस आणि त्या महान आणि भल्या माणसाची जितकी माहिती मला असेल, तितकी मी तुला द्यायची. तू इथे जवळपासच राहतोस ना?"

सॅम्युएलची बायको त्याला सोडून गेली असली, तरी आता ही अमेरिकन सुंदरी त्याला आवडायला लागली होती. तिचा हा थेट मुद्यालाच हात घालण्याचा स्वभाव त्याला आवडला. अर्थात काझच्या मनात नक्की काय होतं, ते त्याला समजणं अवघड जात होतं. तरीसुद्धा त्या जागेपासून तो पाच मिनिटांच्या अंतरावर राहत होता, ही माहिती तिला असणं, यात नक्कीच काहीतरी तथ्य होतं!

पंधरा मिनिटानंतर ती दोघं सॅम्युएलच्या घरी त्याच्या कोचावर बसून समोर दिसणाऱ्या ओतेल द व्हिलच्या रोषणाईची तारीफ करत बसली होती. सॅम्युएलने एका धार्मिक गीताची सीडी लावली, तेव्हा काझ ब्रॅन्डीचा घोट घेत त्याच्याकडे पाहत होती.

"धार्मिक गाणं? एखाद्या मुलीला कसं पटवावं, हे तुझ्याकडूनच शिकायला हवं."

सॅम्युएल ओशाळून हसला.

"मी ते बदलू शकतो."

"नाही, असू दे."' आणखीन एक मोठा घोट घेऊन तिने सॅम्युएलच्या नजरेला नजर भिडवली. "तुला जे काही हवं आहे, ते मी द्यायला तयार आहे."

सॅम्युएल खाली कोचात मटकन बसला.

"तर मग आता ऐक. खानच्या घोटाळ्याचा पहिला अंक. सट्टाबाजारात खानचा आज अनेक वर्षं वावर आहे आणि त्याची कारकीर्दही उल्लेखनीय आहे, हे नक्की! बाजाराच्या कलाचा अंदाज घेण्यात त्याचा कोणीच हात धरू शकत नाही आणि म्हणूनच तो सर्वांना मागे टाकू शकतो. अर्थात, काही वेळा इतर लोकांप्रमाणे त्याचेही अंदाज चुकतात आणि तो चुकीच्या खेळी करून बसतो आणि मग तो सपाटून मारही खातो."

काझने हातातला ग्लास खाली ठेवला आणि ती सॅम्युएलच्या जवळ सरकली.

"वर्षानुवर्षं सतत आघाडीवर राहिल्यामुळे खान अजिंक्य मानला जातो. त्याच्या दृष्टीने हे चांगलंच असणार, कारण आता तो मोठमोठाले धाडसी व्यवहार करण्याच्या मागे लागला आहे. तो आमच्याकडे येऊन आम्हाला बाजाराविषयी काय वाटतं ते विचारणार, अशी प्रथा होती. काही वेळा आम्ही सुचवलेले शेअर्स तो विकतो, पण काही वेळा तो मध्येच काटछाट करतो. याची आम्हाला आता सवय झालेली आहे आणि आमच्या ते अंगवळणी पडलेलं आहे, कारण तीच गोष्ट तो आम्ही सुचवलेल्या शेअर्स-खरेदीच्या बाबतीतही सहज करू शकेल, याची आम्हाला भीती वाटते."

"खानला बँकेच्या सल्ल्याविरुद्ध काम करताना पाहणं त्रासदायक होत असेल." काझच्या ग्लासात थोडी ब्रॅन्डी टाकत सॅम्युएल म्हणाला. काझने परत एक घोट घेतला.

"अगदी बरोबर! ते फार मनाला लागतं, पण काही उपाय नसतो. यालाच चीनची भिंत म्हणत असावेत; अगदी अभेद्य! आम्ही आमच्या गिऱ्हाइकांना गुंतवणुकीबाबत सल्ला देतो; पण हा खान ते ऐकेल का, हे आम्हाला कधीच खात्रीने सांगता येत नाही."

काझने परत एक मोठा घोट घेतला आणि ब्रँडीला दाद देणारे काहीसे शब्द ती पुटपुटली.

"पूर्वी मी त्याच्याबरोबर काम करताना मला प्रत्येक व्यवहाराची सुस्पष्ट कल्पना असे, पण हल्ली तसं नसतं."

"मला एका व्यवहारासंबंधात जाणून घ्यायचं होतं. तुला तो गॅलिमार्डचा व्यवहार आठवतो का?"

आता सॅम्युएलने पाण्यात गळ टाकायला सुरुवात केली. अनेक वर्तमानपत्रांच्या संगणकावरील माहिती त्याने उकरून काढली होती, पण त्या व्यवहारात कुठेही खानच्या नावाचा उल्लेख नव्हता.

"ती प्रकाशन संस्था? नक्कीच. मला माहीत आहे. तो अगदी पोरखेळ होता! खानने दोन प्रकाशनसंस्थांना एकमेकांवर कुत्र्यासारखं भांडायला सोडलं. शेवटी एकाचा विजय अटळ होताच. तेव्हा मोनॅको प्रकाशक आणि ते दुसरे खानच्या शेअर्ससाठी भांड भांड भांडले, असंच ना?"

"दुसरी संस्था म्हणजे विल्यम बर्टनचं साम्राज्य. मला वाटलं हे नाव तुला माहीत असेल."

काझने प्रश्नार्थक मुद्रेने त्याच्याकडे पाहत विचारलं, "पण या वेळेस खान नव्हता, तर खानला पाठिंबा देणारा कोणी होता. ही पाठिंबा देणारी यंत्रणा बाजारात

गॅलिमार्डच्या शेअर्समध्ये गडबड घोटाळा करून ते खानच्या अथवा त्यांच्या मनपसंद विजेत्याच्या हातात जातील याची काळजी घेत होती.''

''घोटाळा?''

''म्हणजे त्याचं असं आहे की, तुम्ही जितके शेअर्स घेण्यासाठी पात्र आहात त्याहून जास्त घेऊन नंतर मग संगनमताने काम केलं, तर तो घोटाळाच झाला ना? शिवाय हे जास्तीचे शेअर्स कायदेशीरपणे न उघड करता एका समुद्रापार असलेल्या ट्रस्टने हा व्यवहार केला होता आणि आजकाल खानलाही ती पद्धत आवडायला लागली आहे.''

''आणि असा व्यवहार करणाऱ्यांना 'मिलीभगत असलेले साथीदार' असं म्हणतात.''

''तेच ते! हा सोपा कार्पोरेट खेळ आहे. तुझ्यासारख्या न्यायतत्त्वशास्त्रात प्रवीण असलेल्या माणसाच्या दृष्टीने हातचा मळच.''

''धमाल!'' सॅम्युएलने डोळे मिचकावले. त्याला जे काही हवं होतं, ते या असामान्य बाईने अगदी पदरात आणून टाकलं होतं.

''आणि तो पाठिंबा देणारा कोण असावा?'' त्याने अगदी सहजच केल्यासारखी मानभावीपणे चौकशी केली. मात्र हे म्हणताना त्याची नाडी जलद गतीने उडायला लागली होती.

''माझ्याकडे सगळी कागदपत्रं आहेत; अर्थात तुला जर त्यात रस असेल तर. उद्या कोणी माझी उलटतपासणी घ्यायला लागलं, तर ती नक्कीच माझा बचाव करू शकतील. अर्थात, कोणी म्हणजे तू सोडून दुसरा कोणी.'' ती आता चष्म्याच्या कडेतून सॅम्युएलला निरखत होती.

''मला ते एकदा पाहायला मिळतील का?'

''कदाचित देईनसुद्धा. खानच्या मनात आत्ताच्या घडीला जे शिजतं आहे, त्याच्या मानानी तो व्यवहार काहीच नव्हता.''

सॅम्युएलने क्षणभर विचार केला. काझच्या सांगण्यानुसार खानने एका ३० कोटी पौंडाची मालमत्ता असलेल्या प्रकाशनसंस्थेच्या व्यवहारात (खानच्या दृष्टीने अर्थातच ही रक्कम फार मोठी नव्हती) बाजारात लांडीलबाडी करून घातपात केला होता. ही एक महत्त्वाची घटना होती. असं करून या दलालांनी एका जगप्रसिद्ध प्रकाशन साम्राज्याच्या हातून त्यांचं नियंत्रण हिसकावून घेतलं होतं.

''तो व्यवहार लहान असेलही, पण कितीचा होता?''

''अरे, आताच्या मानाने तो काहीच नाही. खान नेहमीच बाजाराला हुलकावणी देत व्यवहार करतो. त्याच्या स्वित्झर्लंड, हाँगकाँग आणि जगभरात पसरलेल्या अब्जाधीश मित्रांच्या पैशाच्या जोरावर तो व्यवहार करतो. ते एकमेकांतच गुपचूप

व्यवहार करतात आणि तिथे दुसऱ्या कोणाला थारा नसतो. जगातल्या कुठल्याही नियामक मंडळाचं त्यांच्यावर नियंत्रण असू शकत नाही. ही बडी धेंडं दारं बंद करून आत सट्टा खेळतात.''

''असं जर आहे, तर मग ते काय चालतं, हे नक्की कोणाला माहीत आहे?''

''म्हटलं तर सगळ्यांना आहे, नाहीतर कोणालाच नाही. खानच्या टोळीतले हे शेअर बाजाराचे राजे फार चलाख आहेत. हे सर्व व्यवहार इतके गुपचूप चालतात की, खरा थांगपत्ता कोणालाच नसतो. नाही म्हणायला खान बँकेत जे रितसर खातं चालवतो त्यावरूनच त्याच्या कामाचं मूल्यमापन करता येतं. जोपर्यंत रोपनर बँकेला पैसा मिळतो आहे तोपर्यंत कोणालाच तक्रार करायला जागा नाही.

''दुसऱ्या शब्दात सांगायचं, तर जोपर्यंत खान या खेळात आघाडीवर आहे, तोपर्यंत त्याच्या खाजगी व्यवहारावरून त्याच्याविषयी मत बनवणं अवघड आहे आणि त्याची कोणाला गरजही वाटत नाही.'' काझचा गुडघा आता सॅम्युएलच्या गुडघ्याला घट्ट चिकटला असल्याचं त्याला जाणवलं.

''तुला आता बरोबर समजलं आहे. आपण सगळे, म्हणजे तू, मी, खान आणि सगळा व्यवसायच जे करतो, त्याचा एकच अर्थ आहे – गोंधळ! आपण सगळे दादागिरी करत एका सुरात गुणगुणत असतो. आपल्याला कुठेतरी दगडात सोन्याचे अंश दिसतात आणि आपण गोंधळ घालायला सुरुवात करतो; पण यातही फरक आहे. मी जेव्हा एखाद्या शेअरचा व्यवहार करते, तेव्हा मी बरोबर आहे का चूक, ते समोरच्या पडद्यावर दिसू शकतं. फक्त तुम्ही टीव्ही चालू केलात की, समोर किंमत दिसते. खानच्या बाबतीत आता तसं राहिलं नाही. एक म्हणजे, हा गृहस्थ काय करतो आहे, हे तुम्हाला त्याने सगळं केल्यावरच समजतं. दुसरं म्हणजे, जरी याने काही खरेदी केली, तरी यात नफा आहे का तोटा, हे तुम्हाला समजतच नाही. तुम्ही ते जाणून घेण्याचा प्रयत्न जरी केलात, तरी हा एक धोरणाचा भाग होता आणि फक्त या व्यवहारावरूनच तुम्ही तुमचं मत बनवू शकत नाही, असं खान संभावितपणे सांगून मोकळा होतो. तो काहीही करू शकतो आणि बहुतेक वेळा तसंच करतो.''

''आपल्याला वाटतो तसा तो नसून कदाचित सरळसाधा माणूसही असू शकतो. खात्रीने सांगणं खरंच फार अवघड आहे.'' सॅम्युएल काझला म्हणाला. खानची बाजू घेताना सॅम्युएलला मजा वाटत होती आणि त्याला वाटलं होतं तितकं ते अवघड नव्हतं.

''तसंपण असू शकतं; पण माणसाला पटकन घबाड मिळवण्याचा मोह होतो. लोक चुका करतात. तुझ्या त्या मूर्ख डुआलने खानचा सरळसरळ दहा कोटी डॉलर्सचा फायदा करून दिलाच ना? आणि त्याच्या ते लक्षातही आलं नाही.''

''पण तो एक रीतसरच व्यवहार होता. हो ना? बाजारात आपलं नाव लोकांना

कळू नये, म्हणून एका दलालामार्फत तो व्यवहार केला होता. बँकेचं नशीब म्हणून विरुद्ध बाजूला खानच होता. दुसरा कोणी असता, तर अनर्थ ओढवला असता!''

एव्हाना काझ सॅम्युएलच्या पायावर पाय टाकून बसली होती.

''ए गप ए!'' काझ लाडंलाडं सॅम्युएलला ओरडत म्हणाली आणि आपले ओठ त्याच्या ओठावर घट्ट टेकवत त्याचं तोंड तिनं बंद केलं.

एखाद्या रानवाऱ्याप्रमाणे ती उबदार, नाजूक आणि उत्तेजित भासत होती. आधीप्रमाणे आताही सॅम्युएलला तो रुचकर हल्लकपणा जाणवायला लागला होता. एखाद्या पर-स्त्रीमध्ये गुंतून घ्यावं का नाही, हे त्याला ठरवता येत नव्हतं. घटस्फोटाच्या जखमा अजून तशा ताज्याच होत्या; पण काझने त्याला कुरवाळत सर्व चेहऱ्यावर चुंबनांचा मारा चालवला, तेव्हा त्याचा विचार बदलायला लागला. हे वेगळंच प्रकरण होतं. इथे गेल नव्हती, संबंध तुटण्याची भीती नव्हती, त्या पाठोपाठ येणाऱ्या वेदना नव्हत्या. आणखीन एक मुशाफिरी कदाचित!

सॅम्युएलकडे तोंड करत ती त्याच्या कवेत शिरली, तेव्हा तिच्या मनातली उत्कटता त्याला जाणवत होती. तिचा श्वास आता तोकडा झाला होता आणि ती हुंकारे देत होती. आता तिची बोटं त्याच्या शर्टाच्या बटणांशी खेळायला लागली. तिला वाटत असलेली निकड ती आता कृतीतून दाखवत होती. तिला तो काहीही करून हवा होता आणि तेही त्याच क्षणी!

इतक्यात तिचा तोल गेला आणि हातातली पर्स जमिनीवर पडून त्यातला ऐवज इतस्तत: विखुरला. आता खोलीच्या भिंती जरी पडल्या असत्या, तरी सॅम्युएलने पर्वा केली नसती. त्याला आता फक्त ती हवी होती; अगदी सगळीच्या सगळी.

पण काझ आता एकदम सावध झाली आणि उठून अस्ताव्यस्त पडलेल्या वस्तू गोळा करायला लागली. सौंदर्यप्रसाधनाची साधनं, पैशाचं पाकीट, फोन, दोन छोटी पुस्तकं, इत्यादी सामान गोळा करताना एखाद्या मैत्रिणीच्या हातून सॅम्युएलच्या आईच्या अंगावर चुकून चहाचा कप सांडल्यागत ती त्याची क्षमायाचना करत होती. काझने पर्समध्ये एक पुस्तक ठेवताना सॅम्युएलने पाहिलं. त्या पुस्तकाच्या कडेला असलेली हिरवट आणि लालभडक रंगाची पट्टी त्याने ओळखली. जो-जो यंग या प्रसिद्ध अमेरिकन लेखकाच्या पुस्तकाचा तो अनुवाद होता आणि गंमत म्हणजे ते पुस्तक गालमार्डनेच प्रसिद्ध केलं होतं. काझ आपले केस सारखे करत परत सॅम्युएलच्या दिशेने येत होती.

''तू ते पुस्तक चोरलंस ना?''

''माफ कर, काय म्हणालास?'' तिचा कातर स्वर त्याला जाणवला.

''ते पुस्तक. जो-जो यंगचं. तू ते कॅफे बोबूरमधून उचललंस ना? खरं की नाही?''

"तू काय बडबडतो आहेस सॅम्युएल?" आता तिच्या चेहऱ्यावरचं स्मित केव्हाच मावळलं होतं.

"तू ते चोरलंस. तुला वस्तू चोरण्यात आनंद मिळतो, खरं ना?"

"अरे ऐका कोणीतरी, कोणी आहे का तिकडे?"

"मी गेल्या रविवारी बुर्देल म्युझियममध्ये होतो. मी त्या दिवशी तुला त्या मोटारसायकलवाल्या बाईबरोबर पाहिलं होतं. तुम्ही एक ब्रॉन्झची लहानशी मूर्ती घेतलेली मी पाहिली होती आणि आता तू हे पुस्तक घेतलंस. का? का करतेस हे काझ? केवळ मजा म्हणून?"

"तू काय बोलतो आहेस ते मला खरंच काही कळत नाही." काझने हसण्यावारी तो विषय टाळण्याचा प्रयत्न केला, पण सॅम्युएल मात्र ठामपणे बोलत होता.

"मी जे काही बोलतो आहे, ते तुला चांगलंच समजतंय आणि त्याचा पुरावा तुझ्या पर्समध्येच आहे."

तिने क्षणभर त्याच्याकडे पाहिलं.

"आपल्याला जे हवं ते मिळवणं तुला इतकं धक्कादायक का वाटतं?"

ती पुढे जात सोफ्यापाशी गुडघ्यावर ओणावली आणि त्याच्याकडे पाहत तिनं ओशाळवाणं हास्य केलं. तिचा नाजूक हात आता त्याच्या जांघेपाशी कुरवाळू लागला. क्षणातच त्या दिशेने कडक प्रतिसाद मिळाला. गुलाबी रंगाने बोटांची नखं रंगवलेला तिचा लांबसडक नाजूक हात आता सगळे अडथळे पार करत होता.

सॅम्युएल आता पूर्णपणे उत्तेजित झाला होता. "मला ते गुपित जाणून घ्यायचं आहे." तो पुटपुटला. ती अशा आवेगाने तिचं काम करत होती की, सॅम्युएलच्या तोंडातून शब्दच बाहेर पडत नव्हते. तिच्या पिंगट केसांचा झुबका त्याला वर-खाली होताना दिसत होता. मध्येच तिने आपले केस खांद्याकडे वळवले आणि त्याच्याकडे पाहत ती खट्याळपणे हसली. जणूकाही जे काय चाललं होतं, ते त्यानेही पाहावं, असंच तिला सुचवायचं होतं. 'तुला ते गुपितच जाणून घ्यायचं आहे ना, नक्कीच समजेल; पण आधी हे इंद्रधनुष्य तर आपण पार करू.' असंच ती जणू सुचवत होती. आता सॅम्युएल घोगऱ्या आवाजात हुंकार देत विव्हळत होता.

अचानक ती उठून उभी राहिली. तिने आपल्या अंगावरचा एक एक कपडा काळजीपूर्वक दूर करायला सुरुवात केली. आता सॅम्युएल चांगलाच उत्तेजित झाला होता. काझनी त्याला अलगद खाली जमिनीवर ओढलं आणि त्याच्या छातीवर बसली. आता सॅम्युएलची पाळी होती.

काही वेळानंतर ती उठली आणि तिने सॅम्युएलवर सुरक्षाकवच चढवलं. नंतर खाली बसून ती त्याला परत बिलगली आणि ते एकमेकांचा आस्वाद घेऊ लागले. काझचे अस्पष्ट हुंकारे आणि सॅम्युएलचं सौम्य गुरगुरणं ऐकायला दुसरं कोणीच

नव्हतं. नेहमी ऑफिसात दिसणारी काझ आणि ही डौलदार, नाजूक काझ यात जमीन-अस्मानाचा फरक सॅम्युएलला जाणवला. तिच्या नेहमीच्या बिझिनेस सूटच्या आत इतका कमनीय आणि लोभसवाणा देह होता, याची त्याला कल्पना नव्हती. हाताच्या बोटांनी अंगप्रत्यंगाची चाचपणी करत दोघंही कामक्रीडेचा मनमुराद आस्वाद घेत होती.

''मग? कसं वाटतंय?'' तिने खट्याळपणे त्याच्याकडे पाहत विचारलं. आपले भरदार वक्ष सॅम्युएलला नीट दिसावेत म्हणून तिने आपला केशसंभार मागे केला.

आपल्या छातीवर बसलेली ही सुंदरी मजेखातर चोरी करते, गूढ वातावरण असलेल्या क्लबमध्ये तिचा वावर असतो, ऑफिसात तिला मान आहे आणि मुख्य म्हणजे तिला काही गुपितं माहीत आहेत, हे सर्व आठवून सॅम्युएल हसू लागला. त्याने थोडीशी हालचाल करायचा प्रयत्न केला, पण तिच्या मांड्यांची पकड जबर होती.

''मला खरंच ते गुपित जाणून घ्यायचं आहे.'' शेवटी तो कसाबसा म्हणाला.

''मला माहीत नाही. मी तुला ते सांगीनच असं नाही.'' ती वर-खाली होत, त्याच्याकडे पाहत हसून म्हणाली. सॅम्युएलचं शरीर आता आवेगाने थरथरायला लागलं होतं.

''मी तुला एकच सांगते आणि तेही शेवटचं. तू फार मोठा मूर्खपणा करायला निघाला आहेस.'' आता तिची गती वाढली होती. ''तुला ते गुपित जाणून घ्यायचं आहे, हो ना? त्या डुआलची नोकरी गेली, मिलरला नुकसानीचा जाब द्यायला लागणार आहे आणि एखाद्या आजीप्रमाणे असल्या चक्रम लोकांचा सांभाळ करावा लागतो आहे.'' ती आता तोकडं तोकडं आणि धाप लागल्यागत बोलत होती.

आपलं बूड त्याच्यावर रेंदाळत ती हिंदकळत होती. ''फार प्रश्न विचारत बसलास, तर संकटात पडशील. जे काही मिळतंय ते घे आणि गप्प बस.'' एवढं बोलून ती मागे हात टेकून वाकली आणि समाधानाने किंचाळली. सॅम्युएललाही आता घाईघाईने कार्यभाग उरकणं प्राप्त होतं. किंचित बाजूला सरकत सॅम्युएलच्या तोंडाकडे ती वाकली, तेव्हा तिच्या डोळ्यातले गरम अश्रू सॅमच्या छातीवर पडले. दोघंही काही काळ न बोलता निपचित बसून राहिले.

आता ती खाली उतरली. सॅम्युएलच्या अंगावरचं सुरक्षाकवच ठीक जागेवरच असल्याची खात्री करत ती आपल्या कपड्यांकडे वळाली.

''आणखीन एक गोष्ट सॅम्युएल,'' तिचा आवाज आता परत ऑफिसातल्या राजकारणात मुरलेला मॅनेजर बोलत असल्यासारखा होता. ''खानची गोष्ट वेगळी आहे, पण तुझी चौकस बुद्धी माझ्याकडे वळवू नकोस. मला आव्हान देण्याचा प्रयत्न जरी केलास, तरी तुला फुफाट्यात पडल्यासारखं वाटेल.'' ती आता त्वरेने

हालचाली करत होती. तिला जे हवं होतं ते मिळालं होतं. "माझ्या चोरीचा उल्लेख जरी कुठे केलास, तरी तुझ्या गोट्या केव्हा कपाळात जातील, ते तुला कळणारही नाही; अगदी कायमच्या!"

आता तिने पूर्ववत पोशाख केला होता. दाराच्या दिशेनी जाताना ती मागे वळाली आणि एक थंडसं सांकेतिक चुंबन त्याच्या दिशेने तिनं सोडलं.

"तुझ्या खोलीतून दिसणारा आकर्षक देखावा दाखवलास आणि ब्रँन्डी पाजलीस त्याबद्दल आभार आणि शुभरात्री!"

ती बाहेर पडतानाचा आवाज ऐकत सॅम्युएल जमिनीवरच निपचिप पडून राहिला. त्याच्यात गुंतत जाण्याची काझला भीती वाटत होती का? का ती त्या म्युझियमचा उल्लेख केल्यामुळे किंवा त्या गुपिताचा विषय काढल्यामुळे घाबरलेली होती? नक्की काय होतं, ते लवकरच तो शोधून काढणार होता. ती ज्या घाईघाईने घराबाहेर पडली त्यावरून ती आणखी बऱ्याच वेळा परत येण्याचीच शक्यता त्याला वाटली. तो एखाद्या घायाळ प्रेमवीराप्रमाणे तिच्या मागे येत नाही हे लक्षात आल्यावर तीच परत त्याच्याकडे आली असती. गेलशी केलेल्या शृंगाराची त्याला आठवण झाली. त्यांच्यात काही झाल्याचं तो ऑफिसमध्ये काझला अजिबात जाणवू देणार नव्हता. त्यांच्यात आज जे झालं होतं, त्याच्या आठवणी त्याला जन्मभर पुरल्या असत्या.

त्याने परत स्वत:ला सावरलं आणि रस्त्याच्या समोर असलेल्या बारमध्ये तो गेला. त्याने एक बिअर मागवली आणि कोपऱ्यात जाऊन बसला. येताना त्याने खिशात पाच युरोची बरीच नाणी आणली होती.

"हां!" मॅकमरेचा आवाज झोपेतून उठवल्यासारखा वाटत होता. टेलिफोन बूथचं दार बंद करत त्याने पाच युरोची नाणी यंत्रात कोंबली.

"मि. मॅकमरे, स्पेन्डलव्ह बोलतो आहे. मला खानविषयी आणि रोपनर बँकेच्या कामकाजाविषयी काही माहिती मिळालेली आहे. तशा सांगण्यासारख्या खूप गोष्टी आहेत, पण या बँकेतली एक महिला अधिकारी केवळ मजेखातर चोऱ्या करते."

"छान! छान!" मॅकमरे उत्साहाने म्हणाला. "आता जास्त सावधगिरी बाळगायला हवी." असं म्हणत तो पेन घेण्यासाठी बाजूला वळाला.

"अर्थात, त्या चोरी करणाऱ्या बाईविषयी आपण काहीच करू शकत नाही. कारण बर्टन समूहाला गॅलिमार्ड कधीच मिळणार नाही याचा खाननेच बंदोबस्त केला होता आणि त्याचा पुरावा ही बाई मला देणार आहे."

"माहितीमध्ये फार मोठी ताकद असते स्पेन्डलव्ह. मला या प्रकरणाची साद्यन्त माहिती आणि तिचा आधार, याबद्दल भरपूर माहिती हवी आहे."

८

"**आ**पला शत्रू कोण आहे ते ओळखायला हवं. सॅम्युएल, आधी शत्रू कोण आहे ते बघ." खानने आपलं ठेवणीतलं हास्य बाहेर काढत सल्ला दिला. तो ज्या शत्रूविषयी सांगत होता, तो काही फूट अंतरावर बसलेला होता. "रोपनर बँकेतली फिक्स्ड इंटरेस्ट विभागाची मंडळी आणि इक्विटिज आणि डेरिव्हिटिव्हज विभागातले काही नव्याने भरती झालेले उमेदवार. रोपनर बँक तिच्या अशिलांमार्फत शंभर कोटी डॉलर्सचे नऊ वर्षाच्या मुदतीचे कर्जरोखे आज बाजारात आणणार आहे."

"पण ते आपले शत्रू का समजायचे?" सॅम्युएलने टक लावून खानकडे पाहत विचारलं. म्हणजे तो आपल्याच बँकेतल्या एका विभागाच्या लोकांना शत्रू समजत होता? का तो जे हसला, त्यात कोल्ह्याचा धूर्तपणा होता?

"कारण बाजारातल्या लोकांना जे नको आहे, ते त्यांना तो बळबळ भरवायला बघत आहे. ते फारसं तर्कसंगत नाही आणि तर्कसंगती नसणं, हा माणसाचा मोठा शत्रू असतो. पटतंय का?"

"अगदी बरोबर आहे खान. सबळ कारणं देवासारखी मदतीला धावून येतात."

"तू छान विनोद करतोस बरं का! छान!" खानने पाय उचलून टेबलावर ठेवले. "एका मोठ्या रसायन उत्पादकाला बाजारातून पैसे उभे करायचे आहेत, त्यासाठी ही सर्कस आपल्याला करावी लागणार आहे. अर्थात यात रोपनर बँकेलाही त्यांना मदत केल्याचं पुण्य लाभेल आणि भरपूर पैसाही मिळेल." आपल्या बोलण्यातला दांभिकपणा लपवण्यासाठी खान डोळे मिटून हे सगळं बोलत होता.

"मला एक समजत नाही की, आपली काझ कशीकाय या खेळापासून दूर राहू शकते? तिला तर असल्या खेळात फार रस असतो. मलातर आश्चर्यच वाटतंय!" खानने सॅम्युएलकडे निर्विकार नजर टाकली. सॅम्युएलनेही तसंच प्रत्युत्तर करण्याचा प्रयत्न केला. इतक्या लवकर खानला तिची अनुपस्थिती कशीकाय जाणवली

होती? खरंतर त्याला काहीच कारण माहीत नव्हतं. सॅम्युएलचा आता फारच गोंधळ उडाला होता. पण खानने उपस्थित केलेला प्रश्न बरोबर होता. ती कुठे होती?

विभागातल्या ज्या कोणाला कर्जरोखे म्हणजे काय हे माहीत होतं, अशा प्रत्येकाला मिलरने त्या दिवशी बोलावून घेतलेलं होतं. डिआझ, नोबडी आणि इतर सगळे त्या दिवशी फिक्स्ड इंटरेस्ट विभागात जमले होते. ते थोड्याशा अस्वस्थपणे, खान आणि सॅम्युएलच्या नजरेच्या टप्प्यात येणार नाही अशा बेताने विखुरलेले होते आणि मिलर त्यांना अतिशय गंभीरपणे काहीतरी सांगत होता. त्यांच्या उजव्या बाजूला असलेल्या पाच फूटी पडद्यावर रोपनरच्या सिंगापूरमधल्या कर्जरोख्याच्या कामावर असलेल्या लोकांचं दृश्य दिसत होतं. आता त्या पडद्यावर एका साठीतल्या माणसाची छबी दिसत होती. तो रोपनरच्या अमेरिकन फिक्स्ड-इंटरेस्ट या प्रचंड विभागाचा प्रमुख जेरेमी वेस्टकॉट असल्याचं खानने ओळखलं.

"या लोकांनी भलतंच मनावर घेतलेलं दिसतंय!" खान म्हणाला.

या कर्जरोख्यांचं भवितव्य ठरवणारा हा दिवस होता. गुंतवणूकदारांनी रोख्यांची नोंदणी केली असती किंवा नसतीही. एकदा का रोखा बाजारात आला असता की, त्याची आपल्या लायकीप्रमाणे किंमत ठरली असती. रोपनर बँक आणि त्यांच्या जगभरातल्या लोकांचं एकच काम होतं की, तो अपेक्षित किमतीला विकला जावा. यात दुसऱ्या पर्यायाचा विचारही करणं अशक्य होतं.

आता ते गुंतवणूदारांना विकत घ्यायला कसं भाग पाडायचं, ते प्रत्येकाच्या वैयक्तिक संबंधांवर आणि व्यवहार-चातुर्यावर अवलंबून होतं. बायका जेव्हा फोनवर गुंतवणूकदारांशी बोलायच्या, तेव्हा लाडिक आवाजात गोड गोड बोलून त्या रोखे विकून दाखवायच्या. डिआझसारखा एखादा विदूषक गुंतवणूकदारांना एखाद्या खेळाचा सामना बघायला घेऊन जायचा आणि तिथे मग या रोख्यांची तपशीलवार माहिती पुरवून आयुष्य हेही एखाद्या खेळासारखंच असतं, त्यात थोडा धोका पत्करावाच लागतो वगैरे सांगायचा. आयुष्य हा फुटबॉलसारखा खेळ नसून प्रिय पात्राशी रत होण्यासारखा खेळ आहे, फक्त योग्य संधीची वाट पाहावी लागते, हे मात्र अर्थातच तो सांगायला विसरायचा नाही. ही त्याची खास पद्धत होती. अर्थात, सगळेच ही पद्धत उपयोगात आणत नसत.

खान आणि सॅम्युएल आपल्यासमोरच्या पडद्यावर दिसणारा, रोख्यांच्या विक्रीची घोषणा करणारा सोहळा बघत बसले. सोहळा संपताच सगळे आपापल्या जागी गेले आणि आपल्या अशिलांना फोन करायला लागले.

"तुला तो मेटरनीच नावाचा राजदूत माहीत आहे? एकोणिसाव्या शतकात त्याने ऑस्ट्रियन-हंगेरियन साम्राज्य पन्नास वर्षं तंगवून ठेवलं होतं."

सँन्डविचचा तोबरा तोंडात कोंबत असताना सॅम्युएलने होकारार्थी मान डोलावली.

"त्याचं एक विनोदी सुभाषित फार अचूक होतं. अर्थात त्याला काही आधार नव्हता, पण त्याने सत्याची फार सुरेख व्याख्या केलेली आहे."

"मला वाटतं, ती मला माहीत आहे." सॅन्डविच रवंथ करताना सॅम्युएल म्हणाला. "जे आपण ठासून सांगतो आणि लबाडीने पुढे रेटतो, ते म्हणजे सत्य."

"अगदी बरोबर! तो एक रोखे खपवणारा चांगला विक्रेता झाला असता."

'आणि लबाडीने पुढे रेटत राहणारा पत्रकारही.' सॅम्युएलच्या मनात विचार आला.

रोख्याची विक्री चालू असलेल्या विभागातल्या टेबलांच्या भोवती मिलर येरझाऱ्या घालत होता. त्याची पाठ वळली की, लोकं त्याच्याकडे पाहत बसायची.

"अरे हां! त्या प्रिय अन्तोनशी झालेली गाठभेट कशी काय झाली?" खानने विचारलं. त्याच्या विचारण्यात समजा जरी काळजीचा अंश असला असता, तरी तो सॅम्युएलला जाणवला नव्हता.

"तुम्हाला माहिती आहे, तो मला उंच शिखरावर घेऊन गेला आणि खाली जे काय दिसतंय, ते माझं होऊ शकतं, असं मला खात्रीने म्हणाला."

"तुझा विश्वास बसला?" खानने सहजगत्या त्याला विचारलं.

"तुमचा बसला असता का?" आता दोघंही हसले.

मिलर सॅम्युएलला हाताशी धरण्याचा प्रयत्न करत होता, ही खानच्या दृष्टीने चांगली बाब होती. त्यामुळे सॅम्युएलचा वट वाढला असता आणि खानला मिलरच्या बातम्या समजणं सोपं गेलं असतं.

शेअर बाजाराच्या कक्षांत एका दूरवरच्या कोपऱ्यात काहीतरी घडत होतं. फ्लोअरवरची मंडळी टीव्हीच्या पडद्याकडे बोट दाखवून खुणावत होती. चीनने एशियन ट्रेड प्रोटोकॉलला मान्यता दिली होती; इतकंच नाही, तर या करारामध्ये सहभागी नसलेल्या तैवानचं नाव सहभागी देशांच्या यादीत घालायलाही मान्यता दिली होती. या समझोत्याचा अर्थ एकच होता की, रोपनर बँकेच्या तैवानमधल्या कारखान्यांची आणि त्यांच्या प्रचंड मालमत्तेची मूल्यवृद्धी झालेली होती.

आर्थिक जगतात त्यामुळे उत्साह संचारला होता. त्या उत्साहाची लाट सात हजार मैलांचा प्रवास करून पाच सेकंदात युरोपात येऊन धडकली होती. येरझाऱ्या घालताना मिलर कर्मचाऱ्यांच्या पाठीवर थाप मारून, त्यांच्याशी गोड बोलून त्यांना प्रोत्साहन देत होता. ही महत्त्वाची घटना घडल्यामुळे विक्री-विभागातल्या प्रत्येकाने आता हा रोखा फारच किफायतशीर झालेला आहे, हे फोनवरून ओरडून सांगायला सुरुवात केली होती. मग रोख्याची विक्री तडाख्याने व्हायला लागली आणि विजयाचा सुवास सर्वत्र दरवळायला लागला. मागे डुआलने केलेल्या नुकसानाची भरपाई करण्यासाठी पॅरिसच्या मंडळींना जास्तीत जास्त रोखे विकणं भाग होतं

आणि त्यांनी ते केलंही.

अचानकपणे उत्साह मावळायला लागला. 'एफटी' आणि 'ल पेती' वर्तमानपत्र गाजावाजा न करता माहिती जमवत होती. डिआझ आणि नोबडी यांनी आपापले कोट काढून खुर्चीवर ठेवले आणि ते खांद्यावर हात टाकून ऑफिसच्या बाहेर रवाना झाले. आपल्या कुंद प्रकाशात असलेल्या ऑफिसमध्ये जाण्यापूर्वी मिलर आता निर्धास्त वाटत होता.

'मानलं तुम्हाला!' बाहेर जाणाऱ्या डिआझ आणि नोबडीकडे पाहत खानने तशा अर्थाची खूण केली. ते आता निर्धास्तपणे द्रवपदार्थयुक्त भोजन करणार होते.

"का? त्यांना का तसं म्हणालात?" एके दिवशी आपल्याला दिलेली पदवी आज खानने पटकन दोघांना कशी काय दिली, याचं सॅम्युएलला आश्चर्यच वाटलं.

"हे खुर्चीवर कोट टाकून जाणारे शेअर बाजारातले शहाणे!" खान म्हणाला, "गेल्या पाच वर्षांच्या काळात दुर्दैवाने यांच्या ओळखीच्या लोकांच्या नावाच्या यादीत यांचं नाव होतं आणि म्हणून या लोकांनी हे शेअर्स त्या ओळखीच्या जोरावर त्यांच्या माथी मारले. सध्या बाजार तेजीत असल्यामुळे आता हे महाशय जेव्हा परत येतील, तेव्हा त्यांना पूर्वीपेक्षाही चांगली परिस्थिती दिसेल. बाजार तेजीत असला की, लोक फार लवकर सुखावतात; एक व्यवहार करून खातं उघडायचं, खुर्चीवर आपला कोट टाकून मस्त दुपारचं साग्रसंगीत जेवायचं, परत येता नफा वाढलेलाच दिसतो. कॉम्प्युटर बंद करायचा आणि घरी जायचं."

सॅम्युएलने सभोवार नजर टाकली. कारण काहीही असो, पण तिथलं वातावरण आता संतुष्ट वाटत होतं.

"ही मंडळी एका अर्थाने चोर आणि दगाबाज आहेत." खान उसासा टाकत म्हणाला. "हा त्यांच्यासारखा खेळ खेळायचं काम सोपं नाही." काही क्षणापुरता खानचा मुखवटा गळून पडल्यासारखा वाटला. हा एक प्रकारचा कबुलीजबाब तर नव्हता?

एका मारामारीसदृश प्रसंगाने तिथल्या शांततेचा भंग झाला. काळ्या चामड्याचा पोशाख केलेली एक स्त्री मिलरशी झगडत होती. बाहेरच्या जिन्यावरून एका सुरक्षारक्षकाचा असंबद्ध ओरडण्याचा आवाज आला, तेव्हा मिलर त्या बाईला हुसकावण्यासाठी ऑफिसच्या बाहेर पडला. आणखीनच आरडाओरडा झाला आणि काचेचा मोठा दरवाजा धाडकन उघडला गेला. इथे काम करणाऱ्यांना गडबड-गोंधळाची सवय होती, पण खरीखुरी मारामारी त्यांनी कधीच पाहिलेली नव्हती, त्यामुळे त्यांचं लक्ष तिकडे गेलं.

आक्रमकरित्या उगारलेले हात आणि मोठ्या आवाजात दिलेल्या गॅलिक भाषेतल्या शिव्यांचा जोर वाढला होता. त्या बाईपेक्षा चणीनी लहान असलेला

सुरक्षारक्षक तिला बकोटीला धरून बाहेर काढत होता. मिलर जरी तिच्यापेक्षा मोठा दिसत असला, तरी आत्ता झालेल्या कुस्तीत साफ चीतपट झाला होता. सुरक्षारक्षकांच्या तावडीतून सुटण्याचा प्रयत्न करत ती बाई मोठमोठ्याने ओरडत होती, तेव्हा सॅम्युएलला तिची ओळख पटली. बुर्देल म्युझियममध्ये पाहिलेली ती मोटारसायकलवाली होती.

"बास करा!"' ती वरच्या आवाजात म्हणाली. "मी आता बाहेर चालले आहे. बास झालं!"

तिला सोडून देण्याची मिलरने आज्ञा करताच वातावरण निवळलं. धाप लागलेल्या अवस्थेत दोघंही एकमेकांकडे डोळे फाडून बघत होते. तिची नजर मिलरवरून वळाली आणि सॅम्युएलवर पडली, तेव्हा तिला तो चेहरा किंचित ओळखीचा वाटला.

"मी तुलाच भेटायला आले आहे. तू त्या काझचं काय केलंस ते सांग." ती फ्रेंच पद्धतीचं इंग्रजी बोलत होती आणि आपली लांबसडक बोटं सॅम्युएलच्या दिशेने उगारत होती. "ती काल रात्री तुझ्याबरोबर त्या कटकट्या बॉसविषयी बोलायला गेली होती आणि घरी परतलीच नाही. ती इथे कामावरही नाही. काय केलंस तू तिला?"

आता त्या कक्षातल्या सगळ्यांच्याच नजरा सॅम्युएलच्या दिशेने वळल्या. ती बाई तर संतापाने लालबुंद झाली होती आणि सॅम्युएलकडे विचित्र नजरेने बघत होती. सॅम्युएल शरमेने कावराबावरा झाला आणि त्याने मदतीकरता शेजारच्या खुर्चीकडे पाहिलं, पण खुर्ची रिकामी होती. काय करावं ते सॅम्युएलला सुचत नव्हतं.

आता तिची सरशी झालेली होती, हे त्या बाईने ओळखलं होतं. "हां! मी उत्तराची वाट बघते आहे."

हार्वर्डमध्ये प्रवेश मिळवणं म्हणजे खायचं काम नव्हतं, हे त्याला पक्कं माहीत होतं. अर्थात तुमचे वडील तिथेच शिकलेले असले आणि त्यांनी समजा त्या विश्वविद्यालयाला दोन-पाच कोटी डॉलर्सची देणगी दिलेली असली, तर गोष्ट वेगळी! तुमचे आजोबा किंवा वडील जर माजी राष्ट्राध्यक्ष असतील, तरीही मग काही अडचण येणार नाही. पण इतर कोणाला तिथे प्रवेश मिळवायचा असेल, तर त्याला असामान्य हुशारी आणि अथक परिश्रम करण्याची तयारी, या गुणांवरच प्रवेश मिळतो. 'मग हे अति हुशार विद्यार्थी एखाद्या बावळटासारखे का वागतात? कदाचित अथक परिश्रमामुळे तसं होत असावं.' असा त्याने विचार केला. मनस्वीपणे 'अभ्यास केल्यामुळे आपल्या वर्गातले विद्यार्थी असे ढेपाळल्यासारखे दिसत असावेत. कदाचित ते आपल्यापेक्षा वयाने लहान होते आणि त्याचाही थोडा परिणाम असावा.' उपजीविकेसाठी पैसा मिळवणं म्हणजे काय, हे त्याला विद्यार्थी दशेतच समजलं होतं. इतर विद्यार्थी फक्त अभ्यासच करत असत आणि उन्हाळ्याची सुट्टी आपल्या कुटुंबीयांसमवेत घालवत असत किंवा एखादा देश बघायला जात असत. तो जरी अमेरिकेत जन्माला आला असला, तरी त्याचे आईवडील बाहेरच्या देशातून अमेरिकेत येऊन स्थायिक झालेले असल्यामुळे सतत काम करून पैसा मिळवण्यासाठी त्यांना धडपड करावी लागे आणि तोच गुण त्यानेही त्यांच्यापासून उचलला होता.

त्याची मूर्खपणे वागायला फारशी हरकत नव्हती, पण एखाद्या प्राण्यांच्या कळपाप्रमाणे राहण्याच्या वृत्तीचा त्याला राग येत असे. ही सगळी हुशार मंडळी जेव्हा केंब्रिजला फिरायला जायची, तेव्हा स्थावर मालमत्ता आणि त्यामधली गुंतवणूक, हा एकच विषय त्यांच्या चर्चेत असायचा. सगळ्यांना फक्त या एकाच क्षेत्रात काम करायची इच्छा होती. अगदी ती लाल केसाची योन्ने नावाची सुंदरीही याला अपवाद नव्हती. इतर वेळी ती त्याला वेगवेगळ्या विषयांवर चांगले प्रश्न विचारायची, पण मालमत्तेत गुंतवणूक करण्याचं क्षेत्र तिलाही आकर्षक वाटत

होतं. 'या क्षेत्राने चांगली कामगिरी केली आहे, हे वादातीत असलं आणि लोकांनी इथे उलाढाली करून बक्कळ पैसा मिळवलेला आहे, हेही जरी मान्य केलं, तरी नवीन संधींचा शोध न घेता त्याच क्षेत्राला किती दिवस चिकटून राहायचं? अनादी काळापासून जमीन हे श्रीमंतीच्या मूल्यमापनाचं एक परिमाण समजलं जातं आहे, पण आता तो विचार जुनाट आणि बुरसटलेला वाटतो.' त्याच्या मनात आलं.

तो एकदा योन्नेला म्हणालादेखील की, हार्वर्ड बिझिनेस स्कूलमधून शिक्षण घेतलेल्या विद्यार्थ्यांनी काहीतरी नवीन कल्पना शोधून काढल्या. पाहीजेत. त्याला भांडवलशाहीचे नवीन प्रकार शोधून काढायचे होते, ज्यामुळे अस्थिरतेला वावच उरला नसता. आर्थिक अनिश्चिततेमुळे त्याच्या वडलांची प्रकृती ढासळली होती, आजी उदासवाणी झाली होती आणि कित्येक पिढ्या घराची शांतताच हिरावून घेतली गेली होती. 'ही वेळ पुन्हा येता कामा नये.' पण जर या धरतीवरची सर्वात हुशार मंडळीच जर अशीच मेंढ्यांच्या कळपाच्या वृत्तीने जगली, तर ती वेळ येणारच होती.

विश्वविद्यालयाच्या उपाहारगृहात चॉकलेट माल्ट पीत असताना त्याने तिला सांगितलं, "या वेडगळ लोकांत न मिसळता तू वेगळ्या मार्गाने गेलीस, तरच तुला आयुष्यात काहीतरी भरीव कामगिरी करून दाखवता येईल. जगातल्या ज्या भागात हार्वर्ड बिझिनेस स्कूलमधून उत्तीर्ण झालेले विद्यार्थी जातात, तिथे अर्थव्यवस्था ढासळण्याचीच शक्यता असते, असं समजायला हरकत नाही. स्वत: अति बुद्धिमान असलेले लोक एकत्रपणे काम करताना लहान मुलांप्रमाणे पोरकटपणा करतात, ही वस्तुस्थिती आहे. जगातल्या सर्वात नावाजलेल्या शिक्षणसंस्थेत दाखल होऊन एका सुरात जागा, जागा, जागा असं बोंबलायला तर ते इथे आले नव्हते? का त्यासाठीच आले होते?"

'द ब्युगल' – विद्यार्थ्यांनी चालवलेलं, स्वतंत्र विचाराचा पुरस्कार करणारं वर्तमानपत्र अशा मूर्खपणाची आणि परंपरेला चिकटून राहाण्याची नेहमीच टर उडवत आलं होतं; मग ती त्यांची वेषभूषा असो, केशरचना असो की कामाचं क्षेत्र निवडण्याची बाब असो. वर्तमानपत्रात छापून आलेलं कार्यक्षेत्र निवडीच्या बाबतीतलं संपादकीय सौम्य भाषेत डोळ्यात झणझणीत अंजन घालत होतं. ते संपादकीय पत्रकारितेच्या अभ्यासक्रमाला नाव दाखल केलेल्या एका विद्यार्थ्याने लिहिलेलं होतं. तो कोणीही असो; पण विल्यम बर्टनच्या मनात आता काहीतरी शिजत होतं, हे निश्चित!

योन्ने फक्त हसली आणि आता दुसऱ्या साध्या विषयावर बोल, असं म्हणत तिने त्याचा हात त्या दिवशी प्रथमच हातात घेतला.

१

सॅम्युएलने त्या बाईच्या डोळ्यात रोखून पाहिलं. गेल्या वेळी त्यांची नजरानजर दाराला असलेल्या लहानशा भोकातून झाली होती. तेव्हा सॅम्युएल चुकून त्या जागी आला असल्याचं नाटक करत होता, तर ती त्याला टाळण्याचा प्रयत्न करत होती.

तो हळूच जागेवरून उठला. आता टेलिफोन वाजला, तरी कोणी घेत नव्हतं. समोरच्या पडद्यावरच्या आकडेवारीकडे कोणी पाहत नव्हतं. वेजमधल्या सर्वांच्या नजरा आता त्याच्याकडेच रोखलेल्या होत्या.

"तुम्ही कोण आहात हे मला माहीत नाही आणि असायची गरजही नाही."

"खोटारड्या! गप्प बैस. गेल्या रविवारी तूच आमच्या पाळतीवर होतास. तू आधी म्युझियममध्ये दिसलास, मग आमचा क्लबपर्यंत पाठलागही केलास. तिचं काय केलंस ते बऱ्याबोलाने सांग." मिलर आता ताठ उभा होता. प्रथम त्याने ती बाई काय बोलत होती त्याच्यावर विचार केला आणि नंतर सॅम्युएलकडे पाहत सौम्य आवाजात तो बोलायला लागला. "ही बाई कशाविषयी बोलते आहे सॅम्युएल? ते सगळं थोतांड आहे, असंच तुला म्हणायचं आहे ना?"

आता ती बाई सॅम्युएलच्या दिशेने दोन पावलं पुढे सरकली. "आपल्या साहेबाच्या भानगडी जाणून घेण्यासाठी हा काल रात्री तिच्यासोबत होता, पण ती घरी मात्र आली नाही. कुठे गेली ती?" सॅम्युएलसमोर हातवारे करत तिने विचारलं, "तुझ्या खोलीत गुंगीचं औषध पाजून तू तिला निपचिप केली आहेस का आणखीन काही केलं आहेस?"

सुरक्षारक्षकाने तिच्या खांद्यावर हात ठेवला, तो तिने रागाने झिडकारून लावला. आपल्या डाव्या बाजूला उभ्या असलेल्या डिआझ आणि नोबडीच्या तोंडावर एक प्रकारचं छद्मी हसू उमटल्याचं सॅम्युएलला डोळ्यच्या कोपऱ्यातून दिसलं. खानचा हा आवडता बगलबच्चा संकटात पडल्याचं पाहून ते उत्साहित झाले होते. मिलरने डोळे किलकिले करत फुसफुसत्या आवाजात सॅमला विचारलं,

"सॅम्युएल, मला काहीतरी समजेल असं सांग."

सॅम्युएल त्या बाईच्या जवळ जात काही इंच अंतरावर थांबला. ती अजूनही रागाने फणफणत त्याच्याकडे रोखून पाहत होती. बाई दिसायला तर फार सुंदर आणि चमकदार होती. 'काय मस्त जोडी आहे! अर्थात दोघी जोडीनं असल्याच, तर एकमेकींना साजेशा आहेत.' तो तिच्या आणखीन जवळ गेला, पण ती हटली नाही.

"हे असं इथे येऊन मला प्रश्न विचारायचा तुम्हाला कोणी अधिकार दिला? तुम्ही आहात तरी कोण?"

"माझं नाव लोराँ द ला जेनेस्त. मी लास्स्तीद बोव्हारमध्ये काम करते. तुम्ही कधी माझं किंवा माझ्या कुटुंबाचं नाव ऐकलं असेल, असं मला वाटत नाही आणि काझविषयी प्रश्न विचारण्याचा मला पूर्ण अधिकार आहे, कारण ती माझी आवडती मैत्रीण आहे."

मध्ये काही काळ शांतता पसरली. नंतर सगळ्यांना ऐकू जाईल अशा मोठ्या आवाजात सॅम्युएल एक एक शब्द ठासून बोलायला लागला.

"ऐका तर मग लोराँ द ला जेनेस्त! ती ... कुठे .... आहे ... ते ... मला ... माहीत ... नाही."

नंतर त्याने वळून मिलरकडे जमेल तितक्या आश्वासक नजरेने पाहिलं.

"मी आता कॉफीसाठी बाहेर जातो आहे. हा सगळा प्रकारच भयानक आहे."

मिलरने सॅम्युएल जाईपर्यंत वाट बघितली. तो जाताच सुरक्षारक्षकांना मानेने खूण केली.

"बाहेर हाकला हिला!"

परत कुस्ती जुंपली. सॅम्युएल ऑफिसातून बाहेर पडत असताना आरडाओरडा करणाऱ्या त्या बाईला बाहेर काढलं जात होतं. स्वच्छतागृहात जाईपर्यंत त्याने आपलं अवसान गळू दिलं नव्हतं, पण आत जाऊन कमोडवर बसताच त्याने आपलं डोकं दोन्ही हातांनी धरलं आणि तो खाली वाकला. त्याची अवस्था एखाद्या असाहाय्य शाळकरी पोरासारखी झाली होती. काही चूक नसताना तो स्वत:चं सांत्वन करत होता. स्वत:चा तोल न ढळू देण्याचा तो कसोशीने प्रयत्न करीत होता. 'ही काझ खरंच कुठे गेली असेल? त्या बाईने केलेले आरोप ऐकून मिलर आणि खानला काय वाटेल? आणि हा पठ्ठ्या खानही कुठे गायब झाला?'

सॅम्युएलने आपल्या तोंडावर पाणी मारलं आणि टॉवेलने तोंड पुसताना त्याने आपला चेहरा आरशात न्याहाळला. त्याला आता थकवा जाणवत होता. तो तरातरा जिन्याकडे गेला आणि मागच्या दाराने न्यु आऊबेवर गेला. आता ऑफिसात विचारल्या जाणाऱ्या, उत्तर न देता येणाऱ्या प्रश्नांपेक्षा घराचा आधार घेणंच त्याला

सुरक्षित वाटत होतं.

त्याने घराचा दरवाजा जोरात आपटून लावला. फ्रिजमधून बिअरची बाटली काढली आणि फोन काढून ठेवला. नंतर शांतपणे गादीवर आडवा होत पुढे काय करायचं याचा विचार तो करायला लागला. थोड्याच वेळात त्याचा डोळा लागला, पण मन अस्वस्थच होतं. गेल्या चोवीस तासात काय काय घडलं याची मनात उजळणी चालूच होती. 'काझ घरी आली होती आणि आता बेपत्ता झाली आहे. तिला नक्की काय झालं असेल?'

त्याला जाग आली तेव्हा अंधार पडायला लागला होता. समोर ठाकलेल्या प्रश्नांची उत्तरं अजूनही सापडत नव्हती. रस्त्याच्या पलीकडच्या इमारतीत त्याच्या समोर राहणारी मुलगी त्याला दिसली. ती त्याच्या मते सुंदर होती. तिची शरीरयष्टी प्रमाणबद्ध होती आणि तिने केलेली आखूड केशरचना तिला शोभून दिसत होती. ती वीसएक वर्षांची असावी, असा त्याने अंदाज बांधला. तिच्या शयनगृहातला उजेड बाहेरच्या काळोखाला भेदत होता.

याआधीही ती एक-दोन वेळा त्याला दिसली होती. तिच्या हालचालीतल्या आकर्षकपणामुळे त्याचं लक्ष पहिल्या वेळी वेधलं गेलं होतं. दोन्ही हात वर करत तिने प्रथम स्वेटर काढला. त्याची नजर आता तिथे खिळून राहिली होती. एखादा ससा जसा दिव्याच्या झोतापुढे स्तब्ध होऊन बघत बसतो, तसा सॅम्युएल तिच्या कमनीय सौंदर्याकडे बघत राहिला. तिने मग एकामागून एक कपडे उतरवले. नंतर खोलीत येरझाऱ्या घालत काही मासिकं इकडेतिकडे केली. नंतर खिडकीत येऊन, त्याच्याकडे रोखून पाहत तिने पातळ पडदा ओढून घेतला. फक्त शंभर फूट अंतरावर पाचव्या मजल्यावर असलेली ती दोघं कित्येक योजनं दूर असल्यासारखी वाटत होती.

दुसऱ्या दिवशी सॅम्युएल जास्त तयारीने बसला होता. तिने कपडे उतरवायला सुरुवात केल्यावर त्याने आपल्या खोलीतला दिवा मालवून टाकला. त्याला आता अंधाराचा फायदा घेत खूप वेळ तिला पाहता आलं असतं; पण त्याने दिवे मालवताच तिनेही आपल्या खोलीतला दिवा मालवून टाकला. सॅम्युएलने परत दिवा लावताच तिनेही दिवा लावला आणि कपडे उतरवायच्या कामात दंग झाली. एक गोष्ट सॅम्युएलच्या लक्षात आली, तिची कपडे उतरवायला हरकत नव्हती, पण तो तिच्याकडे बघत होता, हे तिला बघायचं होतं. म्हणजे चोरून कोण बघत होतं? सॅम्युएल का ती मुलगी?

सॅम्युएलने आपले डोळे चोळून झोप उडवून लावली. तिने अंगभर कपडे घातलेले होते आणि ती खोलीत फिरत होती. तिला तो दिसावा म्हणून त्याने दिवा लावला. अर्थात लगेच काही प्रतिक्रिया दिसली नाही, पण थोड्या वेळात तिने त्याच्याकडे पाहिलं. तिचा हात आता टॉपकडे गेला होता आणि ती बटणं

काढायला लागली होती.

त्याचा मोबाइल खणखणायला लागला तेव्हा तो घाबरला. ती मुलगी अजूनही समोर उभी होती आणि दिव्याच्या पिवळ्या प्रकाशात उजळून निघाली होती. आता अंगावरचा टॉप गेला होता आणि त्याच्याकडे पाहत तिने जीनच्या बटणांना हात लावला. तिच्या शेजारच्या अंधाऱ्या खोलीतला टीव्ही चालूच असल्यामुळे त्याच्या प्रकाशाची फडफड त्याला दिसत होती. फोन अजूनही वाजतच होता आणि शेवटी त्याने तो घेतलाच.

"जे व्हू झेकूत." (मी ऐकतो आहे.)

"च्यायला, काय करतो आहेस तू स्पेन्डलव्ह?"

सॅम्युएलला त्या क्षणी मॅकमरेशी बोलण्याची इच्छा नव्हती.

"तुम्हाला नक्की काय म्हणायचं आहे?"

"तुझा फोन चालू नाही, हे तुला समजलं नाही? आज आपलं बोलायचं ठरलं होतं स्पेन्डलव्ह."

"तो बंद नाही पडला, मीच काढून ठेवला आहे. मला आता कुठलाही व्यत्यय नको आहे. ते काहीही असो, मी तुम्हाला फक्त सार्वजनिक फोनवरूनच फोन करायचा असं आपलं ठरलं होतं ना?"

"ते मरू दे. आज तू मला काही बातमी पुरवणार होतास. तसं तू कबूल केलं होतंस."

"त्या काझची मैत्रीण, कदाचित प्रेमिकाही असेल, आमच्या ऑफिसात आली होती. तिने मला भर ऑफिसात नाही-नाही ते प्रश्न विचारले. माझी पार अवघडल्यासारखी स्थिती झाली."

"तिने काय केलं? आणि अवघडल्यासारखं म्हणजे काय?"

"ती एक स्त्री होती." प्रकरणातला ओंगळपणा बाहेर पडायला लागला होता. सॅम्युएल पुढे म्हणाला. "ती तरातरा माझ्यासमोर येऊन उभी राहिली आणि मी काझचं काय केलं ते विचारायला लागली."

"तू काही महत्त्वाची बातमी खणून काढली असशील, अशी आशा करतो. त्या काझ का कोण तिने काही सांगितलं का?"

"तिने कबूल केलेली माहिती दिलीच नाही कारण ती ऑफिसात आलीच नव्हती. तिच्या त्या प्रेमिकेला तिने आम्ही कशाविषयी बोलणार होतो, याची कल्पना दिलेली असावी, कारण ऑफिसात तिने सर्वांसमोर मी खानवर पाळत ठेवत असल्याचा आरोप चढ्या आवाजात केला. आता समजलं ना मी का अवघडलो होतो ते?"

सॅम्युएल इतका वेळ फोनवर बोलत असल्याचं पाहून ती समोरची मुलगी

वैतागली आणि ताडकन निघून गेली.

"अं .. अं .. त्या खानची काय प्रतिक्रिया होती?"

"चांगला प्रश्न विचारलात. मी मदतीसाठी त्याच्याकडे पाहिलं, तेव्हा हा पठ्ठ्या गायब झालेला होता."

"पण पोरा, त्या काझला गाठ आणि तिच्याकडून लवकरात लवकर माहिती काढून घे."

मॅकमरेचा फोन बंद झाला. समोरच्या घरातला दिवाही आता मालवलेला होता. सॅम्युएलच्या उद्धट वागण्याला न बोलता दिलेली चपराक!

सॅम्युएलने काझला फोन लावला. ती त्या घटकेला उपलब्ध नसल्यामुळे तिच्या गोड आवाजात, फ्रेंच आणि इंग्रजी भाषेत निरोप ठेवण्याची विनंती केलेली होती. सॅम्युएलने काही निरोप ठेवला नाही.

सॅम्युएलने कोट उचलला आणि तो बाहेर पडला. तो आता नक्की काय करणार होता, याची त्याला स्वत:लाच कल्पना नव्हती. ऑफिसमध्ये असलेल्या डिरेक्टरीत कोण कुठे राहतो हे दिलं होतं, पण त्यांच्या इमारतीमध्ये प्रवेश मिळवायचा परवलीचा शब्द दिलेला नव्हता, त्यामुळे त्याला आत जाताच आलं नसतं. एखाद्या बारमध्ये किंवा सुयोग्य जागी तिची वाट बघत बसणं, हाच एकमेव पर्याय त्याच्यापुढे होता. ती अमली पदार्थ खाऊन कोणाच्या घरी पडली नसावी, असं त्याला मनोमन वाटलं. ती तिला येणाऱ्या फोनवर लक्ष ठेवून असली असती, तर तिला सॅम्युएलचा फोन आल्याचं समजलंच असतं.

'कदाचित मघाशी निरोप ठेवला असता, तर बरं झालं असतं का? पण नकोच. फारच संवेदनशील प्रकरण आहे हे.' तो प्रथम तिच्या घरी जाणार होता आणि शेवटचा उपाय म्हणून मग तिला फोन करणार होता.

सोळाव्या प्राधिकरणाच्या कडेला असलेल्या, बुलेव्हाँ लानेवर असलेल्या एका आधुनिक इमारतीत काझ राहत होती. तिथून थोडं पुढे गेलं की, नजरेला खटकणाऱ्या सिमेंट-काँक्रीटच्या आधुनिक इमारतींचं जंगल होतं. तिथेच एका इमारतीत रशियन दूतावास होता. त्याच्या समोरच्या रस्त्यावर रात्री चालणाऱ्या व्यवसायाने तो रस्ता गजबजलेला असे. ट्रक-चालक रात्री आपली वाहनं तिथेच लावून गाडीत झोपत असत. सॅम्युएल कधी रात्री या भागात आला नव्हता, पण शेअर बाजारातल्या गप्पा कानावर पडल्या तेव्हा समलिंगी शरीर विक्रयाचा बाजार इथे तेजीत असल्याचं त्याला समजलं होतं. भरदार छाती असलेले मोहक चेहऱ्याचे छक्के इथे जागोजागी उभे असत.

टॅक्सीतून खाली उतरून सॅम्युएलने सभोवार नजर टाकली. त्याला एकही

दलाल घुटमळताना आढळला नाही. एका दृष्टीने हे थोडं गैरसोईचंच होतं कारण लोकांची वर्दळ कमी असल्यामुळे काझला तो पटकन दिसला असता. या भागात वाट बघत बसण्यासारखी एखादी चांगली जागाही नव्हती. रस्त्यावरच्या दिव्यांच्या प्रकाशात तो रस्ता उजळून निघाला होता. सगळ्यात जवळचं कॅफे तो आलेल्या रस्त्यावर, पोर्त दोफीनवर होतं. तिथे जायला परत मागे चालत जावं लागलं असतं आणि काझच्या इमारतीवर लक्ष ठेवणं अवघड झालं असतं. सोळाव्या प्राधिकरणाच्या या विभागात रात्रीची गजबज अजिबात दिसत नव्हती. ह्या विभागात सगळे भटके श्रीमंत लोक राहत होते. त्यात निरनिराळ्या देशांचे राजदूत, मोठमोठाल्या कंपन्यांचे वरिष्ठ अधिकारी अशा मंडळींचा समावेश होता. शहरातल्या इतर भागांमध्ये जशी अरब आणि व्हिएटनामी लोकांनी चालवलेल्या दुकानांची रेलचेल दिसे, तशी तिथे नव्हती. म्हणजे घरातलं मीठ जर संपलं असेल, तर ते कोपऱ्यावरच्या दुकानातून पटकन आणण्यासारखी परिस्थिती नव्हती. या भागातला रहिवासी त्या प्रकाराचं *'फो पा झूब्लीए ल सेल'* असं वर्णन करत असे.

हातातल्या कागदाच्या तुकड्यावर खरडलेला काझचा पत्ता त्याने वाचला. चौथा मजला, उजवीकडे. डावी आणि उजवी बाजू ठरवणं तसं अवघडंच होतं, कारण तो कुठे तोंड करून उभा होता, यावर ते अवलंबून होतं. नशिबाने चौथ्या मजल्यावरच्या सगळ्या फ्लॅटचे दिवे चालू होते, हे त्याला खालून दिसलं. म्हणजे काझ घरी आलेली तरी होती किंवा लवकरच आली असती. ती झोपायला गेली नसावी, हे नक्की होतं.

या चौकात रस्त्यावर आत्ता वाहनांची गर्दी नव्हती, तरी मागच्या चौकात लाल दिव्यापाशी थांबलेल्या गाड्यांची झुंड त्याला दिसत होती. काही क्षणातच त्या इथे आल्या असत्या. त्याने पटकन रस्ता ओलांडला आणि तो एका झाडाखाली अंधारात उभा राहिला. इथे काझ त्याला तिच्या फ्लॅटमधून पाहू शकली नसती, पण त्याला मात्र तिच्यावर पाळत ठेवता येणार होती.

पाच-सहा मिनिटांनंतर त्याच्या डोळ्यांना अंधाराची सवय झाली, तेव्हा त्याला वाटलं होतं, तसा तो एकटाच उभा नसल्याचं त्याच्या लक्षात आलं. तिथे झाडांच्या मागे रात्रीचे उद्योग चालू असल्याचं त्याच्या लक्षात आलं. जवळपास सगळे पुरुषच होते. त्यात काही तरुण होते, तर काही मध्यमवयीन होते. मधूनच एखादी बाई दिसायची. हे सगळे समलिंगी आवाज न करता आपापल्या कामात दंग होते.

"से कोंबीन ला पासे?"

"काय म्हणालास?"

"किती घेणार?"

एक फताड्या चेहऱ्याचा माणूस अंधारातून बाहेर आला. तो सॅम्युएलला चुकून

वेश्या समजला होता. त्या माणसाने परत सॅम्युएलला भाव विचारला. दमल्यामुळे मी इथे विश्रांतीसाठी उभा आहे, असं सांगून सॅम्युएलने त्याला कसंबसं कटवायचा प्रयत्न केला. विचित्र हावभाव करत तो माणूस अंधारातून परत निघून गेला. कदाचित सॅम्युएलचं इंग्रजी ढंगाने बोलणं त्याच्या लक्षात आलं असावं किंवा तो त्याला पोलीस समजला असावा. 'तो माणूस काय समजायचं ते समजो, पण आता इथे अंधारात उभं राहणं शहाणपणाचं ठरणार नाही.' असं सॅम्युएलने ठरवलं. 'ही हेरगिरी करणारी माणसं कशीकाय पाळत ठेवत असतील?' तो त्याची मोटार घेऊन आला असता, तर काम सोपं झालं असतं, असाही विचार त्याच्या मनात आला. काझचा फ्लॅट नीट दिसेल, अशा बेताने सॅम्युएल झाडांच्या रांगेच्या बाजूने सरकला. नंतर खिशातून मोबाइल काढून त्याने काझचा फोन लावला. फोनची घंटा वाजत होती आणि त्याला खिडकीच्या पडद्यापाशी एक व्यक्ती हालचाल करताना दिसली. अर्थात पडदा जाड असल्यामुळे ती काझच होती का नाही, हे नक्की समजत नव्हतं. तो उभा असलेल्या झाडामागे जोराची हालचाल चालू होती. दोन मिनिटं थांबून परत त्याने फोन लावला. तिची आकृती परत दिसली, पण तिने फोन घेतला नाही. दोन्ही वेळेला फोनवर निरोप ठेवण्याची विनंती करण्यात आली होती. आता काझला जाऊन भेटण्याचीच वेळ आलेली होती.

इमारतीत आत जायला त्याला फार कष्ट पडले नव्हते, याचं त्याला आश्चर्य वाटलं. इमारतीत जाण्यासाठी तो रस्ता ओलांडत असताना एक प्रणयी युगुल टॅक्सीतून उतरलं आणि मुख्य प्रवेशद्वारासमोरच त्यांची झोंबाझोंबी चालली होती. ती चालू असतानाच सॅम्युएल दारापर्यंत जाऊन घुटमळत थांबला. शेवटी त्या मुलीने आपल्या प्रियकराच्या मिठीतून सुटका करून घेतली आणि दार उघडण्याचा सांकेतिक क्रमांक दाबला. दार उघडताच ती दोघं लिफ्टच्या दिशेने गेली, तेव्हा सॅम्युएलही आत सटकला.

चौथ्या मजल्यावर तो गेला, तेव्हा तीच जोडी एका फ्लॅटच्यापुढे घराची किल्ली शोधत डुगडुग करत उभे होते. लिफ्टमध्येही त्यांनी बराच चोंबाळा केल्याचं त्यांच्या कपड्यांवरून दिसत होतं. सॅम्युएलला त्यांच्या समोरच्या फ्लॅटमध्ये जाण्यासाठी थोडं घुटमळावं लागलं. ती दोघं आत जाताच त्याने दारावरच्या नावाची पाटी वाचली. मोठ्या अक्षरात 'डे' लिहिलं होतं. ते हेच घर होतं; प्रश्नच नव्हता. त्याला पाहून काझ कदाचित रागावली असती, पण त्याचा नाइलाज होता. तिला भेटणं आवश्यक होतं.

त्याने बेल वाजवली आणि तो एक पाऊल मागे सरकला.

"कोण आहे?"

दार उघडलं, तेव्हा एका सव्वासहा फूट उंचीच्या काळ्या माणसाने दाराची

चौकट व्यापली होती. त्याने बेफिकिरीने सॅम्युएलकडे नजर टाकली.

"माफ करा, मी काझचा सहकारी आहे, ती आहे का घरात?"

त्या माणसाने जीन आणि पांढऱ्या रंगाचा टी-शर्ट घातला होता आणि त्यामुळे त्याचा बलदंडपणा लगेचच सॅम्युएलच्या लक्षात आला.

"तुम्हाला इंग्रजी भाषा समजते का?" हा गृहस्थ काझसोबत राहत असावा, असा सॅम्युएलने अंदाज बांधला. काही महत्त्वाचं काम निघाल्यामुळे काझला भेटणं आवश्यक आहे, असं त्याने मोडक्या तोडक्या फ्रेंचमध्ये सांगितलं. अचानक त्या माणसाने सॅम्युएलची मुंडी पकडली आणि त्याला भिंतीवर चेपला. त्याच्या ताकदीपुढे सॅम्युएलला काहीच करणं शक्य नव्हतं. त्या माणसाचे डोळे आता रागाने लालबुंद झाले होते. एक झटका मारून त्याने सॅम्युएलला जमिनीवर लोळवलं आणि त्याच्या छातीवर एक पाय ठेवून उभा राहिला. मघाशी भेटलेल्या जोडप्याच्या घराच्या दरवाजावर तो अर्धवट बसलेल्या अवस्थेत टेकलेला होता. जोडप्याच्या शृंगारक्रीडेचा आवाज आतून ऐकू येत होता. पुरुष जोरजोरात हुंकारे देत होता आणि बाई अत्यानंदाने विव्हळल्यासारखे आवाज काढत होती. अशा अवस्थेत मदतीसाठी मारलेली हाक त्यांना ऐकूच आली नसती.

आता त्या माणसाने खिशातून एक भला मोठा सुरा काढला. संतापाच्या भरात तो जोरजोरात श्वास घेत होता. त्याने लाथ मारून सॅम्युएलच्या तंगड्या फाकल्या, तेव्हा सॅम्युएलची आणखीनच अवघडल्यासारखी अवस्था झाली. खाली ओणावत त्याने सॅम्युएलच्या तोंडापाशी सुरा नेला.

"तुला एक मस्त कोडं घालतो. तुझ्या ऑफिसातल्या लोकांना उद्या सांग जाऊन. दहा इंच लांब असलेली पांढरी वस्तू कोणती?" तो फ्रेंच धाटणीच्या अमेरिकन इंग्रजीत म्हणाला.

आपल्या नाकासमोर दिसणाऱ्या पात्यावरून सॅम्युएलची नजर हटत नव्हती.

"मी काय विचारलं?" त्याने लाथ मारत सॅम्युएलला विचारलं.

"अं ... अं ... मला नाही माहीत."

आणखीन थोडं खाली वाकत त्याने सॅम्युएलच्या गालाला पातं लावलं, तेव्हा त्याला अस्वस्थ करणारा गार स्पर्श जाणवला.

"मि. स्पेन्डलव्ह, मी आता तुम्हाला सांगतो, दहा इंच लांब आणि पांढरी वस्तू कोणती? कुठलीच नाही." त्याच्या तोंडाला पेपरमिंटचा वास येत होता. आता त्याने सॅम्युएलच्या नाकाजवळ सुरा आणला.

"काय झालं? घाबरलास की काय? तुझी विनोदबुद्धी कुठे गेली? आता आपला एखादा अवयव गमावण्याची भीती तर नाही ना वाटत?"

सॅम्युएलचा चेहरा पांढराफटक पडला. नुकतीच त्याला त्याच्या नावाने हाक

मारण्यात आली होती. 'या गृहस्थाला माझं नाव कसं माहीत?' आत ती बाई कामक्रीडेच्या उन्मादाचा आनंद उपभोगत होती आणि बाहेर हा एका हल्लेखोराच्या धमकावण्यामुळे कासावीस झाला होता.

"काळजी करू नकोस. निदान आत्ता तरी तुझं नाक मी शाबूत ठेवतो." आता त्याने कुस्तीचा डाव टाकून जांघेत हात घालत सॅम्युएलला तोंडावर पालथा पाडला आणि सॅम्युएलचे बूट फाडायला लागला. सॅम्युएल कसाबसा गुडघ्यावर ओणावला आणि दारावर बुक्याने प्रहार करायला लागला, पण त्या माणसाची पकड ढिली पडत नव्हती. त्या धटिंगण माणसाने त्याच्या बुटाची लेस काढायला सुरुवात केली.

"नको!"

जोरात लाथ मारून आपला पाय सोडवण्याचा सॅम्युएलने प्रयत्न केला, पण त्यामुळे तो बूटच निघून आला. तेव्हा तो काळा छद्मीपणे हसला.

"आभारी आहे."

त्यानंतर मख्ख चेहरा करत त्याने पायमोजा हिसकावून काढला. आता त्याच्या पायाच्या करंगळीवर त्याने सुरा लावला होता. पात्याचा गार स्पर्श होताच सॅम्युएल चमकला. वेडेवाकडे हिसके देत त्याने सोडवणूक करण्याचा प्रयत्न केला, तेव्हा सुरा त्या करंगळीमध्ये शिरत असल्याचं त्याला समजलंच नाही. एकाएकी गरम रक्ताची जाणीव त्याच्या पायाला झाली.

"के-स की पासे?"

दरवाजा उघडला गेला तेव्हा आतला प्रेमवीर विचारत होता, हे काय चाललं आहे?

त्याने बहुतेक त्या मुलीचा गुलाबी रंगाचा गाऊन चढवला होता. खाली पडलेल्या सॅम्युएलकडे त्याने भीतीयुक्त आश्चर्याने पाहिलं. सॅम्युएलच्या मारेकऱ्याचं लक्ष दुसरीकडे वेधायला हे कारण पुरेसं होतं. सॅम्युएलने झटका मारून त्याची मिठी सोडवली आणि बाजूला वळून सुरा असलेला हात धरला. दोघं आता जिन्यावरून कोलमडत जायला लागले. त्या प्रेमवीराने घरात जाऊन दार लावून घेतलं.

ही वेगळ्या प्रकारचीच लढाई चालली होती. सॅम्युएल त्याच्या शत्रूपेक्षा चणीनी लहान आणि वजनाला हलका होता. त्या माणसाच्या हातातला सुरा काढण्याचा त्याने आटोकाट प्रयत्न केला, पण तो फार काळ तग धरू शकणार नसल्याचं त्याला जाणवलं.

मध्यभागी असलेल्या चौकोनी आकाराच्या मनोऱ्यातून जुनाट लिफ्ट खडखडत खाली येत असल्याचा आवाज झाला. आपल्या अंगाला वर-खाली झटके देत

सॅम्युएल आपल्या अंगावरचं धूड बाजूला करण्याचा प्रयत्न करत होता. जिन्याच्या कठड्याला लावलेल्या बारक्या सळयांमधून त्यांना लिफ्ट खाली येताना दिसत होती. त्या घटकेला ते चौथ्या मजल्यावर असल्याचा त्याने अंदाज बांधला.

त्याचा मारेकरी आता पूर्णपणे त्याच्या अंगावर स्थिरावला होता. त्याच्यावर परत एकदा सुरीने घाव घालण्याच्या प्रयत्नात मारेकरी असल्याचं सॅम्युएलला जाणवलं. त्याने हल्ला करण्यासाठी हालचाल करताच सॅम्युएलच्या अंगावरचा मारेकऱ्याचा बोजा किंचित हलका झाला आणि सॅम्युएलला एक झटका देऊन बाजूला सटकण्याची संधी मिळाली. मारेकऱ्याचा सुरा असलेला हात लिफ्टच्या मनोऱ्यातल्या जाळीतून आत गेला, तेव्हा नेमकी लिफ्ट खाली येत होती. मारकऱ्याने पटकन हात बाहेर काढण्याचा प्रयत्न केला, पण उशीर झाला होता. त्याच्या हातावर पाय ठेवून सॅम्युएलने मारेकऱ्याचा हात हलणार नाही याची काळजी घेतली. लिफ्टच्या धक्क्याने सुरा पार खाली जाऊन पडला, तेव्हा एक भयंकर किंकाळी ऐकू आली.

सॅम्युएल धडपडत उठला. मारेकऱ्याचा शर्ट आता रक्ताने माखलेला होता आणि उजव्या हाताला आता करंगळी दिसत नव्हती. साहजिकच आपला हात दुसऱ्या हातात घेऊन मारेकरी व्हिवळत बसला होता आणि त्याला सॅम्युएलकडे लक्ष द्यायला वेळ नव्हता.

"भडव्या, तुला आता मी ठारच मारणार, लक्षात ठेव." तो ओरडून म्हणाला. त्याला प्रचंड धक्का बसला होता, हे सॅम्युएलला दिसत होतं; पण तसाच धक्का लिफ्टमध्ये असलेल्या वृद्ध महिलेलाही बसला होता. ती पटकन खाली बसली आणि भेदरलेल्या अवस्थेत लिफ्टच्या जाळीतून त्या दोघांकडे पाहत राहिली.

मारेकरी जिन्याच्या एका पायरीवर बसून विव्हळत असताना सॅम्युएल तिथून सटकला. या झटापटीत त्याचा एक बूट आणि पायमोजा गहाळ झाला होता, पण सुदैवाने पायाची करंगळी शाबूत होती. एका पायावर लंगडत, उड्या मारत, सॅम्युएल जिना उतरून खाली आला, तेव्हा ती म्हातारीही खालच्या मजल्यावर लिफ्टमधून बाहेर पडत होती. सॅम्युएलला पाहताच ती एका कोपऱ्यात जाऊन रडायला लागली.

त्या म्हातारीकडे लक्ष न देता सॅम्युएल त्या इमारतीच्या बाहेर पडला आणि त्याने समोरचा रस्ता ओलांडला. आता पोलिसांच्या गाड्यांचे सायरन ऐकू यायला लागले होते, त्यामुळे त्याने परत मघाचच्या अंधाऱ्या जागी, झाडांच्या मागे आश्रय घ्यायचं ठरवलं. समजा पोलिसांनी आपल्याला गाठलंच, तर काय करायचं आणि बोलायचं, याची तो उभ्या उभ्या मनात उजळणी करायला लागला. तो मारेकरी जरी पसार झाला असला, तरी त्या प्रेमवीराच्या आणि म्हातारीच्या साक्षीवरून तो

पकडला गेला असता. अंधारात उभा राहून सायरनच्या आवाजांवरून तो पोलिसांच्या गाड्यांची संख्या मोजायला लागला. तीन, चार आणि पाच. एकूण पाच गाड्या आलेल्या होत्या. काझच्या इमारतीतले लोक बाहेर काय गडबड चालली होती, ते खिडक्यांतून पाहत होते.

सॅम्युएलच्या उजव्या पावलातून रक्त येतंच होतं आणि आता तो ठणकायला लागला होता. 'पोलिसांचा ससेमिरा चुकवून जर आज विश्रांती घ्यायची असली, तर घरी जाण्यात अर्थ नाही' असा सॅम्युएलने विचार केला. 'एकतर हॉटेलात जायला हवं किंवा फ्रॉंस्वाच्या खोलीवर जाऊन पडावं.' असा त्याने विचार केला. या दोन्ही जागी लोकांचं लक्ष न वेधता एका बूटावर चालत जाणं अशक्य होतं. काझला भेटण्याची शक्यता आता पार मावळली होती. 'या झटापटीचे परिणाम तर अगणित होणार आहेत. आता एखादी बातमी मिळायची (रसरशीत खबर तर सोडाच) आशाच धरायला नको.' त्याचं खरं रूप आता लोकांना समजणार होतं आणि त्याचं भवितव्य त्याच्या डोळ्यासमोर उद्ध्वस्त होणार होतं. कदाचित केंपिसचं म्हणणंच बरोबर होतं, त्याने विद्यापीठातच काम करायला हवं होतं.

आता पोलिसांची सहावी गाडी येऊन थडकली, तेव्हा त्याने स्वत:लाच शिव्या घातल्या. फौजेतल्या जवानासारखी केशरचना असलेला, चामड्याचं जॅकेट घातलेला एक धिप्पाड इसम अंधारातून बाहेर आला आणि त्याने सॅम्युएलच्या शरीराचा भाव विचारला. सॅम्युएलने अगदी नम्रपणे तो त्या कामासाठी तिथे उभा नसल्याचं त्याला सांगितलं. कर्कश आवाजात ठणाण करत आणखीन एक पोलिसांची गाडी आली. झाडांच्या मागून लपतछपत सॅम्युएल पोर्त दोफीनच्या दिशेने निघाला. 'अरे देवा!' सॅम्युएलने मनाशी विचार केला, 'आता इथे नक्कीच सगळ्या गोष्टी चव्हाट्यावर येतील, असं दिसतंय.'

१०

वसंत ऋतुतल्या प्रसन्न सकाळी सूर्योदय होत असताना कोणालाही आनंदच वाटला असता, पण सॅम्युएल मात्र त्याला अपवाद होता. आदल्या दिवशी झालेल्या प्रकारामुळे त्याचा पाय एखाद्या दहा किलोच्या हॅम्बर्गरप्रमाणे सुजला होता.

तसं पहिलं, तर फ्रॉस्वाच्या आव्हन्यू द फ्रिदलॉमधल्या फ्लॅटमध्ये असलेल्या कोचावर त्याने बऱ्यापैकी आरामात रात्र घालवलेली होती. सॅम्युएलचा रक्ताळलेला, पायमोजाविरहित पाय बघून फ्रॉस्वाला जरा गंमतच वाटली होती. फ्रॉस्वाच्या शंकांना सॅम्युएलने उत्तर द्यायचं साफ टाळलं, तेव्हा या प्रकरणाच्या मागे काही विशेष आणि खास कारणं असावीत, हे फ्रॉस्वाच्या लक्षात आलं. घराच्या दाराबाहेर पसरलेल्या जगात सर्वत्र वैषयिक उन्माद चालू आहे, अशा सॅम्युएलच्या मित्राच्या गोड गैरसमजाला सॅम्युएल जाणूनबुजून खतपाणी घालत होता.

ऑफिसला टॅक्सी करून जाताना जरा जास्तच वेळ लागत असल्याचं सॅम्युएलला जाणवलं. आफ्रिकेतल्या एका लहानशा देशातल्या अध्यक्षांचं बँकेचा अध्यक्ष स्वागत करत होता. पूर्वी हा देश फ्रेंचांच्या आधिपत्याखाली होता. या सरकारी पाहुण्याच्या भेटीच्या प्रसंगी अनेक महत्त्वाचे रस्ते वाहतुकीसाठी बंद केले होते. अर्थात हा नेहमीचाच त्रास असल्यामुळे पॅरिसचे लोक आता ते फारसं मनावर घेत नसत; पण जर कोणी मोटार लावण्याच्या नेहमीच्या जागेवर कब्जा केला, तर मात्र तुंबळ लढाईची शक्यता नाकारता येत नसे. माणसाचे मूलभूत अधिकार आणि त्यावर झालेलं आक्रमण यांसारख्या गहन विषयांवर चर्चेच्या फैरी झडत असत. आत्ताच्या परिस्थितीत ऑफिसात जाणं धोक्याचं होतं, पण प्रकरण फारच अंगावर शेकेल, असं वाटलं असतं, तर तो सरळ बाहेर निघून आला असता. ऑफिसातलं वातावरण नेहमीप्रमाणेच होतं. दारावरचे पहारेकरी नेहमीसारखेच सुस्तावलेल्या नजरेने येणाऱ्या-जाणाऱ्यांकडे पाहत होते आणि फ्लाइंग वेजमधली मंडळी मधूनच अकारण आरडाओरडा करत होती. नाही म्हणायला एक-दोन जणांनी जरा जास्त

निरखून त्याच्याकडे पाहिलं, पण बाकी सर्व वातावरण नेहमीप्रमाणेच होतं. फ्लाइंग वेजमध्ये काम करणाऱ्या लोकांच्यात आत्मविश्वासाची नेहमीच कमतरता दिसून येते. घाबरल्यामुळे हताश होणं, दुसऱ्यावर वसकन ओरडणं, भावनातिरेकाने रडणं आणि रागाच्या भरात वेज सोडून जाणं, या नेहमीच्याच बाबी होत्या. इथे काम करणारे तेवढ्यापुरत्याच त्या गोष्टी लक्षात ठेवत आणि मग विसरून जात. जे काही घडलं होतं, त्याचं कोणाला फारसं नवल वाटलेलं नव्हतं.

वेजमधल्या कर्मचाऱ्यांच्या नजरा चुकवत आणि त्यांच्यात चाललेल्या खुसफुशीकडे दुर्लक्ष करत सॅम्युएल आपल्या जागेपाशी लंगडत गेला आणि स्थानापन्न झाला. आता सकाळचे नऊ वाजून गेले होते आणि जवळपास सगळे आपापल्या जागी कामात गर्क होते. खानचा मात्र कुठेच पत्ता नव्हता, तसाच काझचाही नव्हता.

मिलर नेहमीप्रमाणे तरंगत चालल्यागत त्याच्या टेबलापाशी आला आणि किंचित थांबून हलक्या आवाजात म्हणाला, ''मला वाटतं, आपण दोघांनी आता कॉफी घ्यायला थोडी सुट्टी घेण्यास काही हरकत नाही. चालेल ना? थोडसं बोलणं गरजेचं आहे.''

सॅम्युएल कसाबसा उठण्याचा प्रयत्न करायला लागला.

''नाही, आत्ताच नको. थोडा धीर धर. लाँत्राक्तमध्ये पाच मिनिटांनी भेटू.''

मिलर परत तरंगत ऑफिसच्या बाहेर जायला लागला, पण त्याचं लक्ष ऑफिसात असल्यामुळे आत येणाऱ्या खानवर तो जवळपास धडकलाच. दोघांनी एकमेकांना वाकून खोटंखोटं अभिवादन केलं आणि ते आपापल्या दिशेने रवाना झाले.

''काय हवं आहे त्याला?'' सॅम्युएलच्या समोर असलेल्या पडद्यावरच्या आकडेवारीकडे बघत असताना आपल्या हातातला कोट खुर्चीवर ठेवत खानने विचारलं. 'काल त्या मोटारसायकलवाल्या बाईने केलेले आरोप जर खानने ऐकले असतील, तर मग त्या मानाने त्याची प्रतिक्रिया फारच सौम्य आहे.' सॅम्युएलला वाटलं.

''नेहमीचंच मला वाटतंय. तुझं डोकं फोडण्यासाठी माझ्याकडून काही हत्यार मिळतंय का ते तो बघणार असावा.'' कसंबसं विनोदी उत्तर देण्याचा प्रयत्न करत सॅम्युएल म्हणाला.

खानने आता त्याच्या टीव्हीच्या पडद्यावर त्याच्या खात्याची कालच्या रात्रीची स्थिती तपासली.

''आणि तू हेर-खात्याचा प्रमुख असल्याच्या रुबाबात ते हत्यार त्याला देणार असशीलच, असं मी गृहीत धरतो.''

सॅम्युएल आता लाजला होता. इतक्यात त्याचा मोबाइल वाजला आणि तो वेजच्या कोपऱ्यात सटकला.

''तू स्पेन्डलव्हच बोलतो आहेस ना?'' पलीकडून मॅकमरेचा आवाज ऐकू आला. ''बरं झालं. आता नीट लक्ष देऊन ऐक. आता सगळ्यांची कंबख्ती भरली आहे, म्हणजे आमची. आपल्याला ठोस पुरावा देऊ शकेल अशी व्यक्ती लवकर शोधायला हवी आणि तेही एका आठवड्यात, नाहीतर सगळ्यांची पार....''

''पण सुरुवातीला तर या कामासाठी तीन महिने दिलेले होते.'' सॅम्युएल फोनमध्ये कुजबुजत बोलला. ''आताशी तर एकच महिना झाला आहे.''

''अंतिम तारीख केव्हाही बदलू शकते. खास करून विल्यम बर्टन जेव्हा ती ठरवतो.''

सुरक्षेच्या कारणांसाठी फक्त सार्वजनिक फोनवरून बोलण्याचे दिवस आता केव्हाच मागे पडले होते. आता खानविषयी काहीतरी मोठी बातमी लवकरात लवकर मिळवण्याची निकड दोघांनाही जाणवत होती. आता गुप्तता वगैरे सगळं विसरून काम करायला हवं होतं. पण का?

''हॅल्लो! तुमचा आवाज ऐकून आनंद झाला. बोला, काय काम होतं?'' आजूबाजूच्या लोकांना चाललेलं संभाषण ऐकू जावं, या हेतूने सॅम्युएल मुद्दामहून चढ्या आवाजात बोलला. संभाषण चालू असताना सॅम्युएलने सभोवताली नजर टाकली. झालेल्या प्रकारामुळे नेहमीपेक्षा जास्त नजरा त्याच्यावर रोखलेल्या होत्या, पण तसं काही विशेष नव्हतं. खानची तर चक्क त्याच्याकडे पाठच होती.

''ऐक माझं. त्या मुलीकडून आता माहिती मिळणार नसली तरी बिघडत नाही. तू दुसरा कोणी गाठ. तू ते कसं करशील, त्याच्याशी मला काही देणं-घेणं नाही, फक्त कर म्हणजे झालं. या माणसाला आता जेरबंद करायलाच हवं.'' मॅकमरे नेहमीप्रमाणे दादागिरीच करत होता.

''माझ्यावर विश्वास ठेवल्याबद्दल आभार.''

''मला हे नसते आभार वगैरे नको आहेत स्पेन्डलव्ह, फक्त काम फत्ते झालेलं हवं आहे.'' फोन बंद झाला. सॅम्युएलने उद्वेगाने मान डोलावली आणि आपल्या जागेवर येऊन तो कॉम्प्युटर बंद करू लागला. तिकडे मिलरला भेटायला उशीरच झाला होता.

''आत्ता तू तुझ्या संपादकाशी बोलला असावास, हो ना?'' खानने विचारलं. समोरच्या पडद्याकडे पाहत, खानने गाणं गुणगुणताना सॅम्युएलला विचारलं.

''काय म्हणालात?'' आश्चर्याचा धक्का बसलेला सॅम्युएल कसाबसा पुटपुटला.

''माझ्या मते तो तुझ्या संपादकाचा फोन असावा. तू सध्या जे काही लिहितो आहेस, ती बातमी आणखीन खमंग कशी करता येईल, ते त्याला हवं होतं आणि मी जर फार मोठी चूक करत नसेन, तर तू खात्रीनं माझ्याविषयीच काही लिहीत असावास.''

आता मात्र सॅम्युएलचा जबडा खाली गळून तोंड सताड उघडं पडलं; डोळे विस्फारले. कसंबसं स्वत:ला सावरत त्याने तोंड मिटलं आणि तो ओशाळवाणं हसला.

"तुम्हाला कसं समजलं?"

खान हसला. "अरे माझ्या सोन्या, तू इथे आलास तोच मुळी डॉ. केंपिसच्या मित्राच्या शिफारशीवरून. जगात काही लोकांना हाताला फक्त दहाच बोटं असल्याचा विषाद वाटतो, कारण बोटं खुपसण्यासारख्या अनेक पक्वान्नांची संख्या कितीतरी जास्त आहे. असंच एक पक्वान्न आहे, त्या प्रसारण साम्राज्याचा मालक, विल्यम बर्टन. किंवा असंही असू शकतं की, तू एक पत्रकार आहेस आणि तुझ्यासाठी हा संशोधनाचा विषय आहे. जे काय असेल ते असो."

"हे सगळं तुम्हाला आधीपासून माहीत होतं?" एखाद्या भेदरलेल्या शाळकरी मुलाप्रमाणे सॅम्युएलने खिशातला रुमाल हाताने घट्ट पकडून धरल्यामुळे त्याचा हात खिशात रुतून बसला होता.

"हे बघ, कुठलीच गोष्ट कोणाला खात्रीने माहीत नसते. मीसुद्धा केवळ अंदाज बांधला होता. तू इथे, या देशात पाय टाकण्यापूर्वी मी तुझ्याविषयीची माहिती मिळवली होती. डॉ. केंपिस यांचं या क्षेत्रात मोठं नाव आहे आणि म्हणूनच तू इथे प्रवेश केलास तो एका चांगल्या शिफारशीमुळे. अर्थात, प्रत्यक्षात तुझं काम होतं ते हेरगिरी करण्याचं, तो भाग वेगळा."

सॅम्युएलने नकळत होकारार्थी मान डोलावली. तो आता झपाट्याने विचार करत होता. 'हे सगळं चाललं आहे ते चांगलं आहे का वाईट? आता या क्षणी माझी हकालपट्टी होईल का?' खानला त्याने जे काही जोखलं होतं, त्यावरून तरी नाही.

"मी आत्तापर्यंत का आक्षेप घेतला नाही असं तुला वाटतं?"

"नाही, खरंच काही कल्पना नाही." सॅम्युएल भाबडेपणाने बोलून गेला.

"याला दोन कारणं आहेत. एक म्हणजे माझ्यापाशी लपवण्यासारखं काहीच नाही. दुसरं कारण म्हणजे मलाही या बँकेच्या व्यवहाराविषयी थोडा संशय आहे. अर्थात, हे सगळं मी बोललो, ते केवळ खाजगीतच; उघड नाही."

खानने दोन पावलं पुढे येत सॅम्युएलची पाठ थोपटली. "असा तोंड पाडून बसू नकोस. काळजीचं काही कारण नाही. मी काही त्या मिलरला जाऊन हे सगळं सांगणार नाही. त्याला भेदरलेला बघण्यातच मला मजा वाटते. जा, जाऊन कॉफी पी. त्याला उशीर झालेला अजिबात सहन होत नाही."

"आणि हो सॅम्युएल," सॅम्युएल थांबला आणि त्याने मागे वळून खानकडे पाहिलं. "हे सगळं चाललं आहे ते ठीक आहे, पण एक गोष्ट सांगाविशी वाटते. तुला या क्षेत्रात नाव कमावण्याची उत्तम संधी आहे."

लाँत्राक्त कॅफेच्या वरच्या मजल्यावर मिलर बसला होता. कोपऱ्यात असलेल्या उंची जातीच्या महोगनी टेबलापाशी तो वाट बघत बसला होता. छतावरचे पंखे जोरजोरात फिरत होते. द्राक्षाची वेलबुट्टी असलेल्या चापात अडकवलेली पंख्यांची पाती सभोवार मंद झुळुक पसरेल इतक्याच वेगाने फिरत होती.

सॅम्युएल येताच मिलरने त्याला हातानेच बसण्याची खूण केली, तेव्हा सॅम्युएल बसला.

''तर मग, त्या रात्री आपण कुठे नाहीसे झाला होतात म्हणायचं?''

''जरा घरी जाऊन विचार करत बसलो होतो.''

''आणि शेवटी नाच करत असताना धडपडलात?'' त्याच्या पायाकडे हात करत मिलरने विचारलं. ''काल जबरदस्तीने घुसलेली ती वेडी बाई काय बोलत होती, ते तिचं तिलाही समजत नसावं. निदान मलातरी असंच वाटतंय. तुझं काय मत आहे? माझ्या एका सहकारी बाईला तू आपल्या जाळ्यात ओढण्याचा प्रयत्न तर करत नव्हतास ना? नाही ना? त्या खानवर जर पाळत ठेवली असतीस, तर तुझा दुप्पट फायदा झाला असता.''

''मी याआधीही सांगितल्याप्रमाणे काझ कुठे आहे किंवा असू शकते, याची मला पुसटशीही कल्पना नाही.''

''पण त्या रात्री तू तिच्याबरोबर होतास ना? आता आम्हाला खरंच काळजी वाटायला लागली आहे.''

''तुम्हाला खरंच काळजी वाटते आहे का तसं बँकेचं धोरण आहे?''

''ए बाबा! ती एक बँकेतली वरीष्ठ अधिकारी होती आणि आता नाहीशी झाली आहे. आम्हाला खरंच तिची काळजी वाटते आहे.''

सॅम्युएलने उसासा टाकला आणि तोंडाला कप लावला. ''एक कर्तबगार अधिकारी, अशीच मला तिची ओळख आहे. बरं ते जाऊ दे, तुम्हाला नक्की काय हवं आहे अन्तोन? तो खान माझी तिकडे वाट पाहत बसला आहे.''

''हे बघ, तुला बँक पगार देते; खान नाही.''

सॅम्युएल मख्खपणे बाजूच्या रस्त्यावरच्या वर्दळीकडे बघत बसला. 'आपल्याला ही हेरगिरीची पत्रकारिता जमेल असं वाटलं, हीच चूक झाली. खानची मात्र कमाल आहे. त्याच्या ओळखीमुळे आणि आकलनशक्तीमुळे आपण इथे येण्याचा विचार करायच्या आधीच त्याला ते समजलं होतं. अशा अंतर्यामी माणसाला फसवण्याचा आपण विचार केला, तोच गाढवपणा होता.' प्रत्यक्षात खानने दाखवलेल्या संयमामुळे आणि समजूतदारपणामुळे तो पार शरमिंदा झाला होता.

आता त्याला पार उद्ध्वस्त झाल्यासारखं वाटत होतं. त्याच्या आयुष्यात आलेल्या प्रत्येक गोष्टीने त्याच्यात बदल घडवून आणला होता – खान, मिलर,

बँक, मॅकमरे, केंपिस, संशोधनक्षेत्र आणि सत्याची कास. शेवटी ती सनसनाटी बातमी होतीच आणि तिच्यामुळे फरक पडलाच असता. तो हे करू शकणार होता का?

वेटरने परत दोन कॉफीचे मग आणून ठेवले. त्याचं डोकं आता ठणकायला लागलं होतं. अर्थात ते कॉफीमुळे नव्हतं, तर आपलं बिंग फुटल्यामुळे होतं.

"खानवर तुम्हाला का लक्ष ठेवायचं आहे, ते मला समजतंय; पण या कामात मी कशी काय तुम्हाला मदत करू शकेन, हे मला समजत नाही अन्तोन."

"त्याचा निर्णय मला घेऊ दे. तू फक्त डोळे उघडे ठेवून लक्ष दे, कानांनी ऐक आणि त्याच्या नोंदी ठेव. आज ना उद्या तुला काहीतरी महत्त्वाचं हाती लागेलच. खात्यामध्ये नोंद न केलेली गुंतवणूक, खात्याच्या बाहेर केलेला एखादा आतबट्ट्याचा व्यवहार, काहीतरी मिळेलच. मला खात्री आहे की, तुझ्या हाती असं काही लागेल की, जे दोघांच्याही फायद्याचं असेल."

सॅम्युएलने मिलरकडे निरखून पाहिलं. 'या दोघांत कोणाकडे जास्त लपवण्यासारखं असेल? धूर्तपणे खेळी करणाऱ्या खानकडे का बँकेचं दहा कोटींचं नुकसान करून बसलेल्या मिलरकडे?'

"त्या दिवशी तो काहीतरी बोलला खरा. मलातरी ते जरा विचित्रच वाटलं."

आता मिलर कान टवकारून ऐकत होता. आता सॅम्युएल जे काही सांगणार होता, ते ऐकल्यावर मिलरची काय प्रतिक्रिया असेल, हे तो निरखून बघत होता.

"खान म्हणाला होता की, बाजारात दुसरे जे घाणेरडं अर्थकारण करतात, ते करणं आपल्याला फार अवघड जातं."

"व्वा! तो असं खरंच म्हणाला?"

"हो अन्तोन, पण त्यामुळे मी बिलकूल हरखून जायला नको. आपली बँकसुद्धा असले घाणेरडे प्रकार करते, असं त्याला वाटतंय, अशी माझी खात्री आहे. मला सांभाळून राहायला हवं. खानची कदाचित तुझ्यावरही नजर असेल."

"**ही** लोकं तुला भेटायला आली आहेत." खान दोघांकडे हात दाखवत म्हणाला. त्या दोघांच्याकडे पाहिल्यावर, ते जरा वेगळंच प्रकरण असल्याचं सॅम्युएलला जाणवलं. खान परत आपल्या बँकेच्या कॉम्प्युटरकडे गेला. न्यूयॉर्कच्या बाजारात अर्ध्या तासाच्या व्यवहारात दोन टक्क्यांनी जवळपास तीस अब्ज डॉलर्स घाटा झाला होता. अर्थातच न्यूयॉर्कर अंथरुणातून खडबडून जागे झाले असणार होते. युरोपातला बाजार शुक्रवारी संध्याकाळी बंद होताना असा प्रकार कधीतरी न्यूयॉर्कच्या बाजारात अनुभवास येत असे.

सॅम्युएलच्या समोर एक स्थूल, बुटकेला, डोक्यावर फारसे केस नसलेला

इसम उभा होता. त्याने सुरकुत्या पडलेल्या शर्टावर एक जाडसर स्वेटर आणि गळ्याभोवती विरलेला टाय घातला होता. त्याच्या त्या विशिष्ट पेहरावावरून, तो इसम बँकेत काम करणारा नक्कीच नसावा, हे सॅम्युएलच्या लक्षात आलं. त्याचबरोबर त्याच्यासोबत उभ्या असलेल्या चाळिशीच्या महिलेची वेषभूषाही तिच्या सहकाऱ्यासारखीच सुमार दर्जाची असल्यामुळे तिचाही बँकेशी संबंध नसावा, असा त्याने अंदाज बांधला.

त्या इसमाने दिलेल्या ओळखपत्रावरून तो पोलीस खात्यात इन्स्पेक्टरच्या पदावर असल्याचं सॅम्युएलला समजलं. त्याने ते ओळखपत्र नीट निरखून पाहिलं आणि त्या इसमाला परत केलं. कोणा त्रयस्थ इसमाने स्थानिक पोलिसांचं सोंग घेतलं नसतं, हे नक्की!

"मी आपल्यासाठी काय करू शकतो इन्स्पेक्टर ब्लॉन्दो?" सॅम्युएलने चाचरत विचारलं. त्याच्यासोबत असलेल्या बाईनेदेखील आपलं ओळखपत्र त्याला दाखवलं. ती सार्जन्ट बुशीने होती.

"आम्ही तुमच्या सहकारी असलेल्या मैत्रिणीच्या घरी घडलेल्या प्रकाराबाबतच्या चौकशीसाठी आलो आहोत. त्यांचं नाव आहे मिस कॅथरीन डे."

"काझ डेला माझी मैत्रीण म्हणणं जरा धाडसाचं होईल, कारण आम्ही दोघांनी एकदाच एकमेकांच्या संगतीत थोडी ड्रिंक्स घेतली होती. हे पाहा इन्स्पेक्टर, हे सगळं आत्ता आणि इथेच व्हायला हवं का?" परत एकदा वेजमधल्या लोकांच्या नजरा सॅम्युएलवर खिळून होत्या. त्या क्षणी चाललेल्या कंटाळवाण्या उलाढालीपेक्ष वेजमधल्या लोकांना हेच जास्त उत्तेजित वाटत होतं.

"तशी काही गरज नाही. आपण हे पोलीस चौकीवरही बोलू शकतो."

"इन्स्पेक्टर ब्लाँदो, एक मिनिट, मी काही बोलू का?" खानने शांतपणे, पण आश्वासकरित्या इन्स्पेक्टरला विचारलं. "मला वाटतं, तुमचं नाव मला माहीत आहे. आपल्या दोघांच्याही ओळखीचे काही मित्र आहेत."

काही सेकंदातच त्या इन्स्पेक्टरच्या हाताला धरून खान त्याला बाजूला घेऊन गेला. त्यांचं संभाषण चालू असतानाचा सॅम्युएलचा काळ फार बेचैनीचा गेला. सॅम्युएल आणि ती सार्जन्ट एकमेकांच्या नजरा चुकवत जागच्या जागी उभे होते. काही क्षणांतच ते दोघे परत टेबलाच्या दिशेने यायला लागले. खानच्या हातात अजूनही ब्लाँदोचा हात होता.

"ठीक आहे! मग ठरलं तर. पुढल्या आठवड्यात तुमच्या ऑफिसमध्ये भेटायचं. बरोबर आहे ना इन्स्पेक्टरसाहेब?"

मिलर हे सर्व झाल्यावर अचानक प्रकट झाला. "हे काय चाललं आहे? काय प्रकार आहे?"

"असं काही की, जे निस्तरण्यासाठी तू इथे नव्हतास मिलर. असो, तुला यांची ओळख करून देतो."

काही वेळानंतर पोलीस निघून गेले.

खान परत समोर दिसला, तरी सॅम्युएलच्या पोटात ढवळत होतं.

"खान, मला तुमचे शतश: आभार मानायला हवेत. त्यांना तुम्ही काय सांगितलंत?"

"अं...अं... मला याचं राहून राहून आश्चर्यच वाटत होतं." खाननं प्रश्नाचं उत्तर न देता विषय बदलला. "या रविवारी दुपारी माझ्याकडे जेवायला येशील?"

सॅम्युएलच्या तोंडातून शब्द फुटत नव्हता.

"जेवायला? का? हो, येईन की! आभारी आहे, पण त्या पोलिसांचं काय झालं?"

"तसं काही विशेष नाही. आमच्या दोघांच्या ओळखीचे काही मित्र आहेत. तुझा प्रकार घडला त्या रात्री ब्लाँदोनी एक फोन घेतला, तेव्हा एक घाबरलेली म्हातारी तक्रार करत होती. तिने म्हणे काझच्या फ्लॅटच्या बाहेर दोघांना जमिनीवर गडगडत जाताना बघितलं होतं." आता खाननं रोखून सॅम्युएलकडे पाहिलं. "त्या दोघांपैकी एक तू होतास, हे ब्लाँदोला माहीत आहे. ती नेहमीचीच बाचाबाची होती, असं सांगून मी त्याची समजूत काढली आहे. आपल्या बँकेच्या वकिलांच्या मदतीने आपण पुढच्या आठवड्यात ते सगळं निस्तरून टाकू. फारकाही विशेष नाही."

"आभारी आहे. खरं म्हणजे मी त्या योग्यतेचा नाही."

"कदाचित तुझं बरोबरही असेल." आता खानच्या आवाजाला धार आली होती. "तू मला काही देणं लागतोस. आणि हो, त्या काझपासून लांब राहा. या देशात हेरगिरी केली, तर त्याचे गंभीर परिणाम होऊ शकतात आणि ती बाई तेवढी महत्त्वाची नाही. ती बाई...वाया गेलेली आहे."

शेवटचं वाक्यं तो समोरच्या पडद्याकडे पाहत इतक्या हलक्या आवाजात म्हणाला की, जणूकाही तिथे त्याच्याशिवाय कोणीच नव्हतं.

सॅम्युएल अगदी वेळेवर खानच्या घरी – ॲव्हन्यू मॅटिग्नाँ अपार्टमेंटमध्ये पोहोचला, पण महाशय अजून तयार नव्हते. काही क्षणांतच इंटरकॉमवर त्याने झालेल्या उशिराबद्दल दिलगिरी व्यक्त केली आणि सॅम्युएलला आत बोलावलं. लिफ्टने तो सातव्या मजल्यावर गेला, तेव्हा खानच्या फ्लॅटचं दार उघडंच होतं. त्याचा फ्लॅट इमारतीत सर्वात वर होता आणि आकाराने प्रचंड होता; पण त्यात विशेष असं काही नव्हतं. विशेष होता, तो तिथून दिसणारा शहराचा देखावा! तो मात्र डोळे दिपवून टाकणारा होता.

सुप्रसिद्ध आयफेल टॉवरचा मनोरा खालती दिसत होता, तर त्याच्या डाव्या बाजूला अलेक्झान्डर-३ हा शहरातला प्रमुख पूल होता. शेजारीच म्युझेदोर्से नावाचं म्युझियम होतं आणि याचं म्युझियममध्ये रूपांतर व्हायच्या आधी हे एक रेल्वेचं स्टेशन होतं. पलीकडे त्याला मोंपार्नास आणि ले इन्व्हालिद स्पष्ट दिसत होते. उजव्या बाजूच्या दृश्यात आर्क दू त्रियोंम्फ प्रामुख्याने दिसत होतं, तर दूरवर, काही किलोमीटर अंतरावर आर्श द ला दे फाँसची आधुनिक पद्धतीची वास्तू दिसत होती. या फ्लॅटची पश्चिमेकडची भिंत संपूर्णपणे काचेची होती आणि मध्यान्हीच्या प्रकाशात ती उजळून निघाली होती.

खान वरच्या मजल्यावरच्या चक्राकार जिन्याने खाली आला. त्याने जीन आणि हिरवटसर रंगाचा शर्ट घातला होता. त्याचे केस ओले होते, हे पाहून सॅम्युएलला आश्चर्य वाटलं. ऑफिसात असं कधीच दिसलं नव्हतं.

"कसा काय आहे देखावा?"

"अप्रतिम!" साधारणपणे असलंच दृश्य त्याच रस्त्यावरच्या मॅसिओ ब्लाँच या रेस्टॉरंटच्या खिडकीतून त्याने पाहिलं होतं; पण हे त्यापेक्षा फारच सरस होतं. त्याने खानला तसं बोलूनही दाखवलं.

"बरोबर आहे. मी हा फ्लॅट केवळ या देखाव्यासाठी विकत घेतला. अर्थात गुंतवणुकीच्या दृष्टीने हा काही फारसा चांगला निर्णय नव्हता, पण कधीतरी डोक्यापेक्षा मनाचं ऐकावंच लागतं. नेहमीच गुंतवणुकीचा विचार केला, तर आयुष्य पार मिळमिळीत होईल, खरं ना?"

दोघं इमारतीतून खाली आले आणि त्यांनी टॅक्सी पकडली. वाटेत खान आदल्या दिवशी युरोपियन बाजार बंद झाल्यावर सकाळी न्यूयॉर्कच्या बाजारात घसरलेल्या शेअर्सच्या किमतीविषयी बोलत होता. यात विशेष असं काहीच नव्हतं, असं खानने सॅम्युएलला सांगितलं. तिथला बाजार बंद होण्याच्या थोडा वेळ आधी अचानक शेअर्सचे भाव गडगडले होते. हा नफेखोरांनी टाकलेला डाव असावा, असा खानला संशय होता. सोमवार सकाळपर्यंत बाजार पूर्ववत होईल, असा खानला विश्वास वाटत होता.

खानच्या बोलण्याकडे सॅम्युएलचं नीटसं लक्ष नव्हतं. त्यांची टॅक्सी आता सॅम्युएलच्या फ्लॅटच्या जवळून जात होती. गेल्या शुक्रवारनंतर तो तिकडे फिरकला नव्हता. अर्थात तिथे जाऊन त्याला ऑफिससाठी लागणारे कपडे आणि इतर सामान आणावं लागणार होतं, पण तिथे जायला त्याचं मन कच खात होतं. सध्या काही दिवस फ्राँस्वाकडेच राहण्याचा त्याने निर्णय घेतला होता.

ऱ्यु दे आर्चिव्हपाशी टॅक्सीतून दोघं बाहेर पडली. भुरकट रंगाच्या या इमारतीच्या प्रवेशद्वारापाशी एक पहारेकरी उभा होता. खानच्या मित्राने आयोजित केलेल्या

दुपारच्या भोजनास खान सॅम्युएलला घेऊन चालला होता, असा त्याचा समज होता. प्रत्यक्षात ते एका म्युझियमला भेट देण्यासाठी निघाले होते.

इमारतीच्या बाहेर असलेल्या बागेकडे जाणाऱ्या दरवाजावर एक पहारेकरी उभा होता. त्या दोघांना आत सोडण्यापूर्वी त्याने हातातल्या यादीत त्यांची नावं असल्याची खात्री करून घेतली. मग फोनवरून आत कोणाशीतरी तो बोलला आणि नंतरच त्यांना अदबीने आत जाण्याची खूण केली.

आत असलेल्या चौरस आकाराच्या बागेत ते गेले. तिथे चौथ्या हेन्रीचा पुतळा होता. त्या पुतळ्याचा भव्यपणा आणि कोरीव काम पाहून सॅम्युएलला ऑक्सफर्डमध्ये असलेल्या बोडलाइनची आठवण झाली. बागेच्या एका कोपऱ्यात असलेला मनोरा ठळकपणे डोळ्यात भरत होता.

"तू आता जे काही बघणार आहेस, त्यामुळे तुला अनेक गोष्टींचा उलगडा होणार आहे." खान त्याला हलक्या आवाजात म्हणाला. "तू त्यावरून जे काही निष्कर्ष काढशील, ते जाणून घेण्यात मला रस आहे. अर्थात आपण त्या विषयी नंतर बोलूच."

सॅम्युएलने पहिला निष्कर्ष हा काढला की, त्याला वाटलं होतं त्यापेक्षा खानच्या फार वरच्या दर्जाच्या लोकांशी ओळखी होत्या. फ्रेमविरहित चष्मा आणि फिसकारलेले केस, अशी त्याची मूर्ती फ्रान्समध्ये सर्वत्र परिचित असल्याचं त्याच्या लक्षात आलं. त्या दिवशीच्या भोजन-समारंभाचा यजमान फ्रान्सचा सांस्कृतिक मंत्री पात्रीस गूरदाँ होता.

"पात्रीस, ज त प्रेझाँत साम्युएल, ए कोलेग द म्या. अं जनोम ब्रियाँ." खानने सॅम्युएलची मंत्री-महोदयांशी ओळख करून देताना त्याचा अतिशय हुशार सहकारी असा उल्लेख केला.

तो खानचा चांगुलपणा असला, तरी सॅम्युएलने जे काही उद्योग करून ठेवले होते, त्या पार्श्वभूमीवर ती ओळख सॅम्युएललाच खटकली. दुसरी गोष्ट म्हणजे स्वतः गूरदाँ हा कमालीचा हुशार गृहस्थ तर होताच, पण त्याचं भाषांवरही तितकंच प्रभुत्व होतं. त्या दोघांनी एकमेकांचं फ्रेंच भाषेत अभिवादन केलं. टेलिव्हिजनवर अस्खलित इंग्रजीतून विद्वत्ताप्रचुर भाषणं करताना सॅम्युएलने गूरदाँला ऐकलं होतं. त्यामुळे तो आता इंग्रजीतून बोलेल, अशी सॅम्युएलला आशा वाटली; पण तो फ्रेंचमध्येच बोलला. सॅम्युएलचं फ्रेंच आता अस्खलित म्हणण्याच्या परिस्थितीत नव्हतं. खानचं मात्र भाषेवर उत्तम प्रभुत्व होतं, पण त्याचे उच्चार अस्सल फ्रेंच माणसासारखे नसत.

इमारतीकडे चालत जात असताना गूरदाँ आणि खान चौदाव्या शतकातल्या मुद्रणकलेसंबंधी असलेल्या संग्रहालयाचं नूतनीकरण कसं करावं, याची चर्चा करत

होते. त्यांनी प्रवेश केलेल्या भव्य दालनात एका लांबलचक टेबलावर सोळा जणांची बसण्याची व्यवस्था केलेली होती. टेबलाच्या मध्यभागी असलेल्या पांढऱ्याशुभ्र फुलदाणीत विविध रंगांच्या टुलिप्सची सजावट केलेली होती.

इथे जरी सरकारी पहारेकरी होते, तरी ही गूरदाँची खाजगी वास्तू असल्याचं सॅम्युएलच्या लक्षात आलं. चौदाव्या लुईसच्या जमान्यातल्या चकचकीत भिंतीवर गूरदाँचा तरुणपणातला फोटो होता. सांते-क्स्युपेरीचा तो चाहता होता आणि आफ्रिकेतल्या त्याच्या धाडसी कृत्यांचा त्याने अभ्यास केलेला होता. गूरदाँने लिहिलेल्या पुस्तकांना लोकांनी चांगला प्रतिसाद दिला होता. समाजातल्या प्रतिष्ठित लोकांत त्याचा चांगलाच जम बसलेला होता, त्यामुळे वयाच्या तिसाव्या वर्षापासून तो फ्रेंच जनसामान्यांत स्थिरावला होता. कुशल बागायतदार, चोखंदळ इतिहासकार, वाइनची निर्मिती इथपासून गुणवत्तेपर्यंत सर्व माहिती असलेला, गणिताच्या सर्व शाखांचा अभ्यासक असलेला गूरदाँ तडफदार सांस्कृतिक मंत्री म्हणून तीन वर्षांपासून लोकांना परिचित होता.

गूरदाँ खाजगी आयुष्यात फ्रेंच सांस्कृतिक मूल्यांना जे महत्त्व द्यायचा, त्याचं फ्रेंच लोकांना फार अप्रूप वाटे आणि जेवण चालू असताना सॅम्युएलच्या ते एकेक करून लक्षात यायला लागलं होतं. गूरदाँचं इंग्रजी, ग्रीक, जर्मन, इटालियन, स्पॅनिश, मान्डारिन या भाषांवर निःसंशय प्रभुत्व होतंच, पण इतर अनेक भाषांची त्याला तोंडओळख होती, ज्यात पापुआ न्यू गिनियामध्ये बोलल्या जाणाऱ्या भाषेचा समावेश होता आणि गमतीचा भाग म्हणजे ही भाषा जगात जेमतेम पाचशे लोक बोलतात. मात्र तो जरी सर्व संस्कृतींचा अभ्यासक असला, तरी फ्रेंच संस्कृतीचा आणि मूल्यांचा तो खंदा पुरस्कर्ता होता.

वॉलनट लाकडापासून बनवलेल्या त्या सुंदर जेवणाच्या टेबलाभोवती अमेरिकन लेखक, भारतीय अभ्यासक, हंगेरियन कवी, रशियन नृत्यदिग्दर्शक (ज्यांच्या रॉयल बॅलेमधल्या कामाची लोकांनी फार प्रशंसा केली होती) अशी मंडळी बसली होती. फ्रेंच समूहात काही राजकीय पक्षातली माणसं, सिनेमा दिग्दर्शक, टेलिव्हिजनची मंडळी अशी मोजकीच लोकं होती. इथे सर्व भाषा गुण्यागोविंदाने एकत्र नांदताना दिसत होत्या. अमेरिकन, रशियन आणि हंगेरियन हे थोडंफार इंग्रजी सोडलं, तर रशियन भाषेतच बोलत होते. पाकिस्तानी मंडळींनी इंग्रजीलाच फ्रेंचांची अधिकृत भाषा केली होती आणि त्याचाच कित्ता खानने गिरवला होता. गूरदाँ मात्र फ्रेंच भाषेलाच धरून होता.

पांढऱ्याशुभ्र वेषतल्या वेटर्सनी अदबशीरपणे बदकापासून केलेला एक रुचकर पदार्थ प्रत्येकासमोर आणून ठेवला होता आणि तो खात असताना विविध विषयांवर विचारमंथन चालू होतं. नंतर गूरदाँने सर्वांना आपल्या घराचा दौरा करण्यासाठी

पाचारण केलं. सर्व मंडळी मंत्रीमहोदयांच्या, उंच उंच छत असलेल्या प्रासादतुल्य दालनांचं निरीक्षण करायला निघाली. सॅम्युएलने आत्तापर्यंत न पाहिलेल्या अनेक दुर्मीळ वस्तू या गृहस्थाकडे होत्या. खानच्या बाजूने जाताना "या इसमाकडे तर अलिबाबाची गुहाच आहे!" असं तो खानला म्हणालादेखील.

"नाही, तसं नाही. हे सगळं सरकारी मालकीचं आहे."

"म्हणजे शेवटी हे एक म्युझियमच आहे तर!"

"नाही. हे पात्रीसचं सरकारी निवासस्थान आहे. इथल्या सगळ्या गोष्टी सरकारी मालकीच्या आहेत. त्यांचं प्रदर्शन करण्यासाठी सरकारकडे जागाच उपलब्ध नाही. या इमारतीच्या तळघरामध्ये अशा वस्तू ठासून भरलेल्या आहेत आणि सर्व सरकारी इमारतींची हीच तऱ्हा आहे. फ्रान्सच्या सांस्कृतिक ठेव्याचं प्रदर्शन करण्यासाठी पुरेशा भिंतीच उपलब्ध नाहीत, हीच तर चिंतेची बाब आहे."

"ते बघ, तिथे लिओनार्डो द व्हिन्चीचं व्यंगचित्र आहे. पण ते फक्त एक व्यंगचित्र आहे सॅम्युएल. खऱ्या चित्रकलेच्या तुलनेने ते काहीच नाही."

"म्हणजे पात्रीस जेव्हा मंत्री नसेल, तेव्हा त्याला हे सगळं परत करावं लागेल?"

"कदाचित. सरकारी चीजवस्तू लोकांना उसनवारीने देणं, ही एक मान्यताप्राप्त प्रथा झालेली आहे. हा रीतीरिवाजाचाच एक भाग आहे असं समजून लोकही त्या विषयी निश्चिन्त असतात. गूरदाँच्या आधीच्या तीन मंत्र्यांनी, निदान माझ्या माहितीप्रमाणे अशा वस्तू परत केलेल्या नाहीत. सहसा कोणी ज्या वस्तूंनी घर सजवणार नाही, त्या वस्तू जरी गहाळ झाल्या, तरी लोकांच्या लक्षात येत नाहीत."

"म्हणजे ज्या वस्तूंची उणीव लोकांना जाणवणार नाही, असंच तुला सुचवायचं आहे ना?"

"नाही, तसं नाही. प्रदर्शन करण्यासाठी ज्या वस्तू लगेचच लागणार नाहीत, अशा वस्तू. त्यांचा ठावठिकाणा सरकारी दप्तरी माहीत असतो."

गूरदाँ सर्वांच्या पुढे चालत होता. जाताना तो एका सिनेमाच्या दिग्दर्शकाला आणि एका अभ्यासकाला टँग साम्राज्याविषयी काही माहिती पुरवत होता. मध्येच त्याने नाटकी पद्धतीने टाळी वाजवून कॉफी आणायची सूचना केली. चांदीच्या तबकातून कॉफी आणि बिस्कीटं आणली गेली. लोक आता लहान लहान टोळकी करून कॉफीच्या तबकांभोवती जमले होते. गूरदाँने खानला मानेने खुणावून एका दरवाजाच्या दिशेने कूच करायला सांगितलं. खाननीही तशीच खूण करून सॅम्युएलला इशारा केला.

एका अरुंद वाटेने ती दोघं मंत्रीमहोदयांच्या मागे गेली आणि एका चक्राकार जिन्यावरून वर जाऊ लागली. प्रदर्शनीय वस्तूंवरून सोडलेले दिवे आता दूर

गेल्यासारखे वाटत होते. जिनाही जास्तच अरुंद होत चालला होता आणि अंधारून आलं होतं. शेवटी शेवटी तर सॅम्युएलचे खांदे भिंतीला घासायला लागले होते. शेवटी गूरदाँने दगडी भिंतीत बसवलेला दरवाजा उघडला, तेव्हा बाहेरचा सूर्यप्रकाशविरहीत उजेड दिसायला लागला. ते एका मनोऱ्याच्या वरच्या भागात आले होते. सॅम्युएलने प्रथम या वास्तूत पाऊल टाकलं, तेव्हा हाच मनोरा त्याने पाहिला असावा. मनोऱ्याच्या गोलाकार भिंतीच्या लगत गोल बाक होता; मधोमध एक जुनाट टेबल होतं आणि त्यावर एक १९५० साली शोभला असता असा टेलिफोन होता.

"तेव्हा माझ्या मित्रा, आता कामाचं बोलू या." गूरदाँ प्रथमच इंग्रजीमध्ये संभाषण करत होता.

खानने फोन उचलला आणि न्यूयॉर्क, सिंगापूर आणि हाँगकाँगचे नंबर फिरवायला सुरुवात केली. प्रत्येक वेळी संभाषणाची सुरुवात वेगवेगळ्या पद्धतीने होत असे. म्हणजे बाजारात त्याला मेड टू ऑर्डर म्हटलं जातं. बायकांची नावं घेऊन कुशलमंगल विचारलं गेलं, मुलांच्या तब्येतीची आणि शिक्षणाची चौकशी झाली. मग गाडी मुद्द्यावर आली. शुक्रवारी न्यूयॉर्कचा बाजार बंद होताना जरी घसरण झालेली असली, तरी फारशी काळजी करायची गरज नव्हती. याचं कारण एकच. हे असं पूर्वीही घडलं होतं आणि परत कधीही घडू शकलं असतं. सोमवारी बाजार उघडण्याच्या वेळी आत्मविश्वासाने, मोठ्या आवाजात बोलणारे एक-दोन आवाज जरी सुरुवातीला असले असते आणि दोन-चार मोठे व्यवहार जरी झाले असते, तरी बाजार परत वर उसळला असता.

पुढच्या तासात ते फ्रान्समधल्या डझनभर खाजगी आणि सरकारी उद्योगांच्या व्यवस्थापकांशी बोलले, विमा-उद्योगांच्या न्यूयॉर्कमधल्या व्यवस्थापकांशी बोलले, सिडनीमधल्या रसायन-उद्योगाच्या अधिकाऱ्यांशी बोलले आणि हाच संदेश सगळ्यांना दिला. सोमवारी सकाळी टोकियोत बाजार उघडताना या मोठ्या उद्योगांनी आपल्या दलालांमार्फत योग्य ती वातावरणनिर्मिती केली असती की, बाजार नक्कीच वधारला असता. हे सर्व चालू असताना सॅम्युएल सगळंकाही ऐकत होता, पाहत होता; पण फारच थोडे शब्द बोलला होता.

ते सगळे खाली जाऊन पुन्हा इतरांच्यात मिसळले. पाहुणे मंडळी निरनिराळ्या खेळात गुंतलेली असल्यामुळे ही लोकं परत आल्याचं त्यांच्या लक्षातच आलं नव्हतं. निरनिराळे खाद्यपदार्थ आणि फळफळावळ पाहुण्यांना पेश केले जात होते. काही रसिक मंडळींच्या हातात वाइन अथवा कोन्यॅकचे ग्लास होते.

खान सगळ्यांच्यात मिसळून निरनिराळ्या खेळात भाग घेत होता आणि जिंकतही होता. आता घड्याळाचे काटे सायंकाळच्या जेवणाची वेळ होत असल्याचं

जाहीर करत होते. सुरुवातीला उपस्थित असलेल्या आमंत्रितांपैकी निम्मेअधिक लोक अजूनही मागे उरले होते. सकाळच्या जेवणाचा चाललेला हा अनोखा कार्यक्रम साडेसहा तास चालला होता.

आता थोड्याच वेळात पांढराशुभ्र गणवेश घातलेले चपळ वेटर्स रात्रीच्या जेवणाची लगबग करायला लागतील, असं सॅम्युएलला वाटत असतानाच त्याने खान उठून उभा राहिल्याचं पाहिलं. त्याच्या उठून उभं राहण्यात तो आता जात असल्याची सूचना असल्याचं लक्षात आल्यामुळे गूरदॉंने हातातल्या खेळाचा डाव टाकला आणि तो त्याच्यापाशी गेला. दोघांनीही सौम्य आवाजात निरोपाची औपचारिकता पूर्ण केली आणि एकमेकांना किंचित वाकून अभिवादन केलं. स्वादिष्ट भोजन, म्युझियमचा फेरफटका, निरनिराळे खेळ आणि मद्याचा वाहता झरा या सगळ्याचा परिणाम होऊन लोकं संमोहित झाली होती. आपल्या हातातल्या खेळात व्यत्यय न आणता खान आणि सॅम्युएलचा इतरांनी निरोप घेतला.

"ओरव्हार साम्युएल, आ ला प्रोशेन." (अच्छा सॅम्युएल, लवकरच भेटू.) असं फ्रेंचमध्ये बोलत गूरदॉंने त्याचा निरोप घेतला.

बाहेरच्या खुल्या, थंड हवेत ते आले, तेव्हा रात्रीचा अंधार पडला होता.

"त्याला तू आवडला आहेस."

"खरंच? पण मी तर फारकाही बोललोदेखील नाही."

"म्हणूनच."

ते थोडंसं पश्चिमेकडे जात मग ऱ्यु द टेम्पलकडे वळाले. हा जुनाट रस्ता फार अरुंद आणि खडबडीत होता. रस्त्यावर फारशी वर्दळ नव्हती, पण लोकांनी बेदरकारपणे फुटपाथवर गाड्या लावल्यामुळे मुळातच अरुंद असलेला रस्ता जास्तच गिचमिडीचा वाटत होता. नाकासमोर बघत खान सफाईने चालला होता.

"मग? आज हे सगळं पाहून तुझं काय मत झालं?"

"जगामधल्या एक डझन महत्त्वाच्या लोकांना जाणून घ्यायचं असेल, तर त्यात तुमचा नक्की समावेश असेल."

"छे! मला नाही तसं वाटत. माझ्या फ्लॅटमधून दिसणाऱ्या सुंदर देखाव्यावर किंवा पात्रीस सेझानच्या घरी दिसलेल्या भपक्यावर जाऊ नकोस. पुढे बोल."

"सोमवारी सकाळी बहुतेक बाजार कोसळणार नाही."

"तुझा तर्क नक्कीच बरोबर आहे. अर्थात खात्रीने काहीच सांगता येत नाही. हो की नाही?"

"बाजारात साटंलोटं चालतं, असं म्हणणाऱ्या लोकांचं एका अर्थाने बरोबरच आहे. आपल्या सगळ्यांनाच, अगदी तुम्हालाही खान, कोणीतरी नाचवत असतंच."

"त्यांच्या म्हणण्याला काही अर्थ नक्कीच आहे, पण तू ते इतकं मनावर घेऊ

नकोस. या सर्व गोष्टींवर ताबा मिळवण्याइतका कोणा एकाचा वकूब नाही. कुठल्याही आज्ञेचं पालन करेल, इतका कोणीच शिस्तशीर नसतो. मग आज्ञा करणाऱ्याने कितीही मूर्खासारखी आज्ञा केली तरी बेहेत्तर!''

''म्हणजे मघाशी जे सगळे पाठींबा देण्यासाठी फोन केले, ते उगाचच केले, असं तुला म्हणायचं आहे?''

''अर्थात! आर्थिक क्षेत्रातले आणि उद्योगक्षेत्रातले ते सगळे धुरंधर उद्या सकाळी बाजार उघडताच सुरुवातीला मंदीची अपेक्षा करत असतील. बाजारात नफा कमवायची इच्छा किती तीव्र आहे याचा अंदाज बांधता येत नाही, पण फोन केलेल्यांपैकी बहुतेक आपल्या सांगण्याप्रमाणे करतील. नाही, मी हेच विधान वेगळ्या पद्धतीने करतो. ते सुचवल्याप्रमाणे वागले, असं नक्कीच दिसेल. असं वागून ते पॅरिसच्या कृपादृष्टीची अपेक्षा ठेवतील.''

''म्हणजे ही एक प्रकारची निकोप स्पर्धाच म्हणावी लागेल.''

''स्पर्धा नाही, याला युती म्हणतात. फ्रान्समध्ये अजूनही आदेशाचं पालन करण्याची प्रवृत्ती आहे. लोक श्रेष्ठींनी दाखवलेल्या दिशेनी जाणंच पसंत करतात. त्यांच्यावर घडलेले संस्कार आणि सांस्कृतिक नीतिमूल्यांचा पगडा कदाचित या स्वभावाला कारणीभूत असेल. बंडाळीपेक्षा हे फारच वेगळं आहे.''

ते आता प्लेस द ला रिपब्लीकच्या जवळ आले होते.

''जेव्हा एखाद्याचे लागेबांधे असतात, तेव्हा संभाषणात फारशी विद्वत्ताप्रचुर विधानं उपयोगात आणलेली आढळत नाहीत.'' खान पुढे म्हणाला. ''पण वास्तविक पार्श्वभूमी मात्र थक्क करणारी असते. तुला आठवतंय, मी जर्मनीच्या बाजाराविषयी काही अंदाज बांधले होते? एका पार्टीमध्ये त्यांच्या मंत्र्यांनी काही गोष्टींचा उल्लेख करायचं हेतुपुरस्सरपणे टाळलं होतं, त्यावरून मी तो अंदाज बांधला होता. याला गोपनीयतेचा गैरवापर करून केलेला व्यवहार म्हणता येणार नाही. तुमच्यापाशी योग्य लोकांशी संपर्क साधण्याची कला आणि सुपीक डोकं असलं की, हे जमतं. अर्थात, मदतीचा हात देणाऱ्यांना योग्य वेळी त्याची पावती देणं, हे ओघानंच आलं.''

''आज तुम्ही केलेले फोनवरचे व्यवहार?''

खानने मान डोलावली.

''माझ्या नावाला आज बाजारात किंमत आहे. शिवाय आर्थिक क्षेत्रात माझ्या नावाचा असलेला दबदबा आणि इथल्या सरकार दरबारी असलेलं वजन, हे सर्व लक्षात घेता मी केलेली विनंतीवजा सूचना स्वीकारली जाईल, याची खात्री बाळगायला हरकत नाही. सर्वच विकसित देशांच्या आर्थिक क्षेत्रात या प्रकारची चर्चा या आठवड्याच्या अखेरीस होत असेल. गोल्फ-क्लबच्या मैदानावर एकमेकांना

दिलेल्या आश्वासनांचा महापूर आला असेल. हे सगळं मनाप्रमाणे घडेल किंवा घडणारही नाही याचा निर्णय योग्य वेळ आणि एकमेकांवरचा विश्वास या दोन गोष्टींवर अवलंबून आहे.''

''आता माझ्या थोडंफार लक्षात यायला लागलं आहे. म्हणजे कृत्रिमरित्या बाजार उत्तेजित करण्याचा हा प्रकार नाही, तर यात भाग घेणाऱ्या लोकांत 'आपणच बाजार आहोत' अशी भावना निर्माण करणं, हा मूळ हेतू आहे.''

''तसं नाही. फ्रान्ससारखा कट्टर देश आपल्या देशातली एखादी कंपनी दुसऱ्या एखाद्या निनावी, परक्या देशातल्या व्यक्तीला विकायची परवानगी देईल का? मग तो अगदी विल्यम बर्टनसारखा पुंजीपती असला तरीही? हे म्हणजे एखाद्या ब्रिटिश इसमाने राजघराण्यातल्या मुकुटातलं जडजवाहीर विकण्यासारखं आहे.''

अर्थात एके दिवशी तेही करायला ब्रिटिश माणसाने मागेपुढे पाहिलं नसतं, असं सॅम्युएलचं वैयक्तिक मत होतं, तो भाग वेगळा आणि समजा अगदी विकले जरी नसते, तरी ते मौल्यवान खडे विकून परत आपल्याचकडेच गहाण ठेवायची शक्यता मात्र नक्कीच होती.

त्या भल्या मोठ्या चौकात सभोवार नजर टाकून एखादी टॅक्सी दिसते का, हे खान बघत होता. त्याने हात करताच एक गाडी समोर येऊन उभी राहिली. टॅक्सीत बसताना खान म्हणाला, ''एक गोष्ट पक्की लक्षात ठेव सॅम्युएल, या देशाचं व्यवस्थापन फार काटेकोर पद्धतीने चालतं.''

चौकातला लाल दिवा तोडून ती टॅक्सी झुमकन निघाली. 'म्हणे काटेकोर व्यवस्थापन!' अर्थात याआधीही असंच विधान कोणीतरी केलेलं सॅम्युएलने ऐकलं होतं.

त्याने हातातल्या घड्याळाकडे पाहिलं. संगणकाची प्रणाली लिहिणाऱ्या इसमाने आज परत उशीर केला होता. 'संगणकासाठी योजनाबद्ध प्रणाली लिहिणारी ही सगळी माणसं प्रत्यक्ष व्यवहारात उशीर का करतात? कधी त्यांना वेळेवर विमान पकडता येत नाही, तर कधी दुसरंच काही; पण शेवटच्या क्षणापर्यंत यांचा पत्ता नसतो.'

त्याला जसा उशिरा येणाऱ्यांचा तिरस्कार होता तसाच गलथानपणाचाही होता. तरीही त्याला नाइलाजाने नेमलेल्या कॉन्ट्रॅक्टरची विस्कटलेली दाढी, मळकट जीन आणि संशयास्पद स्वच्छता खपवून घ्यावी लागत होती. ते या कामात तज्ज्ञ होते हे त्यांनाही माहीत होतं आणि त्यालाही.

त्याने मोठा उसासा टाकत वर्तमानपत्र उचललं. उद्योगक्षेत्राची पुरवणी बांधकामक्षेत्रातल्या समस्यांनी भरलेली होती. त्याला हसू आलं. त्या क्षेत्रात न पडण्याचा त्याचा निर्णय अचूक होता. सुरुवातीला तेजीत असलेल्या या क्षेत्रात अचानक विक्रीची लाट आली आणि सगळे एकदम मालमत्ता विकायला लागले. निवासी क्षेत्रातल्या बांधकाम उद्योगालाही मंदीचा फटका बसला होता. अगदी मॅनहटनसारख्या उच्चभ्रू वस्तीतही मंदी पसरली होती. एमबीए पदवीधारक, बँक कर्मचारी आणि शैक्षणिक क्षेत्रातले प्राध्यापक हजारोंच्या संख्येनी नोकरीच्या शोधात हिंडत होते.

त्याने परत भिंतीवरीच्या घड्याळाकडे पाहिलं. बांधकामक्षेत्रात न पडण्याचा निर्णय जितका हुशारीचा होता, तितका बँकांसाठी संगणकप्रणाली पुरवणाऱ्या सल्लागार कंपनीची स्थापना करण्याचा होता का, हे त्याला खात्रीनी सांगता येत नव्हतं. कदाचित आधीच्या हार्डवेअरच्या धंद्यालाच चिकटून राहायला हवं होतं; पण त्याचं अंतर्मन त्याला बजावत होतं की, सॉफ्टवेअरलाच चांगला भविष्यकाळ आहे. अर्थात त्यासाठी ह्या डोक्यात हवा गेलेल्या लोकांशी संबंध ठेवणं भाग होतं. जगात शिस्त आणि अचूकतेवर भर असतो, हे यांच्या गावीही नव्हतं.

त्याने वर्तमानपत्र खाली ठेवलं आणि परत हात धुण्यासाठी तो बाथरूमकडे गेला. तसे ते स्वच्छच होते म्हणा, पण ते याहून जास्त स्वच्छ करता आले तर? 'येतील का?'

११

'तुझा शोध योग्य मार्गाने चाललेला आहे. तुला जी माहिती हवी आहे, ती त्या काझ डे बाईकडेच नक्की आहे. प्रयत्न चालू ठेव.'

दोन दिवसांपूर्वीच खानने दिलेल्या नवीन टिटॅनियम मॅकच्या पडद्यावर सॅम्युएलला हा निरोप दिसत होता. तो जेव्हा खानबरोबर दुपारी जेवत होता, तेव्हा कोणीतरी याहूच्या पत्त्यावरून हा संदेश पाठवला असावा. 'काझ - रहस्यभेदाचा रास्त मार्ग? का खानने सांगितल्याप्रमाणे टाळण्याचा मार्ग? पण मुळात ती आहे कुठे?'

आता त्याला मदतीची गरज होती. फ्रॉस्वाने पहिल्या बेललाच टेलिफोन उचलला. सॅम्युएलने त्याला केलेली मदतीची विनंती त्याने लगेचच मान्य केली आणि तीसुद्धा आढेवेढे न घेता, तेव्हा गाडीची किल्ली घेऊन तो पटकन फ्रॉस्वाच्या १९६६च्या बनावटीतल्या सिट्रोन सफारीमध्ये बसला आणि काझच्या फ्लॅटच्या जवळ गेला. गाडी थांबवून तो वाट बघत बसला, तेव्हा त्याच्या एका हातात कॉफीचा थर्मास आणि दुसऱ्या हातात 'ओव्हीला ब्रोयच्या' अंकाची प्रत होती. त्या वर्तमानपत्राच्या मतानुसार जेव्हा जेव्हा वर्तमानपत्रात बाजाराच्या तेजीच्या बातम्या धडाधड यायला लागतात, तेव्हा तेव्हा आर्थिक मंदीची लाट येणं अटळ असतं. पत्रकारांची मतं बहुतांशी चुकीची जरी असली, तरी इतकीही नसतात की, त्यांनी दिलेल्या सल्ल्याच्या अगदी उलटं काम करूनही तुम्ही पैसे कमावू शकता.

समोरचं घड्याळ रात्रीचे १:४५ वाजल्याचे दाखवत होतं. ओव्हीमधला लेख वाचून सॅम्युएलला परत झोप लागली. काझ पन्नास वेळा समोरून विवस्त्र अवस्थेत गेली असती, तरी याला पत्ता लागला नसता. आता याच्या हाती काही बातमी लागणार नव्हती, हे जवळपास नक्की होतं. आज ही शेवटची संधी होती.

फ्लॅटमध्ये अजूनही अंधारच होता. त्याने सेलफोन काढला आणि काझचा नंबर लावला. बेल वाजली, नंतर निरोप ठेवण्याची सूचना झाली. सगळंकाही नेहमीप्रमाणे घडलं. त्याचा डोळा लागला असताना काही विशेष घडलं नसावं, अशी त्याची खात्री पटली. फ्लॅटमध्ये कोणीच नसावं आणि तो उगाचच तिला शोधण्याची धडपड करत असल्याचं त्याला जाणवलं. त्याने एक शेवटचा प्रयत्न म्हणून परत काझला फोन लावला, पण नेहमीप्रमाणे निरोप ठेवण्याविषयी ध्वनीमुद्रित विनंती ऐकायला मिळाली.

आता मात्र घरी जायची वेळ नक्कीच झाली होती. आज फ्राँस्वाच्या कोचावर तो शेवटची रात्र झोपून काढणार होता. उद्या तो आपल्या फ्लॅटवर जाणार होता. 'तिथे घरफोडी झालेली नसावी, म्हणजे झालं!'

इतक्यात ती त्याला दिसली, पण अंधूक प्रकाशात वावरणारी ही व्यक्ती नक्कीच काझ नव्हती. खरंतर त्याला ती काही मिनिटांपूर्वीच दिसली होती, तेव्हा एखादी वरच्या दर्जाची वेश्या रस्त्यावर येरझाऱ्या घालत असावी, असं त्याला वाटलं. नंतर ती पिवळसर दिव्याच्या प्रकाशात दिसताच त्याला ती कोण होती आणि ती ओळखीची का वाटली, याचा उलगडा झाला. ती लोराँ द ला जेनेस्त होती.

सॅम्युएलने परत काझच्या फ्लॅटकडे पाहिलं. अजूनही अंधारच होता. 'याचा अर्थ तीसुद्धा आपल्याप्रमाणे काझचीच वाट पाहत असावी आणि कंटाळून परत घरी चालली असावी.

'लोराँसुद्धा आपल्यासारखी पाळत ठेवायला आली असावी किंवा काझला इथे भेटण्याचं ठरलेलं असतानाही काझ भेटायला आली नसावी. एक मात्र नक्की, आता हिच्यावर लक्ष ठेवायला हवं. कदाचित ती आता तिच्या एखाद्या नेहमीच्या ठिकाणीही जाईल. तेव्हा तिच्यावर लक्ष ठेवायलाच हवं.'

लोराँ एका जुनाट रेनॉ व्हॅनमध्ये बसली आणि झुमकन निघाली. सॅम्युएलनेही आपली सिट्रोन गाडी किल्ली लावून दामटली. तिचा पाठलाग करणं त्याला अवघड जात होतं. कारण एखाद्या उंटावर बसून हरणाचा पाठलाग केल्यासारखं ते होतं; पण नशिबाची साथ सॅम्युएलच्या बाजूने होती. तिने गाडी थांबवली आणि ती ऱ्यु द रिव्होलीच्या दिशेने जायला लागली. सॅम्युएलनेही घाईघाईने आपली सिट्रोन चुकीच्या जागी पार्क केली आणि तिच्या मागे तो गेला. गंमत म्हणजे ते आता सॅम्युएलच्या घराजवळून चालले होते. सॅम्युएलला आरामात घरी बसून तिच्यावर पाळत ठेवता आली असती. लोराँ इकडेतिकडे न बघता सरळ जात राहिली.

रॉयालिस्ट बारमध्ये आज जरा जास्तच गडबड उडाली होती. अर्थात त्यामुळे आपल्याकडे कोणाचं पटकन लक्ष जाणार नाही, या विचाराने सॅम्युएलला हायसं वाटलं. आता लोराँ सॅम्युएल राहत असलेल्या घराच्या गल्लीत म्हणजे ऱ्यु

सेंबॉनकडे वळाली. 'ही बया आता आपल्याच घरात घुसणार' अशी सॅम्युएलला शंका आली. तो पटकन कोपऱ्यावर जाऊन थांबला.

पण सुदैवाने त्याचा अंदाज चुकीचा ठरला. त्याच्या इमारतीच्या पुढच्या बाजूला असलेल्या एका घरात लोराँ शिरली. 'म्हणजे ती शेझ सिमॉनकडे गेली तर!'

सेत जूरा पारी या पॅरिसच्या मासिकात पॅरिसमधल्या भानगडींसाठी कुप्रसिद्ध असलेल्या क्लबच्या यादीत शेझ सिमॉनच्या क्लबचं नाव छापून आल्यापासून सॅम्युएलच्या ऑफिसातली लोकं त्याला चिडवत असत. या क्लबमध्ये वेश्या-व्यवसाय चालत असल्यामुळे ऑफिसातला डिआझ सर्वांच्या देखत सॅम्युएलची थट्टा करायचा आणि म्हणायचा, ''हे बरं आहे! सगळं कसं घरच्या घरी. टॅक्सीचं भाडं वाचलं, वेळ वाचला, हॅ! हॅ! हॅ!''

बाहेरच्या थंड हवेमुळे सॅम्युएल शहारला. ही लोराँ एकदा त्या क्लबमध्ये जाऊन गायब होताना मागे त्याने पाहिली होती. मात्र या वेळी त्याला हे चालणार नव्हतं. म्हणजे तसं निदान त्याला वाटलं तरी. स्वागत-कक्षावर असलेली तरुणी विनम्रपणे बोलत असली, तरी हटवादी होती. सॅम्युएल एकटा आत जाणं केवळ अशक्य असल्याचं तिने त्याला स्पष्टपणे सांगितलं. ह्या क्लबात फक्त जोडप्यांनाच प्रवेश दिला जात असे. एकट्या-दुकट्याला, मग ती बाई असो अथवा पुरुष, प्रवेश वर्ज्य होता; पण मग जी आत्ता आत गेली होती, त्या बाईचं काय? ती तर एकटीच होती? आणि सॅम्युएलने ते स्वत: पाहिलं होतं.

''नाँ, व्हू व्हू त्राँपे. एल ऐ पार्ती पार ला काँत्र-आले.''

ती आत आली होती, पण बाजूच्या गल्लीतून बाहेर पडली होती, हे समजल्यावर सॅम्युएलही बाहेर पडला होता. ही काझ आणि लोराँची जोडी जरा भारीच होती. त्यांना कलाकुसरीच्या वस्तू चोरण्यात मजा वाटायची. फक्त बायकांसाठी असलेल्या क्लबात त्या विरंगुळ्यासाठी जायच्या तशाच जोडप्यांसाठी असलेल्या क्लबातही जात होत्या. काझला पुरुषांची आवड होती हे सॅम्युएलने अनुभवलेलंच होतं; पण बायकांमध्ये तिला किती रस होता, हे सांगता येत नव्हतं. आतातर अशी वेळ आली होती की, तिच्याविषयी काहीही समजलं असतं, तरी सॅम्युएलला आश्चर्य वाटलं नसतं.

तो परत त्या गर्दी असलेल्या रॉयलिस्ट बारमध्ये गेला आणि त्याने एक गार गोल्डन बिअर मागवली. बिअर घेऊन तो कोपऱ्यातल्या एका टेबलावर जाऊन बसला आणि संथपणे घुटके घेत त्याने सभोवार पाहिलं. या असल्या क्लबांची बित्तंबातमी फ्लाइंग वेजमध्ये काम करणाऱ्यांना होती. जणूकाही तो त्यांच्या कामाचाच एक भाग होता. पुरुषमंडळी इथे काम करण्यात आयुष्य वेचायची आणि आपण

एका चांगल्या नागरिकाशी लग्न केलं आहे, असं त्यांच्या बायकांना वाटायचं; पण दिवसभराच्या जीवघेण्या व्यवहारानंतर मुलबाळं झोपलेली असताना घरी जाऊन, बायकोबरोबर शांतपणे बसून जेवण्यात त्यांना आजिबात रस नसे. त्यांचं जगणं धोकादायक पद्धतीचं होतं. क्वचित प्रसंगी ते स्वत:चे पैसेही लावून सट्टा खेळत असत. दिवसभर केलेल्या भावनिक संघर्षानंतर त्यांना काहीतरी जबरदस्त उताऱ्याची गरज भासत असे. कडक दारूचा पेग, थोडीशी नशिल्या पदार्थांची मस्ती, मित्रांची सोबत, अनोळखी व्यक्तीचा मादक सहवास...त्यांच्यातलं जनावर या मार्गानेच शांत होत असे.

इथे काम करणाऱ्या बायकांचीही जवळपास हीच अवस्था होती. तशातच त्यांना पुरुषांना भुरळ पाडण्याचं पारंपरिक वरदान होतंच. डिआझ आणि नोबडीच्या वर्णनानुसार काझ म्हणजे एक भरदार शरीरयष्टी, पुष्ट नितंब आणि लोभस व्यक्तिमत्त्व असलेली तरुणी होती, जिला मुलींचा सहवास आवडत असे आणि क्वचित प्रसंगी प्रेमाचे चाळे करायला पुरुषही लागत असे. याच्यात तक्रार करण्यासारखं काय होतं? सॅम्युएल तर नक्कीच करणार नव्हता. त्यालाही एकदा तशी संधी काझने दिलीच होती.

"केस्क व्हू फेत इसि?" (काही विसरण्यासाठी पित बसला आहेस का? श्यामल, सुंदर आणि खतरनाक लोराँ सॅम्युएलच्या समोरची खुर्ची ओढून बसली.

"मी?" तिला पाहून सॅम्युएलला धक्काच बसला. त्याच्या विचारांची साखळी तुटली होती. आता विचारलेल्या प्रश्नाला त्याने काहीतरी विनोदी उत्तर द्यायचं ठरवलं. "ज ब्वा पूरम सूव्हीनीर." (आठवण ताजी करण्यासाठी पित बसलो आहे.) विनोद फारसा भारी नव्हता, पण अगदीच वावगा नव्हता.

"तू काझची वाट बघतो आहेस का?" तिने विचारलं. तो प्रश्न नव्हता, तर एक विधान होतं. या वेळेला तिच्या डोळ्यात वेगळाच भाव होता. राग नव्हता, पण कदाचित काळजी किंवा भीती होती.

त्याने खुणेनेच ड्रिंक घेणार का विचारलं, त्याला तिनेही खुणेनीच होकार दिला. बऱ्याच प्रयत्नानंतर एका वेटरचं लक्ष वेधून घेण्यात सॅम्युएलला यश आलं. त्या मळकट, पांढरा कोट घातलेल्या वेटरला त्याने एक वाइन आणायला सांगितली आणि सिगारेट शिलगावली.

या बाईच्या संयमाची तारीफ करावी का तिच्या स्वभावात घडलेल्या बदलाची, याविषयी सॅम्युएलच्या मनात गोंधळ निर्माण झाला होता. आता संतापाची जागा सहमतीने घेतली होती. समोर ड्रिंक आलं होतं, तरी लोराँने संभाषणाचा प्रयत्न केला नव्हता. त्याच्याकडे पाहत ती शांतपणे सिगारेट ओढत बसली होती.

आज तिने चामड्याचा पोशाख परिधान केला नव्हता, तर काळा कोट आणि स्कर्ट घातला होता. तो पोशाख केझो किंवा सेरुत्ती कंपनीचा असावा, असा

सॅम्युएलने तर्क केला. स्कर्ट तसा दिसायला चांगला होता, पण अंमळ लांडा होता. त्याने काळ्या स्टॉकिंग्जमधले तिचे कमनीय पाय न्याहाळले. पाय एकमेकांवर ठेवलेले असल्यामुळे स्कर्ट वरती सरकला होता. गळ्याच्या भोवती तिने पिसाचा बो लावला होता. तो एखाद्या सामान्य बाईने लावला असता, तर विचित्र वाटला असता. एकंदरीतच ती जशी होती, तशी आकर्षक होती.

काही वेळाने पुढे वाकत तिने सिगारेटचं थोटूक विझवलं. ती जरी न बोलता बसली होती, तरी तिची जळजळीत नजर सॅम्युएलला अस्वस्थ करत होती. एक शब्दही न बोलता सॅम्युएल बिअरचे घोट घेत बसून राहिला.

"एक सांग मला," शेवटी एकदाची ती बोलली. "या नव्या सहस्रकात मार्क्सला काही अर्थ उरेल का?"

"मघाशी तू कुठे गेलीस ते मी पाहिलं आहे." शेझ सिमोनकडे बोट दाखवत सॅम्युएल म्हणाला. "मार्क्सचा आणि वेश्या व्यवसायाच्या क्लबचा काय संबंध?" सॅम्युएलने मोठा धाडसाचा डाव टाकला होता. प्रश्न विचारण्याचं धाडस आणि त्याला दिलेलं उत्तर ऐकण्याचं धाडस! "तुला सेक्सविषयक सिद्धान्त माहीत आहे का?" काही वेळाने त्याने तिला विचारलं. "आदर्शवादी समाजात दिसण्याला फारसं महत्त्व नसतंच. म्हणजे तर्कशास्त्रानुसार फक्त सुंदर दिसणाऱ्या स्त्रियांनीच जर वैषयिक संबंधांची खिरापत वाटायचं ठरवलं, तर लोकांना त्याचा कंटाळा येईल. सर्वांनी ओठ लावून बरबटलेल्या कपातून चहा प्यायला कोणाला आवडेल?

"म्हणून काय झालं?" तिने खांदे उडवत विचारलं. आता ती त्याच्याकडे डोळे विस्फारून बघत होती. "इच्छा असणं, हवसं वाटणं याला महत्त्व आहे. शरीराची भूक भागवण्याची गरज, ही वस्तुस्थिती मान्य करायलाच हवी."

"याचा अर्थ तू पक्की व्यवहारी बाई आहेस का?" त्याने विचारलं.

"एक वकील म्हणून मला तसं असायलाच पाहिजे."

सॅम्युएलला ही नवीन माहिती मिळत होती. मोटारसायकलवाली ही बाई मुळात एका प्रतिष्ठित, घरंदाज घराण्यातून आली होती आणि तिच्या नावात 'द ला' सारख्या उपाध्या होत्या. आता ती आणखीन एक आश्चर्याचा धक्का देत होती. 'बाई वकील आहे म्हणे!'

"मार्क्सवादी विचारसरणीची वकील?"

"भांडवलशाहीच्या विश्लेषणाचा धिक्कार न करता लोकांनी आदरच केला पाहिजे. खरंतर तसा मनापासून प्रयत्नही करायला हरकत नाही."

परत वातावरणात शांतता पसरली. तिच्या या मतामुळे ती ट्रॉटस्कीवादी असावी, असं सॅम्युएलचं मत झालं. दुसऱ्याच्या मनात चलबिचल व्हावी, इतकी तिची नजर ठामपणे रोखलेली होती.

"हां, तर मग तू त्या शेझ सिमोनमध्ये का गेली होतीस?" शेवटी सॅम्युएलने न राहवून विचारलंच.

तिने त्याच्यावरून नजर वळवली आणि नंतर परत रोखून पाहत बोलायला लागली.

"काझ कुठे गेली होती, हे तुला माहीत नव्हतं, हे मी मान्य करते. कारण तसं असतं, तर तू तिच्या फ्लॅटवर गेलाच नसतास. मला एक गोष्ट समजत नाही की, तुला काझ कशासाठी हवी आहे? तू तिला का शोधतो आहेस?"

सॅम्युएलने खांदे उडवत तिचा प्रश्न टाळला.

शेवटी तिने मान हलवत त्याला खूण केली आणि ती खुर्चीतून उठली. "चल माझ्याबरोबर." असं म्हणून तिने त्याचा हात धरला.

या वेळी सॅम्युएलला लोराँबरोबर परत आलेलं पाहून शेझ सिमोनच्या स्वागतिकेच्या चेहऱ्यावर आजिबात आश्चर्याचा भाव नव्हता. तिच्यामागून दोघं जण आत आले. अर्थातच त्यांना जोडप्याचा नियम लागू होत नव्हता. लोराँने शंभर युरोची नोट देऊन प्रवेशिका घेतली आणि दोघं आत गेले. आतली खोली लहान होती आणि तिथलं वातावरणही शांत होतं. स्थानिक रेडिओ केंद्रावरून प्रसारित होत असलेलं संगीत चालू होतं.

खोलीत दोन जोडपी बसली होती. दोन्ही जोडपी वेगवेगळ्या टेबलांवर बसून दारूचे घोट घेता घेता हलक्या आवाजात गप्पा मारत होती. खरंतर इथे फार धमाल वातावरण असेल, अशी सॅम्युएलने अपेक्षा केली होती, पण प्रत्यक्षात उपनगरातल्या एखाद्या गोल्फ क्लबपेक्षा तिथे जास्त सामसूम होती.

तो आणि लोराँ कोपऱ्यात बसून बिअर पीत बसले होते. आता मार्क्स आणि काझचे विचार आणि काही वेळापूर्वी केलेलं संभाषण दोघांच्या डोक्यातून गेलं होतं.

काही मिनिटांतच सॅम्युएलचं ठाम मत झालं की, या सेक्स क्लबचं वातावरण एकदम गंभीर आणि उदात्त असतं. त्यांची बिअर पिऊन झाल्यावर लोराँने त्याच्या हाताला हलकेच स्पर्श केला आणि एका दरवाजाकडे पाहत मानेने खूण केली. हा दरवाजा प्रसाधनगृहात उघडत असावा, असा सॅम्युएलचा अंदाज होता. त्याने थबकून तिच्याकडे पाहिलं. ती जागची उठली आणि चालायला लागली. सॅम्युएल मागोमाग गेला.

"काझ इथे खूप वेळा येते." लोराँ पुटपुटली. "ती या दाराच्या मागे असण्याची शक्यता आहे. ती नसली, तरी निदान तिला ओळखणारा कोणी भेटेल."

त्याने दार ढकललं तेव्हा अंधूक वातावरण असलेल्या प्रदेशात त्या दोघांनी प्रवेश केला होता. सॅम्युएलला उसासे टाकल्याचे, हुंकार दिल्याचे आवाज ऐकू येत होते; पण प्रत्यक्षात काही दिसत नव्हतं. अंधूक प्रकाशात शरीरांचे निरनिराळे

आकृतीबंध दिसत होते आणि त्यांच्या लयबद्ध हालचाली चालू होत्या. तिने अजूनही सॅम्युएलचा हात हातात धरलेला होता. एका मोठ्या आकृतीबंधाच्या दिशेने ते गेले तेव्हा जवळ गेल्यावर तो सोफा असल्याचं लक्षात आलं.

"इथे येण्याची तुझी पहिलीच वेळ आहे ना?"

सॅम्युएलनी मानेनीच होकार दिला.

तेव्हा आपल्याला आपल्या भूमिका आता वठवायच्या आहेत. तिने त्याला एक कागदाचा पातळ मुखवटा दिला, तो त्याने पटकन चढवला. ते आता एका अरुंद वाटेने चाललेले होते आणि सगळं वातावरण स्वप्नवत् वाटावं असं होतं. आता तिने त्याला एखाद्या प्रेमिकेप्रमाणे जवळ ओढून घेतलं. तिची शरीरसंपदा घोटीव आणि भरकस असल्याचं त्याला जाणवलं. तिच्या अंगाला सिगारेटच्या धूरमिश्रित सेंटचा छान सुवास येत होता. तिचे केस आता त्याच्या गालावर रुळले होते आणि तिचा हात त्याच्या पाठीवर होता. अंधारात कोणीतरी त्यांच्यावर येऊन आदळलं, तेव्हा लोराँची मिठी घट्ट झाल्याचं त्याला जाणवलं आणि त्यानेही उत्स्फूर्तपणे प्रतिसाद दिला.

ती हलकेच, पण ठामपणे बाजूला झाली.

"आपल्याला फक्त नाटक करायचं आहे, जास्ती काही नाही."

सॅम्युएलने मान डोलावली. तिने परत त्याचा हात हातात घेतला. काही वेळानंतर त्याला कोणीतरी दिवे लावल्यासारखं वाटलं, पण तसं काहीच नव्हतं. त्यालाच आता अंधूक प्रकाशाची सवय झाल्यामुळे दिसायला लागलं होतं. या ठिकाणी अनेक लहान लहान खोल्या आणि वाटा होत्या. आता मौजमजा मारत असलेल्यांचे आवाज जास्त सुस्पष्ट यायला लागले होते. आता निरनिराळे आकृतीबंध, त्यांच्या हालचालीतले फरक त्याला समजत होते.

"ती इथे असेल कदाचित! लोराँ त्याच्या कानात कुजबुजली. आपण दोघं आता जरा भटकू या. मी या बाजूने जाते, तू त्या बाजूने जा. सॅम्युएलसमोरून ती पटकन दिसेनाशी झाली. या बारक्या खोल्यांत असलेल्या मंडळींच्या अंगावर कमी-अधिक प्रमाणात कपडे होते. सॅम्युएलनेही त्यांच्याशी सहमत होत आपला शर्ट उतरवला आणि तो फिरायला लागला.

निरनिराळ्या खोल्यांतून आणि भुयारातून जाताना दिसणारं वासनाकांड बघून त्याला आश्चर्याचे धक्के बसत होते. 'या अशा जागी काझ खरंच येत असेल का?' तिथे चाललेला बीभत्स शृंगार पाहून त्याने एके काळी मनात कल्पिलेल्या नरकाची त्याला आठवण झाली.

इथे अनेक आकाराचे, वयाचे आणि वर्णाचे स्त्री-पुरुष दिसत होते. काही लोकांनी सॅम्युएलप्रमाणे थोडेसे सभ्य कपडे अंगावर ठेवलेले होते. बाकीच्या

मंडळींनी रबराचे किंवा चामड्याचे पोशाख केले होते आणि शरीरातले विशिष्ट भाग दिसतील अशा जागी त्या पोशाखांना खिडक्या होत्या. काही तरुणींनी तर जवळपास काहीच कपडे अंगावर ठेवलेले नव्हते. काही लोक चेहऱ्यावर मुखवटा घालून वावरत होती. तरुण मंडळी चेहऱ्यावर व्हायकिंगच्या काळात शोभतील अशी शिरस्त्राणं घालून वावरत होती. बाजूच्या सोफ्यावर अंगप्रत्यंगाला स्पर्श करत चुंबाचुंबी चाललेली होती आणि बाजूची मंडळी दारूचे घुटके घेत ते बघत बसली होती.

'पण ही बया लोराँ कुठे गेली? तिलाही कोणी मिळाला की काय? का काझच भेटली?'

मग त्याला ती दिसली. निदान त्याला तरी ती काझ असल्याची खात्री वाटत होती. ती त्याच्यापासून दूर जात पलीकडच्या दरवाजाने दुसऱ्या खोलीत गेली. त्या कक्षात जास्तच गर्दी होती. तिने आपले केस आपल्या खांद्यावर मागे उडवले, तेव्हा ती पद्धत त्याला परिचित वाटली; अगदी काझप्रमाणे. त्याने किंचित ओरडून हाक मारण्याचा प्रयत्न केला आणि हातांनी लोकांना दूर सारायचा प्रयत्न केला, पण गर्दीच्या रेट्यापुढे त्याचा नाइलाज झाला. चेझ सिमोनमध्ये धक्काबुक्की करणं आणि उंच आवाजात बोलणं वर्ज्य होतं. लोकं लगेचच आपली नाराजी व्यक्त करत असत. तो त्या दरवाजापर्यंत जाईपर्यंत ती आजूबाजूच्या बिळांत गायब झाली होती.

पुढचा अर्धा तास तो तिला शोधण्याचा प्रयत्न करत हिंडत होता. वाटेत भेटलेल्या लोकांना तो तिच्याविषयी विचारत होता; पण तो तिचं वर्णन करायला लागण्यापूर्वीच लोकं नाक मुरडून पसार होत होती. ही जागाच अशी होती की, जिथे निदान काही वेळेसाठी तरी लोक आपल्या जोडीदाराला विसरायला येत असत.

पलीकडल्या खोलीतल्या सोफ्यावर एक तरुणी नग्नावस्थेत पाय पसरून बसली होती. तिच्याभोवती रस्त्यावरच्या भटक्या कुत्र्यांप्रमाणे पिच्छा पुरवणाऱ्या लोकांचा गराडा पडला होता. त्या गर्दीत त्याला ऑफिसातला डिआझ आणि नोबडी दिसले तेव्हा त्याला जरासा धक्काच बसला. नंतर काही वेळाने त्या सोफ्यावरल्या तरुणीचा चेहरा दिसला, तेव्हा मात्र तो पार उडालाच. ती बँकेतली अलेक्झान्ड्रा होती. 'चला, म्हणजे आजच्या या रात्री आपल्याला आपल्या सहकाऱ्यांची जरा जास्त जवळून ओळख झाली म्हणायची.'

"तुला तुझा कोट परत हवाय का नको?"

लोराँने त्याच्यासमोर कोट धरून विचारलं. त्याला आता अचानक थंडी वाजायला लागली होती. 'इतका वेळ कुठे लक्ष होतं आपलं?'

"तुला काझ दिसली का? मला खात्री आहे की, मी तिला पाहिली, पण आता मात्र दिसत नाही कुठे."

"तुझ्या संशोधनाच्या पद्धती मात्र अगदी अस्सल आहेत."

''तूच मला भूमिका वठवायला सांगितलं होतंस.''

''काझला इथे यायला फार आवडायचं. माझं म्हणशील, तर मला थोडा विरंगुळा वाटतो; पण मि. स्पेन्डलव्ह, तुमची पत्रकारितेवरची निष्ठा आणि सत्याच्या शोधार्थ चाललेली धडपड, यांची कदर केलीच पाहिजे. जणूकाही तिला जिवंत पाहणारा शेवटचा इसम तूच असावास, अशी तुला खात्री का वाटते आहे?''

सॅम्युएलने काहीच उत्तर दिलं नाही.

लोरॉंने त्याला बारकडे चलण्याची खूण केली, तेव्हा तो तिच्या मागे गेला. तिथे सगळे आरामात गप्प का बसले होते, याचा त्याला आता उलगडा झाला होता. तिथे बसलेले सगळे पार दमलेले होते आणि आकंठ तृप्त झालेले होते; आता परत या उजेडात खोटंखोटं प्रेमाचं नाटक करायचा सगळ्यांनाच वीट आला होता.

''मग?'' समोर बिअरचा ग्लास येताच ती म्हणाली. ''ती इथे नाही. माझी पक्की खात्री आहे. मी सगळीकडे तिला शोधलं, पण त्याला काही अर्थ नव्हता. मलाही आधी तसं वाटलं होतं, पण मी इथली प्रत्येक खोलीन्‌खोली पालथी घातली आहे,'' ती जोरात उच्छ्‌वास टाकत म्हणाली.

''पण मी मात्र तिला इथे पाहिलं आहे.''

''असं तुला वाटतंय. बर एक सांग, तुला इथे मजा आली का? तुझी भूक भागली का नाही?''

''तू त्याच्यासाठीच का इथे काझबरोबर यायचीस?''

तिने सिगारेटचा धूर त्याच्यापासून लांब सोडत विचारलं.

''भूक तर असतेच माणसाला. भूक आणि समाधान दोन्ही महत्त्वाचं आहे.'' तिच्या डोळ्यात रिता भाव होता.

''जिव्हाळा आणि प्रेमाविषयी तुझं काय मत आहे?''

''या सगळ्या पारंपरिक दंतकथा आहेत. वास्तवात तसं काही नसतं.'' तिने ताडकन उत्तर दिलं. तिने सॅम्युएलवरची नजर हटवली, तेव्हा त्याने तिच्या खांद्यावर हलकेच हात ठेवला. त्या अंधाऱ्या खोल्यांतून केलेल्या वखवखलेल्या स्पर्शापेक्षा हा हळुवार स्पर्श जास्त जवळीक निर्माण करणारा होता.

''आपल्यापैकी प्रत्येक जण अशा दंतकथा आणि असे उदात्त विचार उराशी बाळगून असतो. कधी काळी तूसुद्धा अशा दंतकथांवर विश्वास ठेवला असशीलच, हो ना?''

तिने त्याच्याकडे किंचित वळून पाहिलं. ती थोडीशी बेचैन वाटत होती. तिच्या चेहऱ्यावरचा उदासवाणा भाव आपण पिऊन टाकावा, असं त्याला वाटलं. तिने फक्त त्याच्या प्रश्नाच्या उत्तरादाखल होकारार्थी मान डोलावली.

''प्रेम आणि जिव्हाळा हे आपल्याला फार उदात्त वाटतात, कारण ते फार

दुर्मीळ झाले आहेत. आजकाल प्रेमाच्या आणि जिव्हाळ्याच्या आधी विषयवासनेला महत्त्व प्राप्त झालं आहे.''

"भूक आणि समाधान, विका-विकत घ्या.''

"अगदी बरोब्बर!''

तिचे डोळे आता ओलसर झाल्यासारखे सॅम्युएलला वाटले.

"म्हणजे तुझं तिच्यावर प्रेम नव्हतं तर!'' त्याने विचारलं.

लोरॉँने खाली अंगठ्याकडे नजर टाकली आणि म्हणाली, "चला, आपण निघायचं का?''

का कोणास ठाऊक, त्याला तिच्याबरोबर बाहेर जावंसं वाटलं. ते दोघं एकत्र आत आले होते म्हणून कदाचित त्याला तसं वाटलं असावं. दोघांनी आपापले कोट घेतले तेव्हा त्यांची नजरानजर झाली. तिने आपला गार हात त्याच्या हातात दिला. जवळीक दाखवणारी ही पहिलीच कृती लोरॉँने केली होती.

"मला सांग, ती कुठे असेल असं तुला वाटतं?'' हा प्रश्न तिने काळजीपोटी विचारला होता.

आता काझ आपल्याभोवती रोपनर बँकेत किंवा चेझ सिमोनमध्ये कधीच दिसणार नव्हती, हे त्यांना कळून चुकलं होतं. पण ती होती कुठे?

१२

"**वि**मानातल्या सर्व प्रवाशांचं मी एक मिनिट लक्ष वेधू इच्छितो. आता आपल्या विमानातले कर्मचारी आपल्याला सुरक्षा-प्रणालीची माहिती करून देत आहेत, ती कृपया लक्षपूर्वक ऐका. संकटाच्या प्रसंगी उपयोगात आणायचे दरवाजे विमानाच्या दोन्ही बाजूला सर्वात पुढच्या भागात, मधल्या भागात आणि मागच्या बाजूला आहेत...."

फ्लाइंग वेजमध्ये हास्याची एक लकेर उठली. डिआझ आता हवाईसुंदरीच्या भूमिकेत फ्लाइंग वेजमध्ये वावरत होता. त्याला देण्यात आलेल्या चिठ्ठीनुसार त्याला हवाईसुंदरी आणि पोपची नक्कल करायची होती.

हवाईसुंदरीची नक्कल करताना तो मधूनच विमानाच्या इंजिनाचा आवाज काढत होता, प्रवाशांना गोळ्या वाटत होता, संकटकालीन दक्षता घेण्याच्या सूचना करत होता आणि ती अदृश्यावस्थेतली ड्रिंक्सची ट्रॉली कशीबशी ओढल्याचं नाटक करत होता. पोपची नक्कल करताना तो खुर्चीवर उभा राहिला होता आणि निरनिराळ्या भाषांचे वेडेवाकडे उच्चार करत सेंट पीटर्स स्वेअरमध्ये जमलेल्या भाविकांना आशीर्वाद देत होता. फ्लाइंग वेजमधल्या लोकांना हवाई सुंदरीची नक्कल जास्त पसंत पडली होती. ती जास्त हुबेहूब होती. त्यातले संवाद जास्त वास्तववादी आणि चटपटीत होते. विमानाच्या इंजिनाचा आवाज किंवा त्यासारखे इतर पूरक आवाज त्याच्या भूमिकेची खुमारी वाढवत होते आणि मुख्य म्हणजे आजच्या तेजीत असलेल्या बाजाराप्रमाणे ती नक्कल उत्साहवर्धक होती.

केसांचं शिप्तर झालेल्या टेलिव्हिजन वार्ताहराकडे नंतर डिआझने आपला मोर्चा वळवला. वीस सेकंदाची बातमी देण्यासाठी तो शब्दांची जुळवाजुळव करत होता. त्या वार्ताहराने शेअर बाजारातल्या त्या लठ्ठ दलालाकडे एक कंटाळवाणा कटाक्ष टाकला. काहीतरी खास बातमी मिळेल या आशेने आलेल्या त्या वार्ताहरावर विशेष बातमी नसतानाही बातमी देण्याचा प्रसंग आज ओढवला होता. शुक्रवारी

न्यूयॉर्कच्या बाजाराची घसरण झाल्यावर युरोपातली सगळी वर्तमानपत्रं 'सोमवारी तिथला बाजार कोसळणार' अशा दवंड्या पिटत होती. बातमी देण्यालायक परिस्थितीच नसल्यामुळे त्या जाड्या वार्ताहराचं उसनं अवसानही दोन मिनिटांत गळून पडलं.

हवाईसुंदरीची नक्कल पाहून सॅम्युएलला हसू आलं. त्याच्या बाजूला बसलेल्या खानला मात्र त्या वार्ताहराप्रमाणेच त्यात काही विशेष वाटलं नाही. अर्थात त्याची कारणं फार वेगळी होती.

"छान केली नक्कल! कोणालाही न दुखावता. नाही का?" सॅम्युएलने विचारलं..

"सगळाच वेडेपणा!" खानने थोडक्यात अभिप्राय दिला. "अर्थात तो डिआझ तसं वागतो आहे, हे समजण्यासारखं आहे. हा तार्किक आणि अतार्किक वादातला झगडा आहे. मुळातच तर्काच्या आधारावर न चालणाऱ्या या अस्थिर बाजारात पुढे काय होईल, याचा अंदाज बांधण्याची कुवत नसताना तो आपल्या बुद्धीचा ऱ्हास करतो आहे."

फ्लाइंग वेजमधल्या पन्नास-एक हुशार आणि कर्तव्यनिष्ठ लोकांकडे सॅम्युएलने नजर टाकली. मिलर समोरच्या पडद्याकडे पाहत निरनिराळी माहिती तपासून पाहत होता. ज्या जागेवर शेजारी काझ बसायची, तिथे त्याने एकदाही पाहिलं नव्हतं. शेअर बाजाराची माहिती पुरवणाऱ्या विविध वाहिन्यांच्या बातम्या तो एकामागून एक पाहत होता. ला ब्रोय वाहिनीचा संशोधनात्मक विश्लेषणावर जास्त भर असे. बातमी देणाऱ्याच्या काऊबॉय पद्धतीच्या मोठ्या भडक टायमुळे त्याचं टक्कल जास्तीच नजरेत भरत होतं. नफेखोरांचे उत्साहित चेहेरे आणि गमावलेल्यांचे दुर्मुखलेले चेहरे प्रत्येक टेबलावर दिसत होते. फिनान्शिअल टाइम्सच्या बातमीदाराशी एकदा रात्री खटका उडाल्यापासून तो त्याच्या नजरेला नजर भिडवत नव्हता आणि 'ती इझाबेल, फोनवर बोलताना अगदी सौम्य आवाजात पण भावूकपणे बोलते. इथे कोणी कोणाचं काही देणं लागत नाही.' असंच त्याचं या बाजाराबद्दल मत होतं.

'कदाचित ते सगळे या मूर्खपणाच्या उद्योगात गुंतलेले तर नसतील? हाताशी असलेल्या असंख्य इलेक्ट्रॉनिक उपकरणांचा उपयोग करून येणाऱ्या काळात काय घडेल, हे शोधायचा खेळ तर ते खेळत नसतील. म्हणजे ती लहान मुलं जशी आंधळी कोशिंबीर खेळतात, तसाच धनदांडग्यांचा सिंपल सिमॉन आता काय करेल, हा खेळ तर नसेल?'

त्याने चेहऱ्यावरून हात फिरवला आणि कार्यालयीन कामासाठी आलेलं पाकीट उघडलं. एखाद्याने आपल्यासाठी निरोप लिहिला, पण तो पाकिटात न घालताच ते चुकून बंद केलं, असं ते पाकीट पाहून त्याची प्रथम समजूत झाली. त्याने पाकिटात खोलवर हात घालून ते तपासलं, पण एकही कागद हाताला लागला नाही; पण तळाला काहीतरी होतं. त्याने ती वस्तू बाहेर काढल्यावर ती

विचित्र वस्तू पाहून त्याला आश्चर्य वाटलं. त्याने हातात धरलेली वस्तू एक काळ्या रंगाचं पीस होतं आणि ते कदाचित रविवारी रात्री लोरॉने घातलेल्या दुपट्ट्यातलं होतं.

डिआझने त्याच्याकडे पाहून डोळा मिचकावला आणि विमान आता वादळी वाऱ्यांच्या मार्गातून जाणार असल्यामुळे वेजमधल्या लोकांना आपल्या खुर्चीचे पट्टे घट्ट बांधायची सूचना केली. सॅम्युएलने आपल्या टेबलाकडे पाहिलं. इथली मंडळी फार हुशार होती. आता ते त्याला आपल्यातलाच एक मानायला लागली होती. आदल्या रात्री जे काही घडलं होतं, त्यामुळे त्यांना काही फरक पडत नव्हता आणि पडला असला, तरी तो त्यांना मान्य होता. इतकंच नाही, तर त्यांच्या कंपूत सामील होण्याचा तो एक राजमार्ग होता. खरंतर त्याने आता सगळं विसरून जायला हवं होतं. हे सत्य शोधून काढण्याचं नैतिक ढोंग आता थांबवायला हवं होतं. त्याच्या वडलांनाही या कामात यश आलं नव्हतं, त्यामुळे विशेष फरक पडणार नव्हता. आता तो एक चांगला सटोडिया होऊ शकला असता, हे नक्की! खानचंही तेच मत होतं, म्हणून त्यानेही मागे हेच सांगितलं होतं. कदाचित आता 'सत्याच्या' जागी 'सामर्थ्य' हा शब्द ठेवायला हवा होता.

"हां! हे घे."

सुबकपणे बोटांची नखं कापलेल्या खानच्या हातातून एक कागद सॅम्युएलच्या टेबलावर येऊन पडला. ब्रेन्ट क्रुड ऑइलकडून ऑइलची पाच कोटी बॅरल्स खरेदी करण्याचं ते मागणीपत्र होतं. चालू असलेल्या साठ डॉलर्स/प्रति बॅरलच्या हिशेबाने या व्यवहारात तीन अब्ज डॉलर्सची गुंतवणूक अपेक्षित होती.

"हा सर्व व्यवहार माझ्यातर्फे तू पाहावास असं मला वाटतं." खान म्हणाला. "मात्र एक लक्षात ठेव, आपल्याला या व्यवहारासाठी काही मामुली टक्के रक्कम भरायची आहे. जर आपल्या बाजूने व्यवहार झाला, तर क्लिअरिंग हाउस आपल्याला आधी भरलेल्या रकमेपेक्षा जास्त काही भरायला सांगणार नाही. आता हा व्यवहार तू कसा करशील, ते मला सांग."

सॅम्युएलने जरासा विचार केला. 'या बाजारात सामान्य ज्ञानाचा तसा अभावच असतो. बहुतेक व्यवहार आयत्या वेळी मिळणाऱ्या मनाच्या कलावरच चालतात.' "तेलाच्या शेअर्सचा बाजार हा जास्त करून रोकड्यावरच चालतो, पण आपण जर हा व्यवहार नीट, सफाईदारपणे हाताळला नाही, तर ही इतकी मोठी मागणी आलेली पाहून भाव वरती जायला लागतील, अशी मला शंका आहे."

खानने संमतीदर्शक मान डोलावली.

"याचाच अर्थ आपल्याला ही मागणी अनेक लहान हिश्श्यात विभागायला हवी. मला वाटतं, पाच-सहा कंपन्यांत तरी विभागायला हवी."

हे ऐकून खानच्या भुवया विस्फारल्या.

"ठीक आहे. पाच-सहा नाही, एक डझन कंपन्यांना. लहान-लहान वाटे करून द्यायला हवेत. म्हणजे घोड्याच्या शर्यतीत जशी मोठी बोली लावताना विभागून करतात तसं. तिथे अनेक लोकांना हाताशी धरून पैसे लावले जातात. त्यामुळे सट्टा घेणाऱ्या लोकांना किती मोठी रक्कम लावलेली आहे, याचा अंदाज येत नाही. हेच जर एक मोठी बोली लावल्याचं त्यांना आढळलं, तर ते लगेचच भाव कमी करतात."

"हे सगळं ठीक आहे, पण या प्रकारात धोक्याची बाब कोणती?" खानने विचारलं.

सॅम्युएल विचारात पडला. अब्जावधी डॉलर्सची गुंतवणूक असलेल्या योजनेचा फेरविचार करून ती सुधारण्याचा त्याच्यावर आजतागायत प्रसंग आला नव्हता.

"अंऽ अंऽऽ म्हणजे मला वाटतं गोपनीयता. म्हणजे असं म्हणतात की, एका माणसापेक्षा जास्त लोकांना जी गोष्ट माहीत असते, तिला गुपित म्हणता येत नाही. या न्यायाने ही बातमी लगेचच फुटेल."

"अगदी बरोब्बर! हे म्हणजे एखाद्या डबक्यात व्यवहार करण्यासारखं आहे. आपल्याला जास्तीत-जास्त असं करता येईल की, आपल्या अर्धा कोटीच्या बोली आपण इतक्या कमी वेळात लावायच्या की, बाजारात कोणाच्या लक्षात येऊन भाव वरती जाण्याच्या आत काम फत्ते झालं पाहिजे."

आता सॅम्युएल विचारात पडून डोकं खाजवायला लागला. 'तेलाचे भाव नक्कीच वर जातील, असं या खानला का वाटतं आहे?'

"मध्यपूर्व आशियात लढाई होण्याची शक्यता तर दिसत नाही. नाही... म्हणजे तसं वाटून तुला भाव वाढतील असं वाटत असलं तर विचारतो." खाननेच सॅम्युएलच्या मनातली शंका बोलून दाखवली. "मला एक खात्रीशीर बातमी हाती लागली आहे की, जोकर देशात गेल्या आठवड्यात कोणाचंतरी गुपचूप डोकं उडवण्यात आलेलं आहे."

"पण कोणाचा शिरच्छेद झाला आहे, कसा झाला आहे, हे कोणी पाहिलं आहे का?"

"सॅम्युएल, अरे कैद्याच्या नातेवाइकांच्यासमोर ते असं करतील, अशी अपेक्षाच करणं चुकीचं आहे. तसं कधी करत नसतात."

"आणि गुन्हा तरी काय होता?"

"गुन्हा फक्त एकच! आर्थिक बाजारातल्या जगातल्या आजतागायत झालेल्या प्रचंड भानगडीवर पांघरूण घालण्याच्या प्रयत्नाची जरा जास्तच माहिती करून घेण्याचा प्रयत्न करणं."

सॅम्युएलने बाहेर पाहिलं. बाहेर जाहिरातीच्या पाट्या झळकत होत्या. सिनेमाची पोस्टर्स खुणावत होती. जगाचा दिनक्रम नेहमीप्रमाणेच चालू होता. सगळंकाही नेहमीसारखंच चाललेलं होतं.

"भौगोलिक अहवालात सोयीस्कर फेरफार करून घेतले होते. बाजारात खोटी माहिती पसरवून आशादायक चित्र निर्माण केलं होतं. जोकरच्या भूगर्भात तीन अब्ज बॅरल तेलाचा साठा असल्याची बातमी पसरवली होती. जगात हा सर्वाधिक साठा समजला जात होता. अर्थात यातला नव्वद टक्के मुळातच नव्हता, ही गोष्ट वेगळी!"

"पण मग इतकं खोटं कोण बोलेल?"

खानने हलकेच एक उसासा टाकला. "जवळपास सगळेच. खास करून अमेरिकन्स. त्यांना महागडं तेल नको आहे आणि परवडणारदेखील नाही. गेल्या काही वर्षांत तेलाच्या किमतीत जी काही वाढ झाली आहे, तेवढीच ते कशीबशी सोसू शकतात. सध्याच्या घडीला राजकीय आणि वंशवादी ताणतणाव गेल्या दहा वर्षांत दुपटीने वाढलेले आहेत. त्यात तेलाच्या टंचाईमुळे निर्माण झालेल्या मंदीची लाट उसळली, तर एक भयानक स्फोटक परिस्थिती निर्माण होऊ शकते. २००१ साली अमेरिकेतल्या ट्वीन टॉवर्सवर झालेल्या हल्ल्यामुळे आधीच लोकांचा आत्मविश्वास डळमळीत झालेला आहे, तशातच जर अशी मंदीची लाट पसरली, तर अनर्थ ओढवेल. भाववाढ इतक्या प्रचंड प्रमाणात होईल की, लोकांना जगणं अशक्य होईल."

"पण ते जोकर्स? ते काही आक्षेप घेणार नाहीत का? त्यांच्यापाशी असलेल्या गोष्टीची किंमत आजच्या बाजारभावाच्या मानाने जास्त आहे, पण ती स्वस्तात विकायला काढलेली आहे. त्या अमेरिकन किंवा पाश्चात्त्यांचा फायदा करून देण्यासाठी ते आपलं नुकसान का करून घेतील?"

"याचं थोडक्यात उत्तर द्यायचं, तर सत्तेसाठी अंतर्गत कलह! तसा हा देश आधुनिक आहे, पण मुळातच तो एखाद्या टोळीच्या मानसिकतेने वावरतो. त्यांच्यामध्ये एकमेकाशी स्पर्धा करणारी राजघराणी आहेत. तेव्हा अमेरिकेच्या मदतीने आपलं प्रभुत्व टिकवायला त्यातल्या त्यात प्रबळ टोळी राजाला भाग पाडते. त्यामुळे सत्तेवर असणाऱ्या टोळीच्या लोकांना देशाची संपत्ती उधळायला मिळते आणि ही संधी विरोधी पक्षाला मिळत नाही. आता हे करताना पाश्चात्त्यांना खूश ठेवायला भारी सवलती द्याव्या लागल्या, तरी मग त्यांची हरकत नसते."

"ही फारच विलक्षण कहाणी आहे!"

"पण बहुतेक खरीही आहे. कारण हा प्रकार ज्या कोणाला माहीत आहे, त्यांची निर्दयपणे हत्या होत आहे, तेव्हा यात काहीतरी तथ्य असलं पाहिजे. मला ही बातमी अगदी खात्रीशीर सूत्राकडून समजलेली आहे. पात्रीस गूरदाँच्या पार्टीमध्ये असलेल्या लोकांपैकी एकाने हे सांगितलं."

डिआझच्या नकला अजून चालूच होत्या. आता तो काही काल्पनिक पदार्थ घेऊन आला होता आणि ते प्रवाशांना देण्याचं नाटक करत होता. थोड्याच वेळात

विमानात सिनेमा सुरू होणार असल्याची बातमी सर्वांना त्यानेच दिली.

"ते सगळं जाऊ दे." खान शर्टाच्या बाह्या सरसावत सॅम्युएलला म्हणाला, "आता कामाचं बोलू. मी ज्या फोनची गेले दोन दिवस वाट पाहत होतो, तो आत्ताच आला होता. आता आपण रोपनर बँकेला पैशाच्या समुद्राच्या काठावर नेऊन ठेवू शकतो. बँकेच्या तीन अब्ज डॉलर्सना नाममात्र धोका आहे. ते ब्रेन्ट क्रुड ट्रेडिंगवाले कुठे लपून बसले आहेत?"

"पण हे सगळं जर त्या जोकरमध्ये घडत असेल, तर आपण जोकरीच्या स्वीट लाइट कॉन्ट्रॅक्टचा वापर का करत नाही?"

"ते फारच उघड-उघड केल्यासारखं लोकांच्या लक्षात येईल. आपण जोकरीच्या स्वीट लाइटमार्फत मोठा व्यवहार करू शकत नाही. तिथला बाजार लहान आहे, त्यामुळे पहिली खरेदी झाली की, लगेचच बाजार वरती जाईल. आपल्याला ब्रेन्ट क्रुडच्या मार्फतच व्यवहार करायला लागणार आहे, कारण त्यांचा आवाका मोठा आहे. जर बाजाराच्या कुवतीपेक्षा मोठा व्यवहार होणार असला, तर जोकरी स्वीटला स्थगिती येईल. शेवटी तेलाचा व्यवहार म्हणजे तेलाचाच; साधासुधा नाही! जर जोकारीतले तेलाचे साठे काल्पनिक असले, तर मग इतर ठिकाणी असलेल्या तेलाची किंमत साहजिकच वधारते."

सॅम्युएल आता खानकडे जास्तच आदराने पाहत होता. 'खानला ही सगळी गुपितं माहीत असूनसुद्धा जर तो इतका शांत राहू शकत असेल, तर मग अति उत्साहित होण्यासाठी, तो काय करतो?'

"सॅम्युएल चल, बरोबर असो किंवा चूक, आपण आता कामाला लागलं पाहिजे. तुझ्या माहितीच्या दलालांची नावं सांग पाहू."

सॅम्युएल केव्हाच कामाला लागला होता. अमेरिकेतल्या राजकीय स्थैर्याची लाज वाचवण्यासाठी जोकरमध्ये तेलाचे साठे सापडल्याची बातमी पसरवण्यात आली होती. 'ही बातमी बाहेर फुटली, तर तेलाच्या किमती बाजारात किती पटींनी वाढतील? पंधरा टक्के? पन्नास टक्के? परत मागे झालं तसं मध्य पूर्वेत सहा दिवसांचं युद्ध होईल. मग जागतिक शेअर बाजार कोसळेल, पतपुरवठा आटेल आणि भयानक मंदीच्या विळख्यात जग सापडेल; पण या सर्वातून खान आणि रोपनर बँक सहीसलामत सुखरूप बाहेर पडतीलच, पण त्यांचा भरघोस फायदा झालेला असेल. शेवटी बाजारातल्या सटोडियांना, 'भरघोस फायदा' हेच शब्द कानाला गोड लागतात.'

सॅम्युएलने काही भरवशाच्या बँकांची आणि संस्थांची नावं खानला सांगितली. "चला, आता शुभारंभ करून टाकू." तो हलक्या आवाजात म्हणाला. त्याने स्वयंचलित टेलिफोनचं बटन दाबलं.

न्यूयॉर्कहून बोलण्याचा आवाज ऐकू आला. औपचारिकतेवर जास्त वेळ खर्च न करता त्याने विचारलं, "आज बाजार कसा काय आहे?"

"पाच सेंटचाही बदल झालेला नाही." मॅनहटनच्या शेअर बाजारात पाठीमागे चाललेला सौम्य कलकलाट त्याला ऐकू येत होता. त्याचं हृदय धडधडत होतं. 'आता धमाका उडवायला हरकत नाही.'

"अच्छा! माहिती दिल्याबद्दल आभार. तुझ्यासाठी माझ्याकडे एक काम आहे. ते नंतर सांगतो, पण बाजार उघडायला अजून किती वेळ आहे?"

"आता उलटी गिनती सुरू झाली आहे. पंचेचाळीस सेकंदं बाकी आहेत." सटोडिया शांतपणे म्हणाला. दुसऱ्याला खूश करण्याच्या खास शहरी गुणाची त्याने प्रचिती दिली.

"बाजार उघडताच पन्नास लाख ब्रेन्ट जून घेऊन टाक." तो अधिकाराने आज्ञा केल्यागत म्हणाला. "मग बाजारातली खळबळ जराशी कमी झाली की, परत पन्नास लाख घे. इतकं करूनही बाजार पेटला नाही, तर आणखीन वीस लाख घे."

"म्हणजे एकूण हे एक कोटी वीस लाख होतात! अर्थात तो तुझा प्रश्न आहे, पण मित्रा, बाजाराला इतक्या... धाडसाने अंगावर घ्यायची तुझी तयारी आहे?" आता मघाचच्या सभ्यपणाचा मागमूस नव्हता. या धंद्यातून मिळणारी दलाली वर्षभराच्या पगाराइतकी झाली असती.

"विचारल्याबद्दल आभार, पण जे सांगितलं आहे ते कर आणि घेऊन टाक."

"ठीक आहे. घेतले समज."

आधी मागून येणारा सौम्य कलकलाट आता रणभूमीवरून आलेल्या आवाजासारखा प्रचंड वाढला होता. न्यूयॉर्क बाजार उघडला होता. त्याची मागणी नोंदवली गेली. त्याने फोन खाली ठेवला.

त्यानंतर त्याने फ्रँकफर्टच्या बाजारात आणखी ऐंशी लाख लावले. पलीकडल्या बुकीने एकही प्रश्न न विचारता आवंढा गिळला.

पुढची पाळी जिनीव्हाची होती.

"हॅलो?" फ्रेंच-स्विसचा ठसक्यात पलीकडून आवाज आला.

"तुमच्यासाठी काही काम आहे."

त्याच्या बोलण्यातला तणाव पलीकडच्याला समजला असेल का?

"मी तुमच्यासाठी काय करू शकतो?"

खास स्विस विनोद! विनोदापेक्षा यात तिरकसपणाचा भागच जास्त असे.

"तीस लाख ब्रेन्ट जून."

"घेताय का विकताय?"

"घेतो आहे. सहजच."

पलीकडून शिट्टी वाजवल्यासारखा आवाज आला. 'अठरा कोटी डॉलर्स! आणि म्हणे सहजच!'

"मोठ्या उलाढालीसाठी बॅरलचा भाव ६२.७० डॉलर्स आहे. अं... अं... तुम्हाला हा व्यवहार नक्कीचा करायचा आहे ना?"

"हो तर! आज आम्हाला तेलामध्ये रस आला आहे."

"सगळंकाही व्यवस्थित होईल."

पलीकडे शांतता होती, पण फार काळ नाही.

"बाप रे! आता ६२.७५ झाला आणि वरच चालला आहे! तुमचा काय करायचा विचार आहे?"

"आमचा तसा काही विचार नाही, पण आज तेलाला जरा जास्त मागणी असल्यासारखं वाटतंय." तो स्वतःशीच हसत म्हणाला. शेजारी उभ्या असलेल्या सन्मित्राकडे त्याने तिरकस नजरेने पाहिलं. तो मान डोलावून होकार भरत होता.

"तेलाला ही इतकी मागणी कुठून येत असावी?" स्विस गृहस्थाने प्रश्न विचारला.

"कोणास ठाऊक?" स्पीकरफोनपाशी तोंड नेत सॅम्युएल म्हणाला. "तुम्हाला हे काम जमणार आहे का? का हे काम दुसऱ्या कोणाला सांगू?"

"जागचं हलूही नका. काम नक्की होईल."

जगभरात तेलबाजारात खळबळ माजायला सुरुवात झाली होती. थोड्याच वेळात जिनिव्हा ट्रेडर परत आला. त्याचा आवाज उत्साही, पण बेचैन वाटत होता.

"तुमची मागणी आम्ही आत्ता नोंदवतो आहोत; पण मला काय वाटतं, जरा काळजी घेतली असतीत तर....म्हणजे हा थोडासा अविचार होत नाही ना? बेछूटपणे तर पाऊल उचलत नाही आहात ना?"

"सांगितलेलं आहे तेवढं फक्त करा!"

सत्तेचा थरार आणि अत्यानंदाची ऊर्मी आपल्या नसांतून दौडत असल्यासारखं त्याला वाटत होतं. आता तो खऱ्या अर्थाने बाजारात उलाढाल करत होता. बाजाराची श्रीमंती आणि सामर्थ्य तो एखाद्या विद्युत्वाहकाप्रमाणे खेचून घेणार होता आणि त्याच्या मनाप्रमाणे आवडेल तशी वळवणार होता. बँकेच्या सर्व मालमत्तेची ताकद या कामासाठी जुंपून तो ह्या प्रचंड जागतिक शेअर बाजाराला त्याची ताकद दाखवून त्याच्याकडे खेचणार होता. जणूकाही तो जगातल्या प्रत्येक शेअर बाजाराची व्यवहाराची जागा, तिथले टीव्ही स्क्रीन आणि सटोडियांना एका फूटबॉलमध्ये कोंबून आपल्या अब्जावधी डॉलर्सच्या बळावर आकाशात फेकून देणार होता.

बाहेर रस्त्यावर तशीच वर्दळ होती. लगबगीने जाणारे पादचारी होते, वाहतुकीचा गोंगाट होता आणि नेहमीचं शहरी नाट्य चालू होतं; पण जगात आता प्रचंड बदल घडणार होता. अब्जावधी लोकांना याचा फटका बसणार होता. अनेक लोक दरिद्री

होणार होते, पण त्याचबरोबर अगदीच मोजक्या, निवडक लोकांना तो अतिशय श्रीमंत बनवणार होता.

दोनच मिनिटांत जिनिव्हा परत फोनवर आला.

"हाय सॅम्युएल, तुझ्यासाठी एक बातमी आहे. अं...."

"हं, काय आहे सांग?" सॅम्युएल वाकून पुढे झाला आणि ध्वनिक्षेपकात उंच आवाजात बोलायला लागला. अर्थात या वेळी फ्लाइंग वेजमधलेच काय, जगातल्या सर्व बाजारातले लोक जोरजोरात ओरडायला लागले होते, पण ध्वनिक्षेपक बंद होता आणि समोरच्या टीव्हीच्या पडद्यावर काहीच दिसत नव्हतं.

"ही काय भानगड आहे?" सॅम्युएलने खानकडे पाहत विचारलं.

"कदाचित फक्त आपलाच संपर्क तुटला असेल."

सॅम्युएलने सभोवार पाहिलं, तेव्हा समोरच्या पडद्याकडे पाहत सगळे जोशात काम करताना दिसले.

"साला! आपलं काम होत आलं होतं. मी खालच्या मजल्यावर जाऊन जिनिव्हाचा फोन नंबर घेऊन येतो. माझ्या वहीत तो लिहिलेला आहे. अगदी जुन्या काळातील पद्धतीप्रमाणे! विश्वास नाही ना बसत?"

"माझा बसतो आहे खान," सॅम्युएल खानकडे पाहत म्हणाला, "पण आपल्याला त्याची गरज लागणार नाही. मला वाटतं, तो माझ्यापाशी इथेच आहे." टीव्हीचा पडदा बंद होण्यापूर्वीचं दृश्य सॅम्युएलने त्याच्या डोळ्यापुढे आणायचा प्रयत्न केला. त्यातले रंग, आकार, निरनिराळे आकडे सगळं त्याला दिसायला लागलं. त्याने फोन उचलला आणि जिनिव्हा बँकेचा अठरा आकडी नंबर फिरवला -०० ४१ २२ ३४७२ . ..

"अरे, तू इथे आहेस तर!" पलीकडून स्वीस-फ्रेंच उच्चारात आवाज आला. "काय झालं? बंद का केला फोन?"

"काही नाही, थोडीशी अडचण होती." सॅम्युएल म्हणाला. खानला हे उत्तर पटलं असावं, असं त्याने गृहित धरलं, पण त्याच्याकडे पाहिलं मात्र नाही. "तर मग काय बातमी आहे?"

"मुळात चांगलीच आहे. काम झालेलं आहे, पण बाजार आता वरच्या मर्यादेपर्यंत पोहोचलेला आहे. शेवटचा व्यवहार आम्हाला ६२.९० डॉलर्सने करायला लागला."

"म्हणजे सरसकट काय भाव पडला?"

"सुमारे ६२.८३ डॉलर्स."

"तुम्ही लोक बगदादवर किंवा सौदी अरेबियातल्या रियादवर अणुबॉम्ब वगैरे तर टाकणार नाही ना?"

सॅम्युएल आता मनापासून हसला. त्यात सत्तेचा आणि सामर्थ्याचा कैफ

जाणवत होता : "मागे झालेल्या गल्फच्या लढाईचे तेलावर काय परिणाम झाले होते ते आठवतंय ना तुला? बाजार एखाद्या पाटीसारखा कित्येक आठवडे सपाट होता आणि जोपर्यंत **CIA**ला सप्टेंबर ११ तारखेचं महत्त्व वाटत राहील, तोपर्यंत तरी कोणी अणुबॉम्बला हात लावणार नाही. काही नाही, थोडे झटपट पैसे करण्याच्या प्रयत्नात आम्ही आहोत."

"ते काही असो. बाजारात अशी वंदता आहे की, रोपनर बँक या व्यवहाराच्या मागे आहे. तू फक्त मलाच हे काम सांगितलं आहेस, यावर माझा विश्वास नाही. मी तर पैज लावायलाही तयार आहे."

सॅम्युएल काहीच बोलला नाही. जिनिव्हा विभागाचं काम करणाऱ्या लोकांचा जोरदार आवाज ऐकू आला. म्हणजे आजचा दिवस नक्की साधासुधा नव्हता, अशी सर्वांची खात्री पटली.

खान वळला आणि त्याने सॅम्युएलच्या डोळ्यात पाहिलं. दोघांच्याही नजरेत एकच भाव दिसत होता. त्यामध्ये त्या दोघांनी निर्माण केलेल्या उन्मादाच्या आणि सामर्थ्याच्या भागीदारीची ऊब दिसत होती. आता बाजारावर त्यांची सत्ता स्थापन झाली होती.

"ब्रेन्ट जून म्हणजे किती डॉलर्स लावता येतात?" खान आता व्यवहारात पूर्णपणे बुडाला होता.

"६३.१० डॉलर्स मला वाटतं."

आपला उत्साह ताब्यात ठेवण्याचा सॅम्युएल आटोकाट प्रयत्न करत होता. तेलाच्या शेअर बाजारातल्या व्यवहारात खळबळजनक व्यवहार आणि घडामोडी घडत असल्यामुळे बाजाराच्या नियामक मंडळाच्या चालकांनी काही विशिष्ट रकमेनेच शेअरचा भाव खाली अथवा वरती जाण्याची मुभा दिली होती; सर्वसाधारणपणे एक डॉलर. त्यामुळे नफेखोरीसाठी केलेल्या वायद्यांचा फारसा घातक परिणाम होत नसे. तेव्हा ब्रेन्ट जून जर एक डॉलरच्या वरती गेला असता अथवा खालती गेला असता, तर बाजारातल्या तेलाच्या शेअर्सचे व्यवहार त्या दिवसासाठी थांबवण्यात आले असते. अर्थात जर कोणाला त्यापेक्षा कमी दराने व्यवहार करायचा असला असता, तर त्याला परवानगी होती.

"४० लाख शेअर्स ६३.०५ डॉलर्सने घेतले. परत सांगतो, ६३.०५ डॉलर्सने चाळीस लाख घेतले." खानच्या ध्वनिवर्धकातून युरोमध्ये व्यवहार करणाऱ्या एका अनोळखी आवाजाने घोषणा केली. बाजारात चाललेल्या कोलाहलात त्या युरोपियन विक्रेत्याच्या उच्चाराकडे आणि व्याकरणाकडे कोणाचं लक्षंच गेलं नाही. "आणखीन चाळीसचा व्यवहार करायचा प्रयत्न चालू आहे. भाव वाढायच्या आत मला घाई केली पाहिजे."

"हा माझा खरा मुलगा!" खानने त्याला चढवलं. सॅम्युएलकडे वळून तो

म्हणाला, “आता हा माझा शेवटचा व्यवहार असेल, कारण हा एकदा पूर्ण झाला की, मग आपण तुडुंब झालेले असू.” खानने आपला कोट खुर्चीवरून उचलला. या कोटाच्या खिशात अनेक मोबाइल आणि बीपर्स ठेवलेले होते. “नंतर मग आपण चहाच्या वेळी भेटूच. मध्ये काही महत्त्वाचं काम निघालं, तर मला कसं गाठायचं, ते तुला माहीत आहेच. जर जास्तीचं काही महत्त्वाचं निघालं, तर ऱ्यु द रिव्होलीवरच्या अंजेलिनावर टॅक्सी पाठव.”

सॅम्युएलने मान डोलावली. खानने बँकेच्या भांडवलापैकी फार मोठा हिस्सा या व्यवहारात गुंतवला होता. आता तो शांतपणे एका आधुनिक कॉफीशॉपमध्ये चालला होता. खानला आता बाजार आपल्या ताब्यात आल्यासारखं वाटत होतं आणि तशी त्याची खात्री पटली होती. इतक्यात त्या युरोपियन विक्रेत्याचा आवाज घुमायला लागला. त्याने मर्यादेच्या बाहेर भाव जाण्यापूर्वीच खानची मागणी पूर्ण केली होती आणि तेवढ्यात युरोपियन विभागाशी संपर्कात असलेल्या बाजूने व्यवहाराला स्थगिती मिळाल्याची बातमी गरजून सांगण्यात आली. आता हे असंच चालू राहिलं असतं, तर काही दिवसातच रोपनर बँकेची गंगाजळी तिप्पट झाली असती.

तेलाच्या फ्युचर्सचे भाव वाढत चालल्याचं बाजारातल्या इतर विभागांच्या प्रथम लक्षातच आलं नव्हतं. तेलाच्या शेअर्सच्या व्यवहारावर बंधन नसल्यामुळे नंतर मात्र तेलाचे भाव झपाट्याने वाढत चालले होते. नेहमीच्या बाजाराच्या उलाढालीवर आधारित तेलाच्या शेअर्सचा जो भाव तीन महिन्यानंतर अपेक्षित होता, त्या भावाने आत्ताच्या घटकेलाच उलाढाली होत होत्या. तेलाच्या वाढत्या किमतीमुळे आणि त्याच्या शेअर्सच्या संदर्भात उडणाऱ्या अफवांमुळे समस्त दलाल चिंतित झाले होते. तेलाचं शुद्धीकरण करणाऱ्या कंपन्या आणि भूगर्भातून तेल शोधून काढणारे व्यावसायिक सोडले, तर बाजार प्रचंड नुकसानीत होता. ‘बॅरलला ६३ डॉलर्स किंमत मिळाली, तर वेल्सच्या पश्चिम किनाऱ्यात आबादी आबाद होईल.’ असं खान पुटपुटत होता. आपल्या साहेबाने याअगोदरच तिथे काही मालमत्ता घेऊन ठेवली असावी, असा सॅम्युएलने तर्क केला.

वेजच्या एका कोपऱ्यातून एखाद्या जनावराप्रमाणे चित्कार ऐकू आला.

“ब्लुम्बर्ग! अरे देवा, या ब्लुम्बर्गकडे बघा कोणीतरी!”

कोणीतरी चटकन वेजमधल्या मोठ्या पडद्यावर ब्लुम्बर्ग लावलं. समोरचं दृश्य पाहून वेजमध्ये सन्नाटा पसरला.

16:50 GMT. URGENT. ATTENTION FOR
EIGNAND ECONOMICS EDITORS. EX; BBN/
BLOOMBERG BUSINESS NEWS. URGENT

NEWSFLASH.
URGENT

जोकरीच्या तेल खात्याचा कारभार सांभाळणाऱ्या मंत्र्याचा शिरच्छेद काल करण्यात आला. हा आपल्या देशाविरुद्ध केलेला गुन्हा असल्याचं निवेदन प्रवक्त्याने दिलं आहे.
समाप्त

क्षणभर वेजमध्ये निव्वळ भीती आणि धक्कादायक शांतता, यांचं वातावरण पसरलं होतं. हे जे काय घडलं होतं त्याचे काय परिणाम होतील, याची कल्पना नसल्यामुळे सगळ्यांनाच भीती वाटत होती. याचा नक्की अर्थ काय होता? आणि एकाएकी सगळे गलका करायला लागले. रॉयटरच्या पडद्यावर क्षणाक्षणाला बदणाऱ्या तेलाच्या किमती दिसत होत्या. त्या वाढतच होत्या; अगदी वेगाने.

"काही लागलं तर कळव. मी तासात येतोच." खान म्हणाला. सॅम्युएलने त्याला बाहेर जाताना पाठमोरं पाहिलं. तो जाणीवपूर्वक, हळूहळू पावलं टाकत चालला होता. योग्य प्रकारे बेतलेल्या कोटाच्या लयबद्ध झोक्यांमुळे तो जास्तच उंच आणि प्रबळ वाटत होता. तो एखाद्या... हो, अगदी तसाच, काऊबॉयसारखा वाटत होता. ह्या चॉकलेटसारखी कांती असलेल्या सडसडीत इसमाच्या अंगात सर्व विश्वाला थक्क करून सोडण्याची धमक होती आणि तो ते त्याच्या बोटांवर नाचवू शकत होता.

निदान आत्ताच्या घटकेला त्यांच्या खात्याची परिस्थिती सुधारली असल्यामुळे सॅम्युएल आता पुढे घडणाऱ्या घटनांचा आढावा घ्यायला लागला होता. सकाळी डिआझ वेजमध्ये ट्रॉली ढकलण्याचं काम शांतपणे करत होता. त्यानंतर मात्र झपाट्याने वातावरण बदलत गेलं होतं. आता तिथली माणसं आरडाओरडा करत जणू भुंकायला लागली होती. ते आता झपाटल्यासारखे वागत होते. त्या घटकेला त्यांच्या समोरच्या दृश्यात जणू एखादं तुंबळ अणूयुद्ध होणार असल्यासारखं ते सर्व जण वागत होते. त्या फ्लाइंग वेज मधला प्रत्येक जण थरथरत आणि किंचाळत होता. काम झाल्यावर फोन आपटले जात होते. थेट संपर्कासाठीची बटणं त्वेषाने दाबली जात होती.

आता मागणीचा वेग वाढत चालला होता. तेलाचे दर आंतरराष्ट्रीय बाजारात वाढल्यामुळे गुंतवणूकदारांना व्याजाचे दर वाढतील, अशी शक्यता वाटत होती. त्यामुळे त्यांनी कर्जरोखे विकायला काढले होते. प्रत्येक सेकंदागणिक नुकसानीची व्याख्या बदलत चालली होती. आता फक्त तेलाच्या बाजाराला महत्त्व आलं होतं. जागतिक बाजारातल्या वंगणाचे भाव गगनाला भिडत चाललेले असताना इतर क्षेत्राची मात्र जबरदस्त पिछेहाट चालली होती आणि त्यांचे समभाग आणि कर्जरोख्याचे

भाव घसरणीला लागले होते. दोन्ही कानात इअरफोन घालून नोबडी थेट संपर्क यंत्रणेत काहीतरी बरळत असल्याचं सॅम्युएलच्या लक्षात आलं. दोन्ही बाजूच्या इसमांना काही अर्थबोध होत असेल का, असा सॅम्युएलच्या मनात विचार आला. मग अचानक नोबडीने एका हातातला काळा फोन आपटला आणि रेडिओ संपर्क यंत्रणेत किंचाळून बोलायला लागला.

"१४६ला मी वीस लाख विकतो आहे. नाही नाही मला म्हणायचं आहे, विकत घेतो आहे!" एका मिनिटानंतर परत त्याने फोन उचलला आणि ओरडला, "मला म्हणायचं होतं, विकत घेतो आहे."

"माफ कर नोबडी! तू एकदा विकायचं कबूल केलं होतंस."

नोबडी खाली खुर्चीत कोसळला आणि त्याने दोन्ही हातात डोकं खुससलं. पलीकडच्या दलालाने परत वीस लाख शेअर्स कसेतरी नोबडीसाठी मिळवले. या सगळ्या व्यवहारात नोबडीला फारसं नुकसान सोसावं लागलं नव्हतं. अर्थात दोन व्यवहारांची दलाली मात्र द्यावी लागली होती. 'पोलादी मनाने, पाषाण हृदयाने सज्ज व्हा आणि फोनवर आपले व्यवहार झटपट करा.' हाच दलालांसाठी मंत्र होता. नोबडीची ती अवस्था पाहून सॅम्युएललाच अपराधी वाटलं. त्याने आणि खानने बाजारात जो धुमाकूळ घातला होता, त्यामुळे उत्तेजित होण्याऐवजी इतरांना तणावग्रस्त करून सोडल्याची अपराधी भावना त्याला आता खात होती.

समोरचा दिवा लुकलुक करायला लागला.

"खान?"

सर्वत्र हाहाकार उडालेला असताना आपला साहेब रम्य वातावरणात, आरामात चहापान करत असल्याचं ऐकून सॅम्युएलला किंचित नवल वाटलं.

"सगळंकाही व्यवस्थित चाललेलं आहे खान. स्पॉट मार्केट सेकंदागणिक तीन तीन फुटांनी वर चाललेलं आहे. आत्तापर्यंत आपल्याला दहा टक्के नफा झालासुद्धा आणि तो चालूच राहणार."

"बाकीचा बाजार काय म्हणतो?"

"तू अंदाज केल्याप्रमाणे बाकी सगळे बाजार गटाराच्या दिशेने चालले आहेत. तू काही शॉर्ट सेल केला आहेस का? अर्थात ब्रेन्ट जूनने रोपनरला इतका नफा मिळवून दिला आहे! थोडसं नुकसान सोसावं लागलं, तरी फारसा फरक पडणार नाही."

"आणि नक्की किती नफा झालाय म्हणायचा?"

"कोण बोलतंय? कोण आहे पलीकडे?"

एक भीतीचा गोळा सॅम्युएलच्या पोटात घुसळायला लागला आणि त्याने त्याच्या सर्व गात्रातली शक्तीच काढून घेतल्यासारखं त्याला वाटलं. त्या खानसारख्या वाटणाऱ्या आवाजाची भलत्या कोणी नक्कल केली होती.

"मी *'मर्क्युरी इन्क्वायरर'* मधून होझे निस्सान बोलतो आहे. तेलाच्या बाजारावर आज झालेल्या अत्याचाराला खान जबाबदार असल्याच्या आमच्या तर्काला पुष्टी दिल्याबद्दल आभार! त्या जोकरमध्ये झालेल्या हत्येविषयी खानला माहिती होती का त्यानेच ती घडवून आणली?"

"मला तुमच्याशी आता काही बोलायचं नाही." सॅम्युएलने थंडपणे उत्तर दिलं.

"अरे मित्रा, तू आधीच भरपूर बोललेला आहेस. मला एक सांग की, खानच्या हाताखाली काम करणाऱ्यांना नावं असतात का कोणीही त्यांच्या वतीने फोन उचलतो?"

"या बँकेतल्या माणसासारखा आवाज काढून बोलण्याचा तुम्हाला काहीही अधिकार नाही." त्याच्या डोळ्यापुढे आता उद्याच्या पेपरातला मथळा नाचू लागला : ऑक्सफर्डच्या दादाने तेल बाजारात धुमाकूळ घातला.

"आत्ता मी नक्की कोणाशी बोललो म्हणायचं? खरं म्हणजे मला खानशीच बोलायचं होतं, पण गाठ एका वेंधळ्याशी पडली. तरी मी तुमचा आभारी आहे. मला तुमचं नाव माहीत नाही हे खरं, पण मला वाटतं तुम्ही कोण आहात हे मी जाणतो."

सॅम्युएल आता स्वत:वरच जाम चिडला होता. तो निस्सान होता, हे त्याला समजून चुकलं होतं. त्यानेच खानसारखा आवाज काढला होता. सॅम्युएलला अति आत्मविश्वास वाटत होता. सत्तेच्या उन्मादाने तो तर्रर झाला होता. वेंधळेपणाची किंमत लगेचच चुकवावी लागणार होती.

आता आजूबाजूचं वातावरण सहनशक्तीच्या पलीकडे गेलं होतं. माणसाला इतका वेळ अशा वातावरणात राहण्याची सवय नसते. फोनवर राजकुमार किंचाळत होते, च्युईंगम चघळत होते. 'व्यवहार बंद करा, बंद करा!' असं सांगत वरिष्ठ येरझाऱ्या घालत होता. नोबडीच्या हातात परत फोन दिसत होता. डिआझ विषण्ण मनाने थिजल्यासारखा बसून मधूनच नखं कुरतडत होता. मिलर त्याच्या गुहेतून बाहेर येऊन काझच्या टेबलावरून फोन करत होता.

आता सॅम्युएलला इतरांचा हेवा वाटायला लागला.

आता काय होणार होतं, याची त्याला कल्पना होती आणि म्हणून तो ताज्या बातम्या बघत होता. जोकरच्या संदर्भात फारशी बातमी नव्हती. ही बातमी देणाऱ्याची गफलत नव्हती, तर बातमी तयार करणाऱ्या संपादकाची हुशारी होती. गैर मार्गाने बातमी मिळवलेल्या आपल्या बातमीदाराला तुरुंगाची हवा खाण्यापासून वाचवत, बातमीचा ओघ चालू ठेवण्याची कसरत तो करत होता. जोकरमध्ये कोणालाही तुरुंगात डांबणं सहज शक्य होतं, कारण त्यांचा भाषण-स्वातंत्र्यावर आणि पाश्चात्त्य पद्धतीच्या न्यायसंस्थेवर विश्वासच नव्हता.

सॅम्युएलच्या कॉम्प्युटरवर इ-मेलचं चिन्ह झळकलं. चहा पीतापीता किंवा कलाकृतींच्या प्रदर्शनात असलेल्या खानचं बाजारावर पूर्ण लक्ष होतं. आजच्या

व्यवहारामुळे त्याला समाधान वाटत होतं. दुसऱ्या दिवशी तो येऊन धडकेल, हे सॅम्युएलला माहीत होतं. आपण धीर करून खानला फोन करावा, असं सॅम्युएलला वाटत होतं; पण खानविषयी प्रत्यक्ष बातमी येत नव्हती, तोपर्यंत स्वस्थ बसण्याचं त्याने ठरवलं. खानवर काहीच परिणाम होणार नव्हता. जर काही झालंच असतं, तर तेल बाजार आणखी वर गेला असता.

त्याच्या लॅपटॉपवर बातमी आली होती, तेव्हा खानलाही आता ती समजणारच होती. एकाएकी त्याला मरगळ आली. त्या निस्साननने त्याला फसवलं होतं, हे खानला सांगणं भागच होतं, कारण ते संभाषण ध्वनीमुद्रित झालं होतं. अल्प काळ चांगली कामगिरी केल्यावर लगेचच चुकीची भरपाई करावी लागणार होती. आता तो येणाऱ्या फोनना थेट उत्तर न देता, ध्वनीमुद्रित यंत्रणेच्या मार्फत उत्तर देत होता. अर्थात हे करत असताना सतत वर जाणाऱ्या तेल बाजारावर त्याचं लक्ष होतंच. रात्री नऊच्या सुमारास जमलेली मंडळी आवराआवर करत असताना ती बातमी शेवटी झळकलीच. लंडनच्या वर्तमानपत्रांनी त्यांच्या प्रथेप्रमाणे आपल्या दुसऱ्या दिवशीच्या वर्तमानपत्राच्या पहिल्या पानाची चित्रं प्रसिद्धीसाठी वितरित केली. असं केल्याने लोकांची उत्सुकता चाळवते आणि दुसऱ्या दिवशीचा खप जास्त होतो, असा त्यांचा अनुभव होता.

फ्रान्स-प्रेसने सर्वप्रथम ही बातमी दिली. सॅम्युएलने टीव्हीच्या पडद्यावर बातमी उघडली.

> 19.41 GMT. MARKET SLIDE-KHAN-GURU. EURO/FIN NEWS BUDGET. ATTENTION FINANCIAL EDITORS
>
> By Nat Kumble
>
> *लंडन - शेअर बाजारातल्या शेअर्सचं मूल्य बारा टक्क्यांनी कमी होण्याच्या आजच्या आपत्तीजनक घटनेमुळे शेअर बाजारातील शेअरचे सुमारे २५२ अब्ज डॉलर्सने मूल्य घटलेले आहे. 'मर्क्युरी इन्क्वायरर'च्या वृत्तानुसार या घसरणीला प्रोप्रायटरी ट्रेडिंग जबाबदार असल्याचं खात्रीलायकरित्या समजतं.*
>
> *गेल्या पाच वर्षातले तेलाचे सर्वाधिक भाव गाठण्याच्या घटनेला पॅरिसच्या रोपनर बँकेतील प्रोप्रायटरी डेस्क जबाबदार असल्याचं मर्क्युरी इन्क्वायररचं मत आहे. लंडनच्या दलालांच्या मते तेलाच्या*

भावात अचानक वाढ झाल्यामुळे मंदीची लाट येऊन भाववाढ होण्याची भीती वाटल्यामुळे बाकी शेअर्स आणि कर्जरोख्यांचे भाव कोसळले. आजच्या धामधुमीत सुमारे तीन अब्ज डॉलर्सची कमाई करणाऱ्या रोपनर बँकेतील प्रोप्रायटरी ट्रेडरचं नाव खान असल्याचं समजतं. आम्हाला खुद्द खान यांच्याशी संपर्क साधता आला नाही, पण तेल बाजारातील व्यवहारात खान यांचाच हात असल्याचं पॅरिसच्या रोपनर बँकेतील अज्ञात सूत्रांनी मान्य केलं.

रोपनर बँकेतल्या प्रिन्सिपल ट्रेडरने तेलाच्या या घोटाळ्यात सुमारे तीन अब्ज डॉलर्सची कमाई केली असल्याचं वृत्त आहे आणि त्यांचं नाव मि. खान असल्याचं समजतं. याविषयी माहिती देण्यासाठी स्वत: खान उपलब्ध होऊ शकले नाहीत, पण रोपनर बँकेच्याच एका अज्ञात सूत्राकडून या व्यवहारात खान यांचा सहभाग असल्याच्या वृत्ताला पुष्टी मिळालेली आहे.

गुंतवणूक क्षेत्रातल्या जाणकारांच्या मतानुसार खान यांच्या ह्या तेलाच्या बाजारात धुमाकूळ घालण्याच्या डावामुळे तेलाचे प्रचंड साठे असलेल्या जोकरमधल्या अंतर्गत अनागोंदीच्या मोक्याच्या क्षणी बाजारात बंडाळी माजली आहे. त्यामुळे या ट्रेडरला जागतिक बाजारात फार महत्त्वाच्या स्थानावर बसवलेलं आहे.

बाकीच्या बातमीत खानविषयी इतर माहिती दिलेली होती. वार्ताहराने निस्सानची बातमी आणि खानच्या संबंधातली काही जुनी माहिती छापलेली होती. ही बातमी लवकरात लवकर देणं गरजेचं असल्यामुळे फोन करून अथवा अन्य मार्गाने या बातमीची सत्यता पडताळून पाहणं शक्य झालं नसावं.

रोपनर बँकेतल्या अज्ञात सूत्राकडून हा संदिग्धपणे केलेला उल्लेख फार बोलका होता. पॅरिसच्या वार्ताहराने ते वाक्य 'निस्सानच्या *इन्क्वयरर* 'मध्ये आलेल्या बातमीतूनच उचललेलं असण्यची शक्यता होती. आता सॅम्युएलने घरी जाण्याची तयारी करण्यासाठी आवराआवर करायला सुरुवात केली होती.

"केलास ना विचका?"

मागे मिलर भूतासारखा उभा होता. त्याचा तो लांबट चेहरा आता किंचितसा हसत होता.

"माफ करा, काय म्हणालात?" मिलरच्या भावशून्य डोळ्यात डोळे घालत

सॅम्युएल म्हणाला.

"अज्ञात सूत्रा, तू पार विचका करून ठेवला आहेस."

सॅम्युएल काहीच बोलला नाही.

"मी आज रात्री त्या संभाषणाचं ध्वनीमुद्रण ऐकीनच. एकनिष्ठ राहून - नव्हे राहण्याचा प्रयत्न करत - तू तुझ्या त्या प्रसिद्ध साहेबाचं कोणी कल्पना करू शकणार नाही इतकं नुकसान केलेलं आहेस." आता मिलरच्या चेहऱ्यावर नक्कीच उत्तेजना दिसत होती.

नंतर तो शांतपणे डुलत डुलत आपल्या ऑफिसकडे गेला. आज या माणसाने आपल्या अशिलांचे किती पैसे घालवले असतील, याचा सॅम्युएल विचार करायला लागला. काही मिलियन, नव्हे शेकडो मिलियन डॉलर्स नक्कीच बुडाले असण्याची शक्यता होती; पण आज मिलर खुशीत होता, कारण खानची वाट लागली होती.

थोडा वेळ विचार केल्यावर सॅम्युएलने फोन उचलला आणि खानला फोन लावला. 'एकदाचा शेवट झालेला चांगला!'

"माफ करा साहेब."

सॅम्युएलने मागे वळून पाहिलं, तर परत मिलर उभा होता. या वेळी त्याच्या सोबत दोन पोलीस अधिकारी होते. ब्लाँदो आणि बूशीने त्याच्याकडे खूनशीपणे पाहत उभे होते.

"बोला, मला वाटलं आपण पुढच्या आठवड्यात तुमच्या ऑफिसात सगळंकाही बोलणार आहोत."

"होय महाशय, पण तसं आधी ठरलं होतं." बूशीनेकडे पाहून हसत ब्लाँदो नाटकीपणे म्हणाला. "आता परिस्थिती बदललेली आहे. आम्हाला काझबाई सापडल्या आहेत."

"नशीब माझं!" उसासा टाकत सॅम्युएल म्हणाला. "दिवसभरात एक तरी गोष्ट चांगली झाली म्हणायची! आता तीच काय ते खरं तुम्हाला सांगेल."

"त्याबाबत मला जरा शंकाच आहे. त्या मेलेल्या आहेत. पार्क दे व्हियेतजवळच्या एका नाल्यात त्यांचं शव मिळालं. त्यांचा खून व्हायच्या आधी तुम्ही त्यांना भेटलेले नुसते शेवटचेच इसम नव्हतात, तर त्यांच्या मोबाइलवरून शेवटचा फोनही तुम्हालाच गेला होता."

"भलतंच काय बोलताय? उगाचच विनोद वगैरे करू नका."

"मला वाटतं, तसं काही नाही महाशय."

"मला खानशी बोलू दे. हे अशक्य आहे."

"तेवढा वेळ आपल्यापाशी नाही महाशय. आपल्याला लगेचच निघालं पाहिजे." ब्लाँदोने सॅम्युएलच्या खांद्यावर हलकेच हात ठेवला. एखाद्याला अटक करत असल्याचा जुना संकेत. "लगेचच निघू."

*"**मी** असं ऐकलं आहे की, तुम्ही जर्मन भाषा चांगली बोलता."*

"हो, ते खरं आहे. आम्ही मूळचे जर्मन आहोत."

या वयस्क गृहस्थाला आपल्याविषयी किती माहिती आहे, याचा अंदाज त्याला येत नव्हता. त्याच्या ऑफिसात एका अनोळखी माणसाचा फोन आला होता आणि त्याने त्याला दुपारच्या भोजनाचं आमंत्रण दिलं होतं. त्याच्या निरोपानुसार त्याला काही सरकारी विषयांवर चर्चा करायची होती.

"तुमचं भाषांवर चांगलंच प्रभुत्व आहे, असं तुम्हाला वाटतं का?"

"तसं पाहिलं, तर सध्या मी अर्थशास्त्रात आणि अंकशास्त्रात जास्त प्रगती करण्याचा प्रयत्न करतो आहे. भाषेचा अभ्यास तर तसाही करता येतो."

हे चपखल उत्तर ऐकल्यावर त्या वयस्क गृहस्थाच्या चेहऱ्यावर अजिबात समाधानाची छटा उमटली नाही. एक वेट्रेस जेव्हा त्यांच्या टेबलाजवळ आली, तेव्हा वातावरणातली अस्वस्थता जराशी कमी झाली. तिने त्यांचे कॉफीचे कप परत भरले आणि त्यांची सँडविचची ऑर्डर घेतली.

"तुझं संपाविषयी काय मत आहे?"

"काय म्हणालात?"

"तेच ते. लोक काम करायचं थांबवतात त्या विषयी तुझं काय मत आहे."

"मी फक्त इतकंच सांगू शकतो की, अमेरिकेच्या राष्ट्राध्यक्ष रोनाल्ड रेगन यांनी १९८० साली हवाई वाहतुकीचं नियंत्रण करणाऱ्या कर्मचाऱ्यांच्या संपाच्या वेळी जी काही कृती केली, तिचं मी समर्थन करेन. त्यांनी तो संप पार मोडीत काढला. कुठल्याही गटाने देशाला असं ओलीस ठेवलेलं परवडणार नाही."

"ती गेल्या वर्षीची घटना होती. आत्ताचं काय?"

"मला वाटतं, आता आपल्यासमोर वेगळ्याच समस्या आहेत. आपण कम्युनिस्टांना....."

"हो, पण म्हणून त्यामुळे इतकं हुरळून जायला नको'' यजमान म्हणाला.

"अगदी बरोबर महाशय! अगदी बरोब्बर!''

त्याचा हात नकळत त्याच्या टकलाकडे गेला आणि तिथे एखादा मुकुट असल्याचा त्याला भास झाला. म्हणजे आजूबाजूला जे काही चाललं होतं, ते त्याला समजत होतं तर! मात्र हा प्रश्नकर्ता जरी या समस्या सोडवण्याच्या खेळात त्याला हरवू शकणार नसला, तरी तो धूर्त होता, हे मान्य करायलाच हवं होतं. त्याच्या डोळ्यात एक प्रकारचा चिरत जाणारा भेदकपणा होता. त्या डोळ्यांत एखादं खोटं विधान तत्काळ पकडण्याची ताकद दिसून येत होती.

"जर तुला कम्युनिस्टांचा इतका तिटकारा आहे, तर मग तुझे वडील पूर्व जर्मनीत व्यवसाय करण्यासाठी का जात असत?''

"आम्ही मुळचे तिथलेच आहोत. वडलांचा जन्मच तिथे झाला.''

"तुला तुझ्या कुटुंबाची काळजी वाटते का?''

"अर्थातच! कुटुंबाला महत्त्व तर असतंच. मलाही एक दिवस माझी स्वत:ची मुलं असायला हवी आहेत.''

"छान! छान!!''

टेबलावर जेवण आलं. त्या वयस्क गृहस्थाने वेटरला सॉसची बाटली आणायला सांगितली आणि मग जेवण संपेपर्यंत खेळ आणि प्रसारमाध्यमांचा कल कसा विचित्र असतो, हे तो सांगत बसला. तो तरुण पत्रकार - बिल बर्टन - न्युझीलंडहून आला होता आणि उद्योग स्वातंत्र्याचा पुरस्कार करणारा एक भला माणूस होता.

वडिलधाऱ्या इसमाने जेवणाचं बिल चुकतं केलं आणि बिलाच्या मागे वेटरची सही घेतली. 'समजा आयकर खात्याला शंका आलीच, तर आपली काळजी घेतलेली बरी!'

१३

"**म**ग?..." इन्स्पेक्टर ब्लाँदोच्या बुटाच्या टाचांचा आवाज त्या खिडकीविरहित खोलीत घुमत होता. त्याने आपला डावा हात पुढे करत टेबलावर असलेल्या ढीगावरची पांढरी चादर सराईतपणे बाजूला केली. ती चादर बाजूला होताच खाली असलेला पांढरा, गार पडलेला नग्न देह दिसायला लागला. सॅम्युएलने मोठा उसासा टाकला. प्रेताच्या खाली असलेल्या, फुलांची छपाई असलेल्या चादरीमुळे त्वचेला एक प्रकारचा तजेला आला होता. डोक्यावरचे केस पार अस्ताव्यस्त आणि बरबटलेले होते. परत त्या देहाकडे नजर गेली तेव्हा त्याला अनेक जागी खरचटल्याच्या आणि जखमांच्या खुणा आणि मुक्या माराचे वळ दिसले. एका कुल्यावर एक मोठा घाव बसल्यासारखी खुण दिसत होती आणि ती जखम बहुतेक एखाद्या धारदार शस्त्रामुळे झाल्यासारखी वाटत होती. तो क्षणभर शहारला.

"आमच्या मते ही नाल्यामध्ये तीन दिवस तरी पडून असावी. कदाचित चारसुद्धा." ब्लाँदो क्षणभर थांबला आणि त्याने सिगारेट पेटवली. त्याने नाकावाटे भसकन सोडलेला धूर त्या प्रेताच्या पोटावर पसरला. सरतेशेवटी त्याने वर नजर टाकली आणि सॅम्युएलच्या नजरेला नजर भिडवली.

"नाल्यातल्या आळ्यांनी आणि मासोळ्यांनी नुकताच ताव मारायला सुरुवात केली होती. माड्वाझेल काझसारख्या सुंदरीचाही असल्या नाल्यात तीन दिवसांच्यावर तग लागत नाही."

पाण्यामुळे सुरकुतलेल्या आणि विच्छिन्न झालेल्या काझच्या देहावरून सॅम्युएलने नजर काढली, तेव्हा ब्लाँदो त्याच्याचकडे रोखून पाहत असल्याचं त्याला जाणवलं.

"काय दुर्दैवी प्रकार आहे नाही!"

सॅम्युएलने काहीच उत्तर दिलं नाही.

सॅम्युएलच्या दिशेने सरकत ब्लाँदोने त्याचा हात हातात घेतला आणि म्हणाला,

"काळजी करू नकोस." पण दुसऱ्याच क्षणी त्याने सॅम्युएलच्या हाताचा पंजा काझच्या मांडीला टेकवला. "मेलेल्या व्यक्तीचा स्पर्श असा असतो स्पेन्डलव्ह, असा असतो. तो स्पर्श एखाद्या मेणाच्या वस्तूसारखा असतो आणि फारच गार असतो. मृत्यूचा थंडगारपणा."

ब्लाँदोच्या उच्छ्वासागणिक त्याने ओढलेल्या सिगारेटच्या धुराचा वास येत होता. त्याने मान वळवली आणि काझच्या स्पर्शाचा विचार करण्याचं टाळलं. त्याचं लक्ष नव्हतं, पण बूशीने आणि दोन वर्दीतले पोलीस दूरून त्याच्यावर बारीक नजर ठेवून होते.

"थांबवा हे सगळं, थांबवा!" कसंबसं बळ एकवटून सॅम्युएल ओरडला. त्याच्या पोटात आता ढवळायला लागलं होतं. "तुम्हाला पाहिजे तरी काय?"

"तो स्पर्श किती भयानक होता नाही? मेलेल्या माश्यासारखा! नेहमी प्रेत हाताळणारे सांगतात की, तो वास कित्येक दिवस तसाच हाताला येतो. पण मला विचारशील, तर हात धुण्याच्या साबणाने हात धुतले आणि मग थोडा लिंबाचा रस लावला, तर तो वास लगेचच जातो."

सॅम्युएलने अजूनही खाली टेबलाकडे वाकून पाहिलं नव्हतं. ब्लाँदोने सॅम्युएलच्या हाताचा पंजा अजूनही काझच्या मांडीवर घट्ट दाबून ठेवला होता. त्याच्या बोटाच्या टोकांना तिच्या गुप्तांगाच्या केसांचा स्पर्श होत असल्याचं त्याला जाणवलं. दोन प्रेमिकांची अशी भेट घडण्याचा हा विचित्र योग होता. ब्लाँदो अजूनही सॅम्युएलकडे रोखून पाहत होता.

"हे बघा मिस्टर स्पेन्डलव्ह, ते आमचे अमेरिकन मित्र इथे येऊन या फ्रेंचांच्या भूमीवर झालेल्या खुनाच्या प्रकरणात तोंड खुपसण्याच्या आधी मला तुम्ही खरं काय आहे ते बऱ्या बोलानं सांगून टाका. तुम्ही तिला का मारलंत?"

"मी तिचा खून केलेला नाही. आता या गृहस्थाची कशी काय खात्री पटवून देऊ? मी... तिला... मारलेलं... ना ऽऽ ही."

"अर्थातच तू तिला मारलं नाहीस. तू तिचं डोकं तुझ्या हातात जे काही होतं, त्याने फोडलेलं नाहीस. मोटारीचा जॅक होता का हातात? तो तिच्या बाजूला तू भोसकला नाहीस आणि तिचं पोट जेव्हा आता आम्ही फाडू, तेव्हा तुझं वीर्य आम्हाला तिथे सापडणार नाही. हो की नाही?"

"असले फालतू आरोप करायची तुमची हिम्मत कशी झाली?"

सॅम्युएलच्या तोंडातून शेवटचा शब्द निघत असतानाच एक जोराचा ठोसा त्याच्या तोंडावर येऊन आदळला. ब्लाँदोने त्याच्या हनुवटीवर एक जोरकस ठोसा मारला होता. त्या दणक्यामुळे तो मागे भेलकांडत गेला आणि जमिनीवर कोसळला. बूशीने खोलीच्या कोपऱ्याकडे सरकली.

"नाही, नाही, तसं नाही महाशय! मुळात माझी हिंमत कशी झाली हा प्रश्नच नाही, तर प्रश्न असा आहे की, या देशात येऊन एखाद्या राजाच्या रुबाबात वावरण्याची तुमची हिम्मत कशी काय झाली? तू, तुझे मित्र आणि ती जागतिक दर्जाची बँक आणि तुमचं ते आंतरराष्ट्रीय पद्धतीचं वागणं, सगळं बकवास आहे. तुम्ही इथे खा, प्या आणि डुकरासारखं चरा. तुम्ही इथे येऊन इथल्याच लोकांना गावंढळासारखं वागवणार. म्हणजे 'फ्रान्सवर प्रेम आणि फ्रेंचांचा तिरस्कार' हा या जंगली, पुचाट लोकांचा न्याय आहे, नाही? तुम्ही बाकी काय हवं ते करा, पण आमच्या कायद्याचा भंग मात्र करायचा जरासाही प्रयत्न करू नका. केवळ गमतीखातर कोणाचा जीव घेऊ नका. आता ही केलेली घाण निस्तरायला तुला आणि तुझ्या त्या बँकेतल्या अति शहाण्या मित्रांना त्याची किंमत मोजायला लागेल."

सॅम्युएल हलकेच उठला आणि त्याने आपले हात मागे कुल्ल्याला पुसले. तोंडावर ठोसा बसला तेव्हा त्याचा गाल चावला गेला होता, त्यामुळे आता त्याच्या तोंडातून रक्त बाहेर पडत होतं. त्याने ते हाताने पुसण्याचा प्रयत्न केला तेव्हा त्याला काझच्या प्रेताचा वास आला. त्याने सभोवताली पाहिलं. दोन्ही पोलीस त्याच्याकडे निरिच्छपणे पाहत होते. त्याची होणारी तडफड पाहून बूशीनेला किंचित हसू येत होतं.

"हे पाहा इन्स्पेक्टर, माझ्यावर ज्या इसमाने हल्ला केला होता, त्याचा तुम्ही विचार केला आहे का? त्या धिप्पाड काळ्या माणसाने काझच्या घराच्या बाहेर रविवारी रात्री माझ्यावर हल्ला केला होता. तिथले शेजारी माझ्या म्हणण्याला दुजोरा देतील. तिथे आणखी एक म्हातारीही होती. ती आपल्या कुत्र्याला रात्री फिरवण्यासाठी बाहेर पडली होती."

"आम्ही एका शेजाऱ्याशी बोललेलो आहोत. ती बाई म्हातारी आहे आणि तिच्या आठवणीविषयी मला शंका आहेत. दुसरं म्हणजे तू आमच्या हातात आहेस आणि तू नक्कीच काल्पनिक नाहीस." ब्लाँदो बूशीनेच्या दिशेने चालत जात म्हणाला. ब्लाँदोने काही बोलायच्या आत तिने त्याला रुमाल दिला. आधी झालेल्या भडकावू संभाषणानंतर आता तो जरा शांत झाला होता. त्याने तो रुमाल सॅम्युएलला दिला.

"आम्ही अनेक पर्यायांचा विचार करत आहोत, पण आमचं तुमच्यावर जास्त लक्ष आहे. तुम्हाला तिच्यामध्ये इतका रस का वाटत होता? शारीरिक संबंधापेक्षा नक्कीच जास्त काहीतरी असलं पाहिजे."

"मला तिच्यामध्ये इतका रस होता, असं तुम्हाला का वाटतंय?"

काझचं प्रेत ज्या टेबलावर ठेवलं होतं, त्याच्या जवळच सॅम्युएल उभा होता. ब्लाँदो आणि बूशीने दोन घडीच्या खुर्च्यांवर शेजारी शेजारी परीक्षकांसारखे बसले होते. बूशीनेनी तिच्या जॅकेटच्या खिशातून एक पाकीट काढलं. एका हवालदाराने

ते सॅम्युएलला दिलं.

"अच्छा! असं आहे तर!"

सॅम्युएलने त्याला दिलेले श्वेत-धवल फोटो चाळले. बूर्देल म्युझियमच्या बाहेर, चौदाव्या विभागातल्या क्लबपाशी भटकताना, बोबूर कॅफेमध्ये जेवताना आणि नंतर रात्री सॅम्युएल घराकडे परतत असताना.

"ठीक आहे ना, तुमची जर माझ्यावर इतकी पाळत होती, तर मग मी ते कृत्य केलेलं नाही, हे तुमच्या लक्षात आलंच असेल."

"नेमकं तेच आम्हाला माहीत नाही. त्या मारामारीनंतर तू नाहीसा झालास."

"म्हणजे तुम्हाला मारामारी झाली हे माहीत आहे तर! मग काय अडचण आहे?"

"आम्हाला इतकंच माहीत आहे की, तिला जिवंत पाहणारा तू शेवटचा इसम होतास. आम्हाला हेही माहीत आहे की, तिच्या मोबाइलवरून तिने तुला शेवटचा फोन केला होता. आम्हाला फक्त एकच गोष्ट माहीत नाही. ते म्हणजे तू तिला का मारलंस."

दारावर जोराने खटखट केल्याचा आवाज ऐकू आला. हवालदार दाराकडे जायला लागला.

"कोणी मरणोत्तर वैद्यकीय अहवाल बनवायला आला असेल, तर थांबायला सांग. अजून इथे बरंच काम बाकी आहे." सॅम्युएलकडे पाहत ब्लाँदो म्हणाला.

हवालदाराने दार किलकिलं केलं आणि त्या फटीतून तो कोणाशीतरी बोलला. परत दार बंद झालं.

"नाही, डॉक्टरांकडून कोणी आलेलं नाही." हवालदार सांगत असतानाच त्यात व्यत्यय आला.

"नाही डॉक्टर नाही, मी इथे माझ्या अशिलाच्या वतीने आलेली आहे. मला आधी हे सांगा की, कुठल्या कायद्याच्या आधारे तुम्ही त्याला डांबून ठेवून प्रश्न विचारता आहात?" लोरॉंनी शांतपणे खोलीत प्रवेश करत प्रश्न केला. सॅम्युएलच्या रक्ताने डागाळलेल्या गालाला हलकेच स्पर्श करत तिने ब्लाँदोकडे एक तिखट कटाक्ष टाकला.

"हे काय आहे इन्स्पेक्टर? मला वाटतं सॅम्युएल खाली पडल्यामुळे ही जखम झाली असावी."

"हा माणूस खुनाच्या आरोपाखाली पकडलेला आहे. त्याची तपासणी करण्याचा मला पूर्ण हक्क आहे." लोरॉंनी दिलेल्या ओळखपत्राकडे पाहत ब्लाँदो म्हणाला. ओळखपत्रावर 'मेत्र आव्होकाद ला जेनेस्त' अशी ओळख करून दिली होती.

नंतर सॅम्युएलच्या तोंडावरून रुमाल फिरवत तो ब्लाँदोसमोर धरून तिने विचारलं, "हे काय आहे?" काझच्या प्रेताकडे न बघता हातांनी खूण करत तिने विचारलं, "ही कुठली आहे तपासाची पद्धत माननीय इन्स्पेक्टर साहेब? माझ्या अशिलाला बचावासाठी वकील करण्याचा हक्क आहे आणि तुम्ही त्याला असल्या

रानटी पद्धतीने वागवत आहात?''

"मी फक्त याच्या गुन्ह्याची चौकशी करत होतो इतकंच!'' हे बोलताना ब्लाँदोचा डळमळीत स्वरच बरंचकाही सांगून गेला.

"हे बेकायदेशीर आहे आणि तुम्हाला ते पक्कं ठाऊक आहे.''

लोराँने सॅम्युएलच्या खांद्यावर हात ठेवला आणि म्हणाली, "चल, आपण कधीच इथून जायला हवं होतं.''

"तू असलं काहीही करणार नाहीस. मला अजून त्याला खूप प्रश्न विचारायचे आहेत.''

"म्हणजे या स्पेन्डलव्ह महाशयांच्या तोंडात एकही दात तुम्ही शिल्लक ठेवणार नाही तर! आम्ही तुमच्या सगळ्या प्रश्नांची उत्तरं देऊ आणि तुमच्या तपासाच्या कामात पूर्ण सहकार्य करू. मात्र माझ्या अशिलाच्या सामाजिक अधिकारांची झालेली पायमल्ली, त्याला नाकारण्यात आलेले मानवी अधिकाराचे हक्क, त्याचप्रमाणे युरोपियन कन्व्हेन्शनच्या नियमावलींकडे कानाडोळा करून चुकीच्या मार्गाने केलेली तपासणी, हे सगळं लक्षात घेता मी असा आग्रह धरीन की, हे तपासाचं काम माझ्या ऑफिसात, दोघांना मान्य असेल अशा वेळी, माझ्या उपस्थितीत करण्यात यावं.''

ब्लाँदोच्या डोळ्यात आता राग दिसायला लागला होता, पण लोराँ जराही डगमगली नाही.

"अर्थात तुमच्याकडे आत्ता, या क्षणी जर त्याच्यावर आरोपपत्र दाखल करता येण्याजोगा काही सबळ पुरावा असेल, तर मात्र गोष्ट वेगळी.''

ब्लाँदो तिच्याकडे अर्धवट वळून टाळ्या वाजवत म्हणाला, "छान! फारच छान द ला जेनेस्त! पण मला तुमच्याकडून एक हमीपत्र लागेल. त्यात या माणसाच्या चांगल्या वागणुकीची हमी तुम्ही घ्यायला हवी. आणि हो, मिस्टर स्पेन्डलव्ह साहेबांचा पासपोर्ट माझ्या ताब्यात हवा. या गुन्ह्यातले ते फार महत्त्वाचे, फारच महत्त्वाचे घटक आहेत.''

"मान्य आहे इन्स्पेक्टर. मी या सगळ्या गोष्टींची पूर्तता तुमच्या मदतनिसाबरोबर बसून पूर्ण करू का?'' लोराँने हे बोलत असताना बूशीनेकडे कटाक्ष टाकला. ब्लाँदोने काही बोलायच्या आत बूशीने ताडकन उभी राहिली. काझचं प्रेत ठेवलेल्या टेबलाच्या बाजूने जाताना लोराँने तिकडे एक तिरकस कटाक्ष टाकला आणि सॅम्युएलला जवळजवळ ओढतच ती बाहेर घेऊन गेली.

"आपली परत लवकरच गाठ पडेल स्पेन्डलव्ह साहेब, अगदी लवकरच!'' सॅम्युएलकडे तिखट नजरेने बघत ब्लाँदो म्हणाला. बाहेर पडताना सॅम्युएलने मागचा दरवाजा हलकेच लावून घेतला. लोराँच्या अचानक आगमनामुळे त्याला फारच आश्चर्याचा धक्का बसला होता.

सर्व कागदपत्रांची पूर्तता होण्यात एक तास गेला. अर्थात त्याला तो असहकार करणारा नाठाळ हवालदारच कारणीभूत होता. शेवटी लोराँ आणि सॅम्युएल टॅक्सीत बसून मनमोकळ्या गप्पा मारायला लागले.

"लोराँ, तू तर कमालच केलीस. तुला माझा पत्ता कसा काय मिळाला?"

लोराँने टॅक्सी ड्रायव्हरच्या मानेकडे पाहिलं आणि काहीही न बोलता गप्प बसली.

"तुला काही होतंय का? मला इथून सोडवल्याबद्दल शतशः आभार! आज तू नसतीस, तर मी काय केलं असतं, माझं मलाच समजत नाही." हे बोलत असताना त्याला लोराँच्या डोळ्यातून पाणी ओघळांना दिसलं.

"काय झालं? मी काही मदत करू शकतो का?"

त्याने हलकेच तिचा हात हातात घेतला तेव्हा तिने त्याला विरोध केला नाही, पण ती मानेनेच नाही म्हणाली.

"लोराँ, बोल ना काहीतरी! काय झालंय?" टॅक्सीवाल्याला समजू नये म्हणून तो आता मुद्दाम इंग्रजीत बोलला. त्याने परत तिचा हात दाबला, पण काहीच प्रतिसाद मिळाला नाही. दगडी रस्त्यावर आता टॅक्सीची चाकं खडखड करत होती. शेवटी तिने तोंड उघडलं. "तुला समजत नाही सॅम्युएल. त्यात तुझी चूक नाही." ती हुंदका देत म्हणाली. सॅम्युएलने तिचा हात थोपटला.

"मी... तुला भेटायला आलेच नव्हते. मी तिला पाहायला आले होते."

सॅम्युएलने तिला आपल्याजवळ ओढली आणि ती हुंदके देत असताना तिला तो थोपटत राहिला. टॅक्सी आता सांते लेझौच्या दिशेने चाललेली होती. ते नक्की कुठे चालले होते, ते सॅम्युएलच्या लक्षात येत नव्हतं.

१४

दारावरची बेल वाजली.

"जारीव्ह, जारीव्ह हां, हां हां आलोच!" सॅम्युएल गुरगुरत म्हणाला आणि हातात नाइट गाऊन घेत तो दाराच्या दिशेने निघाला. प्रथम एक क्षणभर त्याला तो कुठे होता, हे उमगतच नव्हतं. मग सगळंकाही आठवायला लागलं. 'लोराँच्या घरी टॅक्सीने गेलो; आपल्याला धीर न देण्याबाबत लोराँने डोळ्यात पाणी आणून केलेली विनंती; लोराँच्या घरी रात्र न काढण्याची सूचना; भेदरलेल्या अवस्थेत एकट्यानेच घरी केलेला प्रवास; घरी आल्यावर ढोसलेली वाइनची बाटली... क्रूर मारेकऱ्यांचे चेहरे, प्रेतं, नग्नावस्थेत आपल्याकडे चालत येत असलेली काझ पासपोर्ट मागत होती.'

दारावर परत परत बेल वाजतच होती. सॅम्युएलचे समोर असलेले घालायचे कपडे पार चुरगळून पोतेऱ्यासारखे दिसत होते. काहीतरी बरे दिसतील असे कपडे शोधत असताना तो सतत "आलो आलो" पुटपुटत होता. शेवटी त्याने एक टॉवेल गुंडाळला आणि दार उघडलं.

"कोण तुम्ही?"

दार उघडल्यावर आपल्यासमोर कोण असेल याची सॅम्युएलला काहीच कल्पना नव्हती आणि हा दाराची चौकट व्यापून उभा राहिलेला लाल केसांचा गृहस्थ, असा अचानक येईल याची शक्यताही त्याला वाटली नव्हती.

"तू इतका भयानक दिसतो आहेस!" मॅकमरे म्हणाला. "तुझा फोन केव्हाचा बंद झाला आहे, याची तुला कल्पना तरी आहे का?"

सॅम्युएलने उजवीकडे बघत फोनकडे नजर टाकली. फोनचा प्लग काढलेला होता. रात्री शांत झोप लागण्यासाठी खात्रीशीर उपाय!

सॅम्युएलला ओलांडत मॅकमरे आत शिरला, तेव्हा सॅम्युएलने त्याला हाताने बसण्याची खूण केली.

"या, बसा ना!"

"मी बसणार तर आहेच, पण ही काही सदिच्छा भेट नाही, हे लक्षात ठेव!"

संपादक महाशयांनी त्याच्या हातात वर्तमानपत्रांचं भेंडोळं आणि एक जड काळी बॅग कोंबली. बॅग खाली ठेवत सॅम्युएल त्या वर्तमानपत्राकडे एखादी चित्रलिपी पाहत असल्यासारखा मठ्ठपणे पाहत राहिला.

शेवटी त्याच्या गोंधळलेल्या मेंदूत प्रकाश पडायला लागला. त्याची जुनी ओळख असलेल्या होसे निस्सान नावाच्या त्याच्या मित्राने त्याच्यावर पार कुरघोडी केली होती. खानने शेअर बाजारात चालवलेल्या भानगडी त्याने सविस्तरपणे वर्तमानपत्रात मांडल्या होत्या आणि कहर म्हणजे या सर्व बातम्या खानच्याच ऑफिसात काम करणाऱ्या सॅम्युएल नावाच्या इसमाकडून मिळवल्याचं त्याने बेमुर्वतखोरपणे लिहिलं होतं. सॅम्युएलचा पदवी संपादन करण्यापूर्वीचा पदवीदान समारंभातला आणि तोंडावर अजागळ भाव असलेला एक फोटोही सोबत छापलेला होता.

"स्पेन्डलव्ह, तू या मोहिमेचा पार चुथडा केला आहेस. पॅरिससारख्या रम्य नगरीत साडेचार आठवडे घालवल्यावर तुझी या गृहस्थाने नुसती पार ठासलीच नाही, तर आपल्या विरोधकांच्या गौप्यस्फोटाचा महत्त्वाचा खबऱ्या म्हणून तू जगासमोर आला आहेस!"

अर्थात, या सर्व प्रकरणात जरी सॅम्युएलची भूमिका असली, तरी ती तशी नगण्यच होती, कारण त्या वर्तमानपत्रांनी भल्या मोठ्या अक्षरात मथळा छापला होता :

मेल्टडाऊन

'मर्क्युरी इन्क्वायरर' या वर्तमानपत्राने आपल्या न्यूयॉर्क, फ्रँकफर्ट, टोकियो, हाँगकाँग आणि लंडनस्थित असलेल्या तज्ज्ञ स्तंभलेखकांच्या मदतीने वार्तांकित केलेल्या या गौप्यस्फोटामुळे जगभरातल्या शेअर बाजारात खळबळ माजवून भीतीचं वातावरण निर्माण केलं होतं. तेलाच्या वारेमाप किमती, आंतरराष्ट्रीय नियामक मंडळाच्या सदस्यांची एकत्रितपणे काम करून, जबाबदारीने कृती करण्याची अकार्यक्षमता, वेळीच हस्तक्षेप करून परिस्थितीवर नियंत्रण मिळवण्याबाबत सरकारांनी दाखवलेली उदासीनता या सर्वांचा एकत्रित परिणाम म्हणजे घबराहटीचं वातावरण पसरलेला बाजार आता कोसळण्याच्या मार्गावर होता.

या लेखात टाकलेली चौकट तर पत्रकारितेचा अव्वल नमुना होता. त्याचं शीर्षक होतं, 'आपल्या सर्वांची त्यांनी कशी फसगत केली!' या प्रकरणामुळे पस्तावलेल्या लोकांच्यात भीती, संताप आणि असमाधानाचं त्या चौकटीत अचूक

प्रतिबिंब दिसत होतं. आपली पुंजी एकाएकी वीस टक्क्यांनी कमी झालेल्या पेन्शनरांच्या प्रतिक्रिया त्यात होत्या. मोटारी विकणाऱ्या व्यावसायिकांच्या मते लोकांच्या हातात पैसाच उरला नसल्यामुळे जग्वार आणि पोर्शेसारख्या मोटारींच्या विक्रीवर विपरीत परिणाम होण्याची शक्यता होती.

आर्थिक तज्ज्ञांच्या अंदाजानुसार मंदीची प्रचंड लाट येऊन हजारो लोक बेकार होणार होते. आता शेअर्समध्ये पैसे गुंतवायला गुंतवणूकदार कचरणार होते आणि त्यामुळे स्थावर मालमत्तेकडे पैशाचा ओघ वळेल, असं त्या व्यावसायिकांना वाटत होतं. मात्र या व्यवसायात अनेक वर्षं घालवलेल्या जाणकारांचं मत अगदी उलटं होतं. जेव्हा शेअर बाजारातला पैसा आटतो तेव्हा त्याचा घरांच्या किमतींवरही विपरीत परिणाम होतो आणि घरांच्या किमतीही कोसळतात. घरांची खरेदी-विक्री करणाऱ्या, देशातल्या एका नावाजलेल्या व्यवसायात भागीदार असलेल्या गृहस्थाच्या मते जर सरकारने काही किमया करून दाखवली नसती, तर पुढची दहा वर्षं घरांचे भाव कोसळतच राहिले असते.

परदेशातल्या लोकांच्या टोकाच्या प्रतिक्रियाही त्या लेखात दिलेल्या होत्या: न्यूयॉर्कच्या वॉलस्ट्रीटजवळ असलेल्या रेजींग बुल या बारच्या मालकाची मुलाखत त्यात छापली होती. शेअर बाजारात पैसे गमावल्याचा राग लोकांनी त्या बारच्या काचेची तावदानं फोडून व्यक्त केला होता. फुटलेल्या खिडक्यांच्या शेजारी उभ्या असलेल्या बारच्या मालकाचा फोटो तिथे छापलेला होता. आपल्या बारचं हजारो डॉलर्सचं नुकसान होऊनही त्या मालकाने समंजसपणा दाखवत सांगितलं होतं, "त्या लोकांचा उद्रेक मी समजू शकतो." आर्थिक उलाढाली चालणाऱ्या हाँगकाँगच्या एका विभागात संतापलेल्या लोकांनी केलेली निदर्शनं आवरायला लष्कराचा प्रचंड लवाजमा रस्त्यावर उतरला होता. गणवेशावर लाल तारांकित पदक मिरवणारा एक सैनिक हाँगकाँगच्या शेअर बाजारापुढे एका रणगाड्यावर उभा असल्याचं छायाचित्र लेखात झळकत होतं. तणावग्रस्त लोकांना धीर देणाऱ्या फोनवरच्या कर्मचाऱ्याला नेहमीपेक्षा अनेक पटींनी फोन येत होते. काळजी आणि असंतुलित मनोवृत्तीमुळे लोकांना मानसिक आजार होऊन त्यातूनच आत्महत्येची प्रवृत्ती लोकांच्यात बळावेल, अशी भीती बोलून दाखवली जात होती.

एकंदरीत आर्थिक परिस्थितीबद्दल प्रत्येक स्तंभलेखकाने आपापले विचार मांडले होते. न्यूयॉर्कच्या वार्ताहराने लिहिल्याप्रमाणे त्यांचा डॉ-जोन्स निर्देशांक १०, ५००वरून आता ८०००च्याही थोडा खाली गेला होता. १९९६ नंतरची ही सर्वाधिक नीचतम पातळी होती. अमेरिकेच्या शेअर बाजाराच्या संपत्तीचं अवमूल्यन होऊन ते आता ६९० अब्ज डॉलर्स वरून ५०० अब्ज डॉलर्स इतकं घटलं होतं. वेगळ्या प्रकारे सांगायचं, तर ही झालेली घट फ्रान्सच्या दोन वर्षांच्या उत्पादनाएवढी

होती आणि ती केवळ शेअर बाजारातल्या दोन दिवसांच्या सत्रात झाली होती. इतर देशांतही जवळपास अशीच परिस्थिती होती.

वर्तमानपत्राच्या संपादकांनी या मेल्टडाउनवरचं आपलं संपादकीय दुसऱ्या पानाच्या मधोमध छापलं होतं. एखाद्या साधूपुरुषाचा आव आणत त्याने शेअर बाजाराच्या मूलभूत कार्यक्षमतेवर आणि अचूकपणावर प्रश्न उपस्थित केले होते. समाजाने नुसत्या नफ्याचाच विचार न करता नीतीमत्तेची आणि सचोटीची कास धरली पाहिजे, असं मत त्याने मांडलं होतं. हे वाचल्यावर सॅम्युएलला हसू आलं. आता परिस्थिती हाताबाहेर गेल्यावर या लेखकांना या सर्व गोष्टींची जाणीव व्हायला लागल्याचं पाहून त्याला आश्चर्य वाटलं.

अशा संपादकीय लेखाच्या शेवटी, हलक्या-फुलक्या, विनोदी भाषेत एक तळटीप देण्याचा रिवाज असला, तरी या वेळी मात्र त्या प्रथेला फाटा देण्यात आला होता. लेखकाने अतिशय उद्वेगाने आणि संतापाने हा लेख लिहिल्याचं जाणवत होतं. शेअर बाजार का कोसळला, हा प्रश्न मुळातच विचारलेला नव्हता, तर तो कोणामुळे कोसळला याचं उत्तर हवं होतं. याचं उत्तर सोप्पं होतं; पण तितकंच विखारी होतं – भांडवलशाहीत मिरवणारे धूर्त कोल्हे, सर्वसाधारणपणे सट्टाबाजारात खेळणारे सगळेच; पण खास करून प्रोप्रायटरी ट्रेडर्स आणि हेज-फंडचे सूत्रसंचालक या परिस्थितीला जबाबदार होते. लेखकाने खानला या प्रकरणात सर्वात जास्त दोषी मानलं होतं. अर्थात वकिलांच्या सल्ल्यानुसार खानने या सर्व प्रकरणाशी आपला कसलाच संबंध नसून आपण पूर्णपणे निर्दोष असल्याचं दिलेलं निवेदनही एका चौकटीत छापायला सांगितलं होतं. वर्तमानपत्राच्या मतानुसार शेअर बाजार जरी वर किंवा खाली गेला असता, तरी हे प्रोप्रायटरी ट्रेडर्स आणि हेज-फंडवाले नेहमीच आपलं उखळ पांढरं करून घेत होते. एक तर या लोकांवर अंकुश ठेवायला हवा होता किंवा यांना या कायदेशीर गुन्हेगारीपासून लांब ठेवायला हवं होतं. या लेखाचा साधारणपणे सूर असा होता की, गुंतवणूक करणाऱ्या बँका एखाद्या दलालासारख्या असतात. त्या सुशिक्षित तरुण वर्गाला उत्तम डॉक्टर, इंजिनिअर किंवा समाजसेवा करण्यास प्रवृत्त न करता शेअर बाजाराकडे आकर्षित करतात आणि त्यांच्या आयुष्याशी खेळतात.

लेखाच्या शेवटी केलेली ही बोचरी टीका सॅम्युएललाही लागू पडत असल्यामुळे त्याने एक मोठा आवंढा गिळला. मागे त्याला जपानच्या सुप्रसिद्ध निस्सान उद्योग समूहाने जेव्हा नेमणुकीचा प्रस्ताव दिला होता, तेव्हा त्याला किती अत्यानंद झाला होता, याची त्याला आठवण झाली.

परिषदांच्या आणि संमेलनांच्या निमित्ताने वारंवार भेटत असणाऱ्या जगभरातल्या शेअर बाजारातल्या नियामकांना प्रसारमाध्यमांनी चांगलंच धारेवर धरलं होतं. शेअर

बाजाराच्या सुरक्षिततेसाठी आखून दिलेल्या नियमांचं आणि निर्बंधांचं या लोकांनी काटेकोर पालन का केलं नाही? असा थेट प्रश्न त्यांना विचारला गेला. आपली नैतिक जबाबदारी ओळखून त्यांनी एकजुटीने का काम केलं नाही? असाही प्रश्न वार्ताहरांनी विचारला. उलट आता हीच मंडळी एकमेकांवर आरोप-प्रत्यारोप करत आपली जबाबदारी झटकून टाकायचा प्रयत्न करत होती. जगभरातल्या मोठमोठ्या हॉटेलातल्या महागड्या बारमध्ये बसून, रात्री उशिरापर्यंत दारू ढोसत केलेली मैत्री शेवटी तकलादूच ठरली म्हणायची पाळी होती!

सॅम्युएल मटकन खाली बसला. टेबलावरची शातोनफ द्यु पापची बाटली त्याने बाजूला सारली आणि हताशपणे मान हलवली. बाजूला असलेली पोतडी त्याने उघडून पाहिली. त्यामध्ये त्याच्या कामाच्या टेबलावरच्या सगळ्या वस्तू टाकलेल्या होत्या. सॅम्युएलने प्रश्नार्थक मुद्रेने समोरच्या स्कॉटिश इसमाकडे – मॅकमरेकडे – पाहिलं.

"तू कुठे आहेस असं मी विचारलं, तेव्हा त्या ऑफिस बॉयने मला ही पोतडी दिली." मॅकमरे म्हणाला. "तुझा निष्काळजीपणा तुला चांगलाच भोवणार असं दिसतंय! एका दिवसात तू दोन्ही नोकऱ्यांना मुकणार असं दिसतंय. एक्स बी फाउंडेशनचे विश्वस्त तुला लवकरच त्याबाबत लिहिणार आहेत."

"मी काहीतरी शोधून काढण्याच्या प्रयत्नात होतो." आपण आत्ता चक्कर येऊन खाली पडलो, तर फार बरं होईल, असं सॅम्युएलला वाटलं. "पण त्या काझने मला उगाचच आशा लावली आणि नंतर माझ्यावरच संतापली. नंतर...."

".... मग ती नाहीशी झाली आणि प्रकरण चिघळलं, असंच ना?" मॅकमरेने स्पेन्डलव्हचं वाक्य पूर्ण केलं. "म्हणजे हे जरा थोडसं तुझ्यासारखंच झालं म्हणायचं स्पेन्डलव्ह. आम्हालाही जेव्हा तुझी गरज होती, तेव्हा तू कुठे होतास? साला १९२९ नंतरची सर्वात मोठी बातमी, इतका प्रचंड घोटाळा आणि तुझा पत्ताच नव्हता. ठीक आहे, मला वाटतं आपल्या ह्या छोट्याशा मुलाखतीचा आज शेवट होत आहे. जो झाला तो सर्व इतिहास होता म्हणायचा."

मॅकमरे दरवाजापाशी गेला, थबकला आणि त्याने मागे वळून पाहिलं.

"चांगल्या संशोधकाकडे प्रगल्भता, कामाला वाहून घेण्याची वृत्ती आणि सर्वात महत्त्वाचं म्हणजे ज्ञानाची भूक असणं महत्त्वाचं आहे."

"म्हणजे मला फक्त भूक आहे, पण ती ज्ञानाची नाही असंच ना?"

"हो, तू काय दिवे लावतो आहेस, ते मी बघतोच आहे. ते लिमलेटच्या गोळ्यांप्रमाणे सुजलेले डोळे एखाद्या वाळूच्या ढिगात दिसणाऱ्या भोकांप्रमाणे दिसत आहेत. टेबलावर अस्ताव्यस्त पडलेले खायच्या पदार्थांच्या पाकिटांचे बोळे? तुझ्या वडलांसारखाच तूही बिनकामाचा होणार नाहीस याची काळजी घे स्पेन्डलव्ह."

''वाऽऽ म्हणजे मला आता कामावरून काढून टाकण्यात आलं आहे. आता पत्रकारिता नाही, बँकेशी संबंध नाही, हे सगळं ठीक आहे. आता जायच्या आधी माझ्यावर उपकार करून जा.''

''तू ना स्पेन्डलव्ह, एक सालं लोढणं आहेस.''

मॅकमरेने दरवाजा आपटला आणि तरातरा गेला. आता मागे फक्त सॅम्युएल आणि त्याची डोकेदुखी उरली होती. तो थेट स्वच्छतागृहाकडे धावत गेला आणि तिथे त्याने बराच वेळ घालवला. नंतर त्याने एक ग्लास पाणी घेतलं आणि बाहेर बाल्कनीत जाऊन उभा राहिला, तेव्हा त्याला मॅकमरे समोरच्या टॅक्सीत बसताना त्याला दिसला.

मॅकमरेची टॅक्सी गर्दीतून कशीबशी वाट काढत असताना तो पाण्याचे घोट घेत होता. माणूस एकाच वेळी अनेक गोष्टी करायला गेला की, त्याची त्याला किंमत मोजायलाच लागते. तुम्ही अनेक गोष्टी करायला जाता आणि एकही धड होत नाही. अनेक धन्यांना तुम्ही खूश करू पाहता आणि कोणीच खूश नसतो. शेअर बाजारातून मिळणाऱ्या पैशाच्या लोभाखातर त्याने शैक्षणिक क्षेत्र, केंपिस आणि आपल्या डॉक्टरेटच्या मार्गदर्शकांना झिडकारलं होतं. काही काळासाठी, भले अगदी अत्यल्प काळासाठी का असेना, त्याने आपला सर्व भविष्यकाळ खानच्या पारड्यात टाकला होता आणि तो या शेअर बाजाराच्या उलाढालींच्या थराराचा आनंद लुटत होता; पण आता त्याच्या एक गोष्ट लक्षात आली होती. ती म्हणजे, सत्तेसारखी प्रबळ गोष्ट नसते.

आर्थिक क्षेत्रात काहीतरी भव्यदिव्य करून दाखवायचं त्याचं स्वप्न आता पार मोडकळीत निघाल होतं. शैक्षणिक क्षेत्रात नाव कमावण्याच्या उमेदीच्या पार ठिकऱ्या झाल्या होत्या; अगदी त्या कचऱ्याच्या टोपलीतल्या कस्पटांप्रमाणे!

या वेळी खान नेमका कुठे असेल, याची सॅम्युएलला कल्पना नव्हती. या प्रकरणाचं सगळं खापर खानवर फोडणाऱ्या बातम्यांमुळे त्याला नक्कीच आनंद झालेला नसणार.

या सर्व प्रकरणाचा खुलासा होण्यासाठी काही काळ थांबायला हवं होतं, हे त्याला समजत होतं. समोरच्या गर्दीतून वाट काढत पोलिसांच्या दोन गाड्या त्याच्या इमारतीपाशी येऊन थांबल्या. त्या गाड्यांमधून उतरलेल्या पोलिसांपैकी काही इमारतीच्या दिशेने वर पाहत होते. ते त्याच्याच शोधत होते, हे सॅम्युएलला कळून चुकलं होतं.

"मला एक कळत नाही फ्रॅन्क की, आपण या कंपनीत इतका रस का घेत आहोत? ही तर काहीच नफा कमावत नाही."

मर्जर आणि ॲक्विझीशन विभागात नव्यानेच दाखल झालेला कर्मचारी आपल्या वरिष्ठांना एक रास्त प्रश्न विचारत होता. ही गोष्ट बारकाईने बघणारा गृहस्थ स्वत: एके काळी असाच नवशिका होता. त्याच्याही चेहऱ्यावर असाच गोंडस भोळेपणा दिसत असे. हॉवर्ड सोडल्यानंतर एखादी सक्षम संगणकप्रणाली विकसित करून त्याला इमानेइतबारे लाखो, करोडो डॉलर्स कमवायचे होते. तेव्हा ते सहज शक्य होतं.

"आपल्याला नुसतं नफा-नुकसानीकडे लक्ष देऊन चालणार नाही, तर दोन्ही उद्योगांची भौगोलिक परिस्थिती, एकमेकांशी असलेली पूरकता आणि दोन्ही उद्योगांच्या हाती असलेल्या मालमत्तेचा एकत्रित फायदा, या सगळ्या गोष्टींचा इथे विचार करायला लागतो." फ्रॅंक म्हणाला. या क्षेत्रात फ्रॅंकला लोक दादा मानत असत.

"मालमत्ता? ही कंपनी ऑरेगॉन राज्यातल्या पोर्टलॅन्ड इथे घरासाठी लागणाऱ्या विटा बनवते आणि तेसुद्धा जवळपास काहीही नफा न मिळवता. याच्या उलट आपल्या आशिलाची कंपनी कॅलिफोर्नियात संगणकप्रणाली विकसित करते आणि बक्कळ नफा कमावते." नव्यानेच दाखल झालेल्या उमेदवाराने आपलं लक्ष फ्रॅंकवरून दुसरीकडे वळवलं. "याच विभागात एके काळी तूसुद्धा तुझा व्यवसाय केला होतास ना? म्हणजे मी कदाचित वेड्यासारखं बोलत असेन, पण मलातरी या दोन कंपन्यांत कसलीच समानता वगैरे दिसत नाही."

त्या दोघांचा संवाद ऐकत असलेल्या त्या तिसऱ्या व्यक्तीने हलकेच केसांवरून हात फिरवत बोलायला सुरुवात केली.

"फ्रॅंक म्हणतो त्याप्रमाणे आपण या उद्योगाच्या उलाढालीचा विचारच करत नाही. आपल्याला फक्त त्याच्या मालमत्तेकडे लक्ष द्यायचं आहे."

"मालमत्ता?" आता मात्र त्या नवशिक्या उमेदवाराच्या चेहऱ्यावर संपूर्ण संभ्रम जाणवत होता.

"आपण वाटाघाटी करत असलेल्या कंपनीकडे भरपूर नकद पैसा आणि स्थावर मालमत्ता आहे. या मालमत्तेची बिल्डर लोकांच्या हिशेबाने भरपूर किंमत आहे. बाजारात जरी या मालमत्तेची किंमत एक विटा बनवणारा कारखाना इतकीच असली, तरी आपल्या अशिलाच्या दृष्टीने हा एक पैशाचा स्त्रोत आहे आणि त्याच्या उद्योगाच्या वाढीसाठी त्याची गरज आहे. आपण शेअर बाजारात जाऊन सेकंडरी ऑफरिंग करून पैसा उभा करू शकतो, पण त्याला खर्च फार येईल. ही सर्वात किफायतशीर पद्धत आहे."

"याचाच अर्थ, आपण मालमत्ता लुबाडून घेण्यासाठी ही कंपनी विकत घेत आहोत?" उमेदवाराने काहीशा छद्मीपणे विचारलं.

"मी असं विधान कधीच केलेलं नाही;" फ्रँक म्हणाला. "पण एकदा का आपण तिचा ताबा घेतला की, मग त्या मालमत्तेचा कसा जास्तीत जास्त चांगला उपयोग करून घेता येईल, हे पाहणं गैर आहे का?"

नवशिक्या उमेदवाराने मान खाली घातली आणि नंतर कोणीच काही न बोलता ती मीटिंग समाप्त झाली.

फ्रँक आणि तो नवशिका गेल्यावर तिसऱ्या माणसाने आपल्या वहीत काही नोंदी केल्या. अशा मिटिंग्जच्या वेळी खूप बोलण्याची ऊर्मी असते, हे त्याला स्वत:च्या अनुभवावरून चांगलंच ठाऊक होतं. त्याने जेव्हा प्रथम बँकेत उमेदवारी पत्करली आणि जेव्हा अशाच प्रकारच्या सौद्यांवर चर्चा व्हायची, तेव्हा अन्याय, दुसऱ्या उद्योग-समूहावर आक्रमकपणे बोली लावत केलेला दुराचार आणि इतरांच्या तोंडचा घास काढून घेण्याची दुष्प्रवृत्ती या सर्व गोष्टींच्या विरुद्ध तो कडाडून बोलत असे. अर्थात तरीही ते व्यवहार होतच असत आणि त्याचं कारणंही सरळसाधं होतं. कोणालातरी कंपनीच्या मालमत्तेवर आणि रोकड्यावर हात मारायचा होता. बँकांना हे व्यवहार हवे होते, कारण त्यांना त्याची टक्केवारी मिळत असे. त्या नवशिक्या उमेदवाराला मात्र हे गैर वाटत होतं; पण बँकेच्या व्यवसायातून निर्माण होणाऱ्या या अनैतिकतेची सगळ्यांनाच कालांतराने सवय होत असे.

तो प्रकार तेव्हा चाले आणि हा आत्ताही चालत होता. एक गोष्ट मात्र त्याच्या फार पूर्वीच लक्षात आली होती. ती म्हणजे बँका चालवणाऱ्यांनी कसं वागावं, हे शिकवणं त्याचं काम नव्हतं. पुढच्याच आठवड्यात त्याच्या हातात एक दुसरी कामगिरी येणार होती आणि त्याच्या मते ती खरी कामगिरी होती. तेवढंच एक समाधान!

१५

सॅम्युएल पटकन फ्लॅटमध्ये आला आणि त्याने चौफेर नजर टाकली. त्याचे डोळे सर्वत्र सैरभैर फिरत होते. 'बॅग? नकोच. किल्ल्या? हव्यात. लहान पिशवी? चालेल. लॅपटॉप? हवा. मोबाइल? नक्कीच हवा. पैशाचं पाकीट? पाहिजेच. पण ते सालं आहे कुठे?' आता शोधायला वेळ नव्हता. तो मागच्या दरवाजाने निसटला आणि त्याने हलकेच दार लावून घेतलं. कोणीतरी लिफ्टचा वापर करत होतं. 'कदाचित पोलीसच असतील.' ते खरंच येत होते का नाही याची काळजी न करता तो जिन्याने सटकला.

दुसऱ्या मजल्यावरचा पॅसेज शेजारच्या इमारतीला जोडलेला होता. त्यावरून तो शेजारच्या इमारतीत गेला आणि एक-दोन वळणं घेत दोन मिनिटांत त्या इमारतीच्या मागल्या बाजूने ऱ्यु द रिव्होलीच्या गजबजलेल्या रहदारीत उतरला. आपल्या खांद्यावरून त्याने तिरकस नजरेने मागे वळून पाहिलं. पोलिसांच्या दोन गाड्या अर्धवट फुटपाथवर चढलेल्या अवस्थेत, गाडीच्या दिव्यांची उघडझाप करत आक्रमकपणे उभ्या होत्या. त्या सॅम्युएलसाठीच आल्या होत्या का? निदान त्या आत्तातरी कोणाकडून रहदारीच्या नियमभंगाचा दंड वसूल करत नव्हत्या. त्याने आपल्या पिशवीतून मोबाइल काढला आणि एक नंबर फिरवला.

क्वाइ नदीच्या काठाने सुमारे पंधरा मिनिटं चालल्यावर तो सॉंत जर्मान देझ प्रेझच्या आवारात शिरला. तिथल्या जुन्या इमारतीतल्या चौथ्या मजल्यावर ऑफिस होतं. साहजिकच तिथल्या लिफ्टने १९२०च्या गतीने त्याने चार मजले पार केले. शेवटी एकदाचा तो वरती गेला आणि त्याने 'कॅबिनेट मर्सर' असं लिहिलेल्या दरवाजावरची बेल वाजवली.

दरवाजा उघडला गेला आणि त्याला आतल्या एका छोट्या खोलीकडे नेण्यात आलं. ही जागा नक्कीच बाबा आदमच्या जमान्यातली असावी, असा विचार त्याच्या मनाला चाटून गेला. खोलीतल्या भिंतींना बुचासारख्या मऊ लाकडी

पङ्घ्यांनी सजवलं होतं. तिथलं चामड्याचं फर्निचर अनेक दशकांपासून तिथे असावं असं वाटत होतं. नाही म्हणायला तिथे असलेल्या जुनाट टेबलावर असलेली चकमकीत मासिकं, पत्रकं हेच काय ते आधुनिकतेची साक्ष देत होते! शेवटी एका स्वागतिकेने त्याला बोलावलं आणि तो तिच्या मागे एका अरुंद पॅसेजमधून सागाच्या भक्कम दारापाशी पोहोचला. स्वागतिकेनी दार ठोठावलं आणि आपल्या जागेवर जाऊन बसली.

बराच वेळ झाला तरी दार उघडलं नाही, तेव्हा त्याने स्वत:च ते ठोठावलं.

''आँत्रे.'' (आत या.) लगेचच आतून आवाज आला.

त्याने दार उघडलं तेव्हा आपण एका नीटनेटक्या आणि भारी सजावट केलेल्या खोलीत प्रवेश केल्याचं त्याला जाणवलं. जागा तशी लहानशीच होती आणि पूर्वेला असलेल्या लहानशा खिडकीतून येणाऱ्या मंद प्रकाशाने जेमतेम उजळली होती. कूर द कासासिया आणि कोंसेय देताची निकालाची आणि संदर्भाची शेकडो जाडजूड पुस्तकं चामड्याच्या वेष्टनात, पद्धतशीरपणे कपाटात भिंतीच्या बाजूने ठेवलेली होती. कोपऱ्यातली तीन टेबलं संदर्भग्रंथांनी आणि कामाच्या फायलींनी व्यापली गेली होती. वकील मंडळींच्या पांडित्याच्या प्रदर्शनाचा हा एक जुलमी प्रकार होता. असं वातावरण पाहिल्यावर साहजिकच अशील भारावला जाऊन कसलीही खळखळ न करता जास्त पैसे मोजायला तयार होत असला पाहिजे.

लोरॉं अशक्त वाटत होती म्हणजे जवळपास पार ढेपाळल्यासारखीच! पण तिच्या हालचाली जाणीवपूर्वक केल्यासारख्या वाटत होत्या आणि ती शांतपणे वावरत होती. तिने अदबशीरपणे हाताची खूण करून सॅम्युएलला बसायची खूण केली. त्याला तो टॅक्सीने केलेला प्रवास आठवला तेव्हा साहजिकच ती कशी मनातून खचली होती तेही त्याला आठवलं. आत्ताही त्याला पटकन कवेत घेऊन तिला आधार द्यावासा वाटत होता, पण ती मोठी चूक ठरली असती. लोरॉं तर पक्की व्यावसायिक होती. हातात मॉन्ट ब्लँकचं मोठं पेन घेऊन ती काही टाचणं करत होती. सॅम्युएल तिचं काम संपायची वाट बघत बसला.

शेवटी एकदाचं तिने वर पाहिलं.

''तू वेळेच्या फारच आधी आला आहेस. खरंतर कित्येक तास अगोदर!''

''मला कल्पना आहे. मी सध्या माझ्या फ्लॅटमध्ये थांबायला जरा कचरतो आहे. तिथे मला अगदीच हवालदिल वाटतं. म्हणूनच मी जेव्हा माझ्या घराखाली पोलिसांच्या दोन गाड्या पाहिल्या, तेव्हा....''

''पोलीस?''

''हो, पोलीसच. अर्थात ते मलाच पकडायला येत होते का नाही, हे मी खात्रीने सांगू शकत नाही, पण विषाची परीक्षा घ्यायला मी थांबलोच नाही.''

आपल्याच हुशारीवर तो तिच्याकडे पाहून हसला. उत्तरादाखल तिने किंचित ओठ विलग केले.

"लोराँ, तू ठीक तर आहेस ना?" सॅम्युएलने अडखळत विचारलं. "मी...."

"ऐक सॅम्युएल," ती ताडकन उठली. "तू इथे थांबू शकतोस, पण मला आत्ता खूप कामं आहेत. तुला एकट्यालाच तुझा वेळ घालवायला हवा. जमेल ना?"

"हो, नक्कीच लोराँ. मी माझ्या लॅपटॉपवर माझ्या मेल बघतो."

"जरूर बघ."

ती जात असताना तो आपल्या जागेवरून सन्मानदर्शक अर्धवट उठला, पण लोराँचं तिकडे लक्षही नव्हतं. ती गेली आणि दार बंद झालं.

त्याने आपली पिशवी काळजीपूर्वक तपासली. काझचा पत्ता लागून जेमतेम ४८ तासच झाले होते आणि तिच्या खास मैत्रिणीने, लोराँने त्याची पोलिसांच्या तावडीतून नुसती सुटकाच केली नव्हती, तर त्यांच्या अमानुष छळापासून त्याला वाचवलं होतं. लोराँच्या आयुष्यात काझला खास जागा होती, पण काझच्या जाण्यानी झालेलं दु:खं दिसू न देणं अथवा कुणाकडून सांत्वनाची अपेक्षा न धरणं याचा उलगडा त्याला होत नव्हता. काझच्या जाण्यामुळे आपणही दु:खी झालो असल्याची जाणीव सॅम्युएलला व्हायला लागली. तसं पाहिलं, तर त्या दोघांनी काही क्षणच एकमेकांबरोबर उत्कटतेने घालवले होते, पण ती जर जिवंत असती, तर कदाचित ते नातं जास्त फुलत गेलं असतं. तो तिला तिच्या आयुष्यावर ताबा मिळवणाऱ्या नैतिक अध:पतनापासून वाचवू शकला असता. मनाला उत्तेजित करणाऱ्या छोट्या-मोठ्या चोऱ्या करण्यापासून तो तिला परावृत्त करू शकला असता. हे आव्हान स्वीकारायला त्याला आनंदच वाटला असता.

त्याचा लॅपटॉप वजनाने हलका आणि आकाराने लहानसा होता. नव्यानेच बाजारात आलेल्या सुपर-आयमॅक या उत्तम दर्जाचा तो लॅपटॉप होता. सर्वसाधारणपणे प्रशिक्षणार्थींना या प्रकारचा भारी लॅपटॉप मिळत नसे, पण त्याची फ्राँस्वाशी असलेली मैत्री आणि खानचा खास माणूस ही ओळख असल्यामुळे तो त्याला सहज मिळाला होता.

त्याने ते यंत्र सुरू केलं तेव्हा एक सुरेल धून वाजली आणि आपण आता कामावर रुजू झाल्याचं लॅपटॉप महाशयांनी जाहीर केलं. आपल्या सेलवरचं इन्फ्रारेड पोर्ट वापरून त्याने मेलचं खातं उघडलं. बहुतांशी मेलमध्ये कर्जाचा डोंगर कमी करण्याचे आणि पुरुषी सामर्थ्य वाढवणारे उपाय सुचवणाऱ्या जाहिराती होत्या. अपवाद एकच होता – 'सॅम्युएल - जाणून घ्यायचं आहे.'

'आपलं स्वागत असो.'

लॅपटॉपवरचा व्हॉइस मेलचा आवाज जरी दबल्यासारखा आणि यांत्रिक वाटत असला, तरी तो खानचाच आवाज होता, हे सहज लक्षात येत होतं. 'इ-मेलने पाठवलेला लिखित मजकूर आता वाचून दाखवण्याची सोय झालेली आहे. गेल्या काही वर्षांतली ही प्रगती म्हणायची.'

सॅम्युएलने तो मजकूर ऐकण्याचा प्रयत्न केला, पण ते त्याला फार गैरसोईचं वाटायला लागलं. शेवटी त्याने जुन्या पद्धतीनेच म्हणजे तो मजकूर चक्क वाचून काढायचं ठरवलं. एक तर तो असल्या गोष्टींचा फारसा चाहता नव्हता आणि ऐकत बसण्यापेक्षा तो मजकूर पटकन वाचून झाला असता.

खानने लिहिलेली मेल आटोपशीर, पण सहृदयतेने लिहिल्याचं जाणवत होतं. सॅम्युएल करत असलेल्या शर्थीच्या प्रयत्नांबद्दल, त्याने दाखवलेल्या चिकाटीबद्दल आणि त्याच्या मदत करण्याच्या स्वभावाबद्दल खानने त्याचे आभार मानले होते. सॅम्युएलला ज्या प्रकारे जायला लागलं होतं, त्याबद्दल खानने खेद व्यक्त केला होता आणि इ-मेलद्वारा संपर्कात राहायला सुचवलं होतं. खान सतत फिरतीवर असल्यामुळे फोनपेक्षा इ-मेल जास्त भरवशाची होती. 'शिवाय फोनवर बोलताना फारसा विचार करून बोलायची गरज नसते, पण लिहिताना मात्र तोलून-मापून शब्द वापरावे लागतात.'

त्या क्षणी खान शेअर बाजाराशी आणि मि. मिलरशी नेमके कुठले भावनिक डावपेच खेळत होता, याचा सॅम्युएलला अंदाज येत नव्हता. कामावरून दूर केल्यावरही त्याचा लॅपटॉप मिलरने काढून घेतला नव्हता, याचं सॅम्युएलला आश्चर्यच वाटलं होतं. याचा अर्थ तो लॅपटॉप सॅम्युएलकडे होता, हे कदाचित मिलरला माहीतही नव्हतं. 'चला, इतक्या संकटांच्या वेढ्यात थोडासा दिलासा!'

फ्रॉस्वानेसुद्धा एक इ-मेल लिहून आपण रोपनर सोडत असल्याचं कळवलं होतं. खानच्या फिक्स्ड इनकम योजनेतून बारगळलेल्या डुआलने नुसती नोकरीच नाही, तर देशही सोडून गेल्याचं सॅम्युएलला कळवलं होतं. तो नक्की कुठे गेला होता आणि केव्हा परत येणार होता, हे कोणालाच ठाऊक नव्हतं. सॅम्युएलला आलेली इ-मेल कुठून आली असावी, या सॅम्युएलने विचारलेल्या प्रश्नाला फ्रॉस्वानी स्वित्झर्लन्ड असं उत्तर दिलं होतं. 'हे सगळं प्रकरण मिटलं की, एकदा रात्री जेवायला जाऊ या.' सॅम्युएलने मेलच्या अखेरीस लिहिलं. नंतर एक मोठा उसासा टाकत त्याने त्या चामड्याच्या वेष्टनातल्या जाडजूड पुस्तकांकडे पाहिलं, पण ती उघडून बघण्याचा त्याला अजिबात मोह झाला नव्हता.

याच्यानंतर आलेल्या एक-दोन किरकोळ इ-मेल वगळून तो इंटरनेटवर दिलेल्या बातम्यांकडे वळला. काझच्या मृत्यूच्या बातमीवर या बातमीदारांनी काय मत दिलेलं होतं, हे जाणून घेण्यात त्याला रस होता – 'अमेरिकेतल्या बँकेतल्या

सुप्रसिद्ध महिला-अधिकारी पॅरिसच्या कालव्यात मृतावस्थेत सापडली.' तिच्या विषयीची बातमी जरा खासच असणार, हे तो जाणून होता; पण प्रत्यक्ष ती बातमी वाचल्यावर मात्र ती उगाचच सनसनाटीपणे न दिल्याचं त्याच्या लक्षात आलं.

त्यात दिलेला तपशील हा जास्ती करून कायदेशीर बाबीवर आधारित होता - इंग्लिश आणि वेल्श कायद्याच्या संदर्भाप्रमाणे खटल्याच्या प्राथमिक सुनावणीच्या वेळी करायच्या युक्तिवादावर आधारित तो तपशील होता.

त्याला आलेल्या एका इ-मेलमध्ये 'काम चालूच ठेव. काझच्या प्रकरणातलं रहस्य शोधून काढलंस, तर तुला जे काही शोधून काढायचं आहे तेही मिळेल. धीर सोडू नकोस माझ्या मित्रा!' असा मजकूर होता.

या मागचा उद्देश एकच असावा, निदान तो तरी यावरून काही तपास लावू शकेल. त्याने परत एकदा शेवटचं वाक्य वाचलं, *'धीर सोडू नकोस माझ्या मित्रा.'* कोणीतरी सॅम्युएलच्या बाजूला असल्याचा दिलासा देत होतं. पण कोण?

या प्रश्नावर रवंथ करत बसायला त्याच्यापाशी फार वेळ नव्हता. लोराँ केव्हाही परत येण्याची शक्यता होती. सुरुवातीला थोड्याशा अबोल वाटणाऱ्या लोराँचा आता जास्त बोलण्याकडे कल होता. त्याला खरं म्हणजे व्याख्यानच म्हणायला हवं होतं. आवडता विषय – भांडवलशाहीचे दुष्परिणाम.

"... हा! हीच तर आहे विसंगतीची शोकांतिका!"

"काय म्हणालीस?"

गेली दहा मिनिटं सॅम्युएल या कुत्सित टीकेचा भडिमार सहन करत होता. या बाईची नक्की मन:स्थिती काय होती याचा तो विचार करत होता. त्याला आत्ता तिची गरज होती, ती एक वकील म्हणून आणि तीच त्याची आधार होती.

"सांप्रदायिक मार्क्सवाद तर केव्हाच संपला आहे. चीन आता व्यापारी झाला आहे आणि क्युबाने तर केव्हाच दिवाळं काढलं आहे; पण या भांडवलशाहीची वाट लागल्यापासून ते देशच आता शांत स्वर्गासारखे वाटतात." किंचितसा उसासा टाकत तिने त्याच्या कपाळावर आपली नजर रोखली.

"हे बघ लोराँ, मला त्या इतिहासाशी आत्ता काही देणं-घेणं नाही. मला काझविषयी काही सांग. ते पोलीस तुला काय म्हणाले ते सांग."

लोराँनी सिगारेटचा एक जोरदार झुरका घेतला आणि नाकपुड्यांवाटे धूर सोडला. "ते पोलीस बेकार आहेत. फक्त छळ करण्याची कला, ही एकच गोष्ट त्यांना चांगली यायला हवी, असं त्यांना वाटतं. अर्थात एका दृष्टीने हे योग्यच आहे. त्यामुळे माणसाची सत्यपरीक्षा लगेचच होते."

आणखीन भाषणबाजीचा मारा होणार होता, हे सॅम्युएलच्या लक्षात आलं. काझच्या विरहाचं दुःख विसरायचा हा विचित्र उपाय होता! अपेक्षेप्रमाणे भाषणातली

वाक्यं कानावर पडायला लागली : ''कायद्याची कलमं आणि ती अमलात आणणारी यंत्रणा ह्या दोन्ही गोष्टी म्हणजे कायद्याच्या समोर मध्यमवर्गीय समानतेच्या खुळाचं नाटक करत समाजावर आपलं नियंत्रण ठेवण्याचा प्रकार आहे. त्यांनी जर तुमच्यावर आरोपांची फैरी झाडली, तर तुम्हाला आपणच दोषी असल्यासारखं वाटू लागेल. कदाचित तुम्ही तो गुन्हा केलाही नसेल.''

बोलता बोलता ती भानावर आल्यासारखी सॅम्युएलकडे टक लावून बघायला लागली.

''तू खरंच काही केलं आहेस का?'' तिने त्याच्याकडे रोखून बघत विचारलं.

''तू आता माझ्या बोलण्यावर कसा विश्वास ठेवशील? तुला जर हे मीच केलं आहे, यात माझाच हात आहे....''

''तिचं अपहरण केलं? तिला मारली?''

नुकतीच पेटवलेली सिगारेट तिने विझवली.

''नाही, तू तसलं काही केलंस, असं मला वाटत नाही. मी जेव्हा तुझ्या ऑफिसात तुला जाब विचारायला आले होते, तेव्हा माझी मन:स्थिती ठीक नव्हती. मी संतापले होते. या प्रकरणात तुझ्याकडे भक्कम पुरावा नाही, ही बाब मात्र फार खटकणारी आहे. तिचा साधारणपणे जेव्हा खून झाला, त्या सुमारास तू पॅरिसमध्ये अनवाणी भटकत होतास, असा तुझा दावा आहे.''

''मी सांगितलं ना तुला, एका प्रचंड धुडाने माझ्यावर हल्ला केला होता आणि तो माझे तुकडे तुकडे करण्याच्या विचारात होता.''

''मला माहीत आहे ते! चांगलंच पाठ झालंय. मी स्वत: यावर जरा शोध घेते आहे.'' ती आता बोलताना जराशी अडखळत बोलत होती. ''पोलिसांना एकाएकी तू हवा होतास. त्यांनी त्यासाठी तुझी उलटतपासणी करण्याचे अधिकारही मिळवले, पण हे सगळं करताना त्यांनी तुझ्यावर झालेल्या हल्ल्याची काहीच दखल घेतली नाही, हे मला चांगलंच खटकलं. काझच्या फ्लॅटच्या बाहेर तुझ्यावर हल्ला करणाऱ्या इसमाची ते जाणीवपूर्वक दखल घेत नाहीत, हे जेव्हा माझ्या लक्षात आलं, तेव्हाच मला कळून चुकलं की, मानसिक दबाव टाकणारी यंत्रणा आता कामाला लागली आहे.''

''पण त्याने मला पकडलं, हे तुला मुळातच समजलं कसं?''

''मी एक वकील आहे आणि तीसुद्धा नावाजलेली! पोलीस खात्यात माझे काही मित्र आहेत. खरंतर आपण त्यांना खबरे म्हणू या.''

''त्यातले काही तुझ्याबरोबर त्या क्लबात येतात का?''

''हो, जेव्हा मला हवं असेल तेव्हा आणि तेव्हाच. माझं आयुष्य कसं घालवायचं, हे मी ठरवते सॅम्युएल.'' ती आता एखाद्या लहान मुलाला समजावून

सांगावं, तशी बोलत होती. "मला कोणाची साथ हवी हे मी ठरवते. मी कोणाबरोबर झोपायचं, ते मीच ठरवते. मग तो पुरुष असो किंवा स्त्री. काझचंही हे धोरण होतं." लोराँ आता सॅम्युएलकडे अपेक्षेने पाहत होती. तिला त्याच्याकडून काही प्रतिक्रिया हवी होती.

"मला माफ कर. मला काहीच अधिकार नाही यावर बोलण्याचा."

"अगदी बरोबर. पण मी काझची फार काळजी घेत होते; अगदी मनापासून. एखाद्या फालतूपणे लावलेल्या तकलादू आरोपपत्राचा मी तुला बळी होऊ देणार नाही. माझ्या सूत्रांकडून मला असं समजलं आहे की, त्या खूनाचा तुझ्यावर ठपका ठेवण्याचे शर्थीने प्रयत्न होत आहेत. नकळत का होईना, तू एक जबरदस्त शत्रू निर्माण केला आहेस."

हे ऐकल्यावर सॅम्युएलच्या पोटात गोळा आला.

"कोण असेल तो? तुला काही कल्पना आहे का?"

"तसं नक्की कोण ते सांगणं अवघड आहे आणि हे पोलीसही साले बेकार आहेत सगळे! मला इतकंच माहीत आहे की, हा असा माणूस आहे की, ज्याची अगदी वरपर्यंत ओळख असली पाहिजे आणि त्याला तू नक्कीच आवडत नाहीस. तू ज्या आडदांड माणसाबरोबर मारामारी केलीस, समजा उद्या तो स्वत: जरी पोलिसांपुढे हजर झाला, तरी हे पोलीस तुलाच काझचा खुनी ठरवण्यासाठी आटापिटा करतील."

"काय घोळ आहे सगळा?"

"आणि हे काहीच नाही. तू फ्रेंच वर्तमानपत्रं वाचली आहेस का? निदान टीव्ही तरी पाहिला आहेस का?"

सॅम्युएलनी नकारार्थी मान हलवली.

"शेअर बाजाराच्या सगळ्या भानगडी आणि कारस्थानं त्यात दिलेली आहेत; पण एक गोष्ट ते लक्षात घेत नाहीत. कार्यप्रणालीत हेराफेरी करणं हे फारसं घातक नाही, कारण ही कार्यप्रणालीच घातक आहे. तुझा मित्र खान लोकांचा फार नावडता होताच आणि आता तूही झाला आहेस."

काही वेळापूर्वी मॅकमरेने आणलेलं वर्तमानपत्र त्याने लोराँच्या हातात दिलं.

"फक्त फ्रान्समध्येच नाही, तर ब्रिटिश वर्तमानपत्रातही फार टीका होते आहे."

लोराँ ते वाचत असतानाच टेबलावरचा फोन ठणाणा वाजायला लागला. ती फोनवर बोलायला लागली, तेव्हा सॅम्युएलने आपला लॅपटॉप उघडला आणि काही नवीन बातमी आहे का बघू लागला. थोडीशी मान उंचावून त्याने लॅपटॉपच्या स्क्रीनवरून नकळत लोराँकडे पाहिलं. आत्तापर्यंत त्याने पाहिलेल्या सर्व स्त्रियांमध्ये हे सर्वात गूढगहन प्रकरण होतं.

त्याने सहजच की-बोर्डवर बोट फिरवलं. आता फार जुनी बातमी आहे असं वाटणारी शेअर बाजाराची बातमी फारशी चांगली नव्हती. फ्रान्समधल्या एका मोठ्या बँकेच्या उपशाखेचं कामकाज बंद झालं होतं. फ्रेंच सरकार आता परिस्थितीवर मात करण्याच्या तयारीत होतं. मालमत्ता विकून टाकायची, कर्जाची मर्यादा कमी करायची आणि गरीब सामान्यांना वाऱ्यावर सोडून द्यायचं, अशी परिस्थिती होती. सर्व युरोपात आणि अमेरिकेत शेअरचे भाव गडगडत होते आणि त्या दिवशीच्या बाजाराची सुरुवात घसरगुंडीनेच होणार, असा होरा होता. त्या वेळची घसरगुंडी १९८७, १९९८पेक्षाही जास्त होती असं नाही, तर एन्रॉन, वर्ल्डकॉम किंवा ९/११च्या तुलनेतही जास्त होती.

लोराँ एखाद्या आंतरराष्ट्रीय समूहाच्या वित्त विभागाच्या संचालकाशी बोलत असावी, असं सॅम्युएलला वाटलं. त्या समूहाला जर त्यांच्या बँकेने खरोखरीच बदसल्ला दिला असेल, तर त्यांच्यावर दावा ठोकायला हरकत नाही, असा सल्ला ती देत होती. सॅम्युएलने खुणेनीच 'मी बाहेर जातो, म्हणजे तुम्हाला खाजगी गोष्टी करता येतील.' असं सुचवलं. लोराँने त्याला हातानेच बसण्याची खूण केली.

''एकमेकांवर अवलंबून असलेली अनेक उत्पादनं जेव्हा लोकांना उपलब्ध करून द्यायची असतात, तेव्हा त्यांना यात असणाऱ्या जोखमीचीही कल्पना द्यायला हवी.'' लोराँचं संभाषण अजून चालूच होतं. ''नाहीतर लहान मुलांना बंदुका आणि काडतुसं विकण्यासारखं व्हायचं.'' त्या वेळी प्रथमच ती सॅम्युएलकडे पाहून छानसं हसली. फोनच्या दुसऱ्या बाजूला असलेला जो कोणी होता, त्याच्यावर हुकमत गाजवायला तिला आवडत असावं, असं तिच्या हावभावावरून वाटत होतं. शेवटी चार धीर देणारे शब्द बोलून तिने फोन खाली ठेवला.

''हे उद्योग-समूह एकमेकाला गिळायला टपले आहेत. काही वेळा त्यांनाही मदत करायला मजा येते.''

मघाचं हास्य आता मालवलं होतं आणि आता ती परत मुरलेल्या वकिलाच्या भूमिकेत शिरली होती.

''आता मला एक सांग, तू एक पत्रकार आहेस, हे मला का सांगितलं नाहीस? परदेशी पत्रकारावर या देशात नेहमीच पाळत ठेवली जाते आणि ते जर काही संशयास्पद हालचाली करताना दिसले, तर मग जास्तच लक्ष देण्यात येतं.''

''तसा मी पेशाने पत्रकार नव्हतोच. विश्वास बसणार नाही, पण एक विद्वान संशोधक म्हणून माझी एका प्रकल्पावर नेमणूक झाली होती. अर्थात, काही काळाकरता बँकरचं काम करायला मजा आली, हे मात्र नक्की! गुंतवणूक करणाऱ्या एखाद्या आघाडीच्या बँकेच्या प्रोप्रायटरी ट्रेडरच्या हातात प्रचंड अधिकार असतात आणि ते बाजारात वापरता येतात. बघ ना, त्या तेलांच्या किमतीवर आम्ही किती प्रभाव टाकू शकलो.''

"अधिकार माणसाची बुद्धी भ्रष्ट करतात. हातात सत्ता नसणं, हासुद्धा एक सुखद अनुभव असतो."

"या मताशी मी सहमत होईन का नाही, हे मला नक्कीच सांगता येणार नाही."

"सॅम्युएल, तुला आणि मला एकच गोष्ट वेगळ्या कारणासाठी हवी आहे. काझला नक्की काय झालं आणि का, ते आपल्याला जाणून घ्यायचं आहे. हे शोधून काढण्यासाठी आपल्याला एकमेकांवर विश्वास टाकला पाहिजे."

"आणि माझी कारणं? ती काय आहेत, हे तुला का जाणून घ्यायचं आहे?"

लोराँने त्याच्याकडे पाहत आपल्या सूटावरून कडेने हात फिरवला. चर्चेमुळे आणि गोंधळामुळे, ती जराशी उद्दीपित झाल्यासारखी वाटत होती. या वकिली पेशातली आव्हानं आणि मिळणारा मोबदला, हे दोन्ही तिला भावत असावं, हे त्याच्या लक्षात आलं.

"व्यक्तिगत स्वातंत्र्य हवं असणं हा उघड हेतू झाला, पण त्याखेरीजही काही दुसरा अंतस्थ: हेतू असला पाहिजे. मला वाटतं, सुरुवातीला तुला फक्त त्या वर्तमानपत्राकरता काम करण्यात रस होता; पण आता मात्र तुला काही सत्य शोधायचं आहे. असं सत्य की, जे बाहेरच्या जगाविषयी जाणून घ्यायचं आहे, पण त्याआधी स्वत:ची ओळख पटवून घ्यायला हवी."

सॅम्युएल तिच्याकडे पाहतच राहिला. भावनेच्या आवेगाने तिची छाती आता जोरजोरात स्पंदन पावत होती.

"लोराँ, हा काही एक प्रकारचा खेळ तर नाही?"

"सत्याचा शोध घेणं, हा खेळ असू शकतो का?"

"ठीक आहे. मला तुला दोन प्रश्न विचारायचे आहेत. प्रश्न पहिला, आपण सत्य कसं शोधायचं? आणि दुसरा - आपल्या दोघांचा हेतू एकसारखाच असेल असं तुला का वाटतंय?"

"इथे विश्वासाचा प्रश्न आहे सॅम्युएल!" इंटरकॉमचं बटण दाबत ती बोलली.

"मी एका मिटिंगमध्ये आहे. मला कुठल्याही कारणासाठी आता अडथळा नको आहे."

आता ती एखाद्या धूर्त चेटकीणीसारखी त्याच्याभोवती फेऱ्या घालू लागली. सॅम्युएलने खोलीत सभोवार नजर फिरवली, तेव्हा त्या खोलीतल्या खिडक्या फारच लहान असल्याचं त्याच्या लक्षात आलं. भिंतीभोवती असलेली चामड्याच्या वेष्टणातली पुस्तकं आवाजाचं प्रदूषण रोखत होती. एकूणच सर्व वातावरण एकाकीपणाचं होतं. पोलिसांच्या उलटतपासणीसाठी ही जागा शोभून दिसली असती.

''तुझे हात खुर्चीच्या मागे ठेव.'' तिने शांतपणे त्याला सांगितलं.

''काय? काय म्हणालीस?''

सॅम्युएल चहुकडे मुंडी वळवत बघायला लागला, पण एका नाजूक हाताने त्याची मान रोखली.

''कर ना!'' असं म्हणत तिने त्याच्या कानाचा मुका घेतला.

प्रथम तो बावचळला, पण नंतर त्याने तिच्या इच्छेप्रमाणे हात मागे केले.

एक हलकासा आवाज झाला आणि त्याचे हात बहुतेक एका सिल्क स्कार्फने बांधले गेले.

''आता इकडेतिकडे बघू नकोस.'' तिने आज्ञा केल्याच्या सुरात सांगितलं. ती खोलीच्या दारापाशी गेल्याचं त्याला जाणवलं. दार आतून बंद केल्याचा आवाज आला आणि ती परत त्याच्याजवळ जाऊन उभी राहिली.

''आता पुढे काय करायचं?'' पाठीमागून ती हलकेच त्याच्या कानात कुजबुजली. तिचे भरदार वक्ष त्याच्या डोक्याला मागून घासत होते. एकाएकी त्याच्या डोळ्यासमोर अंधारी आली. तिने हातातल्या दुसऱ्या सिल्क स्कार्फने त्याचे डोळे बांधायला सुरुवात केली. आता त्याची स्थिती पार आंधळ्याप्रमाणे झाली होती. तिने परत एकदा त्याचा कान अलगद चावून मुका घेतला. मग आपली जीभ कानात घालून हलकेच फिरवायला सुरुवात केली, तेव्हा त्याने हुंकार दिला. एखादं जंगली जनावर कानावाटे त्याच्या डोक्यात शिरण्याचा प्रयत्न करत असल्यासारखं त्याला वाटलं.

''तूच सांग काय ते.'' तो सरतेशेवटी म्हणाला.

''नाही. तुझा गैरसमज झालेला दिसतो. तूच काय ते सांगायचं आहेस.''

त्याच्या गालावर आता धातूसारख्या वस्तूचा गार स्पर्श झाला. त्याने मान वळवताच तो स्पर्श दुसऱ्या गालावर व्हायला लागला. नंतर तिने चपळाईने त्याच्या पायाचे घोटे खुर्चीला बांधले. आपल्या डोळ्यावरची पट्टी काढण्याचा त्याने प्रयत्न केला - प्रथम सहजच, नंतर जाणीवपूर्वक. ती बाजूला शांतपणे उभी होती.

नंतर काही काळ फक्त कैद्याच्या श्वासोच्छ्सासाचे आवाज ऐकू येत होते.

''तुझा माझ्यावर विश्वास आहे का?'' तिने विचारलं.

''मला माहीत नाही.'' सॅम्युएलने शांत राहण्याचा प्रयत्न करत उत्तर दिलं.

त्याने एक दीर्घ श्वास घेतला. 'आपल्या सगळ्याच अशिलांना ही बया असंच बांधत नसली म्हणजे मिळवली. शेवटी सात्विकतेलाच महत्त्व आहे. पण पहिल्या वेळी ती शेअर बाजारात आली होती, तेव्हाचा तिचा आवेश बघून, अनेक पुरुषांचीही तंतरली होती.'

''त्या रात्री तू काझला भेटलास, तेव्हा नक्की काय काय घडलं, ते तू मला सांगणार आहेस आणि हे नुसतं वर वर माहितीसाठी नको. आपण दोघं हेच सत्य

शोधण्याच्या मागे आहोत. कदाचित त्यामुळे आपलं वकील-अशिलाचं नातं जरासं अवघड होईल, पण त्याला नाइलाज आहे. हे एक असं सत्य आहे की, जे मला समजायलाच हवं, कारण ते काझशी संबंधित आहे.''

आता परत एकदा तो मघाचसारखा गार स्पर्श झाला. या वेळी तो पायाच्या घोट्यापाशी होता. नंतर कापड फाडल्यासारखा आवाज यायला लागला. हातातल्या सुरीने ती त्याची जीन, खालून वरती फाडत असल्याचं त्याच्या लक्षात आलं. उघड्या पडलेल्या त्वचेला हवेचा गारवा जाणवत होता. जीनचा एक बाजूचा पाय तिने वरपर्यंत कापला. आता मात्र सॅम्युएल भीतीने कापायला लागला होता.

''तू तिचा खून केला असशील, असं मला अजिबात वाटत नाही. पण तू जर नशिबवान असलास, तर तुला तिची शैय्यासोबत करायची संधी मिळाली असली पाहिजे. तिने तुला- - - का? हो की नाही?''

''मी? मी कसा काय? . . .'' त्याने हसून ती गोष्ट विनोदावारी नेत म्हटलं.

''सॅम्युएल, तुझा माझ्यावर विश्वास आहे ना?''

''तू मला काहीही इजा करणार नाहीस, यावर माझा विश्वास आहे. माझ्याप्रमाणेच तुलाही सत्य जाणून घ्यायचं आहे, हे मला माहीत आहे.'' त्याचा मेंदू आता झपाट्याने कामाला लागला होता. लोरॉं आता स्वत:च सत्य शोधायला लागली होती. आता खोटं बोलणं फार महागात पडलं असतं, फार महागात! ''हे बघ, समजा आमच्यात तसं काही झालं असलं, तरी त्याने काय फरक पडतो? समजा शैय्यासोबत करण्यासाठी काझने माझी निवड केली असली, तरी त्या एका गोष्टीमुळे काय फरक पडतो? माझ्या माहितीप्रमाणे, तिने अनेकांशी संभोग केलेला आहे आणि असं असूनसुद्धा तुझं तिच्याबरोबरचं नातं बदललं नव्हतं. हो ना?''

''हूं! म्हणे एका गोष्टीमुळे! एखाद्या स्त्रीबरोबर मजा मारल्यावर सगळे पुरुष हीच भाषा बोलतात. मी तसं का केलं? याचा अर्थ मी तुझी फार काळजी वगैरे करते, असा नाही. कदाचित मला बायकाही आवडतात, असा त्याचा अर्थ होऊ शकतो. हो, तू मात्र तसला नाहीस, हे मी खात्रीने सांगते.''

आता लोरॉं जीनचा दुसरा पाय फाडायला लागली होती. जंगली जनावराच्या तावडीत सापडल्यासारखी एक भीतीची लहर त्याच्या मनात उठली आणि पोटात डचमळायला लागलं.

''तुझा माझ्यावर विश्वास आहे ना?''

''लोरॉं, मला ठेवायलाच हवा. आता मी पराभूत आहे.'' काही मिनिटांपूर्वीच तो शेअबाजार, प्रोप्रायटरी ट्रेडर आणि अधिकार असल्या बढाया मारत होता आणि आता मात्र तो एका खुर्चीला बांधलेल्या अवस्थेत एका जिद्दी बाईच्या समोर बसला होता आणि ती बाई हातातला सुरा त्याच्या डोळ्यासमोर नाचवत होती.

"तुला ठेवावासा वाटला पाहिजे." लोराँ ठामपणे म्हणाली. जेव्हा एखादी स्त्री पुरुषाला आपलं सर्वस्व देते, तेव्हा तिच्यामध्ये समर्पणाची भावना येते. बोलता बोलता ती त्याच्या जवळ आली. आता तिचा श्वासोच्छवास एका लयीत चालला होता.

"आपण आत्ता कुठे आहोत, ते तू पाहिलंच आहेस. तळघरातल्या नोकर-माणसांच्या राहण्याच्या जागी आपण आहोत. तू जरी दिवसभर बोंबललास, तरी कोणी ऐकू शकणार नाही. तेव्हा मला परत एकदा सांग, तुझा माझ्यावर विश्वास आहे का? दुसऱ्याचं सामर्थ्य कबूल करण्यात एक प्रकारची नजाकत असते. मी तुझा विश्वास मिळवला आहे का?"

तिचा एक हात आता त्याच्या जांघेत कुरवाळत होता. दुसऱ्या हाताने, जीनचा उरला सुरला भाग ती बाजूला करत होती. काही क्षणातच जीनचा अडथळा दूर झाला.

"तेव्हा सॅम्युएल, माझ्यावर विश्वास आहे का?"

आता तो सुरा त्याच्या गालावर टेकलेला होता. केवळ स्पर्शानेच त्याला सुऱ्याच्या धारेची कल्पना येत होती. आता त्या सुरीचा प्रवास खालच्या दिशेने सुरू झाला होता. 'आता ती कुरवाळू शकते किंवा कुरतडू शकते. तिची मर्जी!' एकाएकी सॅम्युएलला उपरती झाली आणि त्याने तिच्यापुढे शरणागती पत्करली. आता तो पूर्णपणे तिच्या ताब्यात होता; तिच्या अधिकारात होता.

"हो, हो, मी खरंच सांगतो. माझा तुझ्यावर संपूर्ण विश्वास आहे."

"ठीक आहे, सॅम्युएल ठीक आहे."

आता ती जास्तच लगट करायला लागली होती. आता तिच्या ओठांचा स्पर्श त्याला जांघेमध्ये जाणवायला लागला होता; पण फार काळ नाही. इंटरकॉमची बेल जोरात खणाणली आणि घाबऱ्या आवाजात रिसेप्शनिस्ट बोलत होती.

"मॅडम, त्रास दिल्याबद्दल माफ करा, पण इथे पोलीस आले आहेत. त्यांना मि. स्पेन्डलव्ह हवे आहेत. ते फार लवकर आले आहेत असं मी सांगून पाहिलं, पण ते म्हणतात की, त्यांच्याकडे अटक वॉरंट आहे."

हा तात असलेल्या पुस्तकाकडे अधूनमधून नजर टाकत तो एकटाच जेवत होता. सुप्रसिद्ध फॅशन डिस्ट्रीक्टमधल्या ऱ्यु मार्बफच्या कडेला असलेल्या मातिन्या आणि जॉर्ज ५च्या मध्ये हे एक लहानसं रेस्टॉरंट होतं. तसं हे रेस्टॉरंट महागडंच होतं. कामाच्या दिवशी गर्दी व्हावी इतकं हे खासही नव्हतं. अर्थात ते लोकांच्या लक्षात राहावं इतकं रिकामंही नव्हतं. समोरच्या स्टेकशी चाळा करत तो घड्याळाकडे पाहत होता. २१.४५च्या आधी मिळणार नाही, अशी मघाशी फोनवर स्पष्ट कल्पना दिली गेली होती.

तो ठरलेल्या वेळी सू-सोलमधल्या विश्रांतीगृहात गेला, तेव्हा ती वस्तू तिथे होती. सुगंधी कागदांच्या ढिगामधोमध एक पांढरा कागदाचा तुकडा होता. त्या कागदावर नाव आणि पत्ता लिहिलेला होता. पत्ता बरोबर असेल, पण नाव मात्र भलतंच असेल, असं त्याला वाटलं. 'खोटी नावं, लपाछपी, फसवे खेळ हे हेरगिरीत तहहयात चालत आलेले खेळ!' तो खरंच हेर होता का? त्याला तर एखाद्या सनदी नोकराप्रमाणे वाटत होतं; फार फार तर गुप्तहेर खात्यातल्या सरकारी नोकरासारखं.

अर्ध्या तासात तो परत आपल्या हॉटेलातल्या खोलीत परतला. खोलीतल्या टीव्हीवर नेहमीप्रमाणे CNN चालूच होतं. सकाळी तो विमानाने फ्रँकफर्टला जाणार होता. त्याची सूटकेस नोटांच्या बंडलांनी ठासून भरलेली होती. त्याने ते नाव आणि पत्ता नीट पाठ केला होता आणि नेहमीप्रमाणे तो ती सूटकेस जमा करणार होता. आत्तापर्यंतच्या मोहिमांमध्ये कस्टम्समधून जाण्यासाठी त्याला कधीच अडचण आली नव्हती आणि या वेळीही ती येईल असं त्याला वाटत नव्हतं. कोटावर खास बिरूद मिरवणाऱ्या बँकेच्या अधिकाऱ्यांना कधीच थांबवत नव्हते. भरपूर नकदीचा वापर करणारं साम्राज्य अमेरिकेला चालवायचं होतं.

त्याने CNN च्या ऐवजी WBC7 हा बर्टन कॉर्पोरेशनचा चॅनल लावला. मालदार

पार्टी आणि टीव्हीवर पाहिजे तशी जाहिरात! पैसा आणि जाहिरात ह्या दोन्ही गोष्टी सामान्य जनतेला खूश ठेवतात.

'उद्या सगळं चांगलंच होईल. आत्तापर्यंत झालं, तसं परत होईल.' कधी कधी त्याला काळजी वाटायची, ती त्याच्या आदर्शवादाची. तो खरंच कोणाचं काही भलं करत होता का?

१६

"लवकर उघडा!"

लोरॉंने सॅम्युएलच्या डोळ्यावरची पट्टी काढली आणि मनगटाला आणि पायाला बांधलेल्या पट्टया कापल्या. ती ताडकन दाराजवळ गेली आणि ते बंद असल्याची खात्री करून घेतली. सॅम्युएल पटकन आपल्या पिशवीकडे धावला आणि जास्तीची आणलेली पॅन्ट त्याने बाहेर काढली. बाहेर आता गलबला वाढत चालला होता.

"पोलीस! दार उघडा! कायद्याच्या अंमलबजावणीसाठी दार उघडा!"

"एक मिनिट थांबा. मी एका महत्त्वाच्या मीटिंगमध्ये आहे. काय वैताग आहे!" लोरॉं संतापाने फणफणत म्हणाली. सॅम्युएलने पटकन पॅन्टची बटणं लावली आणि फाटकी जीन टेबलाखाली असलेल्या कचऱ्याच्या डब्यात टाकली. परत एकदा दरवाजावर धाडधाड आवाज झाला. लोरॉंने सॅम्युएलकडे पाहून सर्वकाही ठीकठाक असल्याची खात्री करून मग दार उघडलं.

"गुड आफ्टरनून मादम्वाझेल द ला जेनेस्त!" ब्लॉंदो म्हणाला. तो खोलीत आत गेला तेव्हा बुशीने आणि दोन साध्या वेषातले पोलीसही मागोमाग गेले. "अरे वा! मेस्युअ स्पेन्डलव्ह का? किती बरं वाटलं तुम्हाला भेटून! तुम्ही इथे भेटलात. आमचं नशीबच थोर म्हणायचं."

"आम्ही आमच्या अशिलाचा पासपोर्ट तुमच्या ताब्यात दिला आहे. शिवाय तुम्ही म्हणाल तेव्हा चौकशीला हजर राहण्याचं मान्य केलं आहे. मग इतकं असूनही आता तुम्ही अटकेचा का हेका धरता आहात?"

"कारण आता परिस्थिती बदलली आहे. माननीय वकीलीणबाई, परिस्थिती बदलली आहे."

"अच्छा, म्हणजे इतकी बदलली आहे की, माझ्या रिसेप्शनिस्टशी धसमुसळेपणा करून, माझ्या अशिलाबरोबर माझी मीटिंग चालू असताना आत घुसखोरी केली तरी

चालते का?''

ब्लाँदो बूशीनेकडे पाहत कुत्सितपणे हसला.

''तुमच्या दोस्ताविषयी किती लाजिरवाणी गोष्ट आहे नाही मि. स्पेन्डलव्ह? हो ना?''

''मी तुम्हाला या पूर्वीही सांगितलेलं आहे, काझ डे माझी फक्त सहकारी होती. मी तिला फारसा ओळखत नव्हतो.''

''अरे, नाही नाही. मी काझ मॅडमच्या दु:खद निधनाबद्दल बोलत नाही. मी तुमच्या दुसऱ्या मित्राबद्दल बोलतो आहे. तुमचा मित्र आणि धंद्यातला भागीदार – मि. तुंग्ली.''

''काय? डी. तुंग्ली? त्याच्याविषयी काय बोलताय?''

''हा डी. तुंग्ली कोण आहे आता?'' लोराँने विचारलं.

''मी याच्याशी बँकेमार्फत कधी कधी व्यवहार करतो. हा फ्रँकफर्टच्या ऑफिसात काम करतो.''

''करत होता मि. स्पेन्डलव्ह, करत होता. आता तो मेला आहे.''

''माझा विश्वास नाही बसत. तुंग्ली तर....''

''आता यांच्यासमोर एक शब्दही बोलू नकोस सॅम्युएल आणि महत्त्वाचं म्हणजे फ्रँकफर्टमध्ये झालेल्या निधनाचा तुझ्याशी काहीही संबंध नाही.''

''नाही कसा? नक्कीच आहे. आणखीन एका अमेरिकन नागरिकाचा संशयास्पद मृत्यू. आमचे जर्मनीतले सहकारी तुझ्या अशिलाची तपासणी करायला येत आहेत. त्यांना त्या दोघांचे नेमके काय संबंध होते, ते पाहायचं आहे. त्यांचं सगळं बोलणं टेपवर नोंदवलेलं आहेच अर्थात.''

लोराँने आपल्या लॅपटॉपवर न्यूजवायर बघायला सुरुवात केली. अचानक एका बातमीने तिचं लक्ष वेधून घेतलं.

15:33 GMT REU-WIR GEN. FRANKFURT KILLING US NATIONAL

फ्रँकफर्ट: - आम्सपेल ब्रिजच्या खाली लटकत असलेल्या प्रेताची ओळख पटवण्यात फ्रँकफर्ट पोलिसांना यश आले आहे. ते प्रेत एका २८ वर्षीय नागरिकाचे - डी तुंग्लीचे असून तो रोपनर बँकेत कामाला होता.

समाप्त

"ते सांगत आहेत ते बरोबर आहे. तुंग्ली मेला आहे." लोराँ म्हणाली.

"दोन अमेरिकन नागरिक मरण पावले. दोघांशीही तुझा नुकताच संबंध आला होता आणि दोघंही तुझे सहकारी होते." ब्लाँदो म्हणाला. "हा फारच विचित्र योगायोग वाटतो नाही?"

"या दोघांशी संबंध असणारा मी एकटाच नाही. तुम्ही खानशी याबाबत बोलला आहात का?"

ब्लाँदो किंचितसं हसला. "अर्थातच! इतरांप्रमाणे आम्ही मि. खानशीही बोलू; पण या तपासात तुम्ही जितके महत्त्वाचे आहात, तितके ते नक्कीच नाहीत." ब्लाँदोने एक सिगारेट शिलगावून झुरका मारला. "काझ मॅडम गेल्या त्या रात्री त्यांचा फोन आलेला तूच एकमात्र होतास; त्यांच्याबरोबर तूच रोमॅन्टिक भोजन केलंस आणि त्यांच्या मांड्यांवर तुझ्याच हाताचे ठसे मिळाले."

"तुम्हीच माझा हात दाबून ते उमटवलेत!" सॅम्युएल ताडकन उठत म्हणाला, तेव्हा बाजूचे दोन हवालदार पुढे सरसावले. सॅम्युएलने लोराँकडे पाहिलं. "मी तिला हात लावला तेव्हा ती मरून काही दिवस झाले होते. शवविच्छेदनाच्या तपासणीत ही गोष्ट सिद्ध होईलच. हो की नाही?"

"दिसायला तर पाहिजे. बराच काळ पाण्यात राहिल्यामुळे मानवी त्वचेवर नेमका काय परिणाम होतो, ते मला माहीत नाही." ती थोडीशी गोंधळल्यासारखी वाटली.

"योगायोगाची शक्यता प्रत्येकाने विचारात घ्यायला हरकत नाही." ब्लाँदो संथपणे आपलं मत मांडत होता. "पण मि. स्पेन्डलव्ह यांनी त्या रात्रीच्या भोजनासाठी बोलावलेल्या मैत्रिणीला हात लावला का नाही हा प्रश्न आहे. शवविच्छेदनाच्या वेळी केलेल्या तपासणीनुसार काझ मॅडमच्या योनिमार्गावर आणि गर्भाशयाच्या तोंडावर वीर्याचे नमुने आढळून आले आहेत."

लोराँ आपल्याकडे रोखून पाहत असल्याचं सॅम्युएलला जाणवलं. त्याने काझबरोबर शय्यासोबत केली, हे तिला समजलं असतं, तर लोराँने काय केलं असतं? आतातर त्याला तिची कधी नव्हती इतकी गरज आहे.

"काझ मॅडम मेल्या, त्या रात्री त्यांनी शरीरसंबंध केला होता, हे नक्की." असं म्हणत ब्लाँदोने परत एकदा आपलं ठाम मत सांगितलं. "याखेरीज तुमच्या अशिलाच्या पासपोर्टवरच्या बोटांचे ठसे काझ मॅडमच्या शरीरावर आढळलेल्या ठशांशी तंतोतंत जुळतात आणि आमच्या तपासातून हाती आलेल्या माहितीनुसार तुम्ही दोघी म्हणे फार जवळच्या मैत्रिणी होतात, मादम्वाझेल द ला जेनेस्त." लोराँकडे विखारी नजरेने पाहत ब्लाँदो नाटकीपणे म्हणाला.

लोराँने त्याच्याकडे एक कुत्सित नजर टाकली. "तुमच्या या केसमध्ये फारसा दम दिसत नाही महाशय!" लोराँ त्याला डिवचत म्हणाली. लोराँ अतिशय संयमाने आणि मोजकं बोलण्याचा प्रयत्न करत होती, पण ती संतापली असल्याचं सॅम्युएलच्या लक्षात आलं.

"निदान हा कागद देण्याइतपत तरी दम जज्ज महाशयांना आढळला." हातातला कागद तिच्यासमोर नाचवत ब्लाँदो म्हणाला.

"मी तो कागद पाहू शकते का?" लोराँने विचारलं.

"अर्थातच!"

लोराँने तो कागद वाचला.

"आता तुम्ही माझ्याबरोबर नाँतेरला चलायचं बघा मि. स्पेन्डलव्ह."

"फालतूपणा करू नका इन्स्पेक्टर ब्लाँदो." लोराँ आता उघड-उघड संतापलेली दिसत होती. "आपलं ठरलं होतं की, माझ्या अशिलाची माझ्या ऑफिसातच तपासणी होईल. मी त्या नाँतेरला अजिबात येणार नाही."

"बरोबर आहे महोदया, तुम्ही यायचं नाहीच. तुमच्या अशिलाची स्वतः न्यायाधीश चौकशी करणार आहेत; तीसुद्धा बंद खोलीत. दोन्ही बाजूच्या वकिलांना तिथे बोलावण्यात आलेलं नाही. देशाच्या सुरक्षिततेशी निगडित काही प्रश्न आहेत."

"हा काय पोरकटपणा आहे? माझ्या अशिलाचा देशाच्या सुरक्षिततेशी काय संबंध? ते काहीही असो, हे सरळ सरळ नैसर्गिक न्यायाच्या विरोधात आहे. मी नक्कीच तुझ्यासाठी लढा देईन."

"हो, कदाचित कोर्टात माननीय वकीलीणबाई; पण त्याच्या आधी राष्ट्रीय सुरक्षिततेच्या कायद्यानुसार काही तातडीच्या गोष्टींची पूर्तता करावी लागेल. अच्छा! येतो आम्ही."

लोराँच्या तीव्र, पण वांझोट्या विरोधाला न जुमानता सॅम्युएलला पोलीस घेऊन गेले.

त्यांच्या सांगण्यानुसार काहीच अडचण येणार नव्हती, पण शेवटी आलीच. ही तर केवळ एक संभाव्य धोक्याची सूचना होती, यात वादच नव्हता. कदाचित त्यानेच काही चूक केली असण्याची शक्यता होती किंवा कुठेतरी निष्काळजीपणा केला असण्याची शक्यता होती. कदाचित त्यांचा बोलवता धनी बदलला असण्याची शक्यता होती. 'व्हाइट हाउसमध्ये नवीन माणूस आला असेल. कशाचाच भरवसा देता येत नाही.'

त्याने नेहमीसारखाच चार्ल्स द गॉल विमानतळ सोडला. तो सूट घातलेला बिझिनेसमन आणि त्याची सूटकेस, दोन्ही सुरक्षा-तपासणीतून बाहेर पडले. थोड्याच वेळात जेव्हा फ्रँकफर्ट विमानतळ आला, तेव्हा साहजिकच हे खास वर्गातले प्रवासी प्रथम उतरले. त्याच्याकडे इतर काहीच सामान नसल्यामुळे तो सरळ कस्टमच्या तपासणीसाठी गेला. सगळंकाही सुरळीत चाललेलं होतं, असं वाटत असतानाच त्याला कस्टम अधिकाऱ्याने बाजूला नेलं.

"सुप्रभात साहेब! आपल्या बॅगेत काय आहे जरा सांगता का?"

"कागदपत्रं. धंद्यासंबंधातली कागदपत्रं" त्या प्रवाशाला त्यात काय होतं, हे खरंच माहीत नव्हतं. त्याने ती फक्त ताब्यात घेतली होती इतकंच.

"असं. ठीक आहे. जरा मला उघडून दाखवाल का?"

"काय?"

"कृपा करून आपली सूटकेस उघडून दाखवा."

"मी इथे कामासाठी आलेलो आहे." त्याने कस्टम अधिकाऱ्याच्या नजरेला नजर भिडवत सांगितलं. थोडक्यात आपण सगळे एकाच बाजूचे आहोत, हे सुचवण्याचा त्याने प्रयत्न केला. जर्मन लोकांची कोणीतरी ठासणार होतं आणि त्यापासून त्यांचा बचाव करणं, हे त्यांचं काम होतं. त्यासाठीच तो स्वत:ला संकटात टाकत होता.

''कृपा करून सूटकेस उघडा.''

''मला वाटतं, माझ्या किल्ल्या हरवल्या आहेत.''

''हरकत नाही. मला जरा तुम्हाला मदत करू द्या.''

कस्टमच्या अधिकाऱ्याने खिशातून काहीतरी वस्तू काढली आणि क्षणात बॅग उघडली. आता त्या बॅगेच्या मालकालाही आत काय होतं, हे बघण्याचा मोह झाला. हे असलं सामान त्याने कधीच पाहिलं नव्हतं. 'म्हणजे इतके दिवस आपली चक्क फसवणूक करण्यात येत होती तर!' आपण अमली पदार्थांची तस्करी करतो, असा त्याचा गोड गैरसमज होता, पण बॅगेमध्ये तर जर्मन डॉयीश मार्क्सची बंडलं ठासून भरलेली होती.

''कृपा करून माझ्यामागे या.''

आत एका खोलीत नेऊन त्याला त्या अधिकाऱ्याने एका जागी आरामात बसायला सांगितलं. त्याने त्या बॅगेतल्या मालाची पावती मागितली आणि ती त्याला दिली गेली. तासाभराने त्याला कॉफी आणि बिस्कीटं दिली गेली आणि नंतर एक तासाने अमेरिकन वकिलातीचा एक अधिकारी तिथे हजर झाला.

''हं, या माझ्या मागे.'' तो अधिकारी म्हणाला. ''आपण इथून आधी बाहेर पडू.'' तो जरी वयाने लहान होता, तरी त्याने त्या बिझिनेसमनला सर वगैरे आदरार्थी संबोधलं नाही. 'शिष्टाचाराचा अंत होत चाललेला आहे, हेच खरं. अगदी राजनैतिक पातळीवरदेखील!''

''नुसतंच बाहेर पडायचं?''

''नुसतचं नाही. आपल्याला जरा बोलावं लागेल.''

१७

सॅम्युएल बसल्या बसल्या आजूबाजूच्या परिस्थितीचं आकलन करून घेत होता. सर्वप्रथम म्हणजे तो पोलिसांच्या एका सुप्रसिद्ध चौकशी करण्याच्या खोलीत बसलेला होता; तेही खऱ्याखुऱ्या, वकील-वकील खेळण्यासाठीच्या खेळातल्या नाही. 'आपलं स्वागत असो!' असं जाहीर करणाऱ्या मार्गावरच्या फलकापासून काही मीटर अंतरावर असलेल्या एका सिमेंट-काँक्रीटच्या रूक्ष जागी तो बसलेला होता. म्हणजे लंडनच्या वाटफोर्डची जुळी आवृत्ती. अर्थात त्यामुळे सॅम्युएलच्या आयुष्यात फारसा फरक पडून आनंद मिळणार नव्हता. असहायता आणि भीतीची साथ सोडली, तर तो आता एकाकी होता.

त्याला अर्धा-एक तास एकट्याला बसून ठेवल्यावर मग ते आले. ही चाल फार परिणामकारक ठरते. आत्तापर्यंत सॅम्युएल सिमेंटच्या भिंती, दोन जुनाट खुर्च्या आणि टेबलं, एक मिणमिणता इलेक्ट्रिकचा दिवा आणि खिडकी म्हणता येईल असा एक झरोका, हे सगळं पाहून पार बेजार झाला होता. काही वेळातच त्याला परिस्थितीचं गांभीर्य लक्षात यायला लागलं. 'सरतेशेवटी फ्रान्स एक उत्तम प्रशासित देश आहे.'

ती मंडळी दिसायच्या बराच वेळ आधी त्याला त्यांची चाहूल लागली होती. खोलीच्या दिशेने येणारी वाट लांबवरून येत होती आणि तिथे आवाज घुमत असल्यामुळे जमिनीवर पडणाऱ्या पावलांचा आवाज फासावर लटकवायला आलेल्या टोळीसारखा वाटत होता. ब्लाँदो आणि बूशीने आत आले. त्यांच्या पाठोपाठ तिसरा माणूसही आत आला. बारकासा वाटणारा तो इसम सुमारे चाळिशीचा वाटत होता. आत येताच तो खोलीच्या कोपऱ्यात गेला. त्याने सॅम्युएलकडे पाहिलंदेखील नाही. त्याच्या चेहऱ्यावर प्रामुख्याने दिसणाऱ्या जाडजूड फ्रेमच्या चष्म्यामागे तो आपली नजर लपवत होता.

"तेव्हा मि. स्पेन्डलव्ह, आमच्या शहरातलं तुमचं वास्तव्य मजेत चाललंय म्हणायचं!" ब्लाँदो गुरगुरला. सॅम्युएलने या प्रश्नाची काहीच दखल घेतली नाही.

"सिगरेट?"

"आभारी आहे इन्स्पेक्टर ब्लाँदो, पण मला तंबाखूचं व्यसन नाही."

"असं दिसतंय खरं! चला, पण तुम्हाला इतर गोष्टी तरी आवडतात म्हणायच्या, दारू... बायका... अगदी तत्त्वज्ञानसुद्धा!"

ब्लाँदो किंचितस हसला आणि गोल्वाझ फिल्टर सिगारेट शिलगावत त्याच्या समोर बसला. बूशीने ब्लाँदोच्या उजव्या खांद्यामागे उभी रहिली, त्यामुळे तो तिसरा माणूस नीट दिसत नव्हता.

"काळजी करू नका. ज्या माणसाला आपली व्यसनं आवडतात, तो फ्रेंच माणसालाही आवडतो."

"मला वाटतं, मी काय केलं आहे आणि मला इथे का बंदी बनवलं आहे, हे मला कळण्याची मी आशाच सोडलेली बरी. फक्त मला एक सांगा की, मी इथे आहे, हे आमच्या ब्रिटिश वकिलातीला माहीत आहे का?"

ब्लाँदोनी धूर सोडला आणि शर्टाच्या बाहीवरची राख झटकली. ब्लाँदो आणि बूशीने किती गचाळ वेषभूषा करत होते, ते परत सॅम्युएलच्या लक्षात आलं. आता सॅम्युएलच्या समजुतीप्रमाणे ते जर गुप्तचर विभागातले अधिकारी असले असते, तर त्यांनी आपल्या पेशाच्या मानाने फारच गबाळी वेषभूषा केली होती. निदान पॅरिसमध्ये हे अपेक्षित नव्हतं.

"असं बघा मि. स्पेन्डलव्ह, आपल्याकडे भरपूर वेळ आहे. अगदी लागेल तितका. पण एक लक्षात ठेवा, आपण जरी जगाच्या अंतापर्यंत इथे बसलो, तरीही तुम्हाला एकही प्रश्न विचारण्याची संधी मिळणार नाही."

ब्लाँदो टेबलापाशी गेला आणि त्याने एक धातूची वस्तू त्यावर ठेवली. ती हातकडी होती. मग आपल्या खिशात काहीतरी शोधायचा नाटकी आविर्भाव करून त्याने तिरकस नजरेने सॅम्युएलकडे पाहत त्याची प्रतिक्रिया आजमावली. नंतर त्याने खिशातून एक लांब वायर काढली आणि ती सॅम्युएलला दिसत असल्याची खात्री करून घेतली.

"तू एखादी मोटार चालू करणार आहेस की काय?" हातातील इलेक्ट्रिक वायर आणि इतर सामान बघून सॅम्युएलने आपल्या मनातली भीती लपवत विनोद करण्याचा प्रयत्न केला. पोलीसबाबूने नकारार्थी मान हलवली आणि खिशातून एक लांबलचक, पण बारीकशी हातोडी काढत टेबलावर ठेवली. हातोडीच्या लोखंडी भागाला दोन्ही बाजूला टोकं केलेली होती आणि ती फार धारदार होती.

"तर मग आपण आता कुठून सुरुवात करू या? आपल्याला भरपूर विषयांवर बोलायचं आहे."

ब्लाँदो पुढे जात सॅम्युएलपाशी जाऊन उभा राहिला. त्याच्या हातात आत्तातरी

काही नव्हतं, पण तो ज्या तऱ्हेने हातांची हालचाल करत होता, त्यावरून त्याचा काहीतरी आक्रमक चाल करण्याचा विचार असावा, असंच वाटत होतं.

"तुझे कॅथरिन डे बरोबर काय संबंध होते?"

"मी तुम्हाला मागेच सांगितलं आहे की, आमचे वरवरचे व्यावसायिक संबंध होते."

"जास्त काही नाही? तू तिला कधी स्पर्शही केला नाहीस?"

ब्लाँदो आता टेबलावरच्या त्या भयानक वस्तूंच्याकडे गेला आणि त्याने वळून सॅम्युएलकडे पाहिलं. मात्र परत आला तेव्हा त्याचे हात रिकामे होते.

"तसं म्हणजे एकदा मी तिचं चुंबन घेतलं होतं. मला वाटतं, तुम्हाला ते माहीत आहेच. तिच्याशी शेकहॅन्डपेक्षा एकदाच मी जास्त जवळीक केली. तीसुद्धा तुम्ही माझा हात शवागृहात तिच्या मांडीवर दाबलात तेव्हा."

"आपण हे सगळं दोन प्रकारे करू शकतो, मि. स्पेन्डलव्ह. सोप्या रितीने किंवा अवघड रितीने. तुम्हाला अवघड रितीचा नमुना बघायचा आहे का?"

सॅम्युएलने भेदरून टेबलावरच्या वस्तूंकडे पाहिलं. 'या गृहस्थाने नक्कीच यांचा या आधी वापर केला असला पाहिजे.'

"ठीक आहे, ठीक आहे. तुम्हाला माझ्याकडूनच ऐकायचं असेल, तर आम्ही एकदा शरीरसुख घेतलं होतं. ते दोघांच्या संमतीने झालं होतं आणि आम्ही कंडोम वापरलं होतं. झालं समाधान?"

"चला, म्हणजे आपण थोडी प्रगती केली म्हणायची. आता मला एक सांग की, बलात्कार किंवा खून करणारा आपली ओळख पटू नये म्हणून असली आवरणं वापरतात. खरं की नाही?"

"काय बोलताय तुम्ही? एका हाताने कंडोम चढवायचा आणि दुसऱ्या हाताने त्याच्या सूटू पाहणाऱ्या सावजाला सांभाळायचं? हे बघा इन्स्पेक्टर, काझच्या पर्समध्येच कंडोम होतं. पर्स तर एकदा तपासून बघा. तो कंडोम तिच्याकडे होता आणि तिनेच आपल्या हाताने तो चढवला. आपल्या सहकाऱ्याच्या संमतीने हे करणं हा गुन्हा ठरत नाही. यापेक्षा एखादं जास्त सयुक्तिक कारण हवं तुमच्याकडे मला इथे डांबून ठेवायला."

ब्लाँदो पटकन उठून सॅम्युएलच्याजवळ गेला आणि त्याने सॅम्युएलच्या चेहऱ्यावरून हात फिरवला. त्याच्या गालावर काहीतरी धारदार वस्तू लागली आणि भळाभळा रक्त वाहायला लागलं. बूशीनेने किंवा त्या तिसऱ्या माणसाने लक्षात येण्याजोगती काहीच हालचाल केली नाही.

सॅम्युएलला आता प्रचंड राग आला होता, पण तो आत्ता जर त्याच्या अंगावर धावून गेला असता, तर बाकीचे दोघं मध्ये पडण्याच्या आधीच त्याला ब्लाँदोने दोन

लावून दिले असते. पोलिसांना सॅम्युएलने अंगावर यायलाच हवं होता, पण त्यामुळे त्याचीच केस बिघडली असती. त्याने संयम पाळायचं ठरवलं आणि आपल्या गालावरच्या जखमेला तो चाचपायला लागला.

ब्लाँदो किंचित हसला आणि त्याने एक मातकट रुमाल त्याच्या दिशेने भिरकावला.

"छान! छान! एका भिकार उत्तरानंतर बरा वागलास. एक लक्षात ठेव, मी हे संभाषण घडवून आणतो आहे. तू फक्त विचारलेल्या प्रश्नांची उत्तर द्यायचीस. त्यावर आपली मतं मांडायची नाहीत. समजलं? असो." ब्लाँदोने बूशीने आणि त्या दुसऱ्या माणसाकडे पाहिलं. "सध्या आपण हा विषय इथेच थांबवू. त्या डी. तुंग्लीची काय भानगड आहे?"

"तुंग्ली?"

"तुझे त्याच्याबरोबर कसे संबंध होते? आता परत मला माझा संयम सोडायला लावू नकोस. समजलं?"

"तुम्ही आता तुमची माहिती मिळवली आहेच. माझे आणि तुंग्लीचे संबंध वरवरचे आणि व्यावसायिक होते."

"वा! तुझे बऱ्याच जणांशी वरवरचे संबंध आहेत."

"अर्थात! व्यवसायात असंच असतं. कधीतरीच संबंध येतो."

"शेवटचं तू केव्हा बोलला होतास?"

"आं...! काही दिवसांपूर्वीच." अर्थात आता त्याला काही वर्ष झाल्यासारखं वाटत होतं. "आमच्या रजिस्टरमध्ये त्याची नोंद असेल."

"शिवाय वर्तमानपत्रातही छापून आलेलं आहेच. अर्थात, प्रसारमाध्यमांचाही तू फार लाडका आहेस."

सॅम्युएल जे बोलत होता ते कोणी लिहून घेत नव्हतं, हे त्याच्या लक्षात आलं. अर्थात त्या खोलीत काही मायक्रोफोन वगैरे बसवले असल्याची शक्यता दाट होती. मात्र रीतसर पुरावा नोंदवून घेण्यातली टाळाटाळ धोकादायक होती. याचाच अर्थ आपण याचं आपल्याला वाटेल ते करू शकतो, अस त्यांना वाटत असावं.

"तू केलेले सगळे व्यवहार तुझ्याच ओळखपत्राच्या साहाय्याने केलेस ना?"

"बरोब्बर!"

"अस्सं!" हातातलं थोटूक जमिनीवर फेकून ब्लाँदोने ते पायाने विझवलं.

आता गालावरची जखम ठणकायला लागली होती.

"मग मला हे समजावून सांग की, कॅथरिन डेने ती कामावर आलेली नसताना तुंग्लीबरोबर अनेक व्यवहार केले आणि तू मात्र तेव्हा कामावर हजर होतास?"

"मी नाही सांगू शकणार. मी काही हजेरी ठेवणारा किंवा कॉम्प्युटरविषयक

बाबींचा तज्ज्ञ नाही. ते तुम्हाला रोपनर बँकेलाच विचारायला पाहिजे, तेच सांगू शकतील.''

''त्यांचा खुलासा मान्य होण्यासारखा नाही. तिने तुझ्या कॉम्प्युटरचा वापर करून अनेक व्यवहार केले असले पाहिजेत. त्यातला एक तर नक्कीच झालेला होता, कारण तेव्हा ती मेलेली होती. हे फार अजब आहे, हे तुलाही पटेल.''

सॅम्युएलने डोळे मिचकावले.

''आणखीन एक क्युल-द-साक. तो कोण होता, काय होता ते माहीत नाही, पण त्याच्या मानेभोवती आता फास आवळत चालल्याची त्याला जाणीव झाली होती.''

''माझ्याकडे याला काही उत्तर नाही. तुम्ही तशी अपेक्षाही कशी करता? काझने तुंग्लीशी केलेल्या व्यवहाराचा हा पहिला किस्सा मी ऐकतोय. या सगळ्या प्रकाराशी माझा काहीच संबंध नाही, हे तुमच्या लक्षात कसं येत नाही?''

सॅम्युएल आता अस्वस्थपणे उभा राहिला आणि एक पाऊल पुढे टाकत त्याने आवाज चढवला. मागचा अनोळखी माणूस किंचित पुढे सरसावला, तेव्हा सॅम्युएल परत खाली बसला.

ब्लाँदो क्षणभर थांबला आणि सॅम्युएलला म्हणाला, ''लफडेबाज दलाल म्हणजे काय, ते तरी तुला नक्की माहीत असेलच. हे वाक्य अकार्यक्षम मॅनेजर्स त्यांचा निष्काळजीपणा आणि अकार्यक्षमता लपवण्यासाठी वापरतात. एखादी गोष्ट चुकली, तर ती व्यवस्थापनाच्या भोंगळपणामुळे नसून एखाद्या कर्मचाऱ्याच्या वेडेपणामुळे, असं म्हणायची पद्धत आहे. एक अब्ज डॉलर्सचा हिशोब लागत नाही आणि तरीही ही गोष्ट व्यवस्थापनाच्या लक्षात येत नाही?''

''काय? एक अब्ज?''

''मी नुसतं उदाहरण देत होतो.'' खरंच नुसतं उदाहरणच होतं का? त्याला तर या घटकेला एकापेक्षा अधिक अशी उदाहरणं माहीत होती की, जिथे प्रचंड स्वरूपात झालेला घोटाळा असताना त्या संस्थेच्या व्यवस्थापनाने फक्त एखाद्या कर्मचाऱ्यावर त्याचं खापर फोडून आपली सोडवणूक करून घेतली होती.

''तू आत्ता इथे आहेस, हे तुझं नशीब समज.'' ब्लाँदो वळून पाठमोरा होत म्हणाला.

''खरंच सांगताय की काय?'' आपल्या जखमी गालाकडे हात नेत सॅम्युएल म्हणाला.

ब्लाँदोने एक सायंकालीन वर्तमानपत्र त्याच्या दिशेने फेकलं. फ्रान्स-स्वारच्या त्या अंकावर एक भडक मथळा छापला होता.

बांडगूळ

मथळ्याखाली सॅम्युएलचं छायाचित्र छापलेलं होतं. त्यांच्या मते तो नुसताच आर्थिक क्षेत्रात वावरणारा कोल्हा नव्हता, तर एक भयानक प्रवृत्तीचा पत्रकारही होता. सॅम्युएलवर टीकेचे असूड ओढताना संपादकाने अशी गर्जना केली होती की, त्याच्या शेअर बाजारातल्या कृत्यामुळे देशाची सुरक्षा धोक्यात आली होती. जागतिक तेल बाजारातल्या घोटाळ्याला जणूकाही तो एकटाच जबाबदार होता, कारण खानच्या नावाचा कुठेही साधा उल्लेखही नव्हता. वर्तमानपत्राने तेल बाजारात सट्टा खेळून चाललेल्या नफेखोरीला आणि सॅम्युएलला दोघांनाही दोषी ठरवलं होतं. याच लेखाच्या डाव्या बाजूला घुसवलेल्या एका चौकटीत काही भडक बातम्या दिल्या होत्या – टुलुमधल्या सराफांची दुकानं फोडून सोनं पळवलं. आपलं पार दिवाळं वाजलं, या कल्पनेने भेदरलेल्या एका वृद्धेने आत्महत्या केली. हे सगळं सॅम्युएलसारख्यांच्या सट्टेबाजीमुळे घडत होतं, असा बातमीचा सूर होता.

"मी तुला जर आत्ता रस्त्यावर सोडला, तर चिडलेल्या लोकांचा जमाव तुला फाडून खाईल. इथे जे काही तुला भोगावं लागेल, ते निदान रास्त कारणासाठी असेल."

"म्हणजे माझ्यापुढे आता दोनच पर्याय आहेत – पिसाळलेली जनता किंवा अधिकृत मारेकरी."

"कदाचित, या दोन्हीपैकी काहीच नाही. तू जर तुझ्या सर्व कृत्यांचा पाढा वाचून दाखवलास आणि कबुली दिलीस, तर कदाचित काही आशा आहे."

आपण आता खोल गर्तेत लोटले जात आहोत, असं सॅम्युएलला वाटायला लागलं. त्यांना हव्या असलेल्या कुठल्याच प्रश्नांची तो समाधानकारक उत्तरं देऊ शकणार नव्हता; त्याचे काझबरोबर झालेले व्यवहार, तुंग्ली आणि बँकेचे ते संशयास्पद व्यवहार.

मग ब्लाँदोने बूशीनेला खूण केली. ती तत्काळ बाहेर गेली, पण काही क्षणातच परत आली. तिच्या हातात सॅम्युएलचा लॅपटॉप होता. तिने तो अलगदपणे टेबलावर ठेवला आणि चालू केला.

"तुला आलेल्या इ-मेल स्वीकारण्याची आम्ही स्वत:लाच परवानगी दिली." सॅम्युएलकडे पाहत ती मानभावीपणे म्हणाली. नंतर तिने इ-मेलचं खातं उघडलं. खानच्या आवाजात ते मेसेजेस होते. त्या दिवशी दुपारी ते दोन्ही मेसेजेस आलेले होते. पहिला मेसेज वाचताना खानचा आवाज घुमायला लागला होता.

"हार्दिक सदिच्छा! काही जास्तीची करमणूक न होताच वेळ वाया चालला आहे. पण मला भीती वाटते की, आपल्या छोट्याशा जगात आता पोलिसांचं

आगमन झालं आहे, तेव्हा आता खेळ जास्त रंगणार आणि मजा येणार. मला वाटतं, तू मला फोन करावास. तुझा स्नेहांकित, खान.''

दुसरा मेसेज काही मिनिटानंतर पाठवला होता. आवाज खानसारखाच असला, तरी मजकूर फारच वेगळा होता.

''तू इथे का आला आहेस, हे लक्षात ठेव. काम चालू ठेव.''

आवाज एकाएकी थांबला, पण बोलणारा गेला नव्हता.

''हा दुसरा निरोप कोणी पाठवला?''

कोपऱ्यात बसलेल्या त्या तिसऱ्या इसमाने पहिल्यांदा तोंड उघडलं होतं. सॅम्युएलकडे न बघताच तो कोपऱ्यातून बोलत होता.

''मला माहीत नाही.''

''खात्रीने सांगतो आहेस?''

''खात्रीने.''

''मग हे कोणी पाठवले?''

यापूर्वी आलेल्या अनामिकाच्या मेसेजेसच्या छापील प्रती ब्लाँदोकडे होत्या.

''अच्छा, म्हणजे बँकेच्या कॉम्प्युटर विभागाशी तुम्ही संधान बांधलेलं दिसतंय. मग तुम्हाला उत्तर माहीत असायला हवं. मी तुम्हाला याआधीच सांगितलं आहे, मला माहीत नाही. मी कॉम्प्युटर विभागाला हेच विचारलं, तेव्हा स्वित्झर्लंडमधल्या विश्रांतीगृहात आराम करत असलेल्या कोणीतरी हे पाठवलेले आहेत, असं मला सांगण्यात आलं.''

नंतर खोलीत काही काळ शांतता पसरली.

शेवटी ब्लाँदो म्हणाला, ''तुझ्या एक गोष्ट लक्षात येते आहे का? तुझी माहिती फार अपुरी आहे आणि तिचा फारसा उपयोगही नाही. तुला इथे खूप वेळ घालवावा लागणार असं दिसतंय आणि तोही त्रासदायकरीत्या.'' तो उठून चालायला लागला, तेव्हा बूशीनेही त्याच्यामागे गेली.

तो तिसरा इसम बाहेर गेला नाही. आपल्या जाड भिंगाच्या चष्म्यातून तो सॅम्युएलकडे रोखून पाहत होता. सॅम्युएलनेही त्याच्या नजरेला नजर भिडवली. निदान हा काही बोलेल किंवा तो कोण आहे, हे आपल्याला समजेल, असं त्याला वाटलं.

तो काहीच बोलला नाही, पण टेबलापाशी गेला आणि सॅम्युएलचा लॅपटॉप त्याने खाकेत धरला. दुसऱ्या हाताने सॅम्युएलच्या डोक्याच्या बाजूला त्याने एक जोराचा तडाखा दिला. त्याच्या हातात काहीतरी वस्तू असावी, असं सॅम्युएलच्या लक्षात आलं. सॅम्युएल बेशुद्ध होऊन जमिनीवर कोसळण्याआधीच तो इसम खोलीच्या बाहेर गेलेला होता.

तो शुद्धीवर आला तेव्हा त्याच्याभोवती सर्व खोली फिरत होती. सुरुवातीला त्याला वाटलं की, डोकं दुखत असल्यामुळे कदाचित खोली फिरत असल्याचा भास होत असावा. पण ती खोली खरंच फिरत होती. वस्तुस्थिती अशी होती की, तो ज्या प्रशस्त पलंगावर आरामात पडलेला होता, तो हलकेच गोल गोल फिरत होता.

त्याने हलकेच डोकं उचलून पाहिलं. अगदी मामुली प्रमाणात दुखत होतं, पण फार नाही. आजूबाजूला पाहिलं, तेव्हा खरंच एका पाण्याने भरलेल्या आणि गोल फिरणाऱ्या गादीवर तो झोपला असल्याचं त्याच्या लक्षात आलं. सभोवतालच्या मोठमोठ्या खिडक्यांतून सबंध पॅरिस शहर खाली पसरल्यासारखं वाटत होतं. आता त्याचं डोकं गरगरत नव्हतं, पण मन मात्र चक्रावलं होतं. 'आपण नक्की कुठे आहोत? आणि का?'

नंतर तो कुठे होता, ते त्याच्या लक्षात आल्यासारखं त्याला वाटलं, पण ते केवळ अशक्य होतं. हा सभोवतालचा देखावा त्याच्या ओळखीचा होता. नक्कीच हे...

"ऑरेंज ज्युस?"

सिल्कचा नाइट गाउन घातलेला घराचा मालक गोल जिन्यावरून चढत वर येत होता. त्याच्या हातातल्या ट्रेमध्ये दोन उंच ग्लास होते आणि शेजारच्या मगमध्ये संत्र्याचा ताजा रस होता. समोरच्या व्यक्तीला पाहून सॅम्युएल धाडकन पलंगावर कोसळला.

"खान!" तो जवळपास किंचाळलाच. अर्थात तो नक्की खानच होता ना, ही खात्री त्याला करून घ्यायची होती.

"शांत पडून राहा सॅम्युएल. त्रागा करणं तुझ्यासाठी हिताचं नाही. समोरचं दृश्य पाहत बस. तुला पाहिजे असेल तेव्हा खात-पीत जा. ही मोरोक्कन संत्री आहेत. आकाराने लहान आणि फार कमी रस असतो याच्यात, पण याला किंचित कॅरॅमलचा स्वाद आहे, त्यामुळे रस काढण्यासाठी घेतलेले श्रम वाया जात नाहीत."

सॅम्युएलने हातात ग्लास घेतला. ते मातकट पिवळसर पेय खरोखरीच चविष्ट होतं.

"मला नतद्रष्टपणा करायचा नाही खान, पण हा पलंग आता फिरता ठेवू नकोस. मला काही उमगतंच नाही याच्या फिरण्यामुळे."

"अर्थातच. मी तरी काय वेडा आहे!"

खानने पटकन भिंतीवरचं बटण बंद केलं.

त्याच्या सिल्क गाउनमध्ये तो एखाद्या किरकोळ नोकरासारखा वाटत होता. खान परत पलंगावर पटकन उडी मारून बसला. 'आपल्याकडे हा काही वेगळ्या नजरेने पाहत नाही ना?' अशी सॅम्युएलला पहिल्यांदा शंका आली.

सॅम्युएलने ज्युसचा परत एक घोट घेतला.

"मी तर अंधारकोठडीत परत शुद्धीत येण्याची अपेक्षा करत होतो. आणि हा तर सुखद धक्काच आहे!"

खान किंचितसं हसला आणि ट्रेमधला मग घेण्यासाठी वाकला.

"माझ्या मते तू एक-दोन जणांना नक्कीच दुखावलेलं असणार. त्यांच्या चमच्यांनी जरा इंगा दाखवण्याचा प्रयत्न केला असला पाहिजे."

"कोण आहेत ते? नक्कीच हे नेहमीचे पोलीस नाहीत."

सॅम्युएलनी विचारलं आणि वर छताकडे नजर लावली. तिथे आरसे अथवा इतर काही शृंगाराची साधनं त्याला दिसली नाहीत. 'अर्थात तो खान आहे. त्याचं काही सांगता येत नाही. एक बटन दाबलं की, सगळं दृश्यही पालटेल.'

"त्यापेक्षाही वेगळं प्रकरण आहे. हे प्रकरण इतकं गंभीर असेल, याची मला आधी जाणीव झाली नाही. पण माझ्या जेव्हा हे लक्षात आलं की, तू आता काही अशा लोकांच्या ताब्यात आहेस - काय म्हणतात त्यांना? सनदी नोकरच म्हणतात, मला वाटतं."

"सरकारी नोकरशहा?"

"ते स्वत:ला पोलीस असं म्हणवतात, पण त्यांची ओळखपत्र जर तू तपासलीस, तर ते अशा एका विभागाचे आहेत की, जेव्हा अल्जेरिया एक फ्रेंच वसाहत होती आणि त्या लोकांच्या हातात फार वेगळे अधिकार होते. आता ती वसाहत उरलेली नाही, पण ते पोलीस दल आणि ती सरकारी नोकरशाही मागे उरलेलीच आहे. सरकारी बाबूंच्या दृष्टीने ही फार मोठी सोयीस्कर गोष्ट आहे सॅम्युएल. हातात एक रिकामा खोका आहे. त्यात हवं ते भरा. एक पेटी घ्या, त्यात अडचणीच्या गोष्टी द्या कोंबून."

"म्हणजे अर्थातच मीच. अडचणीचा."

सॅम्युएल आता आपल्या पायजम्यावरच्या के अक्षराला कुरवाळत होता. त्याला दिलेलं गुंगीचं औषध आता कदाचित कमी परिणाम करायला लागलं होतं, त्यामुळे त्याला आधीसारखं हलकंफुलकं वाटत नव्हतं.

"अगदी बरोब्बर! लोकांना उचकवायची कला तुला चांगलीच अवगत असली पाहिजे. एक धूर्त पत्रकार ज्याने लोकांची साठवलेली पूंजी लुबाडली आणि जो लबाड, अपहरणकर्ता, मारेकरी आहे त्याचा ते गचाळ पद्धतीने पोशाख केलेलं ब्लाँदो नावाचं अस्वल फार तिरस्कार करतं. शिवाय तू रस्त्यावर एकटा गेलास, तर सगळा जमाव तुझ्यावर तुटून पडेल."

"अरे देवा!" सॅम्युएलचं डोकं आता परत ठणकायला लागलं.

"पण तुझे काही मित्रही आहेत. पात्रीस गूरदाँला तू आवडतोस आणि मीसुद्धा

अजून आशा सोडलेली नाही. निदान अजूनतरी.''

शेवटचा शब्द त्याने तिरक्या नजरेने पाहत उच्चारला होता.

''मी तुझं काय घोडं मारलं आहे खान?''

''तुला ही यादी त्या गोष्टीच्या महत्त्वानुसार ऐकायची आहे का मुळाक्षराप्रमाणे?'' आता त्याच्या माजी साहेबाचा आवाज चढला होता. ''मी ज्या प्रकारे माझा व्यवसाय करतो, त्याच्यात तू प्रचंड गोंधळ केला आहेस. त्याला इतकी प्रसिद्धी मिळवून दिलीस की, बँकेला आता काळजी वाटायला लागली आहे. ते आपल्या व्यवहारात फार गुप्तता पाळतात, हे तुला सांगायला नको.''

''अरे देवा, हे फार भयानक आहे. मला माफ कर.'' काही वेळानंतर वर पाहत तो म्हणाला. ''गूरदाँने मला त्या जागेतून बाहेर काढलं की काय?''

''तू कुठे आहेस हे त्याने शोधून काढलं. तुला खरं म्हणजे मीच बाहेर काढलं. आमच्यापाशी जो काही वशिला होता त्याचा पुरेपूर वापर करायला लागला. तू नक्कीच कोणाचंतरी वैर पत्करलं आहेस सॅम्युएल. त्या ब्लाँदो आणि त्याच्या चमच्यांनी जर हे सिद्ध केलं असतं की, तू काझचं सोंग घेऊन तुंग्लीशी व्यवहार करत होतास, तर मग मला काही मदत करता आली नसती. तुंग्लीला धोका होता, हे मी तुला मागेच बोललो होतो, हो की नाही?''

सॅम्युएलने शुंभासारखी मान डोलावली. जेव्हा केव्हा त्याचा फोन यायचा, तेव्हा खानचं तोंड वाकडं व्हायचं, हे त्याला आठवलं.

''पण ते अल्जेरियन पोलीस एक महत्त्वाची गोष्ट विसरले.''

''ती कोणती?''

''ते तुझ्याच गैरकृत्यांची यादी वाचत राहिले, पण ती फारशी मनाला न पटणारी गोष्ट होती.''

सॅम्युएल आता खरं काय ते ऐकायला अधीर झाला होता.

''त्यांच्याकडे तू काझच्या नावाने फार पूर्वीपासून केलेल्या गैर व्यवहारांचे पुरावे होते. तू सातत्याने पाळलेली गुप्तता लक्ष वेधून घेणारी होती. फरक एका गोष्टीचा होता.''

खान परत एकदा खिडकीपाशी जाऊन समोरच्या दृश्याचा आनंद घ्यायला लागला.

''त्यांचा आरोप होता की, तुंग्लीच्या भानगडींचे व्यवहार तू काझच्या नावाने करत होतास; पण फ्रँकफर्टच्या खात्यात बराचसा पैसा कधी भरला गेलाच नाही, तर तो कुठे दुसरीकडेच वळवला गेला. सगळाच घोळ दिसत होता. फार फार तर आपण असं म्हणू शकतो की, तुंग्लीने आपल्या जिवाने त्या श्रीमंतीची किंमत मोजली. पण तू हे सगळं करत होतास, हे त्यांचं विधान साफ कोसळून पडलं,

जेव्हा असं लक्षात आलं की, तू पहिले काही व्यवहार घडले, तेव्हा रोपनरमध्ये कामही करत नव्हतास. अर्थातच त्यांना तुला सोडून देणं भाग होतं. त्यासाठी परत एकदा जामीन लागला, याची नोंद असावी.''

सॅम्युएलचं डोकं आता परत दुखायला लागलं होतं. त्याला तहानही लागली होती आणि खानच्या गोड गोड बोलण्यानी तो कंटाळला होता.

''म्हणजे मी आता या प्रकरणातून सुटलो की काय? आता चौकशीची भानगड मिटली म्हणायची.''

''मला नाही तसं वाटत. त्यांना अजूनही तुझ्यामध्ये फार रस आहे. त्यांच्या मते काझच्या शरीरावरचे तुझ्या बोटांचे ठसे तुला अडकवू शकतात.''

''पण तो तर फालतूपणा आहे.''

''मला माहीत आहे, पण तसं कोर्टात सिद्ध करायला लागेल. शिवाय तुमच्या दोघांत प्रेमाचे चाळेही झाले होते.''

सॅम्युएल लाजून लालसर झाला.

''तसं करणं म्हणजे काही गुन्हा नाही खान. तो नक्कीच गुन्हा नाही. तिनेच माझी निवड केली होती.''

''ते सगळं खरं आहे. सध्या त्यांच्या हातात एक आर्थिक भानगड आहे, पण ती सिद्ध करणं फारच अवघड आहे. दुसरं म्हणजे एक शवविच्छेदनाचा अहवाल आहे, पण तो बनावट वाटतो. तू तिच्याबरोबर झोपलास हे कबूल करून फार मोठी चूक केलीस तू. ते तुझ्या विरोधात जाईल. बहुतेक वेळा प्रेमीच मग मारेकरी बनतो. तुझ्या वकिलापासून तुला दूर करणं त्यांना महागात पडेल. पात्रीसने त्याचं मोठं भांडवल केलं. पण ते अजूनही तुझ्यावर बारीक लक्ष ठेवतील, यात काही नवल नाही.''

''त्यांच्याकडे माझा पासपोर्ट आहे, तेव्हा मी फ्रान्स तर सोडून जाऊ शकत नाही, पण इथली बाबूशाही असा विचार करत नाही. साक्षी, पुरावे आणि व्यावहारिकपणा याला किंमत नाही. कागदपत्रं आणि पैशाची हमी, यालाच महत्त्व आहे. म्हणूनच मला अर्धा मिलियन डॉलर्सची हमी द्यायला लागली आणि एका जामीनपत्रावर सही करावी लागली की, हा गृहस्थ देश सोडून जाणार नाही आणि याचं सर्वसाधारणपणे वर्तन चांगलं असेल.''

''मी त्याबद्दल तुझा शतशः आभारी आहे. पण मी आता काय करायला हवं? पुढच्या कोणी सोम्यागोम्याने परत माझं डोकं फोडण्याची वाट बघायला हवी का?''

''नको सॅम्युएल, तसं काही करायची गरज नाही. हे सगळं प्रकरण निस्तरेपर्यंत माझ्या आसपास राहा म्हणजे झालं. काही गंमतीशीर गोष्टी घडायच्या आहेत आणि

तुझी मदत तेव्हा उपयोगी ठरेल आणि आता तू रोपनरमध्ये काम करत नसल्यामुळे तर जास्तीच मदत होईल. फक्त माझ्या जवळपास राहा पोरा! माझं अजून बाजारातलं काम उरकलेलं नाही.''

टीव्हीच्या वार्ताहराच्या आवाजाने त्याच्या स्वप्नात विघ्न आणलं. स्वत:ला विशेष काहीतरी समजणाऱ्या त्या व्यक्तीचा तो अनुनासिक आवाज त्याने लगेचच ओळखला. खानने शयनगृहात लावलेल्या लहान टीव्हीच्या स्पीकर्समधून तो आवाज येताच तो भानावर आला. हा वार्ताहर रोपनर बँकेत मुळात अस्तित्वात नसलेल्या गोष्टीचं वार्तांकन करायला आला होता. सॅम्युएलने डोळे चोळून त्याच्याकडे पाहिलं. दुपारची वेळ टळून आता संध्याकाळ झाली होती. खालच्या रस्त्यावरच्या दुकानांच्या जाहिरातीच्या दिव्यांचा प्रकाश सॅम्युएलच्या खोलीतील छतावर नानाविध आकृत्या सादर करत होता. बराच वेळ झोप झाल्यासारखं वाटल्यामुळे त्याला आता तरतरीत वाटत होतं आणि हुशारी आली होती. रोपनर बँकेच्या फ्रँकफर्टच्या शाखेला झालेल्या नुकसानाची चर्चा वार्ताहर टीव्हीवर करत होता. हे नुकसान कसं झालं, हे नक्की सांगता येत नाही, असंही सांगायला तो विसरला नव्हता. बँकेच्या ताळेबंदाला पडलेल्या या भयानक खिंडाराचा आणि अमेरिकन नागरिक असलेल्या तुंग्लीच्या मृत्यूचा काही परस्परसंबंध आहे का, याचा तपास चालू असल्याची माहितीही त्या वार्ताहराने पुरवली. ही आणखीन एक थाप होती. ह्या वार्ताहराचं वार्तांकन वस्तुस्थितीपेक्षा अंदाजावरच जास्त आधारलेलं होतं.

धास्तावलेल्या नागरिकांनी मग जीवनावश्यक वस्तू खरेदी करण्यासाठी सर्व युरोपात एकच झुंबड उडवली. अचानक बाजारातून साखर गायब झाली. जे काही मिळेल, ते घेण्यासाठी लोक धावत होते. पूर्वी कम्युनिस्ट राजवट असलेल्या देशात तर फारच वाईट परिस्थिती होती. प्राग आणि ब्राटिसलाव्हामध्ये पाव मिळवण्यासाठी दंगली उसळल्या होत्या. त्या मानाने सधन समजल्या जाणाऱ्या बुडापेस्टमध्येही लूटमारीच्या घटना घडत होत्या. बाल्कन प्रदेश परत एकदा कोलमडण्याच्या स्थितीत होते, तर दूरवर असलेल्या फिनलंडमध्ये तातडीची संचारबंदी लागू करण्यात आली होती.

सॅम्युएलने जांभई दिली आणि रिमोटच्या साहाय्याने टीव्ही बंद केला. हे सगळं भयानक होतं, हे नक्कीच. त्या मानाने पॅरिसमधलं आयुष्य सुसह्यच होतं.

तो उठला. फ्लॅट रिकामा होता, हे त्याला ते जाणवत होतं. सॅम्युएल हताशपणे हसला. त्याला रिकामपण जाणवत होतं, हे मात्र खरं.

अंघोळ केल्यावर त्याने त्याच्यासाठी ठेवलेल्या कपड्याच्या गठ्ठ्यातून आवडीचे कपडे निवडले आणि घातले. नंतर त्याने स्वत:साठी एक ऑम्लेट बनवलं, लाल

वाइनचा ग्लास भरला आणि सभोवारचं दृश्य बघत तो ऑम्लेट खाऊ लागला.

जेवण झाल्यावर तो खाली रस्त्यावरची वर्दळ आणि गोंगाट पाहत बसला. खान कुठेतरी बाहेर गेला होता. सॅम्युएलने प्लेट आणि काटा चमचा धुवून ठेवला आणि तो खानच्या फ्लॅटचं निरीक्षण करायला लागला. खानने त्याला त्याच्या जवळच राहण्याची केलेली सूचना रास्तच होती, पण मुळात खान कुठे होता?

सॅम्युएल फ्लॅटच्या कडेकडेने फिरत होता. मधूनच तो एखाद्या गोष्टीला स्पर्श करून बघत होता. उच्च प्रतिच्या सागवानाचं टेबल, गुळगुळीत पांढऱ्या संगमरवरी गोट्यांनी सजवलेली शेकोटीची जागा, नक्षीदार लहानसे घुमट आणि अनेक कलाकुसरीच्या वस्तूंनी त्याचा फ्लॅट सजवलेला होता.

एका कपाटाचं दार किंचित उघडं होतं. त्यात डोकावून पाहिलं असता खानच्या आवडीच्या वस्तूंच्या भांडाराची झलक बघायला मिळाली. सॅम्युएल दूर जाऊन बसला. ह्या गृहस्थाने त्याला त्या अल्जेरियन गुंडांपासून, पोलिसांपासून वाचवलं होतं. तो आता त्याचा यजमान होता आणि आदरातिथ्याचा कायदा हे सांगत होता की, पाहुण्यांनी फार सावधपणे आणि सदाचाराने राहायला हवं होतं. तरीही, तरी...

तो परत त्या कपाटापर्यंत गेला आणि दूर झाला. त्याच्यावर अनेक कॅमेरे रोखलेले असतील, याची त्याला कल्पना होती. पण त्याने काय फरक पडला असता? तो काही खानची खाजगी कागदपत्रं चाळून बघणार नव्हता. जगातल्या श्रीमंतांपैकी एका अशा चोखंदळ धनिकाच्या कलात्मक वस्तूंचं निरीक्षण करून त्या धनिकाच्या रसिकतेची तो तारीफ करणार होता. 'हा किंचितसा उघडा असलेला दरवाजा पूर्ण उघडला, तर काही विश्वासघातकी कृत्य ठरेल का? नाही. अजिबात नाही. ते तर यजमानाची स्तुती करणारं कृत्य ठरेल.' शिवाय सॅम्युएलचं स्वत:विषयी काही कर्तव्य होतंच ना! खान त्याच्याशी प्रत्येक गोष्टीत औदार्याने वागला होता, फक्त एक महत्त्वाची गोष्ट सोडून. सत्य सांगण्याच्या बाबतीत मात्र तो कंजूषपणे वागत होता. खरं काय होतं हे समजण्यासाठी, जे काही करायला पाहिजे होतं, ते त्याला करायलाच पाहिजे होतं.

सॅम्युएल परत कपाटापाशी गेला आणि त्याने ते दार सताड उघडलं. त्याने एक लहान, संत्र्याच्या आकाराची वस्तू बाहेर काढली आणि त्याला किंचित हसू आलं. ती एक - फाबेर्ज - रत्नजडित अंड्याच्या आकाराची वस्तू होती आणि इतकी कलात्मकरित्या सजवलेली होती की, ती पाहून एखादा खानदानी कलाकारही खूश झाला असता. त्याने ते एका कॉफी टेबलावर ठेवलं. 'या खानचं एक वैशिष्ट्य म्हणावं लागेल. सुमार दर्जाच्या कलाकृती, कागदाच्या लगद्यापासून केलेल्या वस्तू असल्या गोष्टी हा बाहेर मांडतो आणि खऱ्या उत्तम दर्जाच्या वस्तू मात्र कपाटात

दडवून ठेवतो.’

कपाटात डाव्या बाजूला अनेक लहान लहान आकर्षक वस्तू होत्या. एक गुळगुळीत आणि गार वस्तू हाताला लागली. ती त्याने बाहेर काढली. ती पाहताच नकळत त्याच्या तोंडातून हलकेच शिट्टी वाजली. सेल्टिक बुद्धिबळाचं प्यादं! आइल ऑफ लेविस या अमूल्य संग्रहातलं किंवा तसल्याच भारी संग्रहापैकी एक. त्या करड्या आकृतीकडे त्याने निरखून पाहिलं. ते प्यादं होतं. त्या सैनिकाला वॉलरसप्रमाणे उतरत्या मिशा होत्या आणि त्याच्या चेहऱ्यावर मजेशीर दु:खी भाव होता. सॅम्युएलला त्या प्याद्याशी विचित्र जवळीक वाटायला लागली. ‘खान कधी हा खेळ खेळला असेल का? का उगीचच हा खजिना साठवला आहे? म्हणजे तो सोडला तर कोणालाच त्याचा आनंद मिळणार नव्हता. कपाटाच्या बाजूला एक बटण होतं. ते सॅम्युएलने दाबलं आणि त्याच्या तोंडातून दबलेला आवाज आला. एका काचेच्या फ्रेममागे एक चित्र होतं आणि ते या अंधाऱ्या खोलीत चमकत होतं. हे नक्कीच सेझाने होतं. अचंबित करणारी ती कलाकृती म्हणजे जातिवंत संग्राहकाची खूण होती.

नंतर त्याने जी वस्तू पाहिली, ती पाहून त्याचं डोकं गरगरायला लागलं; मन सैरभैर झालं. सॅम्युएलने त्याला हात लावला, पण ती वस्तू बाहेर काढायला तो धजावला नाही. त्याने परत एकदा त्या वस्तूकडे निरखून पाहत आपली काही चूक होत नाही ना, याची खात्री केली. तो जे काही पाहत होता, त्यात काही गफलत व्हायला नको, हाच एकमेव उद्देश, परत परत पाहण्यामागे होता. नक्की, काहीच चूक होत नव्हती. त्याला जे आहे असं वाटत होतं, तेच तिथे होतं.

आता एकाएकी ते सेझाने कमी महत्त्वाचं आणि आकर्षक वाटायला लागलं होतं. सॅम्युएलने कपाटातलं लाइटचं बटण बंद केलं, ते रत्नजडित अंडं परत जागेवर ठेवलं आणि सोफ्यावर येऊन बसला. त्याच्याकडे कॅमेरे रोखले होते का? ही केवळ एक परीक्षा होती का? खानला त्याला काही सुचवायचं तर नसेल? बाहेर अंधार पडला असताना सॅम्युएलचं हृदय आता धडधडायला लागलं होतं. मघाशी कपाटात पाहिलेली वस्तू त्याने पूर्वी पाहिलेली होती, अगदी जवळून. नि:संशयपणे, ते एका दबा धरून बसलेल्या धनुर्धारीचं लघुशिल्प होतं. ते त्याने याआधी पाहिलं होतं, ते बुर्देल म्युझियममध्ये आणि काझ डेच्या हातात!

फ्रँकफर्ट शहराच्या मध्यवर्ती भागातून एक मोठी काळी मर्सिडिझ भर पावसातून मार्ग काढत चालली होती. आर्थिक उलाढालीच्या विभागात असलेल्या वकिलातीचे दरवाजे त्या गाडीला पाहून उघडले आणि ती आत जाताच पटकन बंद झाले. गाडीत सोबत असलेल्या परराष्ट्र खात्यातल्या अधिकाऱ्याने जरी सविस्तर चर्चा करण्याचं आश्वासन दिलेलं होतं, तरी प्रत्यक्ष या प्रवासात तो गप्पच होता. तेव्हा सर्व प्रवासात त्या ड्रायव्हरची ताठ मान आणि त्याच्या शेजारी बसलेल्या इसमाला पाठमोरं न्याहाळणं, हाच फक्त विरंगुळा होता. दोघंही अमेरिकन मरीन्समध्ये प्रशिक्षित होते. त्याने गाडीच्या काचेवर टकटक करून पाहिलं. ही गाडी नक्कीच बॉम्बचाही मुकाबला करू शकली असती. तो एका ऐषारामी रणगाड्याने प्रवास करत होता.

त्याला एका खोलीत बसायला सांगितलं. ही खोलीही विमानतळावर असलेल्या खोलीसारखीच होती. फरक इतकाच की, या खोलीला खिडक्या होत्या आणि त्यामधून रस्ता दिसत होता. समोर आलेली कॉफी खास अमेरिकन पद्धतीची होती. बरोबर आलेल्या गोळ्या / चॉकलेटच्या प्लेटमध्ये त्याचा खास आवडता रीसच पीनट बटर कप होता.

त्याला भेटायला आलेल्या गृहस्थाने आपली ओळख टोनी बरोज अशी करून दिली. त्या माणसाचा चेहरा असा होता की, तो न आवडणं अशक्य होतं. चेहऱ्यावर मार्दव, सुस्पष्ट दिसणारा अनुभव, हुशारी, प्रेमळ स्मित आणि मिश्कील डोळे. बरोजला हा सगळा प्रकार माहीत असल्यामुळे ते व्हिएतनाम, १९८७ सालचा मंदीचा तडाखा, कॉम्प्युटरच्या साहाय्याने करता येणारी कमाल आणि जमीनजुमल्याचे भाव असल्या विषयांवरच ते बोलत होते. बरोजला ईव्होनची फार कीव आली. स्कीइंग करताना आपल्या भावी वधूला घालवून बसणं, हे फारच धक्कादायक होतं, त्यामुळे आता परत तो प्रेमाच्या भानगडीत पडत नव्हता. ते

साहजिकच होतं. तुम्ही एकदाच मनापासून प्रेम करू शकता.

गेले तीन तास तेच तेच नसले, तरी तसल्याच प्रश्नांची उत्तरं देऊन तो उद्योगपती आता चिडचिडा व्हायला लागला होता. त्याने ह्या सगळ्या प्रकाराची विमानतळावर चर्चादेखील केली नव्हती. यासाठी त्याने आपल्या देशासाठी आपलं स्वातंत्र्य आणि कदाचित आयुष्य पणाला लावलं होतं. ते तर असं भासवत होते की, जणूकाही त्याने स्वत:ला मुद्दामहून अटक करवून घेतली आणि ते पाकीट त्यांच्या हवाली केलं. आपल्याला एखाद्या आरोपीप्रमाणे वागणूक देण्याच्या या प्रकारामुळे आपला संताप झालेला आहे, हे त्याने स्पष्टपणे बरोजला सांगितलं.

बरोजने दिलगिरी व्यक्त केली आणि तसा गैरसमज न करून घेण्याविषयी त्या उद्योगपतीला सांगितलं. पण त्याचा फायदा झाला नाही. त्याला नेमकं तसंच वाटलं. दुसऱ्या दिवशी तो परत विमानाने अमेरिकेला गेला. मात्र त्याने वकिलातीने दिलेलं तिकीट न स्वीकारता आपल्या पैशाने परतीचं तिकीट काढलं. उगाचच सरकारवर आणि करदात्यांवर त्याला भार टाकायचा नव्हता.

१८

किंचितशी विश्रांती घ्यायला आणि मन ताळ्यावर आणायला सॅम्युएल जरा आडवा झाला, पण त्याचं हृदय फारच जोरात धडधडत होतं. त्याच्या मनात वेगवेगळे विचार थैमान घालायला लागले होते. आता रात्रही वाढत चालली होती. रात्रीचा अंधार आता घुसमटवून टाकणारा होता. आता दिवा लावायचीही त्याला भीती वाटत होती.

खानचा चेहरा आता त्याच्या डोळ्यासमोर तरळायला लागला होता. तुंग्लीविषयी त्याला वाटणारा तिरस्कार, काझच्या बाबतीत तो सतत देत असलेली सावधगिरीची सूचना इतकी काही महत्त्वाची नाही, हे त्याचं विधान, तिच्यामागे फार न लागण्याची सूचना, सगळं सॅम्युएलला आठवायला लागलं होतं. खानवर पाळत ठेवण्यात तो अपयशी ठरला होता, त्यामुळे आपण आता या खेळावर नियंत्रण मिळवलेलं आहे, अशी खानची जवळपास खात्रीच पटली होती. आता ती बुर्देल म्युझियममधली कलाकृती खानच्या फ्लॅटमध्ये दिसत होती. ती काझनेच त्याला मरायच्या आधी दिली असण्याची शक्यता होती. आता तुंग्ली आणि काझचा काही संबंध होता का, हेही सॅम्युएलला माहीत नव्हतं, पण बँकेचे व्यवहार तसं सांगत होते. म्हणजे या कोळ्याच्या जाळ्याच्या मध्यभागी खान असण्याची शक्यता होती; पण त्याचा नक्की उद्देश काय असावा आणि त्याला काझ आणि तुंग्लीची गरज का भासावी?

समोरच्या जाझ बारने आपल्या बारच्या बाहेरचे झगमगणारे दिवे लावले तेव्हा त्या प्रकाशात सॅम्युएल बसलेल्या खोलीचा रस्त्याकडील दर्शनी भाग निळ्या रंगाने उजळून निघाला. दिव्यांच्या उघडझापीमुळे खोलीत थोडंसं भेसूर वातावरण निर्माण झालं होतं. दिव्यांची ही कसरत चालू असताना त्याचा हात नकळत गालावरल्या जखमेकडे गेला. आता त्याने नक्की काय करायला हवं होतं?

कदाचित त्याने ते धनुर्धारीचं शिल्प पुरावा म्हणून घेऊन जायला हवं होतं. अगदी बिनतोड पुरावा नाही, पण नक्कीच धक्कादायक आणि काझच्या मृत्यूशी

खानचा काहीतरी संबंध आहे, हे सांगावं, असं त्याला वाटलं. तो काझने घेतला, तेव्हा लोरॉं तिथे होतीच. अर्थात त्यामुळे तीसुद्धा गुन्हेगार ठरणार होती. 'पण... लोरॉं!' आतातर त्याचं हृदय जास्तच जोरात धडधडायला लागलं. 'कदाचित... लोरॉंनेच ते खानला दिलं असलं तर? म्हणजेच काझच्या खुनात तिचाही सहभाग असला पाहिजे.' म्हणजे सॅम्युएल एका मोठ्या कटाचा बळी ठरला असता.

आपल्या पाठीच्या मणक्याजवळून घामाचे ओघळ वाहत असल्याचं सॅम्युएलला जाणवलं. एका जागी घरघर करत असलेल्या मोटारीच्या इंजिनाप्रमाणे त्याचं डोकं आता चालत होतं. तो हातवारे करत हिंडत होता, पण त्याच्या मनातली भीती क्षणाक्षणाला वाढतच चालली होती.

त्या अंधूक वातावरणात तो थरथरत काही मिनिटं बसला होता. अखेर त्याचं मन ताळ्यावर आलं. तो आता जणूकाही मास्टर ऑफ बिब्लोजच्या समोर गुडघे टेकून मदतीची याचना करत होता. त्याला आत्तापर्यंत ज्ञात असलेल्या वस्तुस्थितीशी तो बाहेरच्या जगात आलेले अनुभव पडताळून पाहत होता. आता बाहेर गेलाच, तर काय करता येईल, हे तो त्याला खात्रीने माहीत असलेल्या गोष्टीच्या आधारे करायचा प्रयत्न करायला लागला.

आता त्याचा श्वास नियमित झाला होता. हलकेच तो फ्लॅटच्या दुसऱ्या बाजूला गेला आणि एक ग्लास पाणी प्यायला. आणखीन एक कपड्याचा जोड होता तो त्याने एका पिशवीत टाकला. झगमगणाऱ्या प्रकाशाच्या उघडझापीत त्याने स्वत:ला न्याहाळलं. नंतर तो सावकाशपणे कपाटापाशी गेला आणि ती धनुर्धारीची मूर्ती पिशवीत टाकली.

त्याने खिडक्या उघडल्या आणि तो बाहेर गच्चीत गेला. तिथून टांग टाकून तो पलीकडच्या खोलीच्या बाल्कनीत गेला. खान बहुतेक ती खोली अडगळीच्या सामानासाठी वापरत होता. तो त्या खोलीत कधी गेला नव्हता, पण फ्लॅटच्या मुख्य दरवाजाने बाहेर न पडता बाजूच्या दाराने जावं, असा त्याच्या मनाने कौल दिल्यामुळे त्याने त्या खोलीत जायचं ठरवलं. इमारतीच्या पाचव्या मजल्यावर कोणी बाहेरून यायची शक्यता नसल्यामुळे खिडकीची तावदानं लगेच उघडली गेली.

ती खोली तशी लहानशीच होती. घडीचा पलंग आणि दोनचार खोके सोडले, तर तिथे काहीच सामान नव्हतं. बाहेर जाण्यासाठी त्याने दरवाजाच्या कडीला हात लावला आणि तो तिथेच थबकला. बाहेर त्याला कोणाच्या पावलाचे आवाज ऐकू आले आणि जुन्या लिनोलियमच्या तडतडण्याचा आवाज आला. मग क्षणभर शांतता पसरली. सॅम्युएलने दाराला कान लावून बारीकसाही आवाज टिपण्याचा प्रयत्न केला. शेवटी शेजारून किल्लीने दार उघडल्याचा आवाज आला. कोणीतरी

खानच्या फ्लॅटचा दरवाजा उघडण्याचा प्रयत्न करत होता. परत एक क्षण शांतता पसरली. सॅम्युएलने परिस्थितीचा अंदाज घेतला आणि शाँब्र द बॉनमधून सटकून बाहेर आला. आता सगळीकडे शांतता पसरली होती, त्यामुळे त्याच्या श्वासोच्छ्वासाचा आवाजही आता स्पष्टपणे ऐकू येत होता. या ठिकाणापासून पळत पळत लांब जावं, असं त्याला फार वाटत होतं, पण त्याने मनाला आवर घातला. नंतर तो संकटकालीन बाहेर पडण्याच्या जिन्यापाशी गेला.

लपूनछपून जिना उतरण्याचा खटाटोप केल्यानंतर तो जेव्हा रस्त्यावर आला, तेव्हा त्याला हायसं वाटलं. त्याच्याजवळ असलेल्या धोपटीत कपड्याचा जोड, फॅन, लॅपटॉप आणि खानच्या घरातून पळवलेली कलाकृती, अशा निवडक वस्तू होत्या. याखेरीज एकच महत्त्वाची गोष्ट त्याच्यापाशी होती. ती म्हणजे त्याची सारासार विवेकबुद्धी!

ती अपेक्षेपेक्षा थोडीशी आधीच आली. तिच्या डोळ्याकडे पाहिल्यावर ती थकल्यासारखी वाटत असली, तरी सू-सोल बारमध्ये तिने प्रवेश करताच लोकांच्या माना तिला पाहून वळाल्याच. बारच्या कोपऱ्यात बसलेल्या सॅम्युएलला हे दृश्य पाहून गंमत वाटली. ठरल्याप्रमाणे ती एकटीच त्याला भेटायला आली होती. समजा तशी नसती आली, तरी फरक पडत नव्हता. त्याने घड्याळात पाहिलं. जवळपास मध्यरात्र झाली होती. अर्थात प्लास द ला रेप्युबुलिकजवळील कॅफे कॅफेओ सूर्स हा बार चोवीस तास चालू असणाऱ्या काही निवडक बारपैकी एक होता. त्यांच्यापाशी भरपूर वेळ होता किंवा सॅम्युएलच्या नकळत वेळ निघूनही गेली असावी.

ती बसलेल्या टेबलावर तो समोरच्या बाजूला जाऊन बसला.

"अरे सॅम्युएल? देवाचे आभारच मानायला हवेत!"

ती जागेवरून उठली आणि त्याच्यापाशी जात तिने त्याच्या गालाचा मुका घेतला. सॅम्युएलने गाल फिरवला नाही, पण त्याचा प्रतिसाद थंड होता. लोराँने ते पाहून खांदे उडवले.

"काय झालंय? तू कुठे होतास? मी तर खचत चालले होते. प्रथम काझ आणि आता..."

"मी सगळं सांगेन, म्हणालो होतो ना?"

ती आता सिगारेट शोधायला लागली. "ठीक आहे, सांग आता. अरे देवा! मलातर वाटलं की, तूसुद्धा काझच्याच वाटेने गेलास. तसा गेलाच असतास, पण केवळ मी आणि खान होतो, म्हणून वाचलास."

"म्हणजे तू त्या खानची मित्र आहेस तर!"

"काय बडबडतो आहेस सॅम्युएल? पोरकटपणा करू नकोस!" सिगारेटचा धूर जोरात बाहेर सोडत ती म्हणाली. "तो तुझा मित्र आहे. इतकंच नाही, तर तुझा पाठीराखा आहे. मी फक्त त्याला इतकंच कळवायला फोन केला की, तुझं माझ्या ऑफिसातून कायदेशीररित्या अपहरण करण्यात आलेलं आहे. त्याच्या भांडवलशाही मतांबद्दल कोणाचंही काही मत असो, अगदी कोणी त्याला भांडवलशाहीचा लांडगाही म्हणो, पण त्या लांडग्याचा फार मोठा वशिला आहे, हे कबूल करावंच लागेल." तिने तोंड फिरवलं तेव्हा ती सॅम्युएलला थकल्यासारखी, रागावलेली आणि काळजीग्रस्त वाटली. "हे काय चालवलं आहेस आता? गेले अठ्ठेचाळीस तास तू कुठे होतास, ते मला आधी सांग."

सॅम्युएलने लोरॉंच्या डोळ्यात पाहिलं, तेव्हा त्याला उदासवाणे भाव दिसले. अगदी लोरॉंने काझचं प्रेत प्रथम पाहिलं, तेव्हा होते तसे. तो उदासवाणा भाव जवळचा मित्र गमावल्यामुळे होता का प्रेमी? का ब्लॉंदो म्हणतो त्याप्रमाणे केवळ लोकांसाठी द्यायच्या प्रतिक्रियेचा तो एक भाग होता?

सॅम्युएल अजूनही लोरॉंच्या चेहऱ्यावरच्या भावांचं निरीक्षण करण्यात गुंतला होता. त्याला पाहिजे ते उत्तर अजूनही मिळालं नव्हतं. अचानक त्याला हसू फुटलं. 'लोरॉंचं दुःख खरं आहे, त्यात प्रामाणिकपणाचा अंश आहे.'

थरथरत्या हाताने तिला सिगारेट पेटवताना सॅम्युएलने पाहिलं. त्याने आपल्या पोतडीत हात घातला आणि त्या धनुर्धारीचं शिल्प टेबलावर, तिच्यासमोर ठेवलं.

"हे काय आहे?" लोरॉंने किलकिल्या डोळ्यांनी त्या पाठीत पोक आलेल्या त्या आकृतीकडे रोखून पाहत विचारलं. "हे? नाही. शक्यच नाही. काय आहे?" ती आता प्रश्नार्थी मुद्रेने सॅम्युएलकडे पाहत होती.

"मला खात्री होतीच, पण आता शंकाच नको! ही तीच कलाकृती आहे, हो ना? जी तू बूर्देल म्युझियममधून चोरण्यासाठी काझला चिथवलंस?"

लोरॉंने मान डोलावली. आता तिचे डोळे भरून आले होते.

"पण हे तुला कुठे मिळालं सॅम्युएल?"

"म्हणजे मला ज्या इसमाकडे मिळालं, त्याला तू दिलं नव्हतंस?"

"असं कोड्यात बोलू नकोस. तुला कुठे मिळालं, ते सांग. आता माझा धीर सुटत चालला आहे."

"खरंच तुला माहीत नाही?"

"तू काय बोलतो आहेस, ते मला खरंच समजत नाही. मला खरंच काहीही कल्पना नाही." लोरॉं आता त्या आकृतीकडे एखादी जादूई वस्तू असल्यासारखी बघत होती. जणूकाही ती वस्तू काझला परत आणू शकेल आणि त्यांचे गेलेले सुखाचे दिवस परत येतील. तिच्या चेहऱ्यावरचे हे भाव सॅम्युएल तल्लीन होऊन पाहत होता.

"माझा तुझ्यावर विश्वास आहे." शेवटी एकदाचा तो म्हणाला. "मी हे कुठून आणलं, ते तुला माहीत नसावं. याचं उत्तर आहे खान. मी हे खानच्या आव्हन्यू मातिन्याँवरून आणलं. इथेच मी गेले दोन दिवस विश्रांती घेत होतो. कदाचित मला काही प्रमाणात गुंगीचं औषधही दिलं असावं. कसा वेळ गेला कळलंच नाही."

"हे खानकडे होतं?"

"हो."

"पण याचा अर्थ?"

"याचा नक्की अर्थ काय, ते मला माहीत नाही. हे जर तू त्याला दिलं नाहीस आणि आता माझा त्यावर विश्वास बसतो आहे, तर मग काझ आणि खानमध्ये काही संबंध होते की, जे आपल्याला माहीत नव्हते."

"अरे देवा, म्हणजे तुला असं वाटतं का की त्याने काझचा खून केला? त्यानेच काझला मारण्याची सुपारी दिली?"

"नक्की सांगता येणार नाही, पण आपल्याला ते शोधावं लागेल आणि हे जर आपण शोधलं नाही, तर मग मी एका खुनाच्या आरोपाखाली आणि इतिहासातल्या सर्वात मोठ्या आर्थिक घोटाळ्याला जबाबदार असल्याच्या आरोपाखाली तुरुंगात जाईन, हे नक्की."

"शिवाय खरं काय, ते कधीच दोघांपैकी कोणाला समजणारही नाही." तिने येणारं हसू दाबत डोळ्यातले अश्रू पुसले. सॅम्युएल जे म्हणाला होता, त्यावर ती गंभीरपणे विचार करायला लागली.

"हां, खरंच की! सत्य शोधायचं. तू काझबरोबर तुझा एखादा खेळ खेळली आहेस का?"

"सॅम्युएल, हे असले खेळबीळ खेळायला तुलाच आवडतात. हा कसला पोरकटपणा?" ती पुन्हा म्हणाली, "सत्य, धोका पत्करणं, शृंगाराचे खेळ खेळायचं आव्हान देणं ह्या खेळांचं शेवटी वास्तवात पर्यवसान होणार आहे, हे माहिती असूनसुद्धा खेळले जाणारे हे खेळ! हो, मी आणि काझ हे खेळ खेळलेलो आहोत. आम्ही दोघींनीही ते खेळ खेळून एकमेकींची परीक्षा घेतली होती आणि आता आठवतंय, मी तुझ्याबरोबरही हे खेळ खेळायचा विचार करत होते." तिने त्याच्याकडे रागारागाने पाहत आपला ग्लास उचलला.

"हे बघ लोराँ," त्याने तिचा हात हातात घेत, तिला समजवायला सुरुवात केली. तिने मात्र आपली दुसरीकडे रोखलेली नजर हटवली नाही. "हा खेळ नाही. हा सत्य शोधण्याचा खेळ नाही की प्रेमाचे चाळे करण्याचा खेळ नाही. हे फार गंभीर प्रकरण आहे. दोन लोकांचा आधीच बळी गेलेला आहे."

त्याने एक मोठा श्वास घेत तिचा हात दाबला. प्रथमच तिने त्याच्याकडे

पाहिलं. "लोराँ, माझा तुझ्यावर पूर्ण विश्वास आहे. खानचा फ्लॅट सोडायच्या आधीच मी तसा निर्णय घेतला होता. आता मी गेल्याचं त्याच्या लक्षात येईलच, पण त्याचा आणि काझचा संबंध दाखवणारी वस्तू गहाळ झाल्याचं त्याच्या लक्षात येईल. आता युद्धाला तोंड फुटलेलं आहे. तू मला मदत करशील? प्लीज ऽ ऽ! ते जरा जोखमीचं आहे, पण तुला धोके पत्करणं आवडतं ना!"

ती त्याच्याकडे पाहून कसंबसं हसली. "आणि मला नेहमी खऱ्याचीच बाजू घ्यायला आवडतं, हे विसरू नकोस. ठीक आहे सॅम्युएल. मी तुला नक्की मदत करीन. आपण हे काझसाठी करू या."

सॅम्युएलने लोराँला खानच्या फ्लॅटमध्ये घुसलेल्या त्या अज्ञात घुसखोराची माहिती सांगितली. दोघांनी आपले ग्लास रिकामे केले. आता लोराँबरोबर घरी जाणं धोकादायक होतं, यावर दोघांचं एकमत झालं. जवळच्या व्हिएय द्यु ताँप्लवर एका स्वस्त हॉटेलात त्याने खोली घेतली. असले व्यवहार कसे करतात, हे लोराँला चांगलंच माहीत असल्यामुळे तिने खोलीचं भाडं रोखीत दिलं.

ल्युमोमात्रेवर दुपारचं जेवण जरा लवकरच करून ते बसले होते. सू-सोलमध्ये ती दोघंच बसली होती आणि ते अल्जेरियन पोलीस नक्कीच त्यांच्या पाळतीवर नव्हते. निदान आत्ताच्या घटकेला खाताना तरी नव्हते. लोराँला रूमस्टेक आवडला होता, तर सॅम्युएलने मोहरीच्या सॉसमध्ये मुरवलेल्या सशावर ताव मारला होता. कामात दंग असलेला बुटका रॉबर्ट त्यांच्याभोवती येरझाऱ्या घालत होता. रॉबर्टने कोत द रोनचा एक ग्लास त्यांच्या टेबलावर ठेवला आणि आपल्या कामाला निघून गेला. गेल्या काही दिवसांप्रमाणेच सध्या धंदा जरा मंदीत होता. मंदीत का होईना धंदा चालत होता, हेही त्या काळात काही कमी नव्हतं. फ्रान्समधल्या कुठल्याही बँकेवर रशियाप्रमाणे हल्लाबोल झालेला नव्हता. रशियातल्या बँकेच्या बाहेर लोकांनी पैसे काढण्यासाठी भल्या मोठ्या रांगा लावल्याचं समजलं होतं.

आशियातल्या देशात कायदा आणि सुव्यवस्था यांचा मागमूसही दिसत नव्हता. तिथे तर लोकांनी जीवनावश्यक वस्तू घेण्यासाठी दुकानाबाहेर मोठमोठाल्या रांगा लावल्या होता. सुदैवाने तसा प्रकारही फ्रान्समध्ये नव्हता. खरेदीसाठी चलनी नोटा न स्वीकारणाऱ्या दुकानदारांना आणि उपाहारगृहांना संतापलेल्या लोकांच्या रोषाला तोंड द्यायला लागत होतं. मॉस्कोतल्या उपाहारगृहांनी तर दुपारच्या जेवणाच्या किमतींमध्ये झटक्यात दहा पट वाढ केली होती. लोकांचा आर्थिक व्यवस्थेवरचा विश्वास उडाल्यामुळे एक प्रकारची चलनवाढ झाली होती.

ते सावकाश आणि लक्षपूर्वकपणे जेवले. बरीच रात्र झाली होती. ती जर परत

बोलायला लागली असती, तर मग तिला थांबवणं महाकठीणच होतं. एका जुलमी कम्युनिस्ट बापाच्या जाचामुळे आपलं लहानपण हरवून बसलेल्या स्त्रीसाठी मन मोकळं करायची संधी हातची जाऊ देणं शक्य नव्हतं. स्वत:चाच तिरस्कार करणाऱ्या या बंडखोर प्रवृत्तीच्या गृहस्थाला आपल्या कुटुंबाच्या संपत्तीचा अथवा आडनावातल्या 'डी'चा मोह सुटला नव्हता.

लहानपणी लोरॉंच्या वर्गात असलेल्या इतर मुलांच्यापेक्षा तिच्या गोष्टी फार वेगळ्या असायच्या. वर्गभेदाच्या लढ्याचा त्यावर जास्त पगडा असायचा आणि ब्रॅन्डीच्या नशेत कोणीतरी जास्त खुलवून सांगितल्यासारख्या त्या वाटायच्या. लहान वयात त्या पोरीला इतर मुलांप्रमाणे काऊचिऊच्या गोष्टी माहीत नसत, पण कम्युनिस्टांचा विजय कसा झाला किंवा १९६८च्या घटनांची तिला भरपूर माहिती असे. नंतर तिच्या वडलांचं अपघाती निधन झालं. दारूच्या नशेत ते वरच्या मजल्यावरून पडल्यामुळे त्यांच्या डोक्याची शकले उडाल्याचं वर्णन लोरॉं ज्या नीरस आणि भावनाशून्यपणे करत होती, ते पाहून त्याच्या अंगावर काटा आला. त्यानंतर मात्र आपल्या बापाला जगापासून वेगळं करणाऱ्या तत्त्वज्ञानाचा विरोध करणं तिनं थांबवलं; उलट त्याचा स्वीकारच केला; अन् लगेचच एकाएकी विरुद्ध विचारसरणीचा भौतिकवाद तिला सोयीस्कर वाटायला लागला. वडलांच्या कृपेने मिळालेला हा शेवटचा वारसा!

स्टेकचं चर्वण करत गर्द लाल वाइनचे घोट घेत असलेल्या लोरॉंकडे सॅम्युएल सहानुभूतीने बघत होता. ती आज कित्येक तास बोलत होती, पण अजूनही तिच्या मनाचा थांग लागत नव्हता. तिला शरीरसंबंध नाही, दुसरंच काही हवं होतं; त्यापेक्षाही भारी. पूर्वी डोळे बांधून खेळलेल्या खेळाविषयी तो विचार करायला लागला. त्यात शारीरिक संबंधाचा भाग होताच, पण मर्यादित. एका मोठ्या चित्राचा लहानसा कोपरा असावा तसा. तिला जाऊन मिठीत घेऊन धीर द्यावा, असं त्याला खूप वाटत होतं, पण त्यासाठी ही वेळ योग्य नव्हती, हेही त्याला समजत होतं.

ती दोघंही वेगवेगळ्या अंथरुणावर झोपलेली होती आणि आपल्याला आवडणाऱ्या गोष्टींविषयी परखडपणे मतं मांडत होती. त्यांनी प्रेम आणि सत्य या विषयांवर तात्त्विक चर्चा केली. काझशी संबंध ठेवून तिला ते जाणवलं होतं का? गेलने दिलेल्या धोक्यानंतर सॅम्युएल परत एखाद्या स्त्रीवर विश्वास ठेवू शकणार होता का? सध्या तिचे सॅम्युएलबरोबर असलेले संबंध हे काझबरोबर अनुभवलेल्या उन्मादाचा पुन:प्रत्यय मिळवण्यासाठी होते का तो उन्माद टिकवण्यासाठी होते? संबंध जपणं हा एक खेळ आहे, असं ती समजत होती का आणि त्यात प्रेमात पडण्याचा धोका स्वीकारावा लागतो, असं ती समजतं होती का?

"तर मग तयार आहेस का?" तिने शेवटी विचारलं.

सॅम्युएलने मान डोलावली. आपापल्या खुर्च्या त्यांनी मागे ढकलल्या, टेबलावरची कात्री उचलली आणि रॉबर्टला घेऊन कर्मचाऱ्यांसाठी असलेल्या एका लहानशा मुतारीत गायब झाले.

वीस मिनिटांनंतर रॉबर्ट आपल्या सॅन्डविच विकणाऱ्या नवीन पोऱ्याबरोबर बाहेर आला. डोक्यावर बारीक, पण उभे असलेले ताठ केस, तपकिरी रंगाची कृत्रिम बुबळं आणि पांढऱ्या रंगाचा कोट, अशा अवतारात सॅम्युएल बाहेर आला. भूमध्य समुद्रावरच्या एखाद्या रहिवाशासारखा सॅम्युएल निस्तेज पोऱ्या वाटत होता. तो ओळखू येणं शक्यच नव्हतं. निदान त्याला तसं वाटत होतं.

अर्थात सॅम्युएलनं काळजी करायचं काही कारणच नव्हतं, कारण बँकेतल्या नवीन सुरक्षा-रक्षकांनी अगदी मामुली तपासणीनंतर त्यांना आत सोडलं होतं. त्या रक्षकांचे कमरेपाशी काटकोनात वाकलेले हात हेच सुचवत होते की, त्यांच्याकडे हत्यारं होती. सध्याच्या स्फोटक परिस्थितीला तोंड देण्यासाठी बँकेने जास्तीचे सुरक्षा कर्मचारी ठेवले होते. नेहमीच्या जुन्या सुरक्षा कर्मचाऱ्यांनी तरी ओळखलं असतं का नाही, याची सॅम्युएलला शंका होती.

बँकेने घेतलेली काळजी समजण्यासारखी होती. लोकांना आता कुठेतरी राग व्यक्त करायचा होता, त्यामुळे एका अमेरिकन बँकेने परदेशात घेतलेली काळजी समजण्यासारखी होती. ते काही असलं, तरी रोपनर बँकेच्या भव्य संगमरवरी प्रांगणात बारक्या मशिन गन्सची नळकांडी दिसणं, हा आतडी पिळवटून टाकणारा अनुभव होता.

तो लिफ्टच्या बाहेर पडला, तेव्हा परत दोन सुरक्षारक्षक सामोरे आले. आता फक्त एकाच्याच हातात गन होती. दुसरा चटकन पुढे आला आणि 'सॉरी सॉरी' असं पुटपुटत दोघंही बाजूला झाले. सॅम्युएलला हसू आलं : 'आर्थिक बाजारात पसरलेलं मनोदौर्बल्य!'

मनाचा दुबळेपणा असंही म्हणता येणार नाही. १९८७ साली असंच आर्थिक संकट आलं होतं. अर्थात सध्याच्याइतकं वाईट नव्हतं. मियामीमधल्या मेरिल लिंच बँकेच्या ऑफिसात एक जण गेला. त्याचे अकरा मिलियन डॉलर्स साफ झाले होते. त्याने सरळ बँकेच्या मॅनेजरच्या डोक्याला पिस्तूल लावलं आणि गोळी घातली. नंतर अकाउंटन्टला जखमी केलं आणि शेवटी स्वत:ला गोळी घातली. तेव्हा मशिनगन आणून त्यांनी एक चांगलं पाऊल उचललं होतं.

आधी ठरल्याप्रमाणे सॅम्युएल वरच्या मजल्यावर असलेल्या सुरक्षा कर्मचाऱ्यांच्या मुख्य नियंत्रण कक्षात गेला. आपल्या ओळखीच्या सहकाऱ्यांना सॅन्डविच विकायला

जाऊन त्याला कुठलाही धोका पत्करायचा नव्हता. नव्याने नेमणूक झालेल्या या सुरक्षारक्षकांशी व्यवहार करणं उत्तम होतं. जिन्यानी वर जात असताना त्याने आजूबाजूला पाहिलं. सगळंकाही जवळपास तसंच होतं. हातात काही विशेष पडण्याची अपेक्षा नसताना तो मोठा धोका पत्करत होता. इथे नक्की काय हाताला लागेल, अशी त्याची कल्पना होती? खानच्या किंवा मिलरच्या टेबलावर त्यांनी स्वत:च्या अक्षरात लिहिलेला माफीनामा?

नियंत्रण कक्ष म्हणजे नव्या आणि जुन्या गोष्टींचा एक खास मिलाफ होता. इथे १९९०ची अत्याधुनिक उपकरणं होती, तसेच पुरातनकालाचीही साधनं होती. बँकेच्या व्यवस्थापनाचा कॉम्प्युटर-नियंत्रित वातावरणावर फारसा विश्वास नसावा. अर्थात सुरुवातीला त्या व्यवस्थेत बऱ्याच अडचणी आल्या होत्या, हेही मान्य करावं लागलं असतं. स्वयंचलित वातानुकूलीत यंत्रणा आणि प्रकाशाच्या प्रखरतेनुसार उघडझाप करणारे पडदे अशा अत्याधुनिक गोष्टींना फाटा देत बँकेने खात्रीशीर चालणाऱ्या जुन्या जमानातल्या यंत्रणा बसवल्या. बँकेच्या धोरणात दोनच गोष्टी बसत होत्या : मेहनती कर्मचारी आणि सर्वत्र पाळत ठेवणारे गुप्त कॅमेरे. लिफ्ट, विश्रांतीगृहासकट बँकेतल्या सगळ्या कानाकोपऱ्यात असे कॅमेरे बसवलेले होते.

हा इंग्रज आपल्याला दुपारचं जेवण देतो आहे, असा संशयही त्या नियंत्रण कक्षातल्या पहारेकऱ्यांना यायला नको म्हणून सॅम्युएलने वेड पांघरायचं ठरवलं. 'मेडिटेरियन प्रदेशातून आलेला रॉबर्टचा लांबचा अर्धवट भाऊ सॅन्डविचेस विकतो आहे, अशी लोकांची कल्पना झालेलीच चांगली.'

कदाचित मुदतीच्या आधीच पोलीस खात्यातून निवृत्त झालेले ते दोघं सुरक्षाकर्मी साधारण मध्यमवयीन होते. 'कुठेतरी लाचलुचपत केली असणार, त्यामुळे हातात नारळ मिळाला असणार.' सॅम्युएलने विचार केला. त्यांच्या विशाल उदराच्या भोवती बांधलेल्या पट्ट्याला पिस्तूल लटकावलेलं होतं. रेडिओवर पॅरिसच्या बायकांचा आवडता कार्यक्रम चालू होता. हे संगीत म्हणजे नीरस अमेरिकन रॉक म्युझिक आणि फ्रेंच लोकांनी केलेलं वेडंबिद्र अनुकरण; 'ले रॉक.' या संगीताच्या आवाजाने समोरच्या पाळत ठेवणाऱ्या टीव्हीचा आवाज साफ दबला होता. अर्थातच त्या पहारेकऱ्यांना फक्त त्यांची फ्रेंच भाषाच येत असल्यामुळे कोणी इंग्रजीत बोललं, तर तो वेगळा आवाज होता, इतकंच.

सॅम्युएलने शक्य तेवढा वेळ काढायचा प्रयत्न केला आणि प्रत्यक्ष वेळ आली तेव्हा त्याची सुट्टे पैसे शोधताना गाळण उडाली. त्याने परवलीचे शब्द ऐकले.

'रगार्दम्वा सा'

सॅम्युएलकडून सॅन्डविच घेणारा सुरक्षारक्षक आता टीव्हीच्या पडद्याकडे पाहायला लागला. त्याचा साथीदार तिथेच पाहत होता. बँकेच्या मुख्य दालनाच्या दरवाजात

एकच गोंधळ उडाला होता. उंच टाचेचे सॅन्डल्स आणि आखूडसा पोशाख केलेली एक तरुणी भांडवलशाहीच्या नावाखाली चालणाऱ्या गुन्हेगारीविषयी जोरजोरात घोषणा देत निषेध करत होती. जणूकाही गरीब आणि शोषित वर्गासाठी १९ व्या शतकात झगडणाऱ्या पीअर प्राउडहोनची फटकळ तोंडाची बहीणच बोलत होती, असं वाटत होतं. 'संपत्ती म्हणजे काय? संपत्ती महाभयानक वाईट असते. ते भांडवलशाहीचं लक्षण आहे; एक प्रकारचा बलात्कार आहे.'

लोराँ करत असलेला तमाशा आणि तिचं टीव्हीच्या पडद्यावर दिसणारं रूप, या दोन्हीचा परिणाम होऊन ते दोन्ही रक्षक मुख्य दरवाजापाशी धावले. सॅम्युएल त्या नियंत्रण कक्षात एकटाच होता. त्याने एका सेकंदात दरवाजा बंद केला आणि आता काय करता येईल, याचा विचार करू लागला. तिथे साठपेक्षा अधिक टीव्हीचे पडदे होते आणि सॅम्युएलकडे तर तीनच मायक्रोफोन होते. या लहानशा उपकरणाची दोन किलोमीटर अंतरापर्यंत संदेश पाठवण्याची क्षमता होती. असल्या प्रकारचं उपकरण गुप्तहेर, वकील मोठाल्या उद्योग-समूहासाठी, प्रतिस्पर्ध्याची माहिती गोळा करणाऱ्यासाठी नेहमीच हाताशी बाळगतात. 'फ्राँस्वाच्या फ्लॅटमध्ये तर असल्या गोष्टी जागोजागी पडलेल्या दिसल्या असत्या.'

त्याने पटकन सभोवताली पाहिलं. पहिला मायक्रोफोन कुठे ठेवायचा, याचा निर्णय घेणं सोप्पं होतं. मिलरचं ऑफिस कुठलं, हे समजल्यावर त्याने त्याच्या केबलमध्ये तो बसवला.

नियंत्रणकक्षातली आवाजाची पातळी कितीही असली, तरी तो मिलरच्या खोलीतल्या मायक्रोफोनमधला आवाज टिपू शकत होता.

आता खान. पण खानला स्वत:चं असं ऑफिसच नव्हतं. सॅम्युएलने मग मुख्य व्यवहार चालतो, त्या खोलीची निवड केली. म्हणजे ऐन गडबडीच्या क्षेत्रातच तो मायक्रोफोन बसवला जाणार होता; पण हरकत नव्हती.

'आता तिसरा कुठे बसवायचा? अर्थातच संचालकांच्या कक्षात.' पण त्याला कुठल्याही पडद्यावर तो दिसलाच नाही.

सॅम्युएल टीव्हीचे पडदे चाळत असताना त्याला अन्तोन मिलर वरच्या मजल्यावर येताना दिसला. एका पडद्यावर तो दिसला, पण लगेचच अदृश्य झाला. काही सेकंदातच तो शेजारच्या पडद्यावर दिसायला लागला. मिलर त्याच्या दिशेनेच येत असल्याचं त्याला जाणवलं. कुठल्याही क्षणी तो पकडला गेला असता. त्याने केव्ह असं लिहिलेल्या केबलखाली तो तिसरा मायक्रोफोन ठेवला. अर्थात समोरच्या पडद्यावर काहीच दिसत नव्हतं. रोपनरमधल्या कारभारावर पाळत ठेवायच्या त्याच्याकडे तीन संधी होत्या, पैकी एका संधीची त्याने पार वाट लावली होती.

आता पश्चात्ताप करत बसायला वेळ नव्हता. पावलांचे आवाज जवळ येत

चालले होते. मिलर नियंत्रण कक्षाच्या बाहेर उभा होता आणि त्याचा हात दाराच्या कडीवर होता. सॅम्युएलने मागे तिरकस पाहिलं, तेव्हा दार उघडत असल्याचं त्याला जाणवलं. 'आता मिलर आपलं हे सोंग ओळखणार आणि आपला खेळ खलास होणार!'

"मंस्यूर मिलर! मंस्यूर मिलर!"

दार अर्धवट उघडलेलंच राहिलं. एक रक्षक मिलरकडे पळत येताना टीव्हीच्या पडद्यावर दिसला. खालच्या पडद्यावर सुरक्षा-कर्मचाऱ्यांच्या गराड्यात लोरॉंचा तमाशा जोरात चाललेला होता. मिलर आणि तो रक्षक खाली चाललेली भानगड निस्तरायला धावले. त्यांच्या मागोमाग सॅम्युएलही शिताफीने बाहेर पडला.

११

हेन्री -४ ज्या घोड्यावर बसला होता, त्या पुतळ्याच्या घोड्याचा पाय दुरुस्त करायला हवा होता. आपल्या हॉटेलातल्या खोलीच्या खिडकीतून हिरवा गणवेश घातलेले कर्मचारी ते काम करत असल्याचं सॅम्युएलला दिसत होतं. सुमारे एक तासानंतर त्या पुतळ्याला नारिंगी रंगाच्या पट्ट्यांनी बांधून ते सरकारी कर्मचारी निघून गेले.

सॅम्युएल जागेवरून उठला आणि त्याने ग्लासात पाणी भरलं. समोरच्या आरशात दिसणाऱ्या आपल्या काळ्या केसांच्या विक्षिप्त प्रतिमेकडे त्याने जाणीवपूर्वक बघायचं टाळलं. लोरॉं उठून बसली होती आणि डोळे चोळून झोप उडवण्याचा प्रयत्न करत होती. ही बाई कशी काय आरामात राहू शकते, याचं त्याला नेहमीच नवल वाटत आलं होतं.

तिने एक मस्त जांभई दिली, आळोखेपिळोखे दिले आणि सॅम्युएलकडे पाहत म्हणाली, "चला, आपण निघू या का?"

"आपल्याला कुठेतरी जायचं आहे, हे नक्की. पण कुठे?"

"तुझ्या फ्लॅटवर जाऊ. तुझी सगळी क्रेडिट कार्ड ताब्यात घेऊ."

सॅम्युएल विचार करायला लागला. त्याने खानचा विश्वास गमावलेला होता. अशा परिस्थितीत खानने जर पोलिसांना किंवा त्या अल्जेरियन गुंडांना हे सांगितलेलं असतं, तर त्यांनी नक्कीच घरावर पाळत ठेवलेली असणार होती. पण त्याच्या दुसऱ्या मनाने त्याला सांगितलं की, लोकांना सगळंच सांगणं, हे खानच्या स्वभावात बसत नव्हतं. रोपनर बँकेमध्ये कमी प्रमाणात सुरक्षा-बंदोबस्त होता. अर्थात त्याची त्याला काळजी नव्हती. एकदा का त्याचं पाकीट त्याच्या ताब्यात आलं असतं की, मग तो परत माणसात आला असता आणि कदाचित या प्रकरणातून बाहेर पडण्याची शक्यताही वाढली असती.

"चला, आपण जाऊ या."

सुमारे अर्ध्याएक तासात ते सॅम्युएलच्या फ्लॅटमध्ये होते आणि पुढल्या काही मिनिटात सॅम्युएलच्या हातात त्याचं पाकीट आणि जास्तीचे कपडे होते. त्याच्या अपरोक्ष कोणी तिथे गेल्यासारखं वाटत नव्हतं. 'आता लगेचच सटकायला हवं, उगाचच आपलं नशीब जास्त ताणायला नको.'

ते फ्लॅटमधून बाहेर पडत असताना त्यांना पाच मजले खाली असलेल्या तळमजल्यावरचा दरवाजा उघडल्याचा आणि मिटल्याचा आवाज आला. नक्षीदार लाकडी जमिनीवर पावलांचे आवाज अस्पष्टपणे ऐकू येत होते. काही क्षण शांतता पसरली आणि नंतर मग जिन्यावरच्या पायऱ्यांवर सावधपणे टाकलेल्या पावलांची कचकच ऐकू यायला लागली. सॅम्युएल आता सर्व शक्यतांचा विचार करू लागला. 'ही जी कोण व्यक्ती आहे, ती नव्यानेच बसवलेल्या लिफ्टने का येत नाही? म्हणजे केवळ व्यायामाच्या हव्यासापोटी हे करत आहे की, तिला वरती येत असताना प्रत्येक मजल्यावरचे फ्लॅट तपासत यायचं आहे?' आता ती व्यक्ती दुसरा मजला चढायला लागली होती.

सॅम्युएलने लोरॉंला गप्प बसण्याची खूण केली. लिफ्टचं बटण दाबून ती वरती बोलावली आणि तो हळूच फ्लॅटमध्ये शिरला. काही क्षणातच तो एक रेडिओ घेऊन बाहेर आला. ती अज्ञात व्यक्ती आता तिसरा मजला चढत होती आणि काही मिनिटातच पाचव्या मजल्यावर आली असती.

लिफ्ट वर आल्यावर, त्याने दार उघडलं आणि रेडिओवर धार्मिक प्रवचन चालू असलेलं स्टेशन लावून तो आत ठेवला आणि तळमजल्याचं बटण दाबून तो बाहेर पडला. पुढच्या क्षणी त्या लिफ्टने खालच्या दिशेने प्रवास सुरू केला, तेव्हा प्रवचनाचे शब्द ऐकू येत होते.

ती व्यक्ती आता जिन्यात थबकली. लिफ्ट चालूच होती. लोरॉं आणि सॅम्युएल आता एक मजला वर चढून वाट पाहत बसले.

नंतर जिन्यातून आवाज यायचे बंद झाले. मग परत पावलांचे दमदार आवाज यायला लागले. ती गूढ व्यक्ती आता परत जिना चढत होती.

जेमतेम श्वास घेत दबा धरून बसलेल्या सॅम्युएलने जाळीच्या फटीतून त्या माणसाला वर आलेलं पाहिलं. त्याला पाहताच सॅम्युएलला धक्काच बसला, कारण हा तोच काळा, धिप्पाड पहिलवान होता. याच्याशीच त्याची काझच्या फ्लॅटच्या बाहेर मारामारी झाली होती.

सॅम्युएलच्या फ्लॅटचा दरवाजा अर्धवट उघडा पाहून तो पहिलवान परत जिन्याकडे धावला. 'आता हा कोणालातरी मदतीला बोलावणार आणि तोपर्यंत आपण इथेच अडकून पडणार.' असंच सॅम्युएलला वाटलं. पण तितक्यात त्याला परत जिन्यावर धाडधाड आवाज ऐकू आला. तो इसम हातात लोखंडी खांब घेऊन

त्वेषाने वर येत होता. त्याच्या चेहऱ्यावर आता खुनशी भाव दिसत होते. दारावर लाथ मारून तो आत घुसला.

आता पळून जाण्याचा झालेला मोह आवरत सॅम्युएल हलकेच खाली उतरला आणि त्याने आपल्या फ्लॅटचा दरवाजा बाहेरून लावून घेतला. आतून ओरडण्याचा आणि दार ठोकण्याचा आवाज येत होता. सॅम्युएलने कुलपात किल्ली घालून तीन वेळा फिरवली आणि मग लाथ घातली. आता कुलुप उघडता येणं अशक्य होतं. त्याच्या घरात चोरी करायला आलेला आता तो त्याचा कैदी झाला होता. वरती आरडाओरड चालू असताना सॅम्युएल आणि लोराँ खाली पळत गेले आणि गर्दीत मिसळले. समजा पोलिसांची त्यांच्यावर पाळत असती, तर ते आत्ता पकडले गेले असते; पण सगळंकाही शांत होतं.

लोराँ त्याला ऱ्यु सांते बाँच्या छोट्याशा गल्लीत उभ्या असलेल्या, हिरवे आणि गुलाबी पट्टे असलेल्या मोटर सायकलपाशी घेऊन गेली. सॅम्युएलला दुचाकी चालवण्याची फारशी हौस नव्हती. त्याला फक्त इतकंच माहीत होतं की, मोटार सायकल चालवणाऱ्यांच्या जमातीत ट्रायंफ नावाला विशेष भाव होता.

लोराँने मागची डिक्की उघडली आणि त्यातून काळा घट्ट पोशाख बाहेर काढला. प्रथम पायातले बूट काढून तिने कमरेपर्यंत पोशाख चढवला, नंतर कोटाची बटणं काढून अंगावरचा कोट काढला आणि काही क्षणातच ती मोटर सायकलस्वाराच्या पोशाखात सज्ज झाली. काढलेले कपडे आणि बाकीचं सामान परत डिक्कीमध्ये ठेवून तिने डिक्की बंद केली. दोघांसाठी दोन हेल्मेट तिने आधीच काढलेल्या होत्या.

"हं, घे."

सॅम्युएलनं आपलं हेल्मेट चढवलं. सॅम्युएलने आजूबाजूला पाहिलं. रस्त्यावरून वेडा मारेकरी धावत नव्हता. सारं कसं शांत होतं. तो कुत्र्याचा मालक सोडला, तर मघाशी लोराँने रस्त्यावर कपडे बदलले, तेव्हा कोणी चिटपाखरूही रस्त्यावर नव्हतं. फ्लॅट सोडल्यापासून काही मिनिटांतच ते ऱ्यु द रिव्होलीवर मार्गक्रमण करत होते.

त्या दिवशी रस्त्यावर वाहनांची बरीच गर्दी होती. सर्व वाहनं जवळपास एकमेकांना चिकटूनच चालली होती. सॅम्युएलने तूरसँतकडे पाहिलं. पुतळ्यांशी संबंधित काही काम चाललेलं होतं. एका पुतळ्याच्या मागे वरच्या बाजूला एक जण उभा होता. त्याने चष्मा घातलेला होता आणि तो रस्त्याकडे पाहत होता. मागे काही मीटर अंतरावर असलेल्या फ्लॅटच्या बाल्कनीत एक दुसरी व्यक्ती उभी होती आणि ती पहिल्या इसमाला हातवारे करून सूचना देत होती. तो कोणीतरी इंजिनिअर अथवा सर्व्हेयर असावा, कारण त्याच्या हातात थिओडोलाइटसारखं उपकरण दिसत होतं आणि ते खालच्या वाहतुकीवर रोखलेलं होतं.

फरक इतकाच होता, ते उपकरण थिओडोलाइट नव्हतं.

सॅम्युएलला कसलातरी धोका जाणवला. तो पुढे लोराँच्या अंगावर वाकला आणि तिला त्याने जवळ जवळ समोरच्या हॅन्डलवर वाकवलं. लोराँला हे काय चाललं होतं ते न कळल्यामुळे ती चिडली. सॅम्युएलने तिला मोटर सायकल जोरात चालवण्याची सूचना केली. लोराँच्या दिशेने आलेली पहिली गोळी काही इंचावरून गेली आणि रस्त्यावरच्या एका कुत्र्याच्या पिल्लाला लागली आणि ते आडवं झालं.

सॅम्युएलने डाव्या बाजूला पाहिलं. तो मनोऱ्यावर उभा असलेला माणूस परत आपलं शस्त्र सज्ज करत होता. बहुतेक ते धनुष्यबाण होतं. हा शुद्ध वेडेपणा होता. मागे त्या मेलेल्या कुत्र्याच्या भोवती लोकांची गर्दी जमायला लागली होती. "रस्त्यावरून बाजूला हो! तो परत गोळी मारेल!" सॅम्युएल लोराँच्या कानात ओरडला.

"शक्य नाही! गर्दी फार आहे!"

त्यांची मोटर सायकल एका बससमोरून गेली, तेव्हा अनेक गाड्यांनी ब्रेक दाबले आणि लोकांच्या तिखट नजरा त्यांच्याकडे रोखल्या गेल्या. आता ते बुलव्हाँ सेबेस्तपो आणि ऱ्यु द रिव्होलीकडे वळले. एक पोलीस त्यांच्या दिशेनी येत होता. पांढरा हातमोजा घातलेला एक हात त्यांना थांबायची सूचना करत असतानाच कर्कश्श शिट्टी वाजली. फिक्कट निळ्या रंगाचा शर्ट घातलेल्या पोलिसाला मागे टाकून मोटर सायकल पुढे जात असताना सॅम्युएलचा गुडघा त्याला लागला. विचित्र आवाज करत आणि कमरेत वाकत तो खाली कोसळला. तो बाण त्याच्या पोटात घुसला होता.

किंचित तिरक्या नजरेने सॅम्युएलने पाहिलं, तेव्हा पुढचा बाण एका मुलीला लागल्याचं त्याच्या लक्षात आलं. छातीवर हात धरून ती खाली कोसळली. ती मुलगी त्याच्या फ्लॅटच्या समोर राहणारी आणि त्याचं लक्ष आहे असं पाहून खिडकीत कपडे बदलणारी असल्याचं सॅम्युएलच्या लक्षात आलं. पटकन खाली उतरून तिला मदत करावी असं सॅम्युएलला वाटलं. बिचारी निरागस पोरगी! तिला त्याच्यामुळे जीव गमवावा लागला होता.

पण लोराँ मात्र सुसाट गाडी चालवत होती. आता ते पॅरिसच्या बाहेर आले होते.

"आपण कुठे जात आहोत?" समोरच्या वाऱ्याला तोंड देत तो तिच्या कानात ओरडला.

"अशा जागी, जिथे तू सुरक्षित असशील." लोराँनेही त्याला ओरडून उत्तर दिलं. "बऱ्याच जणांना तू हवा आहेस, असं वाटतंय."

२०

पौर्णिमेचा चंद्र होता. चांदणं इतकं प्रखर होतं की, बागेतलं कारंज़ं चंदेरी रंगात न्हाऊन निघालं होतं. हिरव्यागार हेजच्या कुंपणामागून सॅम्युएल पाण्याचे फवारे उडताना पाहत होता. उन्हाळ्याचे दिवस असले, तरी ती रात्र सुखावह होती. काहीही घडलेलं असलं, तरी आता त्याला घडीभर एकान्त मिळाला होता. पॅरिसहून इथपर्यंतचा प्रवास घाईघाईत केलेला आणि जवळपास नि:शब्द होता. पॅरिसचे खास प्रशिक्षित कमांडो, अल्जेरियन काळातले जुलमी पोलीस, तो काळा पहिलवान किंवा खानचे गुंड यांपैकी कोणाचातरी हात आपल्या पाठीवर केव्हाही पडेल, अशी या प्रवासात त्या दोघांना भीती वाटत होती.

लोरॉंच्या नात्यातल्या भावाचं हे घर होतं. त्याला सगळं घर दाखवल्यावर लोरॉं काही कामासाठी बाहेर गेली होती. आता ती गेल्यालाही बराच काळ लोटला होता. आता मात्र तो इथे रात्रीच्या स्वच्छ हवेचा सुगंध घेत, कारंजातून उडणाऱ्या पाण्याचं नृत्य बघत आरामात बसला होता आणि मुख्य म्हणजे हे सगळं अनुभवायला तो जिवंत होता. त्यांनी अजूनपर्यंत तरी त्याला शोधलेलं नव्हतं, त्यामुळे हा आनंदाचा क्षण त्यांना उद्ध्वस्त करता आला नव्हता.

मागच्या झुडपातून पांढरा हातमोजा घातलेला एक हात त्याच्या पाठीवर पडला. तो जोरात ओरडत असतानाच दुसरा त्याच्या तोंडावर पडला. प्रतिकार करण्याच्या विचारात असतानाच, त्याला ती व्यक्ती दिसली आणि विचार बारगळला.

"हे काय करते आहेस?'' तो दचकून खुसपुसत बोलला.

"माफ कर, मला माफ कर.''

लोरॉं मागे जात म्हणाली.

"तू एखाद्या पुतळ्यासारखा स्तब्ध बसला होतास, तेव्हा तुझा खरंच दगड झालाय का ते बघावं, म्हणून खात्री करून घेत होते.'' असं म्हणत तिने त्याच्या पाठीवर प्रेमाने थोपटलं.

"छान! छान! आतातरी खात्री पटली का?" धाप लागल्यागत तो जोरजोरात श्वासोच्छ्वास करत म्हणाला. एकाच वेळी त्याला भीतीही वाटत होती आणि आनंदही झाला होता.

"म्हटलं ना, मला माफ कर." ती काकुळतीने म्हणाली. तिने केलेलं स्मितहास्य त्याला चांदण्यात फारच आकर्षक वाटलं.

"हे घे, तुझा मोबाइल फोन."

"तुला हा कुठे मिळाला?" सॅम्युएलनी आश्चर्याने विचारलं.

"अशा जागी, जिथ तंत्रज्ञान शब्दाचाही कोणाला अर्थ माहीत नाही. तिथे या गोष्टी मिळणं अवघड असतं. एक क्षीणसा सिग्नल इथे मिळतो आहे, पण कामचलाऊ आहे." तिने पॅरिसच्या खास शैलीत खांदे उडवले. 'या पॅरिसच्या लोकांचा ग्रामीण लोक का दु:स्वास करतात, हे या वृत्तीवरून दिसतं.' "कमीत कमी पुढले दोन एक तास तरी कोणी फोन करणार नाही, अशी आशा करू या."

"निदान या फोनवर तरी नाही." सॅम्युएल म्हणाला. नेमकं त्याच वेळी त्या फोनच्या दुसऱ्या टोकाला एक जण फोन करण्याच्या बेतात होता आणि त्याला ऐकायला किमान एक किंवा दोन जण उत्सुक असावेत.

"आऽऽलो?"

"फ्राँस्वा?" ओळखीचा आवाज ऐकून सॅम्युएलला हुरूप आला.

"आता तू फार प्रसिद्ध झाला आहेस मित्रा!"

"ती प्रसिद्धी काय, पंधरा मिनिटं टिकेल."

"नाही, नक्कीच त्याहून जास्त वेळ. आता तू एक लफडेबाज दलाल आहेस, रक्तपात करणारा इंग्रज आहेस. काझ गेली, तुंग्ली गेला, तुझ्या घरासमोरची ती चिकनीही गेली. वाहतूक नियंत्रण करणारा पोलीस जखमी, पण दुर्दैवाने जिवंत."

"याचा अर्थ तू वर्तमानपत्र वाचतोस फ्राँस्वा?"

"अर्थातच नाही, पण टेलिव्हिजन बघतो."

सॅम्युएल मनातून हळहळला.

"पण काळजी करू नकोस. त्या बातम्यांत दाखवला जाणारा फोटो अजिबात तुझ्यासारखा दिसत नाही."

सॅम्युएल थोडा विचलित झाला. नंतर त्याने आणखीन काही सांगायचं आहे का, असं फ्राँस्वाला विचारलं. हे संभाषण जर फ्रेंच पोलीस ऐकत असते, तर मग फ्राँस्वाला धोका होता, हे सॅम्युएलला समजत होतं; पण स्वत:चा बचाव करण्याचा हाच एक मार्ग होता. फ्राँस्वा बोलत असताना तो काही टिपण करत होता. फ्राँस्वाने सांगितलेलं सगळंकाही त्याच्या नोंदीत उतरलेलं असल्याची खात्री होताच त्याने हलकेच शीळ घालून आनंद व्यक्त केला.

"ठीक आहे, काळजी घे स्वत:ची."

"प्रश्नच नाही. तुला पुन्हा काही मदत लागली, तर मी इथे आहेच."

"तू एक सच्चा मित्र आहेस फ्रॉस्वा!"

"निघू या?" लोराँ बागेत व्हॅनजवळ त्याची वाट बघत बसली होती. तिने काळ्या रंगाची घट्ट जीन आणि चामड्याचं जॅकेट घातलं होतं आणि ती एखाद्या षोडशवर्षीय तरुणीसारखी फटाकडी वाटत होती.

"शेवटी माझ्याकडे कोणाचंतरी लक्ष गेलं म्हणायचं!" वातावरणात सिगारेटचा धूर सोडत लोराँ म्हणाली.

"तू नक्की कुठे निघाली आहेस?" सॅम्युएलने हलक्या आवाजात विचारलं. ती जुन्या रेनॉमध्ये बसत असताना सॅम्युएलला घाईघाईने तिला गाठावं लागलं.

"तुला काय वाटतं? मी कुठे जात असेन?"

त्या जुन्या गाडीत लोराँ धडकन जाऊन बसली, तेव्हा सगळी गाडी हादरली. सॅम्युएलने स्वत:ला तिच्या शेजारी कोंबलं. सकाळची वर्तमानपत्रं पाहिल्यापासून आणि त्या कमांडो आणि कुत्र्याच्या पिल्लाचा फोटो पाहिल्यापासून त्याला काही सुचत नव्हतं. त्या लहानशा खेड्यातल्या दुकानात इंग्लिश भाषेतली वर्तमानपत्रं विकत नव्हते. इंग्लंडमधल्या वर्तमानपत्रात मात्र सॅम्युएलला कसं सूळावर चढवलं असेल, याची सॅम्युएलला कल्पनाच करवत नव्हती. लोक आपली प्रतिमा जाळत आहेत, धिंड काढत आहेत अशी दृश्यं त्याच्या डोळ्यापुढे तरळत होती. वर्तमानपत्रात कसे नाटकी मथळे आले असतील, ते त्याच्या डोळ्यापुढे येत होतं.

लोराँने कशीबशी मोटार सुरू केली होती. जुन्या पद्धतीचे हाताने बदलण्याचे गिअर्स बदलत ते आता तूर्त 'दिरेक्सियाँ' असं लिहिलेल्या पाटीपाशी वळाले.

समोरचा अंधार पाहत असताना 'अशा परिस्थितीत केंपिसने काय केलं असतं? मास्टर ऑफ बिब्लोजने काय केलं असतं?' असा विचार सॅम्युएलच्या मनात आला.

जुनाट रेनॉ मोटार कारमध्ये कुरतडल्यासारखे दिसणारे काळे केस आणि गबाळ्या कपड्यात बसलेल्या सॅम्युएलला आता बाहेरची अंधारी रात्र अन् ती तूर्त दिरेक्सियाँ ही पाटी सोडली, तर नक्की कुठे चाललो आहोत याची कोणतीही कल्पना नव्हती. समोर एखादा खात्रीशीर पर्याय दिसेपर्यंत त्याला मनाने आणि शरीराने जागृत असायला हवं होतं. जगातल्या सर्व देशात एक प्रकारचा उन्माद, वेडेपणा आणि भीती यांचं साम्राज्य पसरलेलं होतं. लोकांना कुणावर तरी खापर फोडण्यासाठी एका बळीच्या बकऱ्याची गरज होती. बँकांचे अधिकारी, वार्ताहर आणि परकीय नागरिक, हे सर्वांचं आवडतं सावज होतं आणि सॅम्युएल या तिन्ही प्रकारात लायक उमेदवार होता. लोक चेटकिणीच्या मागे लागले होते आणि

सॅम्युएल सर्वात सोप्पा भोज्या होता. सध्याच्या घटकेला तो सगळ्यांचं लक्ष वेधून घेत होता. तो आता लपण्यासाठी सर्वत्र सैरभैर धावत सुटला होता. तो कितीही चपळाईने किंवा हुशारीने लपला असता, तरी कालांतराने फ्रेंच पोलीस किंवा मारेकरी किंवा चवताळलेल्या जमावाने त्याला शोधून काढलं असतं आणि जीवे मारलं असतं.

आज फ्रॉंस्वाने त्याला थोडी आशा दाखवली होती. त्याने सहजच चाळा म्हणून समोरच्या बोर्डावर टपटप केलं.

"तू ठीक आहेस ना?" लोरॉंने त्याच्याकडे काळजीने पाहत विचारलं.

"मी ठीक आहे. तू गाडी चालव. आपण नक्की कुठे चाललो आहोत?" त्याने विचारलं. लोरॉं त्या खटारा गाडीच्या इंजिनाचा अंत बघत गाडी पॅरिसच्या दिशेने हाकत होती.

"आपण तुझ्यासाठी एक पासपोर्ट घ्यायला चाललो आहोत. तुला थोडा वेळ आणि शांतता मिळायला हवी. लपूनछपून वावरणाऱ्या एका इंग्रज माणसाला तो पॅरिसमध्ये मिळणं अशक्य आहे."

"म्हणून काय तू मला असाच पासपोर्ट मिळवून देणार आहेस?"

आता तिची गाडी द्रुतगती मार्गावर आली होती.

"हो! अगदी असाच सॅम्युएल. फार सोपं आहे ते."

पॅरिसच्या पूर्वेला असलेल्या फोंतने-सू-ब्वा विभागातली, 'द क्लब २०००' ही जागा सॅम्युएलला विशेष वाटली. विमानतळावरच्या अथवा पंचतारांकित हॉटेलात असलेल्या बिझिनेस सेंटरचा सॅम्युएलने वापर केला होता. तिथे फॅक्स करण्याची, लेझर छपाईची सोय उपलब्ध असे. जोडीला जगभरातली वर्तमानपत्रं, कॉम्प्युटर यांसारख्या सोयीही उपलब्ध असत. पण अशा सगळ्या गोष्टी सेक्स क्लबमध्ये असतील असं त्याला वाटलं नव्हतं. इथे वेगळ्या प्रकारच्या सोयी असतील असं त्याला वाटलं होतं. इथे इतके आधुनिक फोन असतील, असा विचारही त्याच्या मनात आला नव्हता.

तो खाली बसला आणि त्याने 'इन्क्वायरर'मध्ये आलेलं सदर परत एकदा वाचलं. मोठ्या अक्षरात 'मारेकरी' असा मथळा असलेल्या या सदरात जरी सॅम्युएल मारेकरी असल्याचा थेट आरोप केला नसला, तरी काझच्या प्रकरणात चौकशीसाठी तो हवा असल्याचं लिहिलं होतं. तसंच तुंग्लीसारख्या लबाड दलालाशी त्याचे संबंध असल्याचा उल्लेख केला होता. ती तरुणी जेव्हा रस्त्यात मेली, तेव्हाही सॅम्युएल आसपास असल्याचं लिहिलं होतं. हे सगळं जरी लिहिलेलं असलं, तरी सॅम्युएलच्या मागे लागलेल्या त्या काळ्या माथेफिरूचा उल्लेख मात्र

नव्हता. शेअर बाज़ार कोसळण्याच्या घटनेत सॅम्युएलचा कसा संबंध असू शकतो, हे बाकीच्या उरलेल्या सदरात विस्ताराने सांगितलं होतं. तिरकसपणे लिहिलेल्या या लेखात सॅम्युएलवर भरपूर चिखलफेक केलेली होती. नाकारता येऊच शकणार नाहीत, अशा घटनांची इतर घटनांशी अशी बेमालूम सरमिसळ केली होती की, मंद बुद्धीचा वाचकही भलताच निष्कर्ष काढू शकला असता. ब्रिटिश माध्यमांना आपल्या वाचकांची पारख होती. रस्त्यावर मेलेल्या कुत्र्याचा फोटो त्या मुलीपेक्षा किंवा जखमी कमांडोपेक्षा मोठा छापलेला होता. दु:खाची बाब अशी होती की, हे सगळं इंग्लंडमध्ये न घडता परक्या देशात घडलं होतं, त्यामुळे त्यांनी ही बातमी मोठ्या अक्षरात, पण तिसऱ्या पानावर छापली होती.

त्याने घड्याळात पाहिलं. लोरॉं आत बारच्या दिशेने गेल्याला चांगली पंधरा मिनिटं होऊन गेली होती. का कोणास ठाऊक, त्याला जरा तिची जास्तच काळजी वाटायला लागली होती. त्याच्यासाठी ती जे काही आणायला गेली होती, त्याला इतका वेळ का लागला होता? 'आता जर का ती दिसली नाही तर....' त्याने घड्याळात पाहिलं. दहा मिनिटात ती आली नसती, तर तो सरळ आत जाणार होता.

फॅक्स मशिनचा आवाज यायला लागला. स्पॅनिश भाषेत कोणा एका 'एल् ग्रोस्सो'साठी एक निरोप आला होता. हा एल ग्रोस्सो कोण, याचा तो विचार करायला लागला. कोणी का असेना, तो आत्ता इथे नव्हता. तोच नाही, पण सॅम्युएल सोडला, तर तिथे दुसरं कोणीच नव्हतं.

त्याने परत एकदा 'इन्क्वायरर' उचलला आणि परत खाली फेकला. त्या लिखाणाची भाषा मॅकमरेची असल्यासारखं सॅम्युएलला वाटत होतं. त्याचा संताप अनावर झाला होता. 'हा मॅकमरे आपली इतकी फसवणूक कशी काय करू शकतो? आणि रोपनर बँकेत तरी हे आरोप आपल्यावर करण्यात कोणाचा पुढाकार असेल? मिलर? खान? हे दोघंच संभाव्य उमेदवार असू शकतात. धनुर्धारीची मूर्ती गायब झाल्याचं खानच्या एव्हाना लक्षात आलं असेलच. ती गायब होण्याचा अर्थही त्याच्या लक्षात आला असेल.'

समोर अनेक कुटील प्रश्न होते, पण त्याची उत्तरं नव्हती. सध्याच्या घटकेला त्याला पासपोर्ट आणि भरपूर नशिबाची साथ हवी होती. मगच पुढे काय करायचं ते ठरवता आलं असतं.

तो बारमध्ये गेला. तिथे लोरॉं त्याची वाट पाहत असलेली पाहून त्याला बरं वाटलं. ती आरामात बसलेली पाहून त्याला समाधान वाटलं.

"तू ठीक आहेस ना?" त्याने विचारलं. त्याच्या विचारण्यात केवळ माहिती विचारण्यासाठी विचारलेला प्रश्न नसून त्यात आपलेपणाची भावना जाणवत होती.

"अर्थातच!" तिने आपल्या चामड्याच्या कोटावरच्या खिशाला थोपटत त्याला खूण केली. "ब्रिटिश व्यावसायिकांची एक मोठी खासियत असते. त्यांना अंगावर कोट आणि टाय नसला, तर फार चुकल्यासारखं होतं, पण खाली पँट नसली तरी ते आरामात हिंडत बसतात. हे असं का, काही कळायला मार्ग नाही."

"कदाचित याच्यामागे आमच्या शिक्षणपद्धतीचा हात असेल. मुलांसाठी वेगळी शाळा, मुलींसाठी वेगळी." सॅम्युएल हसत म्हणाला.

"अर्थात, हे आपल्या दृष्टीने चांगलंच आहे. त्यांचं लक्ष दुसरीकडे गेलं की, मग त्यांना लुबाडणं शक्य होतं."

सॅम्युएलने तिच्याकडे तिरकस नजरेने पाहिलं. 'लक्ष दुसरीकडे वेधलं? म्हणजे लोरॉंनी नक्की काय केलं असेल? जाऊ दे. आपल्याला काय करायचं आहे.'

ते रस्त्यावर आले आणि थंड हवेचा आस्वाद घ्यायला लागले. लोरॉंने खिशातून पासपोर्ट काढला आणि सॅम्युएलच्या हातात दिला. सुमारे अडतीस वर्षाचा, लालबुंद चेहऱ्याचा, लाल केसांचा इसम त्या पासपोर्टचा मूळ मालक होता.

"मी या माणसासारखा कधीच वाटणार नाही."

"त्याची काळजी करू नकोस. ते सगळं ठीक करता येईल. आता कुठे जायचं?"

"ओऽ" सॅम्युएल म्हणाला. जणूकाही ते कुठेही मुक्त संचार करू शकणार होते.

२१

आता संध्याकाळ सरून रात्र झाली होती आणि त्यांच्यापाशी फारच कमी वेळ उरला होता. या वेळी गार दोस्तेर्लित्स भागातल्या लहान लहान गल्लीबोळातून अनेक प्रकारचे अनैतिक धंदे चालत. बहुतेक सर्व दुकानांतून विकला जाणारा माल सरळ सरळ बेकायदेशीर होता. हशीश, गांजा किंवा निरनिराळ्या गोष्टींपासून बनवलेली भयानक मिश्रणं इथे सर्रास विकली जात होती. एलएसडी आणि स्पीडपासून तयार केलेल्या इटासीला फार मागणी होती. अफगाणिस्तानात उगवणाऱ्या स्वस्त अफूपासून ते नाकाने हुंगण्याच्या पुडीसकट सगळंकाही इथे मिळतं असे. जर तुम्ही कमनशिबी असाल, तर याहूनही जहाल वस्तू तुम्हाला मिळणं शक्य होतं.

परंतु एक चांगली गोष्ट म्हणजे हा भाग पोलिसांनी अस्पर्शित ठेवला होता. त्यांना या विभागात जाण्यात विशेष रस नव्हता आणि त्याची कारणं सॅम्युएलने शोधून काढली होती. या भागात जाऊन आपला जीव संकटात टाकण्यापेक्षा त्यांची इच्छाच असेल, तर ते विष खाऊन मरू दे त्यांना, असा पोलिसांचा पवित्रा होता. त्यांना त्यांचे संसार, मुलंबाळं होती आणि निवृत्तीवेतन नक्कीच मिळवायचं होतं. त्या भागाला रात्री थोड्याशा गाड्यांनी वेढा देऊन पोलीस स्वस्थ बसून राहत. पण जेव्हा ह्या हद्दीच्या बाहेर हे अमली पदार्थ येत आणि त्याच्या पाठोपाठ हाणामाऱ्या होत, वर्तमानपत्रातून टीकेची झोड उठे की, मग धाडींचं सत्र सुरू होत असे. त्यात काही लोकांना अटक होई, काही खटले चालात आणि परत सगळं एक-दोन वर्षात मूळ पदावर येई.

गार दोस्तेर्लीत्सच्या दुकानामधून स्वस्तात मिळणारे कपडे आणि दागिने विकले जात. इलेक्ट्रॉनिक उपकरणही इथे मोठ्या प्रमाणात विकली जात – कॅमेरे, व्हिडिओ, हॅन्डिकॅम, लॅपटॉप, संगीतासाठी लागणारी वाद्यं.

एका दुकानात रचलेली इन्फ्रारेड फोनची चळत सॅम्युएलने त्रयस्थपणे पाहिली.

हे सगळं करत असताना लोरॉंच्या हालचालीवर त्याचं लक्ष होतंच. इथल्या रस्त्यावर आता रात्री वावरणारी मानवी श्वापदं गर्दी करायला लागली होती. जो तो आपापल्या उद्योगात दंग होता, त्यामुळे घट्ट काळा चामड्याचा पोशाख केलेल्या तरुणीकडे फारसं कोणाचं लक्षही जात नव्हतं.

निरनिराळ्या तांत्रिक सेवा पुरवणारी दुकानं उघडलेली होती. दुकानांतून निरनिराळ्या रंगीबेरंगी प्रकाशझोतांची उधळण होत होती. त्यांनी या आधीच निवडलेल्या एका दुकानाच्या बाहेर लोरॉं किंचित थबकली आणि ती पटकन आत गेली. सॅम्युएलने या भागाचा दौरा यापूर्वी दिवसा केला होता. त्यांना गरज असणारी उपकरणं, वस्तू या दुकानात असल्यामुळे त्यांनी या दुकानाची निवड केली होती. या दुकानाचा मालक थोडा बनेल वाटला, पण त्यामुळे त्यांचं हे खास काम तो करू शकला असता, असा भरवसाही त्यांना वाटला.

सॅम्युएल एका औषधाच्या दुकानापाशी थांबला. त्याच्या खिडक्यांवर लोखंडी झापड लावली होती आणि त्या आतून बंद केल्या होत्या. अमली पदार्थांना मनाई करणारे सूचनाफलक लावलेले होते, 'तसंच दुकानात शिरण्याचा प्रयत्न करू नये.' अशा अर्थाची पाटीही लावलेली होती. सॅम्युएलकडे फारसं कोणाचं लक्ष गेलं नव्हतं, मात्र एक-दोन बेवड्यांनी त्याच्याकडे जरा विचित्र नजरेने पाहिलं होतं. पंधरा मिनिटं वाट पाहिल्यानंतर सॅम्युएलचा धीर सुटत चालला. पोलीस आणि सरकारी अधिकारी एका जोडप्याच्या शोधात होतेच, त्यामुळे दुकानात जाऊन आपण लोरॉंचा साथीदार असल्याची जाहिरात करणं, त्याला प्रशस्त वाटत नव्हतं, उलट ते त्याला धोक्याचंच वाटलं. पण पंधरा मिनिटानंतरही लोरॉं आली नव्हती, ही काळजीची बाब होती.

दार उघडलं गेलं, तेव्हा बारक्या घंटांचा गोड किणकिणाट झाला.

एक बुटका, उनाड गृहस्थ समोर आला. चेहऱ्यावरून ट्युनिशीयन किंवा अल्जेरियन वाटणारा गृहस्थ हाच या दुकानाचा मालक असल्याचं सॅम्युएलच्या लक्षात आलं. ''माफ करा, माफ करा, आता आम्ही दुकान बंद करत आहोत, म्हणजे तसं बंद झालेलंच आहे.'' हे सांगताना त्याने प्रचंड हातवारे केले आणि थोडंसं हसला.

सॅम्युएलने आजूबाजूला पाहिलं. लोरॉंचा कुठे पत्ता नव्हता. दुकान तर तसं लहानसंच होतं. ती आत नव्हती, हे एका सेकंदात समजलं होतं, पण ती दुकानाच्या बाहेरही गेली नव्हती. याचा अर्थ ती आतच कुठेतरी असायला हवी होती.

सॅम्युएल शांतपणे विचार करायला लागला. आता त्याच्यापुढे दोन पर्याय होते – एक तर त्या दुकानदाराला घोळात घ्यायचं, म्हणजे गरज नसलेली एखादी वस्तू भरमसाठ किमतीला विकत घ्यायची. दुसरा पर्याय म्हणजे जरा हिसका दाखवायचा.

मालकाची तर अखंड बडबड चालली होती. त्याने सॅम्युएलला जवळपास

दरवाजापर्यंत लोटत आणलं होतं. सॅम्युएल वळला आणि बाहेर जाण्याच्या पवित्र्यात उभा राहिला. दरवाजाच्या दिशेने दोन पावलं टाकल्यावर तो काहीतरी विसरला आहे अशा आविर्भावात झटकन मागे वळला.

मागे वळताना त्याचं कोपर दुकानदाराच्या डोक्याच्या कडेवर आपटलं. दोन आवाज झाले. पहिला दुकानदाराच्या डोक्यावर कोपर आपटल्याचा आणि दुसरा तो खाली कोलमडून पडल्याचा. सॅम्युएलने चटकन मागे वळून दरवाजात पाहिलं. सगळंकाही सुरळीत चाललं होतं. त्याने दुकानाचं दार आतून बंद केलं. दुकान बंद झाल्याच्या पाटीचा दिवा लावला. त्या बुटक्याला बाजूला करणं इतकं अवघड असेल, असं सॅम्युएलला वाटलं नव्हतं. शेवटी कसाबसा त्याला त्याने कोपऱ्यात टाकला.

मागे गल्ल्याच्या जवळच एक फिरायला जाताना वापरायची काठी होती, ती त्याने उचलली आणि दुकानामागच्या खोलीत जाणारं दार ढकललं. त्याचा श्वास आता जोरात चालला होता. आता मारामारी करण्यासाठी किंवा पळून जाण्यासाठी त्याचं शरीर प्राणवायू ठासून भरून घेत होतं.

हलकेच दार उघडून तो आत गेला तेव्हा आपण एका बोळकंडीत आल्याचं त्याला लाल रंगाच्या दिव्याच्या प्रकाशात दिसलं. मंद प्रकाशाची सवय होण्यासाठी तो काही काळ तिथेच थांबला. बोळाच्या दुसऱ्या बाजूला खाली जाणारा जिना होता. तो तसाच अडखळत त्या जिन्यानी उतरला.

हे तळघर होतं. इथल्या तीन दरवाजांपैकी एका दरवाजाला कडीकुलुप होतं. तिथे असलेल्या जाळीतून पाहिलं असता, ती बाहेरची मोकळी जागा असल्याचं त्याच्या लक्षात आलं. बाकीचे दोन दरवाजे दोन खोल्यांकडे जात असले पाहिजेत, असा त्याने विचार केला.

पहिलं दार त्याने हलकेच उघडलं. ती सामानाची खोली होती. तिथे असंख्य खोके एकमेकांवर ठेवलेले होते. हा सगळा आयात माल आशियातल्या देशातून आल्याचं त्यांच्यावर असलेल्या चिठ्ठ्यांवरून समजत होतं. त्याने परत त्या खोलीचं दार हलकेच लावलं आणि तो दुसऱ्या खोलीकडे वळाला.

हलक्या हाताने त्याने ते दार ढकललं. आतून हशीशच्या धुराचा वास त्याच्या नाकपुड्यांत भरला. आधुनिक अरबी संगीताच्या तालावर फ्रेंच भाषेतलं गाणं चालू होतं. हा हशीश ओढत गाणं ऐकणारा गृहस्थ समोरच्या खोलीत बसलेला असावा, अशी सॅम्युएलची खात्री पटली.

गाण्याच्या शब्दांबरोबरच त्याला लोकांचे आवाज आणि खुनशी हसण्याचे आवाज ऐकू आले. दार घट्ट बंद नसल्यामुळे त्याच्या फटीतून आतलं दृश्य दिसत होतं. एका गोऱ्या इसमाचा पार्श्वभाग समोर आल्यामुळे त्याला पुढचं काही दिसत नव्हतं. त्या जाड्याच्या हातात व्हिडिओ कॅमेरा होता. तो कसलंतरी चित्रण करत

होता आणि तेव्हा त्याला हसायला येत होतं. नंतर तो थोडा बाजूला झाला, पण त्याचा कॅमेरा मात्र खाली रोखलेला होता.

सॅम्युएलला जेव्हा लोरॉं दिसली, तेव्हा त्याने आवंढा गिळला. ती एका चामड्याच्या बाकावर ओणवी झाली होती आणि तिची मनगटं बाकाला बांधलेली होती. कमरेखाली ती नग्नावस्थेत होती आणि तिच्या तोंडात बोळा कोंबला होता. एक तगडा अरब तिच्यामागे उभा होता. त्याची जीन गुडघ्याच्या खाली लोंबत होती. दुसऱ्या माणसाकडे पाहून तो काहीतरी अचकट-विचकट बोलला. अर्थात ते व्हर्लान या बोली भाषेत होतं. ते त्याला समजलं नाही, पण त्या जाड्या गृहस्थाने खो खो हसत त्याला पसंतीची पावती दिली.

त्या अरबाने खिशातून काहीतरी वस्तू काढली. ती काय होती, हे कळण्याच्या आधी, त्याला फर्रर असा आवाज ऐकू आला. ते एक हिरव्या रंगाचं उपकरण होतं. ते पाहताच त्याला धक्काच बसला. असला हलकटपणा ते करतील, असं त्याच्या मनातही आलं नव्हतं. एकंदरीत त्याला त्या लोकांचा काय इरादा असावा ते लक्षात आलं. आता त्या अरबाने खिशातून एक टूथपेस्टसारखी वस्तू काढली. ते कसलंतरी क्रीम होतं. त्या उपकरणाला ते क्रीम फासत असताना तो अरब खुनशीपणे हसत होता. नंतर तो लोरॉंच्या जवळ गेला आणि तिच्या गालांना ते फासण्याचा प्रयत्न करायला लागला. लोरॉंने मानेला हिसडा दिला आणि मान दुसरीकडे वळवली.

नेमका त्या वेळी सॅम्युएल तिला दिसला. तिने माननेीच केलेल्या खुणेचा सॅम्युएलला अर्थ समजला – अजून योग्य वेळ आलेली नाही. पुढे येऊ नकोस.

आता तो अरब सॅम्युएलच्या बरोबर समोर उभा होता आणि तो जाड्या कुठेतरी बाजूला गेला होता. तो उजव्या बाजूला असावा, असा सॅम्युएलने तर्क केला. दारातून लोरॉं आणि अरबापर्यंत जायला दोन पाऊल चालावं लागलं असतं, असा त्याने अंदाज बांधला. ती दोघंही बेसावध असतानाच आत जायला हवं होतं. आता ते दोघं लोरॉंपुढे ते उपकरण नाचवून तिला छळण्याचा असुरी आनंद घेत होते.

शेवटी त्याने दारावर लाथ मारून ते उघडलं. अरब आता त्या उपकरणाचा वापर करण्याच्या प्रयत्नात होता, त्यामुळे दाराच्या धडकेने तो जाड्या छायाचित्रकार खाली कोसळून पडला होता, हे त्याच्या लक्षातही आलं नव्हतं. अर्थात त्याच्याकडे प्रतिकार करायला फारसा वेळच नव्हता, कारण सॅम्युएलच्या हातातली काठी जोरात फिरली आणि तो खाली कोलमडून पडला. आता दाराजवळचा जाड्या उठून उभं राहण्याचा प्रयत्न करत होता. त्याचा कॅमेरा भिंतीवर आपटून त्याचा पार चुराडा झाला होता.

त्या जाड्याला निपचिप करायला सॅम्युएलला हातातली काठी दोन वेळा फिरवायला लागली. पहिला फटका मारला तेव्हा त्याचं थोबाड फुटलं आणि दुसऱ्या फटक्याने तो एखाद्या उन्मळून पडलेल्या वृक्षाप्रमाणे निपचिप पालथा पडला.

सॅम्युएलने पुढे जाऊन लोराँला सोडवलं आणि मिठीत घेतलं. तिनेही त्याला घट्ट धरून प्रतिसाद दिला.

''चल, आपण आधी इथून बाहेर पडू.'' तिने आपली जीन परत वर केली, धूळ झटकली आणि जाण्यासाठी तयार झाली. तिच्या प्रसंगावधानाचं सॅम्युएलला नवल वाटलं. जाताना त्याने दोघांकडे नजर टाकली. जाडा गृहस्थ निदान श्वास तरी घेत होता, पण तो अरब मात्र खराच निपचिप पडला होता.

''मी याला मारला-बिरला की काय?'' सॅम्युएलने आश्चर्यानं विचारलं.

लोराँनी त्या अरबाच्या धुडाला कुशीवर केला आणि त्याच्या गोट्यात दोन लाथा घातल्या. दुसरी लाथ घातली तेव्हा त्यांना अस्पष्ट कण्हण्याचा आवाज ऐकू आला.

''दुदैवाने अजून जिवंतच आहे साला!'' लोराँ उद्वेगाने म्हणाली. ''चल, आपण जायला हवं!''

''या मार्गाने.'' सॅम्युएल म्हणाला. ''आपण मुख्य दरवाजाने नाही जाऊ शकत.''

त्या जाड्या गृहस्थाच्या खिशातून सॅम्युएलने किल्ल्यांचा जुडगा काढला होता. लोराँच्या मदतीने त्याने दार उघडलं. जायच्या आधी सामानाच्या खोलीत त्याला हवी असलेली एक वस्तू होती. 'फक्त निर्यातीसाठी' असं लिहिलेल्या कोरियन खोक्यात टोन बॉक्स होता. जगातल्या कुठल्याही फोनच्या प्रणालीचा आवाज हवा तसा बदलू शकण्याची त्याची खासीयत होती. आपलं नाव उघड न होता लोकांच्या कॉम्प्युटरमधली माहिती पळवण्याचं काम करणाऱ्या लोकांमध्ये हा बॉक्स फार लोकप्रिय होता. या इलेक्ट्रॉनिक उपकरणाच्या सर्व व्यवहारांवर प्रत्येक सरकारचं कसून नियंत्रण असतं. रीतसर परवानगीशिवाय हे आयात करणं हा मोठा गुन्हा आहे आणि याच्या व्यवहारात बरेच पैसे गुंतलेले असतात. त्यामुळे लोराँने हे पाहिजे असल्याचं सांगितल्यावर काय घडलं असेल, याची साधारण कल्पना सॅम्युएलला आली. पण एक गोष्ट मात्र नक्की होती. हे इतकं सगळं भोगण्यापेक्षा त्या दुकानदाराने पैसेच घ्यायला हवे होते.

आता ते बाहेरच्या मोकळ्या जागेत आले होते. बाहेर फारसा गारवा नव्हता, तरी लोराँला हुडहुडी भरली होती. आता त्यांना रस्त्यावर जाण्यासाठी या जागेच्या भोवती असलेली भिंत ओलांडून जाणं आवश्यक होतं.

''थांब, मी तुला मदत करतो भिंत ओलांडायला.''

त्याने हाताची घडी केली आणि त्याच्यावर चढून लोराँने भिंत ओलांडली. तिच्या पाठोपाठ सॅम्युएलही कसाबसा वर चढला आणि एका अरुंद वाटेवरच्या रस्त्यावर पडला. त्या अंधाऱ्या जागी फक्त दुकानाचा फिक्कट पिवळसर प्रकाश जेमतेम पडला होता.

''नक्की काय झालं तिथे?'' तिला जवळ घेत सॅम्युएलने कुजबुजत विचारलं.

"मी सांगेन नंतर कधीतरी." स्वत:ला दूर करत ती म्हणाली. "आपल्याला इथून जायला हवं."

त्यांनी त्यांची रेनॉ गाडी दाइटलीच्यापाशी एका लहानशा रस्त्यावर उभी केली होती. एक शब्दही न बोलता ते गाडीच्या दिशेने चालायला लागले. काही अंतर गेल्यावर लोरॉं थबकली आणि तिने त्याला मिठी मारली. सॅम्युएलनेही तिला घट्ट मिठीत घेतलं. आता ती ढसाढसा रडायला लागली होती. आपल्या अंगाला हशीशचा वास येत असल्याचं तिला जाणवलं. "का? का? हे सगळं माझ्याच वाट्याला का?" असं ती वारंवार विचारत होती.

काही काळ लोटल्यावर तिने स्वत:ला सावरलं आणि आपलं तोंड पुसत केस सारखे केले. आता ती त्याच्यापासून लांब झाली आणि परत एकदा नामवंत वकीलासारखी ताठ मानेने बोलायला लागली.

"मागे पाहा."

त्याला हाताने खुणावत लोरॉं म्हणाली.

त्याने ज्या जागी गाडी उभी केली होती, तिथे दिव्याची उघडझाप दिसत होती. हे लुकलुकणारे दिवे पोलिसांच्या गाडीचे होते, हे दोघांनाही कळून चुकलं होतं.

"कदाचित याचा आपल्याशी काहीच संबंध नसेल." सॅम्युएल म्हणाला, पण लोरॉंने काहीच उत्तर दिलं नाही.

ते त्या रस्त्याच्या कोपऱ्यावर गेले, तेव्हा त्या रस्त्याची नाकेबंदी केली असल्याचं त्यांच्या लक्षात आलं. पोलिसांच्या गाड्यांनी तो लहानसा परिसर वेढून टाकला होता.

"काय नाटक आहे?" सॅम्युएल पुटपुटला. "ते काय दाखवण्याचा प्रयत्न करत आहेत?"

हा मूर्खपणा, सरकारची माजोरी आणि अत्याचाराचा कळस पाहून तो संतापला. तो आता गर्दीत घुसून त्यांना त्यांच्या मुजोरपणाचा, भ्रष्टाचाराचा जाब विचारायला जायच्या तयारीत होता.

पण लोरॉंने त्याचा हात धरला.

"इतका वेडेपणा करू नकोस." ती कुजबुजत म्हणाली, "आपल्याला जायला हवं. सगळं सामान आहे का तुझ्यापाशी?"

सॅम्युएलने परत एकदा सगळ्या वस्तूंची तपासून खात्री केली. टोन बॉक्स, क्रेडिट कार्ड रद्द व्हायच्या आधी काढलेले भरपूर पैसे, बनावट पासपोर्ट आणि लोरॉं सगळंकाही त्याच्याजवळ होतं. फक्त लॅपटॉपवरून घेतलेल्या माहितीची डाटा स्टिक मात्र रेनॉ गाडीत राहिली होती.

"ठीक आहे, सगळंकाही माझ्यापाशी आहे."

२२

ती दोघं रात्रीच्या अंधाराचा फायदा घेऊन तिथून सटकली आणि भुयारी रेल्वेच्या, पोपडे पडत असलेल्या लाल रंगाच्या कमानी पार करत दाइटलीच्या खाली असलेल्या अंधाऱ्या स्टेशनवर आली. अर्ध्या तासाने त्यांचं गार सां ला झार इथे सिगारेट आणि इंजिनाच्या तेलाच्या वासाने स्वागत केलं. नंतर वीस मिनिटांनी गर्द पिवळ्या रंगाच्या बाक असलेल्या डब्यातून त्यांनी पॅरिस ते सेंत मालो प्रवास केला. इतक्या धीम्या गतीने केलेल्या कंटाळवाण्या प्रवासानंतर पहाटे प्रवास संपताना त्यांची कंबर दुखली नसती तरच नवल.

शहरातील दिव्यांच्या झगमगाटापासून दूर उपनगरात जाईपर्यंत सॅम्युएलनी वाट पाहिली. आता तुरळक घरातून दिसणारे दिवे एखाद्या समुद्र किनाऱ्यावरच्या वाळूत पसरलेल्या कोळश्याच्या निखाऱ्यासारखे वाटत होते.

''मग?'' सॅम्युएल.

सबंध प्रवासात लोरॉं काहीच बोलली नव्हती. तिला बोलती करण्याच्या उद्देशाने सॅम्युएल काहीतरी बोलला.

''कृपा करून मला त्या विषयी बोलायला लावू नकोस. तुला माझी काळजी वाटते आहे, हे मी समजू शकते, पण मला त्या गोष्टीचा परत विचारही करायचा नाही.''

''अर्थातच, मी तसं विचारणार नाही.''

त्याने तिचा हात हातात घेतला. तिने काही क्षण तो तसाच ठेवू दिला.

''आपण काहीतरी खायला हवं.'' तिच्या केसातून बोटं फिरवत सॅम्युएल म्हणाला. तिने तिच्या पिशवीत असलेला, फारसा जुना नसलेला एक सॅन्डविच त्याला दिला. त्याचा घास घेताच तो टुना माश्याचा होता हे त्याला समजलं, तो प्रकार त्याला अजिबात आवडत नव्हता. पण आत्ताच्या घटकेला त्याला इतकी प्रचंड भूक लागली होती की, त्याला काहीही चाललं असतं आणि आवडलं असतं. त्याने तिलाही खाण्याचा आग्रह केला. त्याच्या समाधानाखातर तिने दुसऱ्या सॅन्डविचचा एक घास घेतला.

दोघंही बराच काळ तो सॅन्डविच चघळत होती. शेवटी शेवटचा घास खाऊन झाल्यावर सॅम्युएलने लोराँचा हात परत हातात घेतला. तिने त्याच्या बोटात आपली बोटं गुंफली आणि कुरवाळत असताना कसल्यातरी तंद्रीत गेली. नंतर कानात कुजबुजावं तसं तिने बोलायला सुरुवात केली.

"मला जागचं हलता येत नव्हतं, माहीत आहे?" आपल्याच गुडघ्यावर मुठी आपटत ती रडायला लागली. त्याने तिला जवळ घेतली आणि थोपटलं.

"आता सगळं विसर. तू आता ठीक आहेस आणि सुरक्षितपण आहेस." त्याने तिच्या कपाळाचं चुंबन घेतलं. "माझंच चुकलं, मी जरा आधीच यायला हवं होतं."

"तू वेळेवर आलास. मीपण आता सावरले आहे. अगदी खरं सांगते मी तुला. मी त्यासाठी रडत नाही किंवा अस्वस्थ नाही." असं म्हणून तिने हुंदका दिला. "काझ गेली आणि तिला कुठल्याच मार्गाने परत आणता येणार नाही."

सॅम्युएलने तिला पटकन खिशातून रुमाल काढून दिला. लोराँचं म्हणणं बरोबर होतं. काझला कोणीच परत आणू शकलं नसतं. आता दोघंही गाडीच्या खिडकीतून बाहेर बघायला लागले. सॅम्युएलच्या मिठीत असल्यामुळे आणि गाडीच्या आवाजाच्या पार्श्वभूमीवर लोराँ आता बरीच सावरली होती. शेवटी सॅम्युएलनेच बोलायला सुरुवात केली.

"मला वाटतं, तू आता थोडं झोपावंस." लोराँनेही मान डोलावली. आजूबाजूला पाहिलं असता एका खुर्चीला हात नव्हते. तिथे लोराँ कशीबशी अवघडून झोपली. तिच्या समोरच्या बाकावर सॅम्युएलही पेंगत बसला.

एक-दोन तासांनी अचानक गाडी थांबली, तेव्हा सॅम्युएलला जाग आली. बाहेर डोकावून पाहिलं असता, एका निर्जन जागी काही खास कारण दिसत नसताना गाडी थांबली होती. त्याचं हृदय जोरजोरात धडधडायला लागलं. पोलीस येत असल्याची कसलीच चिन्हं दिसत नव्हती, तेव्हा त्याला हायसं वाटलं.

काही वेळानी परत गाडी चालायला लागली. सॅम्युएल परत आपल्या जागेवर विसावला. कोटाच्या खिशात असलेल्या वस्तूला हात लावायचा त्याला सारखा मोह होत होता, पण त्याने मनाला आवर घातला. बनावट पासपोर्ट करणं त्याच्या अपेक्षेपेक्षा फारच सोपं काम होतं.

तिने शिताफीने चोरलेल्या त्या युरोपियन पासपोर्टमध्ये सॅम्युएलचा फोटो कसा घुसवायचा, ते लोराँने त्याला सांगितलं होतं. प्रथम तो पासपोर्ट फ्रिझरमध्ये काही तास ठेवायचा. नंतर तो पटकन मायक्रोवेव्ह ओव्हनमध्ये टाकायचा. पंधरा मिनिटांत आधी असलेल्या फोटोच्या भोवतालचा प्लॅस्टिकचा चिकट कागद सुटावतो. आधीचा फोटो काढून त्यात दुसरा फोटो घुसवायचा आणि परत प्लॅस्टिक जागच्या जागी चिकटवायचं. हा फोटो जर अल्ट्राव्हायोलेट किरणाखाली धरला, तरच ही लबाडी ओळखता येऊ शकते.

सॅम्युएलला लोरॉंवर विश्वास ठेवणं भाग होतं, कारण ती आत्मविश्वासाने बोलत होती. प्रश्न एकच होता की, जर्सी बंदरावरचे अधिकारी अल्ट्राव्हायोलेटखाली पासपोर्ट तपासतात का? हे इथे बसून सांगणं अवघड होतं. निदान या घटकेपर्यंत तो त्याच्यामागे लागलेल्यांना चकवण्यात नशीबवान ठरला होता. शक्यता होती की, एखादातरी त्याला पकडण्यात यशस्वी झाला असता.

ते सांते मालोला पोहोचले तेव्हा ढगाळ वातावरण होतं. प्रवासात वेडंवाकडं झोपल्यामुळे त्याची मान अवघडली होती. अशा अवस्थेतही तो किमान तीन तास झोपला होता, हे विशेष होतं. त्या मानाने लोरॉंला चांगली विश्रांती मिळाली होती. ती आता नव्या दिवसाला सामोरं जाण्यासाठी तयारी करत होती.

प्लॅटफॉर्मवर चिटपाखरूही नव्हतं. ऐन उन्हाळ्यात पहाटे जसं वातावरण असावं, तसंच शांत वातावरण होतं. विचित्र रंगाचा कलप केसाला लावलेली एक मध्यमवयीन बाई त्यांच्या पुढ्यात येऊन उभी राहिली. ती आपल्या पर्सशी इतका वेळ खटाटोप करत होती की, पकड वॉरंट काढते आहे का पिस्तूल, हे कळायला मार्ग नव्हता. शेवटी एकदाचं तिने तिकीट बाहेर काढून त्यांना दाखवलं. पहाटेच्या रम्य वेळी पक्षांची किलबिल आणि वाऱ्याच्या झुळकेचे आवाज वातावरणात भरले होते. शेजारून जाणारा प्रशस्त रस्ता पाहून लवकरच वाहतुकीच्या वर्दळीने पहाटेच्या शांततेचा भंग केला असता, असं अनुमान काढायला हरकत नव्हती. हातातलं सामान घेऊन ते टॅक्सी-तळापाशी गेले आणि एका डोळ्यावर झापड असलेल्या, अबोल ड्रायव्हरच्या टॅक्सीत बसले.

बोटीच्या धक्क्यावर उतरल्यावर ते परत चालत जात असताना त्यांना समुद्राच्या गार वाऱ्याच्या माऱ्याला तोंड द्यावं लागलं. पहिली बोट सुमारे अर्ध्या तासात निघणार होती. सॅम्युएल तिकीटाच्या खिडकीकडे जाणार, इतक्यात लोरॉंने त्याला मागे खेचलं.

"फक्त एकच तिकीट काढ."

"काय? एकच?"

"हो एकच. मी तुझ्याबरोबर नाही येऊ शकणार."

सॅम्युएलने लोरॉंच्या चेहऱ्याकडे पाहिलं. काझचा विरह, सतत चाललेला पाठलाग आणि थोडक्यात टळलेला बलात्कार या सर्व गोष्टींचा तिच्या चेहऱ्यावर एकत्रित परिणाम दिसत होता. तिचा चेहरा फिक्कट आणि ओढलेला दिसत होता.

"जर तू राहणार असलीस, तर मीपण जात नाही. मी तुला अशा अवस्थेत नाही सोडून जाऊ शकत." तिच्याशिवाय एकटं राहण्याच्या कल्पनेने सॅम्युएल कासावीस झाला होता.

"माझा सत्य शोधण्याच्या वाटेवरचा प्रवास करून झालेला आहे."

"म्हणजे तुला नक्की काय म्हणायचं आहे?"

"तू आणि काझ."

"पण..."

तिने त्याच्या ओठांवर बोट ठेवलं.

"आता मला बोलू दे. त्या क्लबसारख्या अनेक जागी मी काझला पाहिलेलं आहे. तिला अनेक परिस्थितीत मी पाहिलेलं आहे. माझी आता खात्री पटली आहे की, तिने तुझी मनापासून निवड केली होती. मला त्या पोलिसांच्या बोलण्यावर विश्वास ठेवायचा नव्हता, पण तरीही ते खरं असावं, असंच वाटत होतं."

सॅम्युएल गप्पच राहिला. विरोध दाखवूनही फायदा नव्हता.

"मला तुझ्याबरोबर यायला आवडेल सॅम्युएल, पण तू एकटाच असलास, तर ते तुला जास्त सोयीस्कर ठरेल. मलाही आता एकटीला राहायला शिकायलाच हवं. मला वाटत होतं, मी हे सगळं काझसाठी करते आहे, तिच्या खुनामागचं रहस्य शोधून काढण्यासाठी करते आहे आणि हाच रास्त मार्ग आहे. पण त्या खोलीत जेव्हा मी माझ्या गुडघ्यावर जखडले होते आणि कुठल्याही क्षणी बलात्कार होण्याची शक्यता होती, तेव्हा मला जाणवलं की, मी स्वत:ला समजते तेवढी धाडसी नाही. मी हे सगळं माझ्यासाठीच करत होते, याची मला जाणीव झाली. एखादं धाडस करून बघायला, खेळ खेळायला मी हे करत होते."

"म्हणजे आपण इतका वेळ फक्त हेच करत होतो तर. खेळ खेळत होतो?"

"कोणास ठाऊक!" ती समुद्राकडे बघायला लागली. "मला इतकंच समजतंय की मला आता खेळांचा कंटाळा आला आहे. आता फक्त मीच माझी मदत करू शकते आणि त्यासाठी मला एकटं असायला हवं."

तिने उसासा टाकला.

"तू आता जा सॅम्युएल. इंग्लंडला जा. तो तुझा देश आहे. तिथे तू सुरक्षित असशील."

"चल ना!" त्याने एक शेवटचा प्रयत्न करून पाहिला. "मला तू बरोबर यायला हवी आहेस. मला तुझी मदत हवी आहे. मलापण तुझी मदत करायला आवडेल."

तिने हसून मान डोलावली आणि त्याच्या बोटांच्या टोकांचं चुंबन घेतलं. गर्दी असलेल्या त्या चौकात ते एका बाकावर बसले आणि एखाद्या आरामात बसलेल्या प्रेमी युगलाप्रमाणे त्यांनी हातात हात घेतले. नंतर सॅम्युएलच्या मांडीवर युरोच्या नोटांची एक गड्डी ठेवून लोराँ उठून उभी राहिली.

"म्हणजे आता गुडबाय का?"

"कदाचित गुडबाय नसून सी यू अगेन असेल." लोराँ हसत म्हणाली.

तिने त्याच्या ओठांचं एक दीर्घ काळ चुंबन घेतलं आणि हातातली बॅग घेऊन ती दिसेनाशी झाली.

२३

बोटीतून बाहेर पडताना सॅम्युएलने वाटेतल्या आरशात बघितलं. आत्तापर्यंत तरी सगळंकाही सुरळीत पार पडलं होतं, पण तो तरीही धास्तावलेला होताच. अल्ट्राव्हॉयोलेट तर नाहीच. त्या अधिकाऱ्याने त्याला तसंच न तपासता पुढे जायला सांगितलं होतं. मात्र आता लवकरच तो काळजीच्या माऱ्यामुळे त्या पासपोर्टच्या वर्णनानुसार अडतीस वर्षांचा दिसायला लागला असता. त्याने किंचित कापणारा हात खिशात घातला. आता रेल्वे स्टेशनावर पोलीस त्याची वाट बघत नसते, तर मग हा प्रवास आणि या कटकटीचा पहिला भाग समाप्त झाला असं म्हणावं लागलं असतं. यानंतर मात्र येणारा काळ कठीण असणार होता, हे नक्की.

रेल्वेगाडीच्या डब्यातल्या मुतारीमध्ये सॅम्युएल आपल्या डोक्याला साबण लावून डोक्यावरचे केस काढत होता. लहानशी गोष्ट; पण त्याचा फायदा म्हणजे टक्कल असलेल्या माणसाकडे लोकांचं चटकन लक्ष जात नाही. शिवाय तो मागे लावलेला काळा कलप फार हलक्या दर्जाचा होता आणि एखाद्या बुटपॉलिशसारखा दिसायचा. त्याने आपल्या डोक्यावरून हात फिरवत तोंड वेडंवाकडं केलं.

डोकं धुऊन झाल्यावर त्याने ते पुसलं आणि स्वत:कडे बघितलं. मग तो दुसऱ्याच डब्यात जाऊन बसला. दक्षिण ऑक्सफोर्डशायरच्या ग्रामीण भागातलं खिडकीतून बाहेर दिसणारं निसर्गरम्य दृश्य पाहत असताना मधूनच त्याला काचेमध्ये आपलं टक्कल दिसत होतं.

आता काही मिनिटांतच तो इच्छित स्थळी पोहोचणार होता. आदल्या दिवशी खाली उतरल्यावर त्याने इ-मेल करून होझे निस्सानला सगळा ताळेबंद पाठवला होता आणि तो आता तरंगत त्याच्यापर्यंत पोहोचलेला असावा, असा त्याचा अंदाज होता. तो पाठवणाऱ्याचं नाव जरी अज्ञात होतं, तरी त्यातल्या तपशीलावरून तो खरा असल्याची होझेची खात्री पटली असती. 'तो या माहितीचा उपयोग करेल का? करेलही कदाचित.' शक्यता अशी होती की, पोलिसांनीच त्याचा माग काढून

ती मेल जर्सीमधल्या कॅफेतून पाठवली असल्याचं शोधून काढलं असतं.

गाडी इतक्या संथ गतीने चालली होती की गांडूळही तिला हरवू शकलं असतं. नक्की कुठे जाणार होती, हेच त्याला समजत नव्हतं. ब्रिटिश रेल्वेचं हे नेहमीचंच होतं. सरकारी असो किंवा खाजगी, त्यांच्यावर अनेक दशकं असलेला सरकारी निष्क्रियतेचा प्रभाव कमी झालेला नव्हता. एका गोष्टीची मात्र खात्री देता येणं शक्य होतं, भरपूर उशीर आणि दिरंगाई.

त्याने आजूबाजूला पाहिलं. काही वेळापूर्वी एक म्हातारी त्याच्याकडे सहानुभूतीने बघत होती. तरुण वयात त्याचं टक्कल पाहून कदाचित हा कॅन्सरचा रुग्ण असावा असा तिचा समज झाला असावा. ती आता कुठे दिसत नव्हती, तेव्हा मागच्या रिडिंग स्टेशनावर उतरली असावी असं सॅम्युएलला वाटलं. तो आता सबंध डब्यात एकटाच होता. त्याचे सांधे आता जवळपास आखडल्यागत झाले होते.

आता तो शांतपणे खिडकीतून बाहेर बघत होता. बाहेर चरत असलेल्या गाईंनी आपल्याकडे पाहिलं असावं, असा त्याला भास झाला. खिडकीच्या काचेत त्याला एका काळ्या आकृतीचं प्रतिबिंब दिसलं. तो मागे वळून उभा राहणार, इतक्यात त्याच्या डोक्यात एक जोरदार तडाखा बसला आणि तो परत आपल्या जागी कोसळला.

तो आरडाओरडा करून मदत मिळवणार, इतक्यात त्याच्या तोंडावर एका हाताची पकड बसली. त्याच्या नाकपुड्या भेदून टाकत एक प्रकारचा उग्र वास त्याच्या नाकात शिरला. हॉस्पिटलमध्ये येणारा हा वास क्लोरोफॉर्मचा असावा, असा त्याने तर्क केला. आता त्याची गात्रं मलूल झाली होती आणि त्यांची हालचाल करणंही अशक्य झालं होतं. डोळ्यासमोर अंधारी येत असतानाही एक गोष्ट त्याच्या लक्षात आली. तोंड दाबून ठेवलेल्या हाताला मलमपट्टी केलेली असून त्याच्या करंगळीपाशी रक्ताचा वास येत होता.

जणूकाही पाण्याखालून वर प्रकाशाकडे आणि श्वासासाठी हवा मिळवण्यासाठी वर येत असल्यासारखं त्याला वाटलं. शेवटी कल्पनेने का होईना तो वर धापा टाकत आला.

म्हणजे तो मेला नव्हता तर! नशीबच म्हणायचं. मग त्याला वेदना व्हायला लागल्या. त्याचं डोकं तर इतकं सणकत होतं की, त्याला जोरजोरात रडावसं वाटत होतं. त्याला धाप लागली होती आणि आपण घेत असलेला श्वास आपल्या फुप्फुसात लडबडतो आहे, असं त्याला वाटत होतं. आता तो घामाने पुरता चिंब झाला होता. त्याने कपाळावरचा घाम पुसण्यासाठी हात उचलण्याचा प्रयत्न केला, तेव्हा आपले हातपाय बांधल्याचं त्याच्या लक्षात आलं. मनगटाला बांधलेली

चामड्याची पट्टी आत मनगटात रुतली होती. तो काही काळ तसाच पडून राहिला, त्यामुळे त्याचे स्नायू शिथिल होऊन त्याचं रक्ताभिसरण सुधारायला मदत झाली.

डोक्याचा केव्हाही स्फोट होईल अशी परिस्थिती होती. झरोक्यातून येणाऱ्या सूर्यप्रकाशाकडे पाहण्याचा प्रयत्न जरी केला, तरी त्याच्या मेंदूला वेदना होत होत्या. तो एखाद्या माळ्यावर होता आणि त्याला जुनाट पलंगाला बांधून ठेवलं होतं. त्या जागी कुबट वास येत होता. एखाद्या शाळकरी मुलाप्रमाणे तो घामाने आणि चड्डीतच विधी केल्यामुळे पार माखला होता.

कर्रर आवाज करत जेव्हा दार उघडलं, तेव्हा त्या कर्कश्श आवाजाने त्याला डोक्यात कोणीतरी बंदुकीची गोळी घातल्यासारखं वाटलं. दाराची चौकट एका धिप्पाड आकृतीने भरली होती. त्याने किलकिल्या नजरेनी ती कोण आहे हे ओळखण्याचा प्रयत्न केला, पण त्याला ते आधीच माहीत होतं. आपला जखमी हात सावरत आणि छद्मीपणे हसत तो मारेकरी सॅम्युएलच्या जवळ आला.

"तुझ्या अंगाला वास मारतो आहे पोरा."

सॅम्युएलला काही बोलायचं होतं, पण घसा पार कोरडा पडला होता. तो कसाबसा खाकरला. त्या परिश्रमानेही त्याला वेदना झाल्या.

"मी काही तुझी धुवत बसणार नाही." असं म्हणून तो निघून गेला. तो बऱ्याच पायऱ्या उतरून खाली गेल्याचं सॅम्युएलला जाणवलं. काही क्षणातच परत दार उघडलं गेलं. त्याला कैदेत ठेवणारा इसम धापा टाकत परत आला होता. अंगावर पहिली पाण्याची बादली पडेपर्यंत त्याला त्याच्या हातातल्या बादल्या दिसल्याच नव्हत्या. पहिली बादली साबणाच्या पाण्याची होती, पण पाणी गार होतं.

"हे साबण धुण्यासाठी." असं म्हणत त्याने दुसरी बादली ओतली.

हे सगळं करताना त्या इसमाला सॅम्युएलची तडफड पाहून असुरी आनंद होत होता. परत अंगावर पडत असलेल्या बादलीतल्या गार पाण्याच्या कल्पनेने सॅम्युएल शहारला, पण निदान आपण स्वच्छ झालो आहोत, हे समाधान त्याला लाभलं.

"आणि आता."

असं म्हणत त्या इसमाने सुरा काढला. सॅम्युएलने तो लगेचच ओळखला, कारण त्यांच्या काझच्या फ्लॅटच्या बाहेर झालेल्या मारामारीच्या वेळी त्याने तो पाहिला होता. आता हा आपली एका मागून एक बोटं उडवणार, असंच सॅम्युएलला वाटलं. 'कदाचित हा आपला गळाच चिरून सगळी कटकट एकदाची संपवेल.' असाही विचार सॅम्युएलच्या मनात आला. पण त्याने त्याचे हात-पाय मोकळे केले, तेव्हा सॅम्युएलला आश्चर्यच वाटलं. नंतर सॅम्युएल कुडकुडत, आपले हात-पाय चोळत असताना त्याने एका स्वच्छ जीन आणि टी-शर्टकडे बोट दाखवून, "हे तुझ्यासाठी आहे." असं सांगितलं, तेव्हा दुसरा आश्चर्याचा धक्का त्याला बसला.

''बाजूच्या खोलीत काही खायचे पदार्थ आणि वर्तमानपत्रं आहेत. कदाचित तुला त्यात रस असेल. आणि हो, अंग पुसून घे.'' असं म्हणत त्याने सॅम्युएलच्या दिशेने एक टॉवेल टाकला.

सॅम्युएल आपला शर्ट काढून जोरजोरात अंग पुसत असताना तो इसम म्हणाला, ''कोणालातरी तू आवडतोस.'' त्याच्या बोलण्यात कुजकटपणा जाणवत होता. ''मला विचारशील, तर मी आत्ता तुला मारलं असतं. अर्थात मी एक ना एक दिवस तुला मारणार आहेच.'' सॅम्युएलच्या नजरेला नजर भिडवत तो म्हणाला. ''मला नक्कीच आवडेल ते.'' तो खोलीतून बाहेर गेला. बाहेरून त्याने कुलूप लावल्याचा आवाज आला.

'म्हणे कोणालातरी मी आवडतो!' सॅम्युएल स्वतःशीच पुटपुटला. 'आधी डोकं फोडलं, मग बेशुद्ध केलं आणि पलंगाला बांधून ठेवलं आणि म्हणे आवडतो. ही काय आवडल्याची लक्षणं आहेत का?' सॅम्युएलने स्वतःचं अंग नीट पुसलं. नंतर त्याने ती जीन आणि टी-शर्ट घातला. कपडे फारच सैल होते. 'कदाचित त्या काळ्या पहिलवानाचे असतील.' एका मोडक्या खुर्चीवर उभं राहून त्याने छताला पडलेल्या फटीतून बाहेर पाहण्याचा प्रयत्न केला. आपण साधारण कुठल्या भागात आहोत, हे त्याला जाणून घ्यायचं होतं; पण त्या फटीतून त्याला फक्त आकाशच दिसलं. नंतर त्याने खोलीतल्या सामानावरून काही छडा लागतो का ते बघितलं, पण तिथेही त्याची निराशा झाली. तो इंग्लंड, फ्रान्स किंवा अगदी न्यूयॉर्कमध्येही असणं शक्य होतं.

आता त्याला एकाएकी भूक लागली. शेजारची खोली तर आणखीनच लहान होती. खोलीत एका घडीच्या टेबलावर एका बशीत सॅन्डविचेस ठेवलेले होते. शेजारी पाण्याची बाटली आणि काही वर्तमानपत्रं होती. आता तो खाली बसून खायला लागला. कॉर्न बीफचं सॅन्डविच. हा प्रकार त्याने लहानपणी धाकाच्या पोटी खाल्ला होता, कारण त्याला तो कधीच आवडलेला नव्हता; पण आज मात्र ते सॅन्डविच फारच चविष्ट लागत होतं आणि बाटलीतलं पाणी घशातून खाली जात असताना अमृतासारखं गोड लागत होतं.

'हो! शेवटी छापून आलं तर.' वर्तमानपत्राच्या मुख्य पानावर मोठा मथळा छापलेला होता – 'शेअर बाजार कोसळायला जबाबदार असलेल्या पळपुट्याचा याच्याशी संबंध नसल्याचा खुलासा.' सोबत होझे निस्सानची तळटीप. सॅम्युएलने पाठवलेलं निवेदन जवळपास जसंच्या तसं छापलेलं होतं. लेखाच्या सुरुवातीला उपसंपादकांनी ही माहिती कशी हुशारीने मिळवली याचं अतिरंजित वर्णन करून आपली आणि आपल्या प्रकाशनाची पाठ थोपटून घेतली होती. निस्सानने पाठवलेल्या लेखात कायद्याच्या दृष्टीने काही आवश्यक असलेले बदल करून म्हणजे कायद्याच्या

कचाट्यात न सापडण्यासाठी लेखात 'तथाकथित', 'संभाव्य', 'वदंता' यांसारख्या शब्दाची जागोजागी पेरणी करून तो छापला होता. सॅम्युएलशी गेल्या दोन वेळा जे संभाषण झालं होतं, त्याचा हवाला देऊन निस्साननने त्याच्या संपादकाला तो लेख सॅम्युएलनेच पाठवलेला होता, याची खात्री पटवून दिली. लेखाच्या शेजारी सॅम्युएलचा पिंगट कुरळे केस असलेला तरुणपणाचा फोटो छापलेला होता. तो त्याचाच फोटो होता, हे स्वत: सॅम्युएलही मान्य करायला तयार नव्हता.

शेअर बाजार कोसळायला जबाबदार असलेल्या पळपुट्याचा याच्याशी संबंध नसल्याचा खुलासा

खास इन्क्वायररसाठी : होझे निस्सान

खून, शेअर बाजारात अफरातफर यांसारख्या अनेक गुन्ह्यात कथित आरोपी असलेल्या आणि फ्रेंच पोलिसांना हव्या असलेल्या सॅम्युएल स्पेन्डलव्ह या पळपुट्या दलालाचा सनसनाटी खुलासा! स्पेन्डलव्हच्या निवेदनानुसार त्याचे माजी सहकारीच या सर्व घोटाळ्यांना जबाबदार असून तो साफ निर्दोष आहे. फक्त मर्क्युरी इन्क्वायररकडे या प्रकरणाचा सविस्तर खुलासा!

या वर्तमानपत्राला गुप्तपणे पाठवलेल्या एका इ-मेलद्वारा स्पेन्डलव्ह याने आपली माजी सहकारी आणि रोपनर बँकेतील युरोपियन इक्विटी सेल्स विभागाच्या प्रमुख असलेल्या कॅथरिन काझ यांच्या खुनाशी आपला संबंध नसल्याचा खुलासा केला आहे.

स्पेन्डलव्हने असाही आरोप केला आहे की, त्याचा आणखीन एक तरी माजी सहकारी शेअर्स आणि मुद्रा बाजारात नियमितपणे अफरातफर करण्यामागे असावा. बाजारात तथाकथित अफरातफर करणाऱ्यांनी तात्पुरती खाती उघडून आणि दुसऱ्या खात्यांच्या अधिकारपत्रांचा गैरवापर करून हे कृत्य केलं आहे.

रोपनर बँकेचे सुप्रसिद्ध प्रोप्रायटरी ट्रेडर मि. खान यांचा दुय्यम सहकारी म्हणून काम करणाऱ्या स्पेन्डलव्हने असाही आरोप केला आहे की, कॅथरिन काझ आणि तिच्याच प्रमाणे अमेरिकन नागरिक असलेला, फ्रँकफर्टच्या ऑफिसमध्ये काम करत असलेला डी तुंग्ली यांच्या हत्येच्या मागेही काही समान धागा आहे.

ब्रिटिश आणि फ्रेंच पोलीस एकमेकांच्या सहकार्याने या प्रकरणाचा तपास करतच आहेत. तसेच अमेरिकन सरकारलाही ह्या प्रकरणामध्ये

रस आहे. मर्क्युरी इन्क्वायररने आपल्या कॉम्प्युटरवर आलेली माहिती उघड केली असून तांत्रिक सल्लागारांनी त्याचा अभ्यास करून स्पेन्डलव्हचा ठावठिकाणा शोधण्यास हातभार लावावा अशी विनंती केली आहे. पोलिसांच्या मते स्पेन्डलव्ह फ्रान्सच्या दक्षिण भागात असावा. तो फार घातक प्रवृत्तीचा असल्यामुळे लोकांनी त्याला अजिबात थारा देऊ नये, असे आवाहन पोलिसांनी केले आहे.

सॅम्युएलने पेपर खाली ठेवला आणि डोक खाजवलं. स्वत:विषयी पेपरात असं वाचायला लागणं, हा फार विचित्र अनुभव होता. जणूकाही तो कोणी गुन्हेगार होता. तोही अगदी खतरनाक गुन्हेगार! आता तो इथे कैदेमध्ये असल्यामुळे कोणाला घाबरायचं कारण नव्हतं.

त्याचं डोकं अजूनही दुखतच होतं, त्यामुळे विचार करताना जरा त्रासच होत होता. आपल्याला ठार न मारता पकडून का ठेवलं असेल, याचा तो विचार करायला लागला. कोणालातरी तो आवडतो, हे काही त्याचं नक्कीच उत्तर नव्हतं. हा कोणीतरी म्हणजे जर फ्रान्समध्ये त्याला पकडायला टपलेला असता, तर मग आवडण्याचा नक्कीच प्रश्न नव्हता. मग फक्त एकच शक्यता उरत होती. माहिती. त्याच्यापाशी अशी काही माहिती होती की, तिचं महत्त्व त्याला माहीत नव्हतं किंवा त्याच्यापाशी ही माहिती आहे, असं 'कोणालातरी' वाटत होतं, पण त्याला ते माहीतच नव्हतं. ते काहीही असो, पण सध्या तो जिवंत होता आणि त्याचं डोकं ठणकत होतं.

तो परत मोठ्या खोलीत आला आणि मुख्य दाराची तपासणी करायला लागला. त्याने जर जोर लावला असता, तर तो ते सहज उघडू शकला असता. त्याच्या पायातला बूट मिळाला असता, तर मग एका लाथेने तो ते सहज उघडू शकला असता. 'पण मुळात असं का करायचं? तो खाली बसलेला राक्षस, त्याला तर आयतंच कारण मिळालं असतं मला संपवायला.' त्याच्याशिवाय इतर काही टपलेच होते त्याला ताब्यात घ्यायला.

परत आतल्या लहान खोलीत जाऊन त्याने वर्तमानपत्रातली मघाचची बातमी परत वाचली. 'आपण ठरवल्याप्रमाणे पहिला भाग तर नीट पार पडला. अगदीच मनासारखा!' त्यामुळेच का तो इथे होता?

आता दुपार झाली होती. सूर्याची किरणं लाकडी भिंतीच्या फटीतून आत घुसली होती. ही खोली फार पूर्वी बांधलेली असावी. ही भिंत एका लाथेत तुटायला हरकत नव्हती. पण प्रश्न तो नव्हताच. त्याला कैदेत ठेवणाऱ्याला त्याला इजा

करायची नव्हती, हे उघड होतं. 'अशा परिस्थितीत मग तो आपल्याला करकचून बांधून आसूरी आनंद मिळवू शकतो.'

जिन्यावर दमदार पावलांचे आवाज आले. दाराचं कुलूप उघडल्याच्या आवाजापाठोपाठ पहिलवान आत आला. बाहेरच्या खोलीतून तो लहान खोलीच्या दारात येऊन उभा राहिला.

"आपल्याच विषयी बातमी वाचून आनंद झाला का मि. स्पेन्डलव्ह? आपल्यावरचे आरोप दुसऱ्यावर ढकलल्यामुळे तुझ्या भवितव्यात काही फरक पडेल असं वाटतं का तुला?" त्या काळ्या इसमाने तिरस्काराने त्याच्याकडे रोखून पाहिलं. पहिल्याच झटापटीत आपल्या हाताला झालेल्या जखमेचं शल्य त्याला चांगलंच बोचत होतं. "तू इथून पळून जाण्याचा विचार करतो आहेस का? खुशाल जा. माझ्यापासून तू लांब जाऊच शकत नाहीस. माझ्या मित्राचं तुझ्याबरोबर असलेलं काम झालं की, मग मात्र मीपण तुला सोडून देईन असं समजू नको." आपला जखमी हात वर करत तो म्हणाला, "आपल्याला अजून आपला हिशेब चुकता करायचा आहे."

'आता गप्पच राहणं शहाणपणाचं आहे.' असा विचार करून सॅम्युएल गप्प बसला.

"आज तुझं नशीब काय म्हणतंय?" पहिलवानाने विचारलं. "या जिन्याने खाली पळत जावंसं वाटतंय का?" सॅम्युएल काहीच प्रतिक्रिया देत नव्हता. "तू मला त्रास दे. मग मीपण तेच करणार." आता त्या पहिलवानाच्या चेहऱ्यावर खुनशीपणाचे भाव दिसायला लागले होते. तो सॅम्युएलला उचकवायला पाहत होता. सॅम्युएल दरवाजापर्यंत जाऊ शकला असता, पण बाहेर काय वाढून ठेवलं होतं, याची त्याला अजिबात कल्पना नव्हती. कदाचित बाहेर कोणी त्याची वाट बघत थांबलं असण्याची शक्यता होती किंवा काही सापळे लावलेले असण्याची शक्यता होती. हा इसम त्याच्यावर सूड उगवण्यासाठी फार काळ थांबला होता, याची त्याला कल्पना होती. फटीतून येणारे झरोके आता पहिलवानाच्या खांद्यावर पडले होते.

शेवटी एकदाचा सॅम्युएल बोलला.

"नको, मी आहे तसाच ठीक आहे. मी बसतो पेपर वाचत."

या उत्तराने खूश झालेला पहिलवान बाहेर पडण्याच्या तयारीत होता.

अचानक सॅम्युएलने टेबलावरच्या वस्तू बाजूला केल्या आणि ते धरून तो काळ्याच्या दिशेने धावत गेला. टेबलाची कड त्याच्या कमरेत घुसवत त्याने त्याला जोरात ढकललं. आता त्याच्या अंगात वीरश्री संचारली होती. या अचानक झालेल्या हल्ल्यामुळे तो धिप्पाड गृहस्थ कमरेत वाकला, त्याचा तोल गेला आणि खिडकीतून खाली पडला.

त्याच्याबरोबर आपणही खाली पडू नये म्हणून सॅम्युएलने जमिनीवर लोळण घेतली. पटकन उभं राहून त्याने खिडकीतून खाली पाहिलं, तेव्हा त्या पहिलवानाचा पाय खिडकीच्या लाकडी चौकटीत अडकला होता. त्याची पाठ एका तिरक्या छताच्या आधारावर लोंबकळत होती. सॅम्युएलने खाली पाहिलं तेव्हा त्याला प्रथमच उंचीचा अंदाज आला. डोकं खाली असलेल्या अवस्थेत तो लटकत होता. त्याने जरी किंचितशी हालचाल केली असती, तरी तो खाली जमिनीवर आदळला असता, हे सॅम्युएलच्या लक्षात आलं.

"मला मदत कर, मला मदत कर प्लीज!" आपला जखमी हात पुढे करत तो विनवण्या करू लागला. त्याची छळवणूक करणाऱ्याला तो एका क्षणात मारू शकला असता.

पण त्याने तसं केलं असतं, तर तो एक प्रकारचा खून ठरला असता. शिवाय त्याने त्या माणसाला वाचवलं असतं, तर त्या माणसाने कदाचित त्या उपकाराची भरपाई सॅम्युएलला काही उपयुक्त माहिती देऊन केली असती, अशी शक्यताही होती. शेवटी मनाचा कौल ऐकायलाच हवा होता. सॅम्युएल काही कोणी खुनी नव्हता. सॅम्युएलने आपला हात त्या माणसाच्या दिशेने पुढे केला. त्याचा हातही पुढे येताना दिसला.

पण त्याच्या हाताची ऊब सॅम्युएलच्या हाताला लागते न लागते, तोच खिडकीची चौकट तुटली आणि त्या छतावरून घसरत तो धिप्पाड देह खाली अंगणात कोसळला. सॅम्युएल अवाक झाला.

खाली वाकून पाहण्याची सॅम्युएलची हिम्मत झाली नाही. निदान तो तरी इतक्या उंचावरून पडल्यावर जिवंत राहिला नसता. जे काही घडलं त्यावर सॅम्युएलचा विश्वासच बसत नव्हता. त्याला आता श्वास घ्यायलाही त्रास होत होता. शेवटी तो धीर करून दुसऱ्या एका खिडकीच्या जागी पडलेल्या भोकातून खाली डोकावला. खाली उभ्या असलेल्या मोटारीवर, तो इसम अस्ताव्यस्त पडलेला होता आणि निश्चल वाटत होता.

सॅम्युएलने कानोसा घेतला. कसला आवाज झाला हे बघायला कोणी घरातून बाहेर आलेलं नव्हतं, याचा अर्थ ते दोघंच घरात असावेत. त्याने सभोवताली पाहिलं, तेव्हा ऑक्सफर्डचे मनोरे दिसत होते.

हे दोघं इथे होते, हे कोणालतरी नक्कीच माहीत असणार होतं. जर या इसमाशी त्यांचा संपर्क झाला नसता, तर त्याचं अपेक्षित उत्तर त्यांना समजणार होतं. त्या घरात कोणी असूनही त्याने आवाज ऐकला नसण्याची शक्यता सॅम्युएलच्या सारवासारव करणाऱ्या मनात उगीच आली; पण त्याला ते पटलं नाही. तो प्रत्यक्ष बाहेर पडल्याशिवाय त्याला याचं उत्तर मिळणार नव्हतं.

सॅम्युएल ताबडतोब जिन्यावरून उतरला. त्या घरात बेताचं फर्निचर होतं. 'बहुतेक उन्हाळ्यात प्रवाशांना भाड्याने देत असावेत.' आता त्याला झटपट हालचाली करायला हव्या होत्या. त्याला खाली एका खोलीत त्याचे बूट आणि बॅग दिसली. त्याने बॅगेतल्या वस्तू तपासल्या. त्या शिल्पाची प्रतिकृती आणि इलेक्ट्रॉनिक उपकरण जागेवरच होतं. स्वयंपाकघरातल्या एका कपाटात त्याला युरो आणि पौंडाच्या नोटांची पुडकी, अमली पदार्थ आणि सिगारेट्स दिसल्या, त्या त्याने खिशात भरल्या. अमली पदार्थ आणि सिगारेट्स विकून चार पैसे मिळतील, असा त्याने विचार केला. स्वयंपाकघरातून तो बाहेर अंगणात आला.

आपल्याला बंधक बनवणाऱ्याला सॅम्युएलने दुरून पाहिलं. मग धीर करून तो त्याच्याजवळ गेला. त्याच्या अंगाला हात लावून पाहिलं असता, त्याचं अंग गरम होतं, पण त्याची नाडी मात्र म्हणावी तशी हाताला लागत नव्हती. त्याने खांदे उडवले.

नंतर तो झपाट्याने धान्याच्या कोठाराकडे गेला. ती रिकामीच होती. फक्त एका कोठारात कोपऱ्यात दोन स्कूटर्स होत्या. एका गाडीची किल्ली जागेवर होती आणि जवळच हेल्मेट होती. 'चला, काहीच नसण्यापेक्षा हे बरं.' त्याने पटकन खांद्यावर बॅग टाकली आणि स्कूटरवर स्वार होत तो बाहेर पडला. तो असलेली जागा उंचावर असल्यामुळे त्याला ऑक्सफर्डकडे जाणारा नागमोडी रस्ता दिसत होता. त्याचा शेवटचा पाडाव. हा प्रवास तसा फार लवकर होणारा नव्हता, पण चालत जाण्यापेक्षा हा उत्तम मार्ग होता आणि त्या हेल्मेटमुळे त्याला थोडीशी गुप्तता ठेवता आली असती, इतकंच.

साधारणपणे उत्तर दिशेकडे जाणाऱ्या सपाट रस्त्याने तो निघाला. सुमारे सात मैलांचा प्रवास करावा लागेल, असा त्याचा अंदाज होता. सगळं सुरळीत झालं, तर अर्ध्या तासात आपण पोहोचू, असं वाटलं. पहिला डोंगर पार करून तो माथ्यावर आला, तेव्हा त्याला एक निळ्या रंगाची गाडी त्याला कैदेत ठेवलेल्या जागेकडे जाताना दिसली. आता मागे न बघता तो निघाला. आता त्याला ऑक्सफर्ड खुणावत होतं.

बोटली रोडवर असलेल्या द काइट पबच्या बाहेर सॅम्युएलने स्कूटर सोडून दिली. आता तो शेवटचा टप्पा चालत पार करणार होता. ऑक्सफर्ड रेल्वे स्टेशनच्या बाजूने जाताना त्याला ते आता फारच लहान वाटायला लागलं होतं. स्टेशनच्या बाहेर उभ्या असलेल्या सायकलींच्या ताफ्यामुळे ती जागा एखाद्या खडूच्या पेटीसारखी वाटत होती. आता कोणी माथेफिरू मारेकरी असणार नव्हते, ते गबाळे फ्रेंच पोलीस असणार नव्हते किंवा ऑक्सफर्ड पोलिसांपैकीही कोणीही त्याला दिसत नव्हतं, म्हणून तो जरा खुशीत होता.

आता शहराच्या मध्यवर्ती भागात तो चक्क शीळ घालत फिरत होता. उन्हाळा जवळपास संपत आला होता आणि ऑक्सफर्डमध्ये नाताळच्या आधीच मायकेलमास सत्र ऑक्टोबर ते नाताळपर्यंत चालत असे. ते लवकरच सुरू होणार होतं. काही हुशार विद्यार्थी सत्राच्या सुरुवातीलाच होणाऱ्या परीक्षेची तयारी करून लवकरच वसतिगृहात दाखल झाले होते.

आता काळ बदलला होता. सॅम्युएल आता विद्यार्थी नव्हता. हे विद्यापीठ आणि गेल, हा आता इतिहास होता. आता त्याची ओळख वेगळ्या प्रकारे होती – खूनाचा तपास, गुप्तहेर, मोठमोठाले व्यवहार आणि अब्जाधिशांशी जवळीक. काझ, खान आणि लोरॉँ त्याचे नवे सोबती होते; पण तो अनेक कारणांनी त्यांच्या संगतीला मुकला होता. तो कोणापासून वेगळा झाला होता, मृत्यूने कोणाला वेगळं केलं होतं किंवा कोणाचा विरह त्याला सहन करावा लागत होता. तेव्हा आता एकच गोष्ट करण्यासारखी होती.

सॅम्युएल कारफॅक्सवरच्या कॉफी हाउसमध्ये आला. ही जागा तशी शांत होती आणि हल्लीच्या युगातलं आधुनिक तंत्रज्ञान इथे फारसं दिसत नव्हतं. तसंच इंटरनेटचंही फारसं प्रस्थ दिसत नव्हतं. तो टेबलावर बसला आणि त्याने पाण्याचा मग, कॉफी आणि जामसकट चार टोस्ट मागवले.

कॉफी पिता पिता त्याचं विचारचक्र सुरूच होतं. त्याच्या मागावर असलेले जे कोण होते ते त्याला शोधण्याचा प्रयत्न करत असणार होते, योग्य वेळ येण्याची वाट बघत बसलेले असणार होते. त्याने आजूबाजूला पाहिलं. निदान आत्ताच्या घटकेला तरी कोणी दिसत नव्हतं. त्याचं अंग शहारलं होतं, पण त्या घटकेला तो आरामात बसू शकत होता.

त्याने आणखीन एक कॉफी मागवली आणि तो विचार करत बसला. या प्रदीर्घ धावपळीत तो कधी ना कधी पकडला जाणार होता, हे नक्की होतं. त्याच्या हातात एकच गोष्ट होती – ते त्याला पकडण्याच्या आधी त्याच्या मनात असलेली सगळी कामं पार पाडणं. हे जरी खरं असलं, तरी तो आत्ताच त्या व्यक्तीला भेटू शकत नव्हता. त्याला भेटण्यासाठी किमान एक तास तरी थांबायला हवं होतं.

त्याने वर्तमानपत्र उघडलं आणि क्रीडा सदर वाचत काही काळ जगाला विसरण्याचा प्रयत्न केला. नंतर एक मथळा जणूकाही त्याच्या दिशेने अंगावर आला. बाजूला खिडकीत पडलेल्या रद्दीमधल्या 'फायनान्शिअल टाइम्स'मधल्या मुख्य पानावरच्या एका बातमीने त्याचं लक्ष वेधून घेतलं. बातमी होती खानच्या संबंधात –

'खाटीकच झाला पशुपालक! जगभरातल्या तेल बाजारात आपल्या लांड्यालबाड्यांनी कहर माजवणाऱ्याला बहुतेक माफ करण्यात आलेलं दिसतंय.

जगभरातल्या शेअर बाजारात तेलाच्या भावात गोंधळ माजवून आपल्या कारस्थानाने गोंधळ घालणाऱ्या शेअर बाजाराच्या या राजाला अखेर उपरती झालेली दिसते. कारण त्याने बाजारात स्थैर्य आणण्यासाठी प्रयत्न करायचं लोकांना आवाहन केलं आहे. जगातल्या शेअर बाजारावर उलथापालथ करणारे व्यवहार करून आपल्या अनुभवाच्या जोरावर राज्य करणाऱ्या या सम्राटाने आता आर्थिक स्थैर्यासाठी सर्व देशांना आवाहन केलेलं आहे. नुकतीच आपली अर्थव्यवस्था सुरळीत करून ती जगाच्या अर्थव्यवस्थेला जोडण्याच्या प्रयत्नात असलेल्या पोलंडच्या अर्थव्यवस्थेची सध्या सर्व जगाला भेडसावणाऱ्या आर्थिक संकटाच्या लाटेत पार वाताहात झालेली आहे. खान यांनी 'आयएमएफ'ला तसेच युरोपियन इन्व्हेस्टमेन्ट बँकेला मदतीचं आवाहन केलं आहे. याखेरीज वर्ल्ड बँक आणि त्यासारख्या संस्थांनी पोलंडला अल्प दरात कर्ज देण्याची सूचना केली आहे. त्या देशाच्या आर्थिक धोरणाला दिशा दाखवण्यासाठी एक (करन्सी बोर्ड) तज्ज्ञ मंडळींची समिती नेमण्याचीही त्यांनी मागणी केलेली आहे. पोलंडच्या अर्थव्यवस्थेचं पुनरुज्जीवन व्हावं, यासाठी जी-८च्या श्रीमंत देशांनी अब्जावधी डॉलर्सच्या बॉन्डचं पाठबळ कमकुवत पोलिश अर्थव्यवस्थेच्या मागे उभं करावं, अशीही एक सूचना मि. खान यांनी केलेली आहे.

सॅम्युएल आता त्याच्या प्रवासाचा अखेरचा आणि कमी अंतराचा टप्पा पार करायला तयार झाला होता. नुकत्याच वाचलेल्या 'फायनान्शिअल टाइम्स'च्या सदरामुळे तो जरा जास्त वेळ विचार करत बसला. खानला आता आर्थिक गुरूचा दर्जा देण्यात आला होता. सगळ्यात बेशिस्त पोरगा आता शिस्तीचे धडे देणाऱ्या वर्गाचा मॉनिटर झाला होता. 'याला बहुतेक पोलिश सरकारकडून एखादं उच्च पद मिळणार असावं. खान जर जागतिक लोकमताप्रमाणेच आपलं मत मांडत असेल आणि जगातल्या इतर देशांनी पोलंडला कशी मदत करावी हे सांगत असेल, तर हा एक त्यांची आर्थिक व्यवस्था कशी पुनरुज्जीवित करावी, यासाठी प्रयत्न करण्याचाच एक भाग आहे, असं लोक समजतील. अशा परिस्थितीत लोक त्याला या घोटाळ्याचा गैरफायदा घेणारा, असं नक्कीच म्हणणार नाहीत.' रोपनर बँकेत घालवलेल्या काही महिन्यांतच सॅम्युएलच्या स्वभावात फरक पडला होता. आता तो पूर्वीसारखा तरणाबांड नवशिका नव्हता, तर एक संशयी तुसडा माणूस झाला होता.

२४

सॅम्युएलने चामड्याच्या कोटाची कॉलर नीट केली, डोळ्यावर गॉगल चढवला आणि डोक्यावरची टोपी सारखी केली. तो ऑल सोल्सकडे चालायला लागला. मात्र या वेळी त्याला काही विशेष सवलती मिळणार नव्हत्या. नेहमीसारखं स्कॉलरचा गाऊन चढवून हक्काने जाता येणार नव्हतं. आपल्या मागे कोणीतरी पाळत ठेवत असून तो शत्रू कुठल्याही क्षणी काळोख्या छायेतून बाहेर येईल, अशी त्याला भीती वाटत होती.

सेंट मेरी चर्चच्या दगडी फूटपाथवरून तो पोर्टर गेटपाशी गेला.

"आपण?"

तोच निरुत्साह, तसाच माजोरीपणा. त्या पहारेकऱ्याने त्याला अजिबात ओळखलं नव्हतं आणि सॅम्युएलला पकडण्यासाठी काही लाखांचं इनाम असतं, तरी त्या ऑल सोनेल्सच्या द्वारपालाने त्याला ओळखूनही तसं दाखवलं नसतं. त्याच्याकडे एक अशी खास गोष्ट होती की, जी त्याने कुठल्याही किमतीत हातची जाऊ दिली नसती. ती म्हणजे माजोरीपणा.

"डॉ. केंपिस. ते माझी वाट बघत असतील."

"आपलं नाव?"

"अंऽ जेफ्रिस. रॅन्डाल जेफ्रिस."

भेटीला येणाऱ्या अभ्यागतांची यादी काळजीपूर्वक वाचण्याचं नाटक करत द्वारपाल त्रयस्थपणे म्हणाला, "महाशय, आपलं नाव या यादीत नाही."

"पण डॉ. केंपिस तर आत्ता त्यांच्या घरीच आहेत. त्यांनी मला गप्पा मारत शेरी पिण्यासाठी बोलावलं होतं. त्यांना जरा फोन करून बघता का?"

"ठीक आहे, ठीक आहे. तुम्ही जाऊ शकता." डॉ. केंपिसच्या भेटीला आलेला गृहस्थ थोडा विचित्रच दिसत होता, पण शेरीचा उल्लेख केल्यामुळे त्याची खात्री पटली असावी.

भेटीला येणाऱ्या लोकांचा तपशील लिहिण्यातला गबाळेपणा लपवण्याचा तो द्वारपाल प्रयत्न करत होता का टेलिफोन उचलून बोलण्याचं कष्टप्रद काम टाळत होता, कुणास ठाऊक!

सॅम्युएल स्पेन्डलव्ह या नावाने असंख्य वेळा भेट दिलेल्या डॉ. केंपिसच्या घराचा पत्ता रॅन्डाल जेफ्रिस या नावाने त्या द्वारपालाकडून तपशीलवार समजावून घेण्याचं कंटाळवाणं काम सॅम्युएल करत होता. नंतर काही वेळाने त्याच्या पावलांची करकर पूर्वीप्रमाणेच जिन्यावर व्हायला लागली. दारावर ''PBH KEMPI'' अशी सुबक अक्षरात लिहिलेली पाटी झळकत होती. बाहेरचं दार अर्धवट उघडं होतं. त्याने आतल्या दरवाजावर टकटक केलं.

दार उघडलं गेलं आणि केंपिस त्याच्यासमोर उभे होते.

''आपण? पण ही माझी लोकांना भेटण्याची वेळ नाही...'' त्यांनी बोलायला सुरुवात केली, ''अरे, तू सॅम्युएल? इथे कसा काय?''

''होय पीटर, मीच आहे. आपण आत जाऊन बोलू या का?'' आपला आवाज सर्वत्र घुमत असल्याचं सॅम्युएलला जाणवलं.

त्या वृद्ध गृहस्थाला मात्र सॅम्युएलला पाहून खूपच आनंद झाला होता.

''ये, ये.'' आपल्या हाताने खुर्चीत बसण्याची खूण करत डॉ. केंपिस म्हणाले. सॅम्युएलने हातातली बॅग खाली ठेवली आणि तो खुर्चीत बसला.

अर्थातच, शेरीची बाटली समोर आली. केंपिसने ती उघडली आणि दोघांचे ग्लास भरले.

''माझ्या पोरा! तू तर फार थरारक प्रसंगांना सामोरा गेला आहेस. मला एकदा तुझ्याकडे डोळे भरून बघू तरी दे.''

सॅम्युएलने डोक्यावरची कॅप काढली. त्या विचित्र केशरचनेमुळे तो एखाद्या विदूषकाप्रमाणे दिसत होता, हे नक्की.

''मला वाटतं, वेषांतर करण्यासाठी हे डोकं भादरलेलं असावं. तू फारच थकलेला दिसतो आहेस.'' केंपिस काळजीयुक्त स्वरात म्हणाला. ''अर्थात दमछाक होण्यासारखीच परिस्थिती होती म्हणा! मला एक सांग, हे जे वर्तमानपत्रात छापून येतं आहे, ते कितपत खरं आहे? अर्थात आपल्या युनिव्हर्सिटीमध्ये तुला आता हिरो मानतात बरं का! कुप्रसिद्धी ही प्रसिद्धीपेक्षा जास्त नसली, तरी निदान तेवढी तरी असतेच.''

सॅम्युएलने शेरीचा घोट घेतला. दारूची नशा, ओळखीचा चेहरा आणि वातावरण आणि केंपिस महाशयांबरोबर शेरी घेण्याचा आनंदाचा क्षण या सगळ्याच्या एकत्रित प्रभावाने तो भारावून गेला होता. डॉ. केंपिस सॅम्युएलच्या आजोबांचे समवयस्क होते, तर त्याच्या वडलांचे आणि आता त्याचे मार्गदर्शक होते.

जातिवंत हुशार माणसापाशी असते, तशी लोकांचंही ऐकून घेण्याची कला त्यांच्यापाशी होती. साधारणपणे एक तास आणि दोन शेरीचे ग्लास पिऊन संपवल्यावर सॅम्युएलने आपलं मन बरचसं मोकळं केलं होतं. त्याला खात्रीशीरपणे माहीत असलेल्या, काही संभ्रमात टाकणाऱ्या गोष्टी त्याने केंपिसना सांगितल्या. त्याचप्रमाणे त्याच्या दृष्टीने सफळ होईल अशी कृतियोजनाही त्याने सांगितली. सॅम्युएलचं सगळं बोलणं झाल्यावर केंपिस आपल्या हाताची बोटं गुंफून विचार करू लागले.

"आणि यासाठी तुला किती वेळ लागेल असं वाटतंय?"

"मला सांगता येणार नाही. कदचित मी जे शोधतो आहे, ते मला कधीच मिळणार नाही, पण त्या लोकांच्या हातात मात्र मी एक ना एक दिवस पडणार आहे, हे नक्की."

"तुला नेहमी लागणारं समान तुझ्या त्या पोतडीत आहे का?"

सॅम्युएलने मान डोलावून होकार दिला.

केंपिस यांच्या कॉप्युटरकडे पाहून सॅम्युएलने तो त्याला देण्याची विनंती केली. तो दोन वर्षं जुना ॲपल होता आणि डॉ. केंपिसना तो फक्त इ-मेल करण्यासाठी आणि इंटरनेटसाठी लागत असे; पण सॅम्युएलला लागणाऱ्या सुपर जावा आणि अन्य अत्याधुनिक सुविधा त्यात होत्या.

"ठीक आहे." सॅम्युएल मशिनची तपासणी करत म्हणाला. "मला हवं ते सगळं यात आहे."

सॅम्युएल त्या विद्वान महर्षीकडे पाहत म्हणाला, "पीटर, तुम्हाला एक विचारू?"

"अर्थातच, विचार ना!"

"तुम्ही मला काही मेल पाठवत होतात का?"

"होय रे पोरा. तू जरी घाईगडबडीने गेलास, तरी मला मात्र माझी जबाबदारी टाळायची नव्हती."

"नाही, तसल्या मेल्स नाहीत. काझ आणि तुंगलीच्या प्रकरणात मला मार्गदर्शन करण्यासाठी आणि मदत करण्यासाठी तुम्ही मला दुसऱ्या कोणाच्या नावाने मेल केल्या होत्या का?"

"म्हणजे मघाशी तू मला जे सांगत होतास, तशा का? तुला हे शक्य तरी वाटतं का?"

"मी तुम्हाला हे नव्हतं विचारलं. पाठवल्या होत्या का नाही?"

"ओऽ!" केंपिसने नाकावरचा चष्मा काढला, नाक चोळलं आणि म्हणाले, "याचं सरळ उत्तर आहे, नाही. मी माझ्या संशोधन कार्यात व्यग्र होतो. संशोधनाच्या वाटेवर मी बायझान्टियमला पोहोचलो आहे; तुझ्या त्या छंदीफंदी पॅरिसला नाही."

"ओऽ मला माफ करा."

सॅम्युएलने स्वत:कडे पाहिलं. अशा गावंढळ पोशाखात आपण केंपिससारख्या सुसंस्कृत माणसाच्या घरात वावरतो आहोत, याची प्रथमच त्याला जाणीव झाली.

शेवटी केंपिस बोलायला लागले. ''एकंदरीत तुझे कायदा आणि सुव्यवस्थेशी असलेले नाजूक संबंध लक्षात घेता माझ्यासारख्या जुन्या, जाणत्या मित्राने जर तुला त्याचा पाहुणचार स्वीकारण्याची विनंती केली तर?''

''म्हणजे इथे राहू शकतो का?''

केंपिसने मानेनेच होकार दिला.

हे ऐकताच सॅम्युएलच्या तोंडावर तजेला दिसू लागला. ''खूप खूप आभार! पण त्या कामवाल्यांचं काय?''

''म्हणजे बिल आणि मार्था? त्यांना त्यांचं काहीच वाटणार नाही. प्रश्न आहे बाहेर फक्त एक *'कृपया त्रास देऊ नये'* अशी पाटी लावण्याचा. ते तुला अजिबात त्रास देणार नाहीत. माझ्या संशोधनाच्या अखेरीस मी माझं निरूपण लिहित असताना काही दिवस एकान्तात असतो, तेव्हा अशीच पाटी बाहेर लावून ठेवतो. गेल्या वर्षी मी केंब्रिज लॉ जरनलसाठी - काय बरं ते - हां आठवलं, 'निवडक दिवाणी आणि मुलकी कायद्यांच्या अंतर्गत अंर्तभूत असलेल्या करारांच्यामध्ये असलेल्या ठळक बाबींचा तुलनात्मक अभ्यास' लिहित असताना एक आठवडा इथे एकान्तात होतो. त्यांनी एकदाही मला त्रास दिला नाही.''

''खरंतर पीटर, मला तुमची वैचारिक मदतसुद्धा हवी आहे. ह्या गोष्टी कशा काय पुढे घडतील, म्हणजे अर्थातच मला जशी पावलं उचलाविशी वाटत आहेत, तसं मी करू शकेन का, या माझ्या निष्कर्षाचं फेरमूल्यांकन करायला मला कोणीतरी लागेल. या कामासाठी मला तुमच्याइतका योग्य दुसरा कोणीच दिसत नाही.''

''पण पोरा, अर्थशास्त्र हा माझा विषय नाही.''

''कबूल आहे, पण सारासार विचार करण्याची शक्ती, हा तर आहे. अशा प्रसंगी मास्टर ऑफ बिब्लोजने काय केलं असतं, हे मला जाणून घ्यायचं आहे. त्यांची विचारपद्धती असे प्रसंग हाताळायला फार उपयुक्त आहे. शिवाय ते काहीही असलं, तरी अशा परिस्थितीत मला मदत करायला तुम्हीच लायक आहात.''

''ठीक आहे, आपण फार फार तर असं म्हणू शकतो की, मी मला जमेल तेवढी मदत करू शकतो. जमेल तेवढीच.''

''उत्तम!''

''मग आपण केव्हा सुरुवात करू या?''

''जर गैरसोयीचं नसेल, तर आत्ताही.''

"हे फारच मजेशीर आहे मुला, फारच मजेशीर!'' केंपिस म्हणाले. त्याने एक वायर हातात घेतली आणि पटकन तिथे दुसरी वायर खोचली. "इतके दिवस मी फक्त माझ्या संशोधनासाठी, चित्र किंवा उपयुक्त नमुन्यांची माहिती मिळवण्यासाठी या कॉम्प्युटरचा उपयोग केला होता.''

सॅम्युएलने कॉम्प्युटरमधल्या केंपिसच्या नेहमीच्या वापरातल्या काही गोष्टी चाळल्या. सॅम्युएलला माहीत असलेल्या अनेक गोष्टी केंपिसनेही प्रामुख्याने हाताशी ठेवल्या होत्या. त्यात टेक्सास आणि फ्रायबोर्ग विश्वविद्यालय आणि शैक्षणिक साहित्य छापणाऱ्या हायडेलबर्गच्या प्रकाशकाचं नाव होतं.

"आता आपण या यंत्राचा उपयोग सर्वसामान्यपणे लोक म्हणतात त्या माहितीच्या महामार्गावरून करणार आहोत. हे फार घातक प्रकरण आहे.''

"का बरं?''

"कारण इथे आपला मागोवा घेतला जाऊ शकतो. हा तथाकथित माहितीचा महामार्ग म्हणजे टेलिफोन वायर, मोठ्या फायबर ऑप्टिक किंवा को-ॲक्सीअल केबलद्वारा पाठवलेल्या टिंब आणि रेषांच्या निरनिराळ्या रचनांचा आविष्कार असतो. जगामध्ये दोन अब्ज लोक - GSM च्या (Global System for mobile communication) वापर करतात आणि ते आणि त्यांचे कॉम्प्युटर्स याच महामार्गावरून प्रवास करत असतात. यातल्या प्रत्येक यंत्राला स्वतःचा असा खास आवाज असतो. त्यांच्याकडे क्राय महासंगणक असू दे, ब्लॅक बेरी असू दे किंवा बाहेर मोडेम असलेला ऐतिहासिक ॲपल कॉम्प्युटर असू दे. तुमच्या यंत्राची ताकद किती आहे, हा प्रश्न नसून तुम्हाला कुठे जायचं आहे आणि ते इतरांच्या नकळत कसं जाता, हे महत्त्वाचं आहे.''

केंपिसने काळ्या प्लास्टिकचा विटेसारखा दिसणारा टोन बॉक्स उचलला. त्याच्यावर अनेक लहान लहान लाल दिवे लावले होते. हे उपकरण वापरायच्या काही सूचना कुठे लिहिलेल्या आहेत का, ते त्यांनी पाहिलं.

"फोनचा वापर न करता माहितीच्या महामार्गावर चोरून जायला याचा उपयोग होतो. आपण या महामार्गाच्या प्रवेशद्वारावर वाट बघत उभं राहायचं. संधी सापडताच कोणाच्यातरी मागे लटकायचं. म्हणजे आपल्यावर कोणी पाळत ठेवत असला, तर आपण केव्हा मार्गावर गेलो, हे त्याला कळणारपण नाही.''

"महामार्गावर?''

"बरोबर. इथे ऑक्सफर्डमध्ये एक सरळसाधं इलेक्ट्रॉनिक एक्सचेंज आहे. समजा तुम्हाला फ्रायबोर्गमधल्या एखाद्या नोंदीची माहिती हवी असली, तर तुम्ही तुमच्या ऑक्सफर्डच्या एक्सचेंजमधून तिथे जाता आणि इंटरनेटला जोडता. यासाठी तुम्हाला फक्त स्थानिक फोनचाच आकार द्यायला लागतो. इथल्या कॉम्प्युटरला

आवाजावरून नेमका कोणाशी संपर्क करायचा आहे ते समजतं. अर्थात हे करत असताना तुम्ही कोणाच्या संपर्कात आहात, हे तुमच्या मागावर असलेल्यांना सहज समजू शकतं. तुम्ही किती वेळा संपर्क साधलात आणि प्रत्येक वेळी तेव्हा कुठे होतात, हे काही मिनिटांतच शोधून काढता येतं.

"हा टोन बॉक्स" केंपिस यांच्या फोनला आणि सॅम्युएलच्या कॉम्प्युटरला जोडल्या गेलेल्या पेटीकडे, टोन बॉक्सकडे बोट दाखवत सॅम्युएल म्हणाला, "आपल्याला वेगळा पर्याय उपलब्ध करून देतो."

"हे फार महागडं होतं का?" टोन बॉक्सकडे आश्चर्यचकीत मुद्रेने पाहत केंपिसने विचारलं.

"फार मोठी किंमत देऊन मिळवलं आहे." सॅम्युएल साळसूदपणे म्हणाला.

त्याने खिशातून डायरी काढली आणि अमेरिकेतला एक मोफत सेवा असलेला फोन क्रमांक फिरवला. हे सगळं करत असताना तो केंपिसना प्रत्येक गोष्ट समजावून सांगत होता. ती एक आंतरराष्ट्रीय संस्था होती आणि या मोफत सेवेचा लाभ घेणाऱ्या लोकांना उत्पादनाच्या जाहिराती करून ते भरपूर पैसे कमावत होते.

सॅम्युएलने नंतर त्या टोन बॉक्सवर असलेलं ऑप्शन हे बटन दाबलं. आता फोनची बेल हाय फ्रिक्वेन्सीचा वापर करून वाजत होती आणि त्याचा जवळपास डिजिटलच्या उपकरणासारखा आवाज येत होता. "वेगाच्या बाबतीत ब्लू टूथशी तुलना करता आली असती, पण एकदा संपर्क जोडला गेला असता, की मग ते शोधून काढणं फार अवघड होतं. याची वाजणारी बेल ३२,२०० हर्ट्स सिग्नलद्वारा संपर्काची लाइन मोकळी ठेवण्याची सूचना देते. म्हणजेच आंतरराष्ट्रीय नियंत्रण कक्षाला सध्या चालू असलेला संपर्क तोडण्याची सूचना देते. नंतर लगेचच ह्या टोन बॉक्सद्वारा ३६००पेक्षा थोड्याशा जास्त हर्ट्‌सचा सिग्नल पाठवते. यामुळे आधी केलेली सूचना कार्यान्वित येऊ शकत नाही. आता युके आणि अमेरिकेतली संपर्क वाहिनी चालूच असते, पण यावरून केलेला फोन कोणाला शोधून काढता येत नाही. नेहमीप्रमाणे न्यूयॉर्कहून एक फोन केला गेला असावा, असंच चित्र दिसतं."

"सॅम्युएल, मी केव्हाच स्वत:ला विसरून गेलो आहे." केंपिस अवाक होत म्हणाले. "तुला असं म्हणायचं आहे का की, याचा कोणालाही मागोवा घेता येत नाही आणि हे पूर्णपणे सुरक्षित आहे?"

"शंभर टक्के काहीच सुरक्षित नसतं पीटर, पण आहे ते काय कमी आहे!" सॅम्युएल म्हणाला. आता संपर्काची वाहिनी मोकळी झाली असल्याचा आवाज यायला लागला. "आता...."

त्याने खिशातून फ्रास्वाँने दिलेल्या माहितीचा कागद बाहेर काढला. तो मजकूर जरी घाई घाईत लिहिलेला असला, तरी वाचता येत होता. फ्रास्वाँने

दिलेला क्रमांक त्याने लावला. आता समोरच्या पटलावरची माहिती पाहता येत होती.

त्याला हवी असलेली इत्थंभूत माहिती समोर दिसत होती. रोपनर बँकेत सॅम्युएलने पेरलेल्या मायक्रोफोनवरून डिजिटल प्रणालीत सर्व माहिती दिसत होती.

त्याने पहिलं बटण दाबताच त्याच्या तोंडून शिट्टी वाजली. मायक्रोफोनकडून मिळालेली सर्व माहिती फ्रास्वाँने कसलीही काटछाट न करता पाठवलेली होतीच, शिवाय एका विशिष्ट प्रणालीचा उपयोग करून त्याने ती माहिती लिखित स्वरूपातही पाठवलेली होती. 'हे सगळं प्रथम स्वत: ऐकून मग हा उद्योग करायला त्याला बराच वेळ लागला असणार. हे मायक्रोफोन शोधून काढायलाही बँकेला खूपच कालावधी लागला असणार. आता ते नक्कीच मिळाले असतील म्हणा.' त्याने पेरलेल्या मायक्रोफोनवरून तीन ते चार दिवसांची साद्यन्त माहिती आता सॅम्युएलच्या समोर होती. आता याचा अभ्यास करून सॅम्युएलला काहीतरी हाती नक्की लागण्याची शक्यता वाटली. अर्थात त्याला हव्या असलेल्या गोष्टी यात होत्या, अशी सॅम्युएलला अजून खात्री वाटत नव्हती; पण हाती काही माहिती असणं, ही एक प्रकारची शक्ती होती आणि या घडीला त्याला मिळेल तितक्या शक्तीची गरज होती.

आता ही सर्व माहिती नजरेखालून घालण्याचं किचकट काम होतं, पण त्याचबरोबर काही हितशत्रूंप्रमाणे इंग्लंडचे पोलीसही त्या जुनाट घरात मेलेल्या माणसाच्या मारेकऱ्याचा शोध घेत असतील याची जाणीवही त्याला होती.

कसल्यातरी आवाजानी सॅम्युएलला जाग आली. मिळालेली माहिती चाळताना त्याचा केव्हाच डोळा लागला होता. सॅम्युएल ताडकन उठून बसला. *'कृपया त्रास देऊ नये'* अशी पाटी लावायला आपण विसरलो तर नाही, अशी शंका त्याला चाटून गेली. 'आता ते बिल आणि मार्था आपल्यावर चाल तर करून येणार नाहीत?' त्याला बाहेरून कसल्यातरी खुसफुशीचा आवाज ऐकू आला. 'झालं, संपलं सगळं. कदाचित पोलिसांची तुकडीच बाहेर आली असेल.' त्यांनी त्याला ताब्यात घेऊन त्याच्याजवळचे पुरावे तपासले असते का? मग त्याचं निर्दोषत्व लक्षात येऊन त्यांनी त्याला मुक्तही केलं असतं का? हे सर्व समजण्यासाठी एकच मार्ग होता. तो ताडकन उठला आणि दरवाजा सताड उघडला.

"हे घे. आता मी कसं मिळवलं ते विचारू नकोस." एक लहानशी सीडी कॅफेमधल्या टेबलावर टाकत तो म्हणाला.

"आम्ही तुला कुठलंच बेकायदेशीर काम करायला सांगितलेलं नव्हतं. एक सहकारी या नात्याने मी हे तुला सांगतो आहे."

समोरच्या इसमाने आपल्या हातातला 'इंटरनॅशनल हेराल्ड ट्रिब्युन'चा अंक त्या सीडीवर सरकावला. तिथून निघताना ती सीडी उचलल्याचं कोणाच्या लक्षात येऊ नये, हाच त्याचा हेतू होता. त्याने एक दीर्घ सुस्कारा टाकला. ती दोघं एकाच प्रकारचं काम करत होती आणि शाळकरी पोरांसारखा पोरकटपणा करत होती, पण हा खऱ्या अर्थानी त्याचा सहकारी होता, असं त्याला कधीच वाटलं नव्हतं. दोघांचा शत्रू एकच होता, हाच काय तो समान दुवा दोघांच्यात होता.

"ए, ए," तो दुसरा जणूकाही त्याच्या मनातले विचार ओळखत असल्यासारखा म्हणाला, "आपण त्या पांढऱ्या हॅटच्या दलामध्ये होतो, आठवतंय?"

"अरे, हो की! ते जर्मन भाषेतलं गॉट मीट उन्स - देव आपल्या पाठीशी आहे आणि तसलंच बरंचकाही. अर्थात तुला ते जर्मन लोक आवडत नसत, हो ना?"

"मला जर्मन लोकांची अडचण वाटत नाही. मात्र त्या फ्रेंचांचं डोकं, ते फार वेगळंच असतं."

"म्हणजे मी तुला उद्देशून बोलत नाही, तर आपल्या संस्थेबद्दल बोलतो आहे."

"जरा हळू बोल. तूच तर म्हणत होतास की, तुला फ्रेंच लोक आवडत नाहीत. आपण सध्या पॅरिसच्या मध्यावर आहोत, हे विसरू नकोस."

समोरच्या टेबलावर बसलेल्यांच्या रोखलेल्या नजरा तो चुकवत होता. 'ह्या जोडीमध्ये उद्धटपणा आणि मनोविकृतीचं सुरेखसं मिश्रण दिसतंय. हे काही शेअर बाजारातल्या दलालांसारखे वाटत नाहीत.'

फॉर्म द्यु एल या खानपानाची व्यवस्था असलेल्या भव्य मॉलच्या प्रवेशद्वारासमोर खेळत असलेल्या आणि भरणाऱ्या लोकांकडे पाहत ते दोघं एका टेबलावर बसले होते. एका वेटरनी त्यांच्यासमोर कॉफी आणि बीअरचा एक मग आणून ठेवला आणि सोबत आणलेलं बाँ पीचुआँ या उपाहारगृहाच्या युरो चलनातलं बिल त्यांच्यासमोर ठेवलं.

"मग, त्याने केलं का?"

'लेकोस'मध्ये आलेल्या भल्या मोठ्या सदराकडे पाहून त्याने मान डोलावली. युरी पिल्डोरॉसियान या अमेरिकेच्या हेज-फंड क्षेत्रातल्या प्रसिद्ध व्यक्तीने रोखीच्या बाजारात असाकाही डाव टाकला होता की, ब्रिटिश पौंडाचं युरोच्या तुलनेत एका सेंटने अवमूल्यन झालं की, त्याला पाच मिलियन युरोचा फायदा होत होता."

"काय? पौंडाला कमकुवत करायचं?"

"पण कसं?"

"तुला काय घेणं आहे. मला मात्र हे जाम आवडलं."

"मला तसं काहीच घेणं-देणं नाही, पण हे त्याने कसं केलं, हे जाणून घेण्याची उत्सुकता आहे."

"सोप्पं आहे! हेज-फंड हे दिशाहीन शक्तीच्या गोळ्यासारखे असतात. त्यांचा सुरक्षिततेसाठी जाळ्यासारखा वापर करता येतो किंवा हिऱ्याचं टोक असलेल्या बाणाप्रमाणे उपयोग करता येतो. बाजारात जेव्हा झटपट व्यवहार करून गनिमी कावा केला जातो, तेव्हा हेज-फंड बाणासारखे असतात. या व्यवहारात गोपनियतेला महत्त्व असतं. बाजारात तुमची मागणी अनेक सूत्रांच्या मार्फत नोंदवून आश्चर्याचा धक्का देत चांगली किंमत वसूल करायची."

"म्हणजे लोकं जसं म्हणतात, तसे त्याने खरंच पैसे मिळवले आहेत का?"

"जास्त, खूपच जास्त मिळवले आहेत. त्याने बाजार हादरवला की बाजारच हादरला, कोणास ठाऊक? या प्रसारमाध्यमांना खऱ्या घटनेची बातमी पाठवा, ती दाबून टाकतात. ही माणसं कसलीही जबाबदारी घेत नाहीत, पण त्यांच्या हाती सत्ता आहे."

"तू कोणाविषयी बोलतो आहेस? प्रसारमाध्यमं की हेज-फंडवाले?"

"दोघंही. ते काही असो. खबरदारीचा उपाय म्हणून अमेरिकन सरकारने दोन टक्क्यांनी व्याजदर वाढवण्याच्या आधी आपल्या माणसाला २६ सेंटचा फायदा झाला होता."

"बाप रे! म्हणजे १.३ अब्ज युरो!"

"कोणालातरी परिस हाती लागलं म्हणायचं!"

त्याने बीअरचा घोट घेता घेता टेबलावरच्या वर्तमानपत्राकडे बोट दाखवलं.

"दुसऱ्याच जागी झालेले वेगळेच व्यवहार. इथे १.३ अब्ज युरो नाहीत, पण थोडीशी लॅपटॉपवर गंमत. एका खाजगी व्यवहाराच्या नोंदी याच्यात दिलेल्या आहेत. एक सांगतो, या व्यवहारात तसं बेकायदेशीर काहीच नाही. निदान मलातरी तसं वाटतं. सट्टा हा करमणूक करणारा खेळ आहे. मग त्यामुळे देशाचा कडेलोट होण्याची वेळ आली तरी हरकत नाही."

"नाही. बेकायदेशीर नाही." ते वर्तमानपत्र आणि त्याच्या खाली असलेली सीडी आपल्या हातात घेत दुसरा इसम बोलला. "पण नक्कीच कुतूहल चाळवणारी गोष्ट आहे."

"काम केल्याबद्दल धन्यवाद! पण एक प्रश्न विचारू?"

"काय?"

"हे तू कसं मिळवलंस?"

२५

“अरे, तुम्ही आहात होय!”

डॉ. केंपिसना पाहून सॅम्युएल जवळपास निराश झाला होता. काल रात्री उशिरा हे महर्षी दूरवर, उत्तर ऑक्सफर्डला संथ गतीने सायकल चालवण्याच्या मोहिमेवर गेले होते. हातात एक पातळ पिशवी घेऊन ते उभे होते आणि आता त्या पिशवीतल्या गोष्टींच्या वासाने खोलीत घमघमाट पसरला होता.

“माफ कर. मी तुला उठवलं तर नाही? मला वाटतं उठवलंच. नाश्ता करणार?”

“किती वाजले आहेत?”

“आठ.”

“आऽ ऽठ?”

“हो. मी केव्हाच उठून बसलो आहे. माणूस जसा म्हातारा होत जातो, तशी त्याची झोप कमी होत जाते. किरकोळ पण सत्य गोष्ट आहे.”

“पिशवीत काय आहे?”

आपण गेले कित्येक तास काहीच खाल्लं नसल्याचं सॅम्युएलच्या लक्षात आलं.

“काही खाण्याच्या गोष्टी. बाजारातल्या फोगार्टी बेकरीमध्ये ताजे पदार्थ तयार होत होते, तेव्हा मला राहवलं नाही.”

सॅम्युएलने पिशवी उघडली आणि पुटपुटला.

“पोर्क पाय?”

“हे आपल्या ऑक्सफर्डमधले सगळ्यात उत्तम! मी काही इतर गोष्टीही घेऊन आलो आहे. शिवाय फ्रिजमध्ये संत्र्याचा रससुद्धा आहे.”

“मनुष्यप्राण्याला पचतील अशा गोष्टी हव्यात. त्या डोंगरातल्या अस्वलासारखा आपला आहार नसतो पीटर.”

"ते आपण दुपारी जेवायच्या वेळेला पाहू." केंपिस एखाद्या मुलासारखे हसत म्हणाले. "आता मी चहा करतो आणि तू मला तुझ्या कामातून काही निष्पन्न झालं का ते सांग."

"तसं सांगण्यासारखं फारच कमी आहे. प्रत्यक्ष व्यवहार होतात त्या दालनात काहीतरी सापडेल, असं आपल्याला वाटलं; पण जवळपास नगण्यच! काही शेरेबाजी आणि लोकांनी केलेली मूर्खासारखी बडबडच ऐकू येते. वर्तमानपत्रात तरी काही वाचण्यासारखं आहे का?"

केंपिसनी मानेनेच नाही अशी खूण केली. "तुझ्या त्या काळ्या पहिलवानाविषयी किंवा तिथे तुला आलेल्या भयानक अनुभवाविषयी काहीच नाही. मात्र जगावरचं छप्पर कसं उडून चाललं आहे, यावर रकानेच्या रकाने लिहून आले आहेत."

सॅम्युएलने विचारपूर्वक मान हलवली आणि समोर पडलेल्या कागदावरच्या नोंदी पाहू लागला. मिलरने केलेल्या व्यवहाराच्या नोंदी लक्षवेधी होत्या, पण त्यातून विशेष काही हाती लागणार नव्हतं. फेंगशुईवर थोडीफार चर्चा, कोणालातरी कॅफेमध्ये भेटायचं दिलेलं आमंत्रण. बहुतेक त्याची भानगड होती. अर्थात ती व्यक्ती पुरुष होती का स्त्री, हे वाचून सांगणं अवघड होतं.

हातात चहा, टोस्ट आणि ऑरेंज ज्युस घेऊन केंपिस आत आले. टोस्ट अर्थातच ऑक्सफर्डच्या पारंपरिक पद्धतीने म्हणजे भट्टीवर बोटांना चटके देत किंवा जुनाट इलेक्ट्रिक टोस्टरवर विजेच्या झटक्याने मरण्याचा धोका पत्करत केले होते.

"थँक्स! मला याची फार गरज होती."

"त्या कागदातून तुला काही लागलं का?"

"अगदी दुरान्वयानेही नाही. अर्थात त्या मिलरचं नवीन खूळ तुला पसंत असलं, तर मला माहीत नाही."

सॅम्युएलने निराशेच्या पोटी खांदे उडवले. एक म्हणजे त्याने स्वतः आणि धोका पत्करून ते मायक्रोफोन पोनरच्या ऑफिसात लपवले. शिवाय त्यावरची माहिती गोळा करून इंटरनेटवर टाकायचं काम देऊन त्या फ्रास्वाँला संकटात टाकलं. आणि हे सगळं करून काय मिळालं? दोन मायक्रोफोनवर कामाची नसलेली भरमसाट माहिती! तिसऱ्या मायक्रोफोनची तर माहिती बघण्यातही अर्थ नव्हता.

नंतर मिळालेल्या माहितीवरून त्याच्या असं लक्षात आलं की, हेरगिरी करण्यासाठी गुप्तपणे ठेवलेले ते तीन मायक्रोफोन तीन दिवस कोणाच्या लक्षातच आले नव्हते. तिन्ही मायक्रोफोन एकाच वेळेला बंद पडले. इलेक्ट्रॉनिक उपकरणाची सुरक्षातपासणी ठरावीक काळाने होत असताना हा प्रकार लक्षात आला असावा. संताप वाटण्यासारखी गोष्ट म्हणजे ज्या कोणाला बँकेत काही लपवाछपवी करायची

होती आणि असा कोणीतरी होता. त्याला हा प्रकार समजल्यावर कोणालातरी फोन करून याची कल्पना त्याला नक्कीच द्यायची असावी. आणि असा कोणीतरी होता, याची सॅम्युएलला खात्री होती; पण ते तिन्ही मायक्रोफोन काढल्यावरच त्याने फोन केल्यामुळे, तो कोण होता, हे समजणं शक्य नव्हतं.

कॉम्प्युटरचा दिवा लुकलुक करायला लागला.

"चला, आता आपण आपल्या पोर्नोग्राफि नेटवर्ककडे वळू. जायचं ना?"

केंपिसने गोंधळून त्याच्याकडे पाहिलं.

"पीटर, काहीही झालं तरी ही बातमी छापून येणार नाही, हे नक्की. 'ऑक्सफर्डचे प्रकांड पंडित अश्लील सिनेमा बघताना किंवा तसलीच एखादी बातमी नक्की छापून येणार.''

"आशा करतो, तसं होणार नाही, पण तुला अचानक पोर्नोग्राफीमध्ये कसा रस आलाय?"

"हे बघ, मला परत त्या न्यूयॉर्कच्या मार्गाने संपर्क साधायचा नाही. कोणाचं लक्ष नसताना आपण चार मिनिटं केली तेवढी गंमत पुरे झाली. दोन आंतरराष्ट्रीय एक्सचेन्जमधल्या नेहमीच्या फोनवर कोणाचं लक्ष नसतं. मला हवी ती माहिती मिळाल्यावर मी लगेचच काढता पाय घेतला."

"हे सगळं ठीक आहे, पण इथे आता येऊ घातलेल्या पुष्ट नितंबांचं आणि वक्षस्थळांचं काय प्रयोजन आहे."

"त्याचं असं आहे, मी आता न्यूयॉर्कच्या मार्गाचा वापर करणार नाही, असं ठरल्यावर मग दुसऱ्या एक्सचेन्जच्या दुसऱ्या लहरींवर जायलाच हवं. जिथे जास्त गर्दी असेल, अशा ठिकाणी गेलं, उदाहरणार्थ पोर्न नेटवर्क की, आपला मागोवा लोक घेण्याची शक्यता कमी. म्हणूनच आपण आता कोपनहेगनच्या नेटवर्ककडे चाललो आहोत."

"सॅम्युएल, हे फार अस्वस्थ करणारं आहे."

"चावटपणा कमी करायचा, समजलं? काही प्रसंगी चावटपणा हा अत्युत्तम गुण ठरतो. अर्थात, कुठल्याही प्रसंगात तुम्हाला काळजी करायचं कारण नाही."

केंप्सिने एक सुस्कारा टाकला आणि मान डोलावली. इकडे सॅम्युएल टोन बॉक्सशी चाळे करत होताच.

पॅरिसच्या रोपनर बँकेचा फोन फिरवल्यावर सॅम्युएल म्हणाला, "आता खेळाला सुरुवात होत आहे."

"तुझं धाडस बघून मी गोंधळून गेलो आहे सॅम्युएल." सॅम्युएलच्या प्रत्येक हालचालीकडे लक्षपूर्वक बघत केंपिस म्हणाले. "या आधुनिक यंत्रणेने सुसज्ज असलेल्या बँकेच्या प्रणालीत शिरायला बराच वेळ लागेल, असं नाही तुला वाटत?"

"नियमानुसार हो, असंच उत्तर द्यावं लागेल." 'पॅरिसमधल्या वातानुकूलित तळघरात असलेल्या मॉनिटरचे लाल, हिरवे दिवे लुकलुकत असतील.' असा सॅम्युएलच्या मनात विचार आला.

"ह्या बाबतीत मात्र आपलाच जास्त फायदा आहे." आता तो काझच्या रोजच्या नोंदी चाळत होता. प्रश्न इतकाच होता की, ती कोणाशी व्यवहार करत होती आणि किती प्रमाणात करत होती, हे त्याला समजायला हवं होतं.

"फायदा? आणि तो कसा काय?"

"असं बघा, दुसऱ्याच्या सुरक्षा प्रणालीत घुसखोरी करणं, याला गुन्हा मानतात. हे म्हणजे, मनाविरुद्ध लैंगिक अत्याचार केल्यासारखं होतं; याला डिजिटल बलात्कार म्हणतात. गंमत म्हणजे या प्रकारच्या जबरदस्तीतही 'गुन्हेगार कोण' ते माहीत असतं. तेव्हा अशा प्रकारची प्रणाली भेदून जाण्यासाठी फार अक्कलहुशारीने योजना आखावी लागते. प्रणाली भेदता येऊ नये म्हणून जी यंत्रणा विकसित केलेली असते, त्या यंत्रणेच्या प्रतिबिंबासारख्या योजनेची आखणी करून बाहेरच्या आगंतुकाला संपर्क यंत्रणेत घुसता येत नाही. म्हणजे शरीरात लस टोचून जशी रोगप्रतिकारशक्ती निर्माण करतात, तसलाच हा प्रकार आहे; पण या प्रक्रियेला फार वेळ लागतो. अनावश्यक माहितीची काटछाट करत योग्य त्या सांकेतिक भाषेपर्यंत पोहोचायला फार वेळ लागतो."

सॅम्युएलने काझच्या व्यवहाराच्या नोंदी तपासायला सुरुवात केली. ती विभाग प्रमुख असल्यामुळे तिच्या अधिकारात अनेक प्रकारच्या व्यवहारांच्या फायली येत होत्या. त्यातल्या नेमक्या कोणत्या फायली उतरवून घ्यायच्या, ते महत्त्वाचं होतं. "आपल्याला नेमका बळी कोण होता, हे माहीत होतं, त्यामुळे आपण या मार्गांनी ही प्रणाली भेदू शकलो. पॅरिसमध्ये माझा एक मित्र आहे. मी कधी फ्रास्वाँविषयी तुम्हाला काही बोललो आहे का?"

केंपिसनी होकारार्थी मान डोलावली.

"अरे हो, नक्कीच बोललो होतो. माझं डोकं आता चालेनासं झालंय. त्याने मला अनेक महत्त्वाचे सांकेतिक क्रमांक दिले आहेत. निदान त्याला माहिती असलेले सगळे महत्त्वाचे क्रमांक त्याने दिले आहेत. हे काम नुसतंच गुप्तपणे करणं महत्त्वाचं नाही, तर ते करत असताना आपल्या घुसखोरीचा मागमूस मागे न ठेवणं, याला महत्त्व आहे. आपण कोण आहोत आणि कुठे आहोत, या विषयी सर्वांनाच अंधारात ठेवल्यामुळे आपण सुरक्षित आहोत."

त्याने की बोर्डाची बटणं काही काळ दाबली, दुसऱ्या बाजूने मिळणारा कॉम्प्युटरचा प्रतिसाद पाहिला आणि परत बटणं दाबली. पॅरिसमध्ये असलेल्या कॉम्प्युटरचा बॅकअप डाटा ॲरिझोनातल्या सुपर कॉम्प्युटरमधून मिळत होता.

“आता आपण प्रयत्न करून बघू.” सॅम्युएल स्वत:शीच पुटपुटला. समोरच्या पडद्यावरचा कर्सर लुकलुकायला लागला, तेव्हा सॅम्युएलने समोरच्या पडद्यावर दिसणाऱ्या मधल्या चौकटीकडे पाहिलं. त्याची बोटं आता की-बोर्डावर फिरायला लागली. फ्रॉस्वाने त्याला मागे पॅरिसमध्ये असताना काही सेकंदच एक सांकेतिक क्रमांक दाखवलेला होता. त्याला आता फार काळ झाल्यासारखं वाटत होतं, पण सॅम्युएलच्या कुशाग्र स्मरणशक्तीला तो अल्प काळ पुरेसा होता. मुळाक्षरं आणि आकडे यांच्या तीन साखळ्या या प्रणालीचा भेद करण्यासाठी लागणार होत्या आणि एकूण ती शृंखला २६ अंकी होती.

सॅम्युएलने बुद्धीवर जोर देत पुटपुटायला सुरुवात केली आणि तो बटणं दाबू लागला: “**S13OUKEN252TGFY35JMPE7OD9** आणि...”

दुबळ्या संपर्क यंत्रणेमुळे या प्रणालीतली तीन दारं उघडायला लागणारा वेळ अनंत काळासारखा वाटत होता. रोपनर बँकेच्या प्रणालीत शिरकाव करण्यासाठी घालवलेला प्रत्येक सेकंद त्याला असह्य होत होता.

शेवटी 'एन्ट्री लेव्हल १, प्रणाली उघडू शकता.' असा एक संदेश शेवटी पडद्यावर झळकायला लागला.

“धन्य झालो!” सॅम्युएल उसासा टाकत म्हणाला. खालच्या पातळीवरच्या लेव्हल १वर जोडणी मिळायला तब्बल दोन मिनिटं लागली होती. याचाच अर्थ प्रत्यक्ष काम सुरू व्हायला आणखीन चार मिनिटं लागणार होती.

आता पुढच्या दोन लेव्हल्सवर इतर काही अडथळे येणार नाहीत, असा त्याचा समज होता, कारण प्रथम दाबलेल्या सांकेतिक क्रमांकावर सुरक्षेची सर्व मदार होती. आता समजा कोणी सॅम्युएलची घुसखोरी पकडली असती, तरी त्याला आतली संवेदनशील माहिती कोणी पुरवली असेल, असा कोणाला संशय आला नसता. अर्थात यामुळे तपास चालू झाल्यावर सॅम्युएलकडे संशयाची सुई वळाली असती, पण आता या सर्व गोष्टींचा विचार करण्याची वेळ टळून गेली होती.

आता त्याने मिलरचा लेखाजोखा उतरवून घ्यायला सुरुवात केली. अनेक फायलींपैकी नक्की कोणत्या उतरवून घ्यायच्या हे ठरवायलाच हवं होतं. कॉम्प्युटर फार संथ गतीने काम करत होता. जास्त वेळ घुसखोरी केल्यास ती लक्षात येण्याची शक्यता होती आणि ते मायक्रोफोन सापडल्यामुळे तर जास्तच. प्रत्येक सेकंदाला धोका संभवत होता.

सॅम्युएलला ज्या गोष्टीची जास्त गरज होती, तो खानचा लेखाजोखा अर्थातच त्याच्या हाती लागणार नव्हता. खान एका वेगळ्याच खाजगी प्रणालीचा वापर, त्याला व्यवहारासाठी करत असे. त्याच्याबरोबर काम केल्याने सॅम्युएलला ते माहीत होतं.

"चला," सॅम्युएल शेवटी म्हणाला. "इतकीच प्रगती आपल्याला करता येऊ शकते. मीपण आता पार थकलो आहे."

"पुढे काय?"

"आता ह्या माहितीचं विश्लेषण करण्याचं महाकिचकट काम करत बसणे. त्या काझ आणि तुंग्लीचे काहीतरी संबंध होते का, हे आपल्याला शोधून काढायचं आहे."

"पण तो मोठा पुरावा ठरू शकतो का?"

"मान्य आहे, पीटर. माझा पुरावा कोर्टात ग्राह्य धरला जाणार नाही. पण आत्ताच्या घटकेला माझ्या हातात कसलाच पुरावा नाही, अगदी फालतूसुद्धा."

सॅम्युएलने त्या धनुर्धाऱ्याची मूर्ती टेबलावर ठेवली आणि विमनस्कपणे तिच्याकडे बघत बसला.

एकाएकी सॅम्युएल खुर्चीत ताठ बसला. त्या दिवशी फ्रांस्वाँने आणखीन काही सांकेतिक क्रमांक त्याला दाखवले होते. त्याने ते वरवर वाचलेसुद्धा होते. आता त्याने त्याच्या मेंदूत साठवलेल्या माहितीची परत उजळणी करायला सुरुवात केली आणि ते क्रमांक आठवण्याचा प्रयत्न केला. ते सांकेतिक आकडे नजरेसमोर तरळत असताना ते काही अर्थहीन आकडे नसल्याचं त्याला जाणवलं. त्याला दुसराच एखादा मार्ग सापडला असावा कदाचित.

D. FIN 345Y002W

URGENT ATTENTION; NEWS EDITORS, COPY TAST-ERS

EX REUTERS' NEWS BUREAU, ATLANTA, GA 17.44 EST

FLASH COPY, DRAFT ONE

MARKET RAGE SPREADS TO TAMPA. FOUR DEAD, FIVE

SERIOUSLY INJURED.

CASULTY COUNT CONTINUES.

By Crawford P King

शेअर बाजारावरच्या रागाचे लोण टॅम्पापर्यंत पसरले.

चार ठार, पाच जण गंभीर जखमी!

जखमींचा आकडा वाढण्याची शक्यता!

क्रॉफर्ड पी किंग याजकडून

संतापाने फणफणत असलेल्या नेव्हील डब्ल्यू बेन्नेट्ट नावाच्या एका गुंतवणूकदाराने मेर्लिन लायगो वेल्थ मॅनेजमेन्टच्या टॅम्पा बे ऑफिसमध्ये आज सायंकाळी सव्वा चारच्या सुमारास प्रचंड गोंधळ घातला. प्रथम त्याने मेर्लिनच्या तीन कर्मचाऱ्यांना गोळ्या घालून ठार केलं. नंतर अनेकांना जखमी केलं आणि शेवटी स्वत:च्या डोक्याला पिस्तूल लावून गोळ्या झाडल्या.

टॅम्पा बे पोलीस खात्याने मारेकऱ्यासकट चार जण मृत झाल्याचं जाहीर केलं. तसेच पाच जण टॅम्पाच्या सेक्रिड हार्ट हॉस्पिटलमध्ये अत्यवस्थ अवस्थेत असून त्यांच्यावर उपचार चालू आहेत. याशिवाय डझनभर जखमींना उपचारासाठी दाखल करून घेण्यात आलं असल्याचंही सूत्रांनी सांगितलं. मृतांचा आकडा वाढण्याची भीतीही त्यांनी व्यक्त केली.

सध्याच्या अस्वस्थ वातावरणात प्रमुख वित्तसंस्थांच्या दारात

सुरक्षाकर्मी दिसणं, ही आम बाब झाली आहे. इथे असलेल्या पहारेकऱ्यांचा डोळा चुकवून बेन्नेट्ट प्रथम आत गेला आणि आपल्या दलालाशी हुज्जत घालायला लागला. दोघांच्यात बरीच गरमागरमी झाली. शेअर बाजार कोसळल्यामुळे आपली सात आकडी रक्कम गमावून बसलेल्या बेन्नेट्टने खिशातून पिस्तूल काढून आपल्या दलालाच्या डोक्यात गोळी घातली. नंतर त्याने मेर्लिन लायगोच्या ऑफिसात सर्वत्र स्वैर गोळीबार चालू केला.

शेअर बाजार कोसळल्यानंतर सात दिवसांत आलेल्या संतापाच्या लाटेनंतर ही चौथी घटना अमेरिकेत घडली असून आजचा प्रकार सर्वात गंभीर होता. सॅन फ्रॅन्सिस्को, बॉस्टन, पाऊघकीप्सी इथेही संतापलेल्या गुंतवणूकदारांनी वित्त संस्थांत, बँकात असाच गोंधळ घातल्याच्या बातम्या आहेत.

समाप्त

२६

एका कागदाच्या तुकड्यावर सॅम्युएलने काही आकडे क्रमशः लिहिले. हे लिहिताना तो कसल्यातरी तंद्रीत असल्यासारखा वाटत होता आणि त्या धुंदीतच तो नकळत ते आकडे लिहीत होता. प्रत्यक्षात तो त्याच्या उपस्मृती कोशात बुडी मारून त्याने पॅरिसला काही काळ पाहिलेल्या प्रतिमा आणि प्रतीके परत कागदावर उतरवत होता.

काही वेळ लिहिल्यावर तो थांबला आणि हातातल्या कागदाकडे त्यानं पाहिलं आणि नंतर ते तो वाचायला लागला.

"हे फार मजेशीर आहे!" तो म्हणाला. जणूकाही ते कोणी दुसऱ्यानेच लिहिलेलं होतं.

"हूंऽऽ" केंपिस म्हणाले. "आणि आधीच्यापेक्षा या सांकेतिक भाषेतल्या संदेशात जास्त गर्भित अर्थ असावा असं वाटतं का?"

"मला खात्रीने सांगता येणार नाही पीटर. मलातरी ही माहिती जास्त उपयुक्त वाटते." समोरच्या कागदावरच्या आकड्यांकडे पाहत सॅम्युएल म्हणाला. "हे काही टेलिफोनचे क्रमांक आणि संपर्कासाठीचे सांकेतिक क्रमांक आहेत. निदान मलातरी तसं वाटतं."

"हे सर्व तूच ठरवू शकतोस पोरा!" केंपिस बाहेरच्या नीरस वातावरणाकडे खिडकीतून पाहत म्हणाला.

"मी परत इंटरनेटवर काम करतो, पण हे सगळं समजायला मला नक्कीच काही वेळ लागेल." सॅम्युएल उत्साहाने म्हणाला. हा एक प्रकारचा जुगारच होता. "चला, कामाला लागू या." एक दीर्घ श्वास घेत सॅम्युएल म्हणाला.

तोंडात एक सॅन्डविच कोंबत त्याने मघाचच्या सर्व क्रिया केल्या आणि रोपनर बँकेशी संपर्क प्रस्थापित केला. या वेळी त्याने फ्रँकफर्टच्या एका नवीन संपर्क वाहिनीमार्फत संपर्क साधला होता आणि काम फत्ते झालं होतं. आता जो कोण

त्याच्या मागावर असला असता त्याला इतरत्र शोध घेत बसणं भाग होतं. आता या वेळी काम जरा जलद गतीने आणि चांगल्या प्रतीचं होत होतं, पण चित्र फारसं सुस्पष्ट नव्हतं. हे म्हणजे हाय वेवरून फेरारी चालवण्याऐवजी फोक्सवॅगन बीटल्स चालवण्यासारखं होतं; तेसुद्धा रात्रीच्या काळोखात!

उत्तम प्रतीचा पोर्क पाय खात आणि चहाचे घोट घेत तो समोरच्या अंगणात कागदांची छाननी करायला लागला. असे दोन-एक तास घालवल्यावर त्याच्या पदरी जवळपास निराशाच पडली होती. आपल्या अशिलामार्फत केलेले व्यवहार तसे लहान रकमेचे होते आणि फारसे लक्षवेधी नव्हते. सॅम्युएलला मोठाल्या रकमांच्या व्यवहारात रस होता.

मिलर, काझ, डिआझ आणि इतर लोकांनी केलेले व्यवहार अगदी कायदेशीर आणि रास्त होते. डिआझने केलेले काही व्यवहार फारच घिसाडघाईने केल्यासारखे वाटत होते, पण त्यात संशयास्पद असं काही नव्हतं.

मागे एकदा फ्रास्वाँ म्हणाल्याप्रमाणे बुद्धिबळाच्या पटावर जर वेड्यावाकड्या पद्धतीने प्यादी ठेवलेली असतील, तर ती लक्षात ठेवणं अवघड असतं, पण जर ती योग्य प्रकारे ठेवलेले असतील, तर ती लक्षात ठेवणं जास्त सोपं जातं.

'हे बोलायला सोपं आहे.' सॅम्युएलने विचार केला. अर्थात, जर फोटोग्राफिक मेमरी असेल, तर गोष्ट वेगळी! तसं असेल, तर तुम्ही मेंदूत साठवलेली कुठलीही आकडेवारी, पाहिलेल्या आकृती, आकार डोळ्यासमोर परत आणता येणं शक्य होतं आणि त्यांचा अर्थही लावता येणं शक्य होतं. एक प्रयत्न करून बघायला काहीच हरकत नसावी. व्हर्च्युअल सिस्टिमने साठवलेली माहिती जास्त परिणामकारकरित्या साठवलेली असते. दुसऱ्या शब्दांत सांगायचं, तर तिचा उपयोग करून घेणाऱ्याला ती नीट समजते.

एशियन चलनाचे फॉरवर्ड व्यवहार, रिग्गेट आणि बाथचे युरोशी झालेले व्यवहार फार लक्षवेधी होते. कोणाच्यातरी चलनांचा युरोशी व्यवहार झालेला होता. पण तो नक्की कोणाबरोबर झाला होता ते समजत नव्हतं.

त्याने ड्रॉवर उघडला आणि त्यातून कॅपिटल मार्केटच्या प्रमाणित व्यवहार-पद्धतीची माहिती बाहेर काढली. त्यामध्ये आदर्श व्यवहार-पद्धतींचे नियम आणि संस्था कटीबद्ध असलेल्या सूत्रांची जंत्री होती. अर्थात ते वाचताना सॅम्युएलला लाज वाटली. संस्था कटीबद्ध तर होतीच, पण जास्तीतजास्त पैसे उकळायला.

"कसं काय चाललंय?" केंपिसच्या आवाजाने तो भानावर आला

"मस्त!" सॅम्युएल हसत म्हणाला, "एकदम उत्तम!"

''तुला आवडो अथवा न आवडो, तू आमच्यातलाच एक आहेस.''

''मि. बरोज, मी एक देशभक्त आहे, पण मला ते आवडत नाही.''

''जरा सगळ्या गोष्टींचा एकत्रित विचार करून बघ आणि हो, फोनवर बोलताना माझं नाव नको घेऊस.''

''माफ करा, पण तुम्हीच मला ते नाव सांगितलं होतंत. तेव्हा एकत्रित विचार करायचा काय? आपण त्या व्हाइट हॅटमधले सहकारी आहोत? अपेक्षित परिणाम साध्य झाला, तर त्यासाठी उपयोगात आणलेले मार्ग रास्तच ठरतात का?''

''पण साहेब, तुम्ही तर देशाच्या फायद्याचं काम करत आहात.''

''असं माझ्या सहकाऱ्यांच्या अपरोक्ष? त्यांच्या व्यवहाराच्या नोंदी चोरून?''

''पण ते एक भयानक गुप्त मोहीम चालवत होते.''

''ही चाल तुम्हाला ओळखीची वाटत नाही का?''

''ह्या अनागोंदीचा फायदा घेऊन ते आर्थिक व्यवस्थेची वाट लावून त्यांचा फायदा करायला बघताहेत, हे तुम्हाला पटतं का?''

''म्हणजे... मला वाटत नाही.''

''नाही. तुम्हाला नक्कीच वाटत नाही, पण तुम्ही आमच्या बाजूला आहात. हा फार घाणेरडा प्रकार आहे. मला एक सांगा, युरोच्या तुलनेत जर डॉलरचं एक सेंटने अवमूल्यन झालं, तर आपल्या देशाच्या मालमत्तेचं किती मूल्य कमी होतं?''

''तू काय मला सगळ्या अमेरिकेचं मूल्यमापन करायला सांगतो आहेस का?''

''जेव्हा डॉलरचं वास्तविक मूल्यमापन न करता तो एका सेंटने घटवला जातो, तेव्हा किती रक्कम कागदावरून गायब होते? ठीक आहे, मीच सांगतो. सुमारे १००० अब्ज डॉलर्स. त्यांना त्यांचे खिसे भरायचे आहेत, म्हणून तुम्ही त्यांना हे सहज करून द्याल?''

"नक्कीच नाही."

"अगदी बरोब्बर! आम्हाला फक्त तुझ्याकडून माहिती हवी आहे. आम्ही ती कदाचित वापरणारही नाही. पण त्याने परत जर का आपल्याशी काही गडबड केली, तर तू आरामात झोपू शकतोस, कारण ते काहीच करू शकणार नाहीत. तू तुझ्या देशाला मदत केलीस, हेच समाधान."

"जर तुला तसंच वाटत असेल तर."

"नक्कीच मला वाटतंय."

काही सेकंदानंतर बरोजने फणफणत फोन खाली ठेवला. पूर्वी अत्यंत भरवशाचा आणि सीधासाधा वाटणारा त्याचा माणूस आता भलताच डळमळीत झाल्यासारखा वाटत होता. त्याला हे सगळं गँगलीला सांगायलाच हवं. याखेरीज प्रसार माध्यमावर चांगलाच प्रभाव असलेल्या एका मित्राच्याही हे कानावर घालायला हवं होतं, म्हणजे पडद्याआडून त्याने त्याच्यावर लक्ष ठेवलं असतं.

२७

एक चमकता नारिंगी चौरस सॅम्युएलच्या डोळ्यापुढे तरळायला लागला. त्या चौरसाच्या आत पाडलेले भाग सॅम्युएलच्या चांगलेच परिचयाचे होते. निरनिराळ्या चलनात झालेल्या, प्रत्येक आठवड्यात झालेल्या व्यवहाराच्या नोंदी तिथे दिसत होत्या. पूर्वी त्याने त्याच्या ऑफिसातल्या टीव्हीच्या पडद्यावर जवळपास असाच प्रकार पाहिला होता. अर्थात याच्यात एक फरक होता. पूर्वी झालेले येन आणि डॉलरमधले व्यवहार इथे दिसत नव्हते, तर पूर्व युरोपातल्या चलनात चालू असलेल्या ताज्या व्यवहारांची माहिती त्याला दिसत होती. प्रत्यक्षात चालू असलेल्या व्यवहारांच्या आकडेवारीच्या साहाय्याने नव्याने बसवलेल्या प्रणालीची वास्तववादी चाचणी बँक घेत होती.

युरोचा उदय झाल्यापासून जोखीम पत्करून व्यवहार करणाऱ्यांसाठी पूर्व युरोपातल्या चलनात व्यवहार करणं, हे एक मोठं आकर्षण होतं. थोडक्यात सांगायचं, तर या देशांची आर्थिक व्यवस्था डळमळीत होती. युरोच्या क्षेत्राबाहेर असल्यामुळे सट्टेबाजांकडून आक्रमण होण्याचा सतत धोका होता. यासाठीच झेक रिपब्लिक, पोलंड, रुमानिया, बल्गेरिया आणि हंगेरीसारख्या देशांनी जास्त व्याज देऊन गुंतवणूकदारांना प्रलोभनं दाखवत भांडवल गोळा करण्याचे प्रयत्न केले होते. युरोच्या आगमनामुळे पूर्व युरोपियन देशांच्या चलन आणि रोख्यातला व्यवहार न आटता उलट ते जास्त लोकप्रिय झाले. मुदतीच्या ठेवींवर आणि रोख्यांवर आकर्षक परतावा मिळत असल्यामुळे संधीसाधू गुंतवणूकदार साहजिकपणे आकर्षित होत होते.

त्या नारिंगी रंगाच्या तक्त्यामध्ये सॅम्युएल परिस्थितीचा आढावा घेत होता. काहीतरी ओळखीचं असल्यासारखं वाटत होतं; काहीतरी ओळखीचं. मग त्याच्या लक्षात आलं. त्या तक्त्याच्या उजव्या कोपऱ्यात लिहिलेला क्रमांक. हा क्रमांक यापूर्वीही त्याने पाहिलेला होता. पण तो नक्की कशाचा होता? आपल्या अर्धवट

सुप्तावस्थेत असलेल्या स्मृतीला त्याने परत एकदा डिवचलं. त्याच्या डोक्यात जणूकाही एक झपाटलेला वेडा बसला होता आणि तो आठवणीच्या कोशातली चित्र एकामागून एक पाहून इतस्तत: फेकत होता. शेवटी त्याला योग्य ते चित्र सापडलं.

त्याला आता त्या आकड्यांच्या साखळीचा अर्थ उमगला. त्याने आणखीन काही आकड्यांची बटणं दाबताच त्याच्यासमोर डॉलर आणि पूर्व युरोपातल्या चलनामध्ये झालेल्या व्यवहाराच्या नोंदी समोर झळकायला लागल्या. हे सगळं काळजीपूर्वक वाचण्याइतका त्याच्याकडे वेळ नव्हता, पण तरीही त्याने जेवढी जमेल तेवढी माहिती वाचून काढली. एका गोष्टीने त्याचं लक्ष वेधून घेतलं. कित्येक व्यवहारांच्या नोंदींपुढे दुसऱ्या पक्षाचं नाव पेन्टागल असं लिहीलेलं होतं. पेन्टागल म्हणजे नक्की कोण? बराच वेळ डोकं खाजवल्यावर एकदम त्याच्या डोक्यात प्रकाश पडला. खान ज्या लोकांशी व्यवहार करत असे, त्यातल्या एकाचं नाव पेन्टागल होतं. खान जेव्हा मागे एकदा घाट्याचा व्यवहार करत होता, तेव्हा याच संस्थेला डुआल शेअर विकत होता आणि तो व्यवहार डुआल नकळत खानशीच करत होता.

रोपनर बँकेने एका दिवसात युरोच्या बदल्यात पौंडाचा व्यवहार केला होता. त्याला तो दिवस आठवला. तो काळा गुरुवार होता. युरोच्या तुलनेत पौंडाची घसरण होईल, अशी पैज लावून खानने त्या दिवशी एक अब्ज पौंडाहून जास्त कमाई केली होती. आता एकाएकी त्याच्या अंगात उत्साह संचारला. हे सगळे व्यवहार खाननेच केले होते. त्याची शंका खरी ठरली होती. बँकेच्या व्हर्चुअल डाटामध्ये जी माहिती होती ती नेहमीच्या ठिकाणी साठवलेली नव्हती.

आता त्याच्या हातात जादूची किल्ली होती.

संक्षिप्त स्वरूपात लिहिलेली नावं आणि आकडे सॅम्युएल तपासायला लागला. ते करत असताना खानच्या अखत्यारित असलेल्या रोपनर बँकेच्या वेगवेगळ्या खात्यांची छाननीही त्याने चालू केली. आता काझचाही यात हात होता, हे त्याला काझच्या सांकेतिक क्रमांकावरून समजलं आणि विरुद्ध पक्ष कोण होता? समोरच्या पडद्यावरून मोठमोठ्या अशिलांची नावं सरकत असताना, यात एक नाव नक्कीच सापडणार, असा त्याला भरवसा होता आणि ते होतंच - फ्रँकफर्टचं ऑफिस! म्हणजे काझ आणि तुंग्लीचे संबंध खात्रीने होते.

आता तो ही माहिती साठवून ठेवणार, इतक्यात समोर काळोख झाला. कोणी तरी प्लग काढला होता.

''मला परत प्रयत्न केला पाहिजे!''

''तू होतास कुठे?'' केंपिसने विचारलं.

''व्हर्चुअलच्या जगात उत्तर शोधत होतो.''

सॅम्युएलने परत संपर्क साधण्याचा कसोशीने प्रयत्न केला, पण ज्या कोणी

तो प्लग काढला होता, त्याने ते काम चोख केलं होतं. काही सेकंदांपूर्वी ज्या सांकेतिक क्रमांकाने तो रोपनरच्या प्रणालीत शिरकाव करू शकत होता, तो आता त्या क्रमांकाला दाद देत नव्हता. सॅम्युएलने हलकेच एक शिवी हासडली. त्याचं पितळ उघडं पडलं होतं, पण तो नक्की कुठे होता, हे कोणालाच शोधता आलं नसतं. ते ऑक्सफर्डपर्यंत नक्कीच पोहोचले नसते.

"अरे, तुला मिळालेला तो शेवटचा माहितीचा खजिना फारच उपयुक्त वाटतोय." केंपिस म्हणाले.

"काय?"

"विसंगत, पण खूप महत्त्वाचं वाटतंय."

"तुम्ही काय बोलता आहात पीटर?"

सॅम्युएल सोफ्यापाशी गेला आणि त्याने कागदाची चळत उचलली. त्यात त्या मायक्रोफोनवरून मिळालेली माहिती थोडक्यात होती, पण ती चमत्काराहून कमी नव्हती. हा तिसरा मायक्रोफोन कुचकामी समजून तो जणू विसरलाच होता. खाली तळघरात असलेल्या बैठकीच्या खोलीत तो त्याने पेरला होता.

झपाटल्यासारखा त्याने तो मजकूर वाचला. प्रथम सुरुवातीला त्याचाही जरा गोंधळ उडाला. मग तो कॉप्युटर समोर जाऊन बसला आणि प्रत्यक्ष झालेले संवाद ऐकायला लागला. कदाचित यामुळे काही अर्थबोध होण्याची शक्यता होती.

त्या मायक्रोफोनवर बराच काळ शांतता होती, पण मध्येच काही मुद्रण झालं होतं. याचाच अर्थ तीन दिवस सामसूम आणि नंतर एक संवाद. कमी फ्रिक्वेन्सीनी सतत संदेश पाठवणारा मायक्रोफोन वापरून सॅम्युएलने मोठी जोखीम पत्करली होती. असली उपकरणं कुणी पेरली आहेत का, ते शोधून काढायचं काम नियमितपणे तांत्रिक बाबी हाताळणारी लोक करत असत. त्याने जोडलेली उपप्रणाली चालू करताच त्यांना आगंतुक मायक्रोफोनचं अस्तित्व लक्षात येतं.

मायक्रोफोनवर जर कसल्याही आवाजाची नोंद झाली नाही, तर पटकन फॉरवर्ड करून पुढच्या माहितीकडे जाता येतं. त्याला काही आवाज ऐकू यायला लागला, तेव्हा त्याने आवाज वाढवला.

प्रथम काही खाडखूड आवाज ऐकू आला. दाराचं कुलुप काढून कोणीतरी आत आलं. मग दोघांमधला संवाद ऐकायला मिळाला. दोन्ही आवाज पुरुषांचेच होते. आवाज जरी ओळखीचे वाटत होते, तरी ध्वनीमुद्रणाचा दर्जा सुमार असल्यामुळे नक्की कोण बोलत होतं, ते समजत नव्हतं. सॅम्युएल आणि केंपिसनी दोन-तीन वेळा ते परत परत ऐकलं. पहिला आवाज जास्त उतावळा आणि चढा वाटत होता. तो त्या दबक्या आवाजाला काही विचारायचा प्रयत्न करत होता.

"भविष्यात हेच तेजीत असेल." पहिला आवाज.

शांतता. दबक्या आवाजाचा दुसरा माणूस त्या अंधाऱ्या तळघरात सभोवार पाहत असेल, असा सॅम्युएलने तर्क केला. मग तो दबक्या आवाजातला जोरात हसायला लागला.

"हे, हे काय आहे? हा शुद्ध वेडेपणा आहे. तू काही विनोद वगैरे तर करत नाहीस ना?"

"छे! याच्या अगदी उलट. उद्या नाही, पण दोन दिवसानंतर बाजार कसा गडगडलेला असेल, त्याचे अंदाज बांधून अतिशय हुशारीने केलेलं हे विश्लेषण आहे. मी याला मेल्टडाउन पोर्टफोलिओ म्हणतो."

"मेल्टडाउन पोर्टफोलिओ?" परत हसण्याचा आवाज.

आता आवाज नीट ऐकू येत नव्हता. संपर्क तुटला असं वाटत असतानाच.

"..पारंपरिक पद्धतीपेक्षा आमूलाग्र बदल केलेली गुंतवणूकीची योजना."

परत खरखर ऐकू यायला लागली. नंतरचं संभाषण :

".... आता पुढची वाटचाल सोपी आहे. आता हा सगळा विश्वासाचा प्रश्न आहे. आता लोकांचा चलनावर किंवा कागदी मालमत्तेवर विश्वास राहिलेला नाही. त्यांना आता खऱ्याखुऱ्या मालमत्तेत केलेली गुंतवणूक सुरक्षित वाटायला लागली आहे. त्यांचा आता बँकर्स, दलाल आणि वित्तसंस्थांत काम करणाऱ्या हुशार मंडळींवरचा विश्वास साफ उडाला आहे. इतकंच काय, त्यांचा सरकारच्या आश्वासनावरही विश्वास नाही. म्हणजे एकदा का त्यांचा आपल्यावरचा विश्वास उडाला की, सगळी व्यवस्थाच कोलमडून पडायला लागेल. पूर्वेकडच्या पॅसिफिक क्षेत्रातल्या देशात काय चाललं आहे ते बघ ना! एका प्रमुख बँकेचं दिवाळं निघालं. दुसऱ्या एका संस्थेने आपण प्रत्यक्षात नसलेला नफा हिशेबात दाखवून गुंतवणूकदारांची दिशाभूल केली. अमेरिकन सरकार गडबडलं आणि गुंतवणूकदारांनी आपले पैसे काढून घ्यायला सुरुवात केल्यावर सर्व अर्थव्यवस्था गर्तेच्या उंबरठ्यावर येऊन ठेपली. म्हणजे १९२९च्या महामंदीची परत पुनरावृत्तीची अपेक्षा ठेवायला आता हरकत नाही; नव्हे त्याहूनही भयंकर परिस्थिती निर्माण होऊ शकते. लोकांचा बँकांवरचा विश्वास उडाल्यामुळे ते बँकांत पैसे ठेवणार नाहीत आणि मग एकामागून एक बँक कोलमडायला लागेल."

"म्हणजे असं झालं तर आपण... चण्या-फुटाण्यात का पैसे गुंतवायचे?" परत एकदा छद्मी हसण्याचा आवाज आला.

"उपयोगी वस्तू - सोयाबीन, धान्याची पीठं, वाइन वगैरे. लोकांना वस्तूंची गरज असेल, आश्वासनांची नाही. निदान सुरुवातीला तरी. या सगळ्या वस्तूंच्या किमती भरमसाठ वाढतील. पैशाचे व्यवहार झाले, तरी ते निभावले जातील, अशी खात्री कोणालाच देता येणार नाही..." परत खरखर आवाज.

"...का नाही? मी म्हणतो का नाही?"

आता खरखर वाढल्यामुळे काहीच ऐकू येत नव्हतं, पण अचानक संवाद ऐकू यायला लागले.

"...दुसऱ्या महायुद्धानंत जेव्हा जर्मनीची वाताहात झालेली होती आणि त्यांनी पार शरणागती पत्करली होती, तेव्हा त्यांचं सर्वप्रथम चलन होतं, सिगारेट्स. त्याच्यामार्फत सगळी देवाणघेवाण सुरू झाली."

हे सगळंच फार विचित्र होतं. अगदी समजण्याच्या पलीकडचं होतं. 'मेल्टडाउन पोर्टफोलिओ? म्हणजे आदिम काळात दुष्काळाशी सामना करायला शेतकरी जसे उपयुक्त वस्तूंचा साठा करायचे, तसं आता रोपनर बँकेतल्या तळघरात तर ही मंडळी करत नाहीत ना?' नक्कीच परिस्थिती इतकी काही हाताबाहेर गेलेली नव्हती. ते बोलणारे दोघं कोण होते?

नंतर काही खाटखूट आवाज ऐकू आले. त्यावरून ती मंडळी तळघरातून बाहेर पडली असावीत, असा सॅम्युएलने अंदाज बांधला. मात्र जाण्याआधी एक जण म्हणाला, "खरंतर हे तळघर अणुयुद्धात आसरा घेण्यासाठी बांधलं होतं. म्हणजे आपण काय योग्य जागा निवडली आहे, ही बोलणी करायला..." मोठ्याने हसण्याचा आवाज आला.

सॅम्युएल आणि केंपिस थोडा वेळ शांत बसून राहिले. केंपिसने नाकावरचा चष्मा काढून नाक चोळलं.

"मला दुसऱ्या महायुद्धाचे शेवटचे दिवस आठवत आहेत. काही काळ मी बर्लिनला होतो. त्या काळात सिगारेटच्या मोबदल्यात तुम्ही खरंच काहीही विकत घेऊ शकत होतात. म्हणजे डॉलरहून जास्त नाही, पण तेवढी किंमत सिगारेटला होती."

"पीटर, तुम्ही बर्लिनला होतात? कधी बोलला नाहीत."

"त्या दुष्ट साम्यवादाशी लढत होतो पोरा."

"मला वाटलं आपण हुकूमशाहीच्या राक्षसाशी झगडत आहोत."

"खरं आहे, पण अल्प मतीच्या लोकांना हुकूमशाहीच्या विरुद्ध तत्त्वप्रणाली असलेला साम्यवाद तितकाच घातक आहे हे लक्षातच आलं नाही."

सॅम्युएल खाली बसला आणि आपल्या मार्गदर्शकाकडे पाहत राहिला. इतक्या गोष्टी एकाच वेळी त्याच्या अंगावर आल्या होत्या – व्यवहारांच्या नोंदी, आत्ताच ऐकलेलं विचित्र संभाषण आणि कल्पनाही केली नव्हती असा केंपिसचा राजकीय पूर्व इतिहास.

"मला एक सांग सॅम्युएल, ते मघाचं संभाषण ऐकून म्हणजे अविश्वास आणि मेल्टडाउन, वस्तूंची देवाण-घेवाण मलातर विनाश काळ जवळ आल्यासारखं वाटायला लागलं आहे. खरंच असं काही होईल?"

"नाही पीटर." सॅम्युएल मान हलवत म्हणाला. "पण कोणालातरी असं व्हावं किंवा लोकांना तसं वाटावं, असं वाटत असावं." तो दुसरा आवाज कोणाचा होता, हे सॅम्युएलला समजलं नव्हतं, पण तो ठामपणे मत मांडणारा पहिला आवाज त्याने ओळखला होता. तो खानचा आवाज होता. त्याने उसासा टाकला आणि म्हणाला, "पीटर, आहे त्याच्यापेक्षा जास्त वाईट परिस्थिती कशी असेल, याची कल्पनाही करता येत नाही."

"ते मला खात्रीने सांगता येणार नाही सॅम्युएल." खिडकीतून बाहेर पाहत केंपिस म्हणाले. बाहेर घरघर करत एक पोलिसांचं हेलिकॉप्टर त्यांच्या दिशेने येत होतं. "मघाशी आपण स्वातंत्र्य, शांतता वगैरे जे बोलत होतो, ते मला वाटतं हवेतच बोललो."

२८

"चल लवकर," केंपिस कुजबुजत म्हणाले. "माझ्याबरोबर राहा."

त्या हेलिकॉप्टरचा आवाज आता वाढतच चालला होता. प्रखर प्रकाशझोत टाकणारे त्याचे दिवे आता फार तर शंभर-सव्वाशे फूट अंतरावर असतील. आता ते ऑल सोल्सच्या चौकात खाली खाली यायला लागलं होतं. हेलिकॉप्टरमध्ये बसलेल्या लोकांना आता इमारतीच्या खिडकीतून आतली लोकं दिसत होती. स्वत:भोवती गोल गोल फिरत असलेलं हेलिकॉप्टर एखाद्या प्रचंड गांधीलमाशीसारखं भासत होतं.

"चल सॅम्युएल, लवकर चल."

केंपिसने जिन्याकडे जाणारे दोन्ही दरवाजे उघडले होते. कमांडोच्या वेषात असलेल्या हेलिकॉप्टरच्या पायलटच्या शेजारी सूट घातलेला एक जण बसला होता. 'तो खान असेल का? नाही नक्कीच नाही.' पण दिसत तर खानसारखाच होता.

केंपिसने त्याला खांदा हलवून भानावर आणला. सॅम्युएल ताडकन उठला, बॅग हातात घेतली, टोन बॉक्स आणि मेमरी स्टिक दुसऱ्या हातात घेऊन तो त्या वयस्क दुड्ढाचार्याच्या मागे धावत गेला. वयाच्या मानाने हा गृहस्थ इतका चपळ होता, हे पाहून सॅम्युएलला आश्चर्यच वाटलं. नॉर्थ ऑक्सफर्डला सायकलवरून रपेट मारल्याचा हा परिणाम असावा, असा त्याने विचार केला.

आता ते चौकाच्या कोपऱ्यावर आले होते. बाहेर उजेडात पडण्यापूर्वी केंपिस एका कडेला झाले आणि एका ओकच्या जुनाट दाराचं कुलूप उघडायची खटपट करू लागले. ते हेलिकॉप्टर आता जास्तच खाली आलं होतं. त्याच्या पंखांच्या वाऱ्याचा झोत आता त्या चौकात वादळासारखा गर्जत होता.

एकाएकी आता ते दुसऱ्याच विश्वात आले होते. आत आल्यावर केंपिसने मागचं दार बंद केलं. आत काळोख होता आणि पूर्ण शांतता पसरली होती.

"माझ्या मागे ये." असं म्हणत त्यांनी सॅम्युएलचा हात धरून त्याला भिंतीला लावलेल्या दोरखंडापाशी नेलं. जिन्यावरून खाली उतरण्यासाठी याच दोरखंडाचा त्यांना कठड्यासारखा उपयोग करायचा होता. "धर याला." सॅम्युएलच्या हातात दोरखंड देत केंपिस म्हणाले. एका अरुंद जिन्याने ते खाली उतरायला लागले. काही पायऱ्या उतरल्यावर तरी डोळ्यांना अंधाराची सवय होईल असं त्याला वाटलं, पण काही पायऱ्या उतरल्या तरी त्याला डोळ्यासमोर धरलेला आपला हात दिसत नव्हता. ती दोघं जमिनीच्या खाली खोल खोल चालली होती आणि उजेडाचा साधा किरणही दिसत नव्हता. केंपिस महाशयांची साथ, त्यांच्या पावलांचा आणि श्वासोच्छ्वासाचा होणारा लयबद्ध आवाज, हेच त्याचे सोबती होते.

शेवटी एकदाचा तो जिना संपला. सॅम्युएलने केंपिस यांचा हात घट्ट धरून ठेवला होता.

"हळू, अगदी सावकाश!" रस्ता ओलांडणाऱ्या आंधळ्यांच्या जोडगोळीसारखी त्यांची अवस्था झाली होती. एक-दोन मिनिटानंतर केंपिस महाशयांनी समाधानाचा एक सुस्कारा टाकला.

"निदान इथे तरी पोहोचलो."

केंपिस त्यांच्या खिशात काहीतरी शोधत होते. शेवटी त्यांनी एक लहानसा टॉर्च काढला आणि समोरच्या भिंतीवर मारला. ती जुनी भिंत आता उजळून निघाली होती.

"आत्ता आपण नक्की कुठे आहोत?"

"अजून पुढे जायचं आहे. माझ्या मागे ये."

केंपिसने दाखवलेल्या प्रकाशाच्या कांडीमागे सॅम्युएल मुकाट्याने चालला होता. चित्रपटगृहात अंधारात जागा दाखवण्यासाठी जशी माणसं असतात, तसं काहीसं त्याला वाटत होतं.

काही काळानंतर ते एखाद्या प्रशस्त जागी आल्यासारखं सॅम्युएलला जाणवलं. मघाशी त्या बोळामध्ये कोंदट वातावरण होतं, ते आता मोकळं झाल्यासारखं जाणवत होतं.

"ही एखादी गुहा आहे का?" सॅम्युएलने कुजबुजत विचारलं.

"एक प्रकारची गुहाच म्हणायची." केंपिस म्हणाले. त्यांचा घोगरा आवाज त्या जागी घुमत होता. "फ्रेंच भाषेत याला सेलर म्हणतात. तुला इथे येताना जरा त्रास सहन करावा लागला, त्याबद्दल मी दिलगीर आहे; पण मीदेखील आज कित्येक वर्षांनंतर येतो आहे. म्हणजे असं बघ, मी मिलबँक सोडल्यापासून नाहीच आलो या जागी."

"असल्या शांत वातावरणात एकाग्रता चांगली साध्य होते. खास करून माझ्या वयात."

सॅम्युएलला प्रश्न पडला, 'मिलबँक? अरे हो! त्या लंडनच्या वॉक्सॉल ब्रिजच्या दक्षिणेला असलेल्या इमारतीत स्थलांतर करण्यापूर्वी याच जागी **MI6** मुख्यालय होतं. **IRA** वर एकदा हल्ला केला होता. म्हणजे केंपिस सुरक्षादलात काही तास काम करत होता की काय? पण रोमन संस्कृतीच्या विद्वानाचा गुप्तहेर खात्याला काय उपयोग? पण पूर्वीही अशा विचित्र घटना घडलेल्या आहेत. त्या अँथोनी ब्लंटसारख्या कला क्षेत्रातल्या दुङ्घाचार्याकडून तरी गुप्तचरखात्याने काय अपेक्षा ठेवलेली असणार?

केंपिस आपल्या हातातल्या टॉर्चने भिंतीवर काहीतरी शोधत होते. शेवटी त्यांना दिव्याचं बटण सापडलं. बटण दाबताच दोन पिवळे धमक दिवे लागले आणि त्यांच्या प्रकाशात जमिनीवरची धूळ उजळून निघाली. ते आता एका प्रशस्त दालनात उभे असल्याचं सॅम्युएलच्या लक्षात आलं. त्यांच्या कॉलेजातल्या भोजनगृहातइतकी ही जागा प्रशस्ती होती.

"आत्ताच विनाशाची घंटा वाजली असंच मी समजतो." केंपिस म्हणाले.

आपत्कालीन परिस्थितीत वापरायची ती जागा स्वप्नात पाहिल्यासारखी वाटत होती. १९५० सालच्या *'बॉईज ओन'च्या* संपादकाने असल्या जागेचं वर्णन त्यांच्या मुलांच्या मासिकात केलेलं सॅम्युएलला आठवलं. बॅके लाइटच्या खोक्यातला जुनाट रेडिओ, सोफ्यासारखा बोजड स्टीरिओग्राम, शिकारीची पदकं, जुन्या मोटारींची माहिती देणारी मासिकं आणि वाइन आणि अन्नाच्या डब्यांनी भरलेली कपाटं! कुठल्याही आपत्कालीन परिस्थितीत दबा धरून बसायला इथे जय्यत तयारी होती.

"ही काय जागा आहे? अल्लाउद्दिनची गुहा वगैरे तर नाही ना?"

"फार जुनी आणि वापरात नसलेली ही जागा आहे. मी या जागी पार रुळल्यासारखा तुला वाटत असेल, पण मी इथे कित्येक वर्षांत आलेलोदेखील नाही."

सॅम्युएल केंपिसच्या मागे गेला. आजूबाजूला असलेल्या पुरातन, पण मौल्यवान गोष्टींवर त्याची नजर खिळून राहिली. काही गोष्टी तर अफलातून होत्या – शेव्हल ब्लँक - ४५, हाउट ब्रियॉन २९, सेआतो ताल्बो अशा अनेक प्रकारच्या आणि अनेक वर्षं जुन्या मद्याच्या बाटल्या बाजूच्या फडताळात मांडलेल्या होत्या.

त्या दालनातून ते आता परत एका बोगद्याकडे चालले होते. ही जागा काय असावी याचा सॅम्युएलने अंदाज बांधला.

"अणुबॉम्बच्या हल्ल्यापासून सुरक्षित राहण्यासाठी ही जागा उपयोगात आणायचे ना? सगळे विद्यामहर्षी सुरक्षा यंत्रणेत गुंतलेले असताना, ही जागा तशी लंडनच्या जरा जास्तच जवळ होती नाही? पण मला खात्री आहे की, किरणोत्सर्गाने तुम्हाला गाठायच्या आधी तुम्ही मरेपर्यंत दारू ढोसत बसला असाल, हो की नाही?"

“फार पूर्वीची गोष्ट आहे पोरा!”

केंपिस पुढे पुढे जातच होते आणि तो म्हातारा नजरेआड जाऊ नये, म्हणून सॅम्युएलला त्याच्या मागे धावावं लागत होतं.

“फार जुनी गोष्ट आहे आणि आता लोकं विसरलीही असतील.”

आता ते एका जिन्यावर चढत होते. केंपिसना दम लागला होता.

“या सगळ्या गोष्टी आठवत असतील, असे माझ्या माहितीप्रमाणे आणखीन दोघंच या विद्यापीठात असतील. त्यापैकी एकाला तर आपलं स्वत:चंही नाव आठवत नसेल. मान्डारिनविषयी म्हणशील, तर मी गेल्या कित्येक वर्षांत त्यांच्याविषयी काही ऐकलेलं नाही. मधल्या काळात इथे काहीच बदल झालेला नाही. MI16 च्या ऑफिसात त्यांच्यासंबंधीची फाइल धूळ खात पडली असेल, पण त्यांच्या ते गावीही नसेल.”

जिन्याने वर जात असताना दोघांचीही दमणूक झाली होती. आता काळोख सरत चालला होता आणि अस्पष्ट का होईना, गोष्टी दिसायला लागल्या होत्या. वरती गेल्यावर केंपिसने खिशातून किल्ल्यांचा जुडगा काढला. काही मिनिटं खटपट केल्यानंतर तो दरवाजा कुरकुर करत उघडला आणि बाहेरचा प्रकाश आणि शुद्ध हवा आत यायला लागली.

“मला सांगा,” धापा टाकत सॅम्युएल म्हणाला. “आपण आत्ता कुठे आहोत?”

“जरा हवा फुप्फुसात भरून घे आणि तूच मला सांग.”

सॅम्युएलने दीर्घ श्वास घेतला, तेव्हा त्याला गोडसर वास आला. ‘आरे हांऽ! द टर्फ टॅव्हर्न. ऑल सोल्सपासून सुमारे तीनशे फूट अंतरावर असलेल्या हर्टफोर्ड कॉलेजच्या मागे असलेलं द टर्फ टॅव्हर्न हापण अनेक प्रकारचे मसाले, साखर घालून तंबाखूच्या वासाची वाइन बनवतो. त्याचा त्याला अभिमान आहे.’ वाटेतली बीअरची खोकडी बाजूला करून सॅम्युएल दारात उभा राहिला. बाहेर छोटीशी मोकळी जागा होती.

“आता काय करू या पीटर? एक एक ग्लास बीअर मारायची का?”

हेलिकॉप्टरच्या पंखांची घरघर, ही कल्पना फारशी चांगली नसल्याचं सुचवत होती.

“तुला इथल्या जागेची ओळख व्हावी, म्हणून मी इथे घेऊन आलो आहे. आता आपण परत खाली जाऊ आणि थोडा विचार करू. मग मी परत वर जातो आणि त्या पोलिसांना किंवा जे कोण आहेत त्यांचं आपल्याकडे काय काम आहे, नाही म्हणजे तुझ्याकडे काय काम आहे, ते बघतो.”

काही वेळानंतर ते एका धुळीने माखलेल्या टेबलावर बसले होते. केंपिसने १९१४ची आर्मान्याकची बाटली उघडली. त्याची विचित्र गोडसर चव सुखावणारी होती.

“पीटर, मला तुमची मदत हवी आहे.”

केंपिसने घोट घेतला आणि मानेनेच होकार दिला.

“रोपनर बँकेच्या तळघरात बोलत असलेल्या दोन व्यक्ती कोण असाव्यात? त्यातली एक संशयित व्यक्ती आपला तो सट्टेबाज असावा असं मी म्हटलं, तर ते चूक ठरेल का? तो सट्टेबाज?”

“कोण, तो खान?”

“बरोब्बर! खानच. इतरांची वाताहात करणारा आणि त्यासाठी स्वतःच्या हातात अनेक पर्याय राखून ठेवणारा खानच.”

सॅम्युएलने मान डोलावली.

“मला वाटतं, आपण १९५०च्या अखेरीस आणि १९६०च्या सुरुवातीच्या काळात जे काही अनुभवलं होतं, तसलेच खेळ तुझा जुना मालक आता खेळतो आहे.”

“खान असला म्हणजे खेळ हे ओघानंच आलेच.”

“पण त्याचे खेळ रास्त असतात, असं वाटतं का तुला?”

“रास्त? नाही म्हणजे त्यांना खऱ्या अर्थानी काही किंमत असते? अर्थात त्यामुळे पैसा भरपूर मिळतो, हे नक्की. खानला शेअर बाजाराची उत्तम जाण आहे, तो हुलकावणी देण्यात पटाईत आहे आणि तो बुद्धिभ्रम करू शकतो. त्या अर्थाने पाहिलं, तर त्याचे खेळ रास्तच म्हणायला हवेत.”

“उद्या तो एक कापसाचा चेंडू दहा लाख पौंडाला विकत घेईल. त्यात मोठा शहाणपणा नाही. पण मग तोच चेंडू बाजारात कोणालातरी दहा लाख एक पौंडाला विकत घ्यायला राजी केलं, तर त्याचा पहिला दहा लाखांचा व्यवहार रास्तच ठरतो.”

“पीटर, आत्ता मला लक्षात यायला लागलं आहे की, हे बुद्धिवान लोक कसा विचार करतात.”

“नेमकं हेच मला म्हणायचं आहे,” केंपिस म्हणाले. “तुझ्या मास्टर ऑफ बिब्लोजच्या प्रबंधातलं जे एक मोठं आकर्षण होतं, ते मानवी मनाचा कल व्यक्त करत होतं. कायद्याच्या संदर्भात कायदे पंडितांनी लिहून ठेवलेल्या असंख्य तळटीपा चाळून कायद्याचे अर्थ सुस्पष्टपणे मांडण्याचं काम त्या विद्वानांनी केलं होतं. त्यांनी महत्त्वाच्या गोष्टींवर लक्ष केंद्रित केलं होतं. मग ते खेळ खेळत बसणारे त्यांचं बघून घेतील.”

“मलाही तेच केलं पाहिजे. वास्तविक, जगाला या खेळ खेळणाऱ्यांच्या जगापाशी आणायचं. मग बघू कोण बाजी मारतं ते!”

केंपिसने मानेने होकार भरला.

"तू सत्याच्या शोधात आहेस; अंतिम सत्याच्या. तुझ्या अमेरिकन मित्रांचा खुनी शोधणं हा त्याचाच एक भाग असू शकतो; पण आता खूप उशीर झाला आहे. तुझ्याकडे ढीगभर पुरावे आहेत, पण ते खात्रीशीर नाहीत. तुझ्या त्या दैनंदिन व्यवहाराच्या नोंदीवरून असं काही मिळेल का की, ज्यांनी तुझ्या मित्रांना यमसदनाला धाडलं, त्यांचं तोंड बंद करता येईल?"

"मी जर चुकत नसेन, तर अशी एकच व्यक्ती आहे. त्या व्यक्तीनेच हे करण्याची सुपारी दिली असेल."

"खान?"

सॅम्युएलने मान डोलावली.

"हूं! शक्यता नाकारता येत नाही. हे शोधून काढायला जरा वेळ लागेल, पण तुला हे जड जाणार आहे."

"खऱ्या अर्थाने मला या प्रकरणाचा एक धागा हाती लागला आहे." सॅम्युएलने पिशवीत हात घालून बूर्देल म्युझियममधल्या त्या धनुर्धाऱ्याची मूर्ती बाहेर काढून टेबलावर ठेवली. "काझने ही म्युझियममधून चोरली होती आणि मला ती खानच्या घरात सापडली पीटर. तेव्हा आता मी काय करायला हवं? शहाणा माणूस काय करेल?"

"मला वाटतं, माणूस सवयीने नकळतपणे जे करतो, तेच तो करेल. खरी समस्या काय आहे, हल्लीच्या भाषेत म्हणतात तसं, मोठं चित्र काय आहे, हे तो बघेल आणि त्याला माहीत असलेल्या तथ्याच्या आधारावर तो सत्य शोधण्याची योजना आखेल."

ब्रँडीचा एक लहानसा घोट घेऊन केंपिस पुढे बोलायला लागले. "सत्य हेसुद्धा असू शकतं की, काझ आणि तुंग्लीचे मृत्यू, हे त्या गुन्हेगारासाठी निमित्यमात्र असतील. ती दोघं आणि तूसुद्धा या अति महत्त्वाच्या खेळातली क्षुल्लक प्यादी असू शकता. यामध्ये धोका असू शकतो; पण सध्यातरी मला इतकंच सुचतं आहे की तो जो हा उंदीर-मांजराचा जीवघेणा खेळ खेळतो आहे, त्यात वास्तविकता किती आणि खोटेपणा किती, हे शोधून काढायला हवं."

"मग मी तत्त्वत: जिंकलेलो असेन. सत्याचाच विजय होईल, अशी आपण आशा करू या."

"असं पाहा सॅम्युएल, क्षणभर या जमिनीखालच्या तळघराचाच विचार करू. अणुयुद्धाच्या बऱ्याच वल्गना झाल्या, पण तोसुद्धा एक खेळाचाच भाग होता. शीतयुद्ध हे सगळ्यात सुरक्षित युद्ध होतं. अशी तळघरं त्यासाठी वातावरणनिर्मिती करायला मदत करत होती. वास्तवाची फारशी जाणीव नसलेल्या संभ्रमावस्थेतल्या लोकांच्या मनावर अशा प्रकारची प्रतीकं वास्तविकतेचा आभास निर्माण करतात.

अणुयुद्ध केव्हाच होणार नव्हतं आणि शीतयुद्ध चालू असेपर्यंत ते कधीच होणारही नाही. आता काही डॉलर्स खर्च करून लहानसहान अणुबॉम्ब अतिरेक्यांच्या हातात पडण्याची शक्यता नाकारता येत नाही, पण ती वेगळी गोष्ट आहे.''

''ठीक आहे पीटर. आपण आता रसायनशास्त्राच्या उपमेवर विचार करू. आपल्यापुढे एक गढूळ द्रवपदार्थ आहे. आता तुमचं मत असं असेल की, त्यामध्ये थोडं सत्य मिसळलं, तर ते रसायन खात्रीने शुद्ध होईल, तर माझी त्याला हरकत नाही. माझ्यापुढे फक्त अडचण इतकीच आहे की, नेमकं तेच कसं करायचं.''

''इथेच तर डावपेचांचा वापर करायचा असतो आणि ते मी फक्त तुझ्यावरच सोपवतो. तुझ्याइतकी त्या खानची माहिती कोणालाच नाही. तू जे सांगत होतास, त्यावरून तू त्या खानला फार आवडतोस असं दिसतंय. कदाचित त्याच्या मनात असलेल्या गूढगहन कोड्याचा तू एखादा चपखल भाग असावास, असं मला सुरुवातीला वाटलं; पण पोलिसांच्या तावडीतून तुला सोडवणं, उंची भेटवस्तू देणं... मला वाटतं, तू खरंच त्याला आवडतोस. तसा तू आवडण्यासारखा आहेसच सॅम्युएल.''

''त्याचं माहीत नाही, पण पोलिसांना मात्र मी नक्कीच हवा आहे.''

''बास झालं! मी आता परत माझ्या खोलीकडे जाऊन त्या कायदा आणि सुव्यवस्था ठेवणाऱ्या यंत्रणेच्या लोकांना काय हवं ते बघतो. जायच्या आधी तुला एक सांगायचं आहे. तू सावज नाहीस, तर तू शिकारी आहेस. कदाचित फारसा सुसज्ज नसशील, पण शिकारी तू आहेस आणि हे सत्य आहे. ते तुझ्यामागे लागले आहेत, कारण तू त्यांच्या दृष्टीने फार धोकादायक आहेस. आता त्यांच्यासमोर जाऊन त्यांना तोंड देणं, हेच तुझं पुढचं पाऊल असायला हवं.''

''काय? परत पॅरिसला?''

''जा, मुळावरच घाव घाल. तुझ्यामागे लागलेल्या या लोकांना समजू दे की, तुला सत्य काय आहे ते माहीत आहे. तुला ते खेळ खेळत आहेत, हेही चांगलंच माहीत आहे आणि तू सावज नसून शिकारी आहेस, हे त्यांना दाखवून दे. हे तू कुठे करतोस, याला विशेष महत्त्व नाही. हे घे.'' असं म्हणत केंपिसने काही चाव्या सॅम्युएलला दिल्या. ''त्यातली चपटी किल्ली माझ्या हाताखाली शिकणाऱ्या विद्यार्थ्याच्या खोलीची आहे. तो इथे कोपऱ्यावर मॅनस्फिल्ड रोडवर राहतो. त्याचा लॅपटॉप जरी तू वापरलास, तरी तो काही म्हणणार नाही आणि बाकीच्या किल्ल्या या तळघराच्या आहेत. असले डावपेचाचे खेळ खेळण्यासाठी आणि शत्रूला समजून घेण्यासाठी तळघरासारखी योग्य जागा नाही.''

आपल्या चकोट केलेल्या डोक्यावर हात फिरवत सॅम्युएल म्हणाला, ''खान, माझा शत्रू!''

''तू मनाला विचारून बघ. खानच तुझा शत्रू आहे. माझी तर खात्रीच पटली आहे.''

''आणि त्याचा बुरखा मीच फाडीन. पण कसा?''

''मी जसं मघाशी म्हणालो तसा. याचा सगळा तपशील तूच ठरवायचा आहेस. मात्र एक नक्की. त्याला भरपूर पैसे घालवायला भाग पाड; अगदी भरपूर!''

''याचा अर्थ मी जगातल्या एका प्रसिद्ध दलालाशी सामना करणार असून त्याला त्याच्याच खेळात हरवणार आहे, हो ना?''

''नुसता तूच नाहीस, तर सत्यही तुझ्या मदतीला असणार आहे. हे तू नक्की करू शकशील. धीर धर आणि हो, हे तू विसरलास.''

केंपिसनी बराच वेळ आपल्या कोटाचे खिसे चाचपले आणि ती धनुर्धारी माणसाची कलाकृती बाहेर काढली. पाठीत पोक काढलेल्या त्या धनुर्धाऱ्याची वेध घेण्याची क्षमता आणि लक्ष्य भेदण्याची काकदृष्टी, यांनी सॅम्युएलचं लक्ष वेधून घेतलं.

''लक्षात घे, आता तू शिकारी आहेस.'' इतकं सांगून केंपिस निघून गेले.

मोबाइलची बेल वाजली.

"बोलतोय!"

"हां, मी बोलतो आहे." ओळखीचा लहान मुलासारखा आवाज.

"काय हवं आहे? सध्या फार वाईट दिवस आहेत. ठाऊक आहे ना?"

"माफ करा, पण हे काम महत्त्वाचं आहे. मला तुमची मदत हवी आहे."

"काही कंपनीचं काम वगैरे आहे का?"

"तुमच्या मनात आहे, त्या कंपनीचं नाही. एका अति महत्त्वाच्या मित्राला मदत हवी आहे."

त्याने सगळं म्हणणं काळजीपूर्वक ऐकलं आणि फारशी चर्चा न करता पटकन होकार दिला. ती वेळच तशी होती.

२१

सॅम्युएल अतिशय विमनस्क अवस्थेत केंपिसच्या विद्यार्थ्यांच्या घराकडे निघाला होता. तसं पाहिलं, तर ते घर पाच मिनिटांच्या अंतरावर होतं, पण मारेकरी कुठल्याही क्षणी कुठल्याही दिशेने येऊ शकतो, याची त्याला जाणीव होती.

निदान ते हेलिकॉप्टर तरी गेलेलं होतं आणि फारसा पोलीस बंदोबस्त असल्याचं कुठे जाणवत नव्हतं. अर्थात, हे चांगलं लक्षण होतं का वाईट, हे मात्र त्याला सांगता येत नव्हतं. शेवटी तो त्या विद्यार्थ्याच्या खोलीवर पोहोचला.

एखाद्या विद्यार्थ्याची असावी तशीच ही खोली होती. भिंतीवर चिकटवलेली चित्रं, आयपॉड, अभ्यासाची पुस्तकं, कथा-कादंबऱ्या आणि गुप्तहेर कथा सगळंकाही तिथे होतं. एखादा पदार्थ कित्येक महिन्यापूर्वीच कुजला असल्यासारखा घाण वास कोपऱ्यात असलेल्या छोट्याशा फ्रिजमधून येत होता. तो काय प्रकार असावा, हे जाणून घ्यायची सॅम्युएलची अजिबात इच्छा नव्हती. टेबलाजवळच्या कोपऱ्यात असलेल्या लॅपटॉपला दोन स्पीकर्स आणि काहीतरी विचित्र आणि गूढ दिसणारी उपकरणं जोडलेली होती.

असं करणं धोकादायक होतं, हे माहीत असूनही त्याला राहवलं नाही आणि त्याने लॅपटॉप चालू केला. दोनच मिनिटांत आता त्याला जिथे जायचं होतं तिथे तो पोहोचलेला होता. जर्सी कॅफेमध्ये त्याने स्वत:ची एका खोट्या नावाने ओळख करून देऊन एक ओळख क्रमांक मिळवला होता आणि मग उगाचच सक्तीने दाखवण्यात येणाऱ्या जाहिराती पाहत बसला होता. अचानक, पण अनपेक्षितपणे नाही, एक इ-मेल आली.

'तुला नक्की काय करायचं आहे, ते लक्षात ठेव. तू योग्य मार्गावर चालला आहेस, जात राहा.'

आता हा कोण मध्येच उपटला? त्याचं हृदयं धडधडायला लागलं. 'हा कोणी

त्या सुरक्षायंत्रणेचा तर माणूस नाही? ते हेलिकॉप्टर येईपर्यंत आपल्याला गुंतवून ठेवण्यासाठी तर हे लिहित नसेल?' त्याने लॅपटॉप बंद केला, बॅगेत टाकला आणि मॅनस्फील्ड रोडच्या दिशेनी निघाला.

सॅम्युएल दुडुदुडु चालत कोपऱ्यावर उजव्या हाताला वळाला. समोरचं दृश्य पाहताच त्याला धक्काच बसला. चक्क पोलिसांनी केलेली नाकाबंदी! ऑल सोल्स आणि त्याच्यामध्ये फार थोडंच अंतर उरलं होतं. "चायला चाऽऽयऽला!"

त्याने चालायचा वेग कमी केला आणि नजर खाली केली. रस्त्यावर खूप माणसं होती आणि गर्दी वाढतच चालली होती. पोलीस रस्त्यावरच्या पादचाऱ्यांना आणि खास करून विद्यार्थ्यांना मध्येच हटकत होते. अर्थात बाकीच्या लोकांवरही बारीक नजर होतीच. सॅम्युएलच्या लक्षात एक गोष्ट आली होती. ती म्हणजे, पोलीस एकट्या पुरुष माणसांना अडवून प्रश्न विचारत होते. म्हणजे त्यांना एकट्या पुरुषाचा संशय होता. अच्छा, म्हणजे त्याची बाकीची माहिती त्यांच्याकडे होती तर! त्याला पकडायला ते आले होते. त्याने डोक्याचा चकोट केला होता, पण इतर काहीच वेषांतर केलेलं नव्हतं. डोळ्याच्या बुबुळांचा रंग बदलण्यासाठी कॉन्टॅक्ट लेन्स लावायला तो विसरला होता. त्याची उंची आणि वजन तेच होतं. वयसुद्धा तेच होतं. नाही म्हणायला तो जरासा थकलेला होता, इतकंच. काही पोलीस तर मोटारींवर उभं राहून गर्दीची तपासणी करत होते. आता तो मागे वळाला असता, तर नक्कीच त्यांना संशय आला असता. झालं, आता सगळं संपलं होतं. तो आता सापळ्यात अडकलेला होता. 'शेवटी वाट लागलीच!' आता प्रश्न इतकाच उरला होता – त्यांनी त्याला कुठे नेलं असतं? कोणत्या सदराखालील गुन्हा दाखल केला असता आणि कुठल्या न्यायालयात दाखल केलं असतं? आता गर्दीचा रेटा त्याला पुढे पुढे ढकलत होता. काही मिनिटांतच तो पोलिसांच्या समोर गेला असता.

"हॅल्लो!"

सॅम्युएलच्या मागून एक ओळखीचा आवाज आला आणि पाठोपाठ त्याचा हात कोणीतरी हात धरला.

"पुढे बघून चालत राहा. अर्थात प्रेमाने एखादी पापी घेतलीस तरी चालेल."

मंद सुवास, नाजूक स्पर्श आणि ओळखीचा प्रेमळ आवाज. अचानक हे सगळं पाहून सॅम्युएल भारावला आणि त्याने आपले ओठ तिच्या गालावर टेकवले. "डार्लिंग!"

"काय?"

लोरॉंने आपला हात त्याच्या गळ्याभोवती टाकला आणि आपलं डोकं त्याच्या अंगावर विसावलं. नंतर ती त्याच्या कानात कुजबुजली.

"आपण दोघंही एकमएकांच्या प्रेमात पार बुडालो आहोत, हे सध्यातरी

दाखवायचं आहे, लक्षात ठेव.''

सॅम्युएलने आपलं डोकं तिच्या डोक्याजवळ नेलं आणि तो तिची उन्मादक चुंबनं घ्यायला लागला. हा प्रकार पाहून लोकांच्या नजरा तिकडे वळल्या नसत्या तर नवलच. एकमेकाला कोपरांनी ढुश्या मारून खुणा करणाऱ्या भोचक गर्दीला आणि पोलिसांच्या नाकेबंदीला पार करत ती दोघं पुढे गेली. गर्दीत आपलं सावज शोधत असलेले पोलीस असल्या उथळ आणि उत्कट प्रेमाच्या चाळ्यात दंग असलेल्या लोकांच्या शोधात नक्कीच नव्हते. हातात भरमसाठ पुस्तकं घेऊन चाललेल्या एका दाढीधारी विद्यार्थ्याला पोलिसांनी आता थांबवलं होतं. पोलिसांच्या अडथळ्याशिवाय मुक्त संचार करायचा प्रत्येक स्वतंत्र नागरिकाला अधिकार आहे, असं काहीतरी तो विद्यार्थी बोलत असलेला त्या दोघांनी टर्फ लेनच्या कोपऱ्यावर वळणं घेत असताना ऐकलं.

कोपऱ्यावर वळताच सॅम्युएल थांबला. लोरॉं अशी अचानक त्याच्या मदतीला धावून आल्याचं त्याला आश्चर्य वाटलं.

''तू आलीस तरी कुठून?''

''का? तुला आश्चर्य वाटलं का?''

तिने भावनाविवश होत त्याच्या नजरेला नजर भिडवली. ते अजूनही एकमेकांच्या मिठीतच होते. शेवटी लोरॉंने एक हलका सुस्कारा सोडला.

''तुझ्या ओळखीचे ते डॉ. केंपिस, मला माहीत होतं तू त्यांच्याचकडे जाणार आहेस. मी सरळ त्यांना फोन लावला. ते म्हणाले, 'ताबडतोब ये.' त्याला तुझी गरज आहे.''

''तू त्यांना फोन केलास?''

''हो, मलाही यायचंच होतं. मी पॅरिसला परत गेल्यावर माझ्या लक्षात आलं की, इथे वर्तमानकाळ नाही, भविष्यकाळ नाही, फक्त भूतकाळ आहे. मग काय, मी सरळ इथे निघून आले. मला जास्त काही सांगता येणार नाही.''

''काही न म्हणता तू किती सांगून गेलीस!''

सॅम्युएलनी तिला घट्ट छातीशी धरली. आज केवळ तिच्यामुळे तो बचावला होता. पॅरिसच्या अभयारण्यातून ती त्याच्यासाठी जीव धोक्यात घालून आली होती. 'पण, तिच्यावर तर कोणाची पाळत नसेल ना? ती एखाद्या कटाचा भाग तर नसेल? किंवा खानची साथ तर देत नसेल?'

लोरॉंला सॅम्युएलच्या मनाची द्विधा अवस्था जाणवली. तिने मान डोलवत त्याचं तोंड हातात घेतलं आणि त्याला तिच्या डोळ्यात बघायला भाग पाडलं.

''माझ्याकडे बघ सॅम्युएल. माझ्याकडे बघ. आता जास्त काय बोलू? मी इथे आहे, हे सत्य आहे. माझ्यावर विश्वास ठेव, नाहीतर परत जा. तुझ्या शंकांच्या

आणि असुरक्षित राज्यात. त्यामुळेच पूर्वी तुला मनस्ताप सहन करायला लागला होता. मी गेले नाही. मी लोराँ आहे आणि तुझ्याइतकं मी फार कमी लोकांवर प्रेम केलेलं आहे.''

''हे तू काय बोलते आहेस?''

''मी तुझ्यावर खूप खूप प्रेम करते रे वेड्या!'' सॅम्युएलने भावनविवश होत मान डोलावली आणि तिचं दीर्घ चुंबन घेतलं. काही वेळापूर्वी ते सॅम्युएलच्या बचावासाठी प्रेमाचं नाटक करत होते. आता ते खरंच एकमेकांच्या प्रेमात पडले होते. त्याने डोळे मिटले; शांतपणे विचार केला. आता त्याला खरोखरीच सुरक्षित वाटत होतं. तिचा हात हातात घेत त्याने तिला काही काळ कुरवाळलं आणि नंतर ती दोघं ऑल सोल्समधील पृथ्वीच्या पोटात असलेल्या तळघराकडे गेली.

तळघरात राहायला सुरुवात केल्यावर त्यांचा दिवस आणि रात्रीशी संबंध सुटल्यासारखा झाला. त्यांच्या हातात घड्याळं होती, हे जरी खरं असलं, तरी तळघरात असलेल्या सततच्या काळोखामुळे आणि कृत्रिम प्रकाशाच्या वापरामुळे ते आता वेगळ्याच परिमाणात वेळ मोजत होते.

रोपनरच्या संगणक प्रणालीतून मिळवलेल्या माहितीची छाननी आपल्या लॅपटॉपवर करण्यात सॅम्युएल गुंतला होता. लोराँने आणि त्याने गादी उबवल्याला जवळपास बारा तास झाले होते. वाइनच्या बाटल्या ठेवलेल्या फडताळांच्या मधोमध असलेल्या फरशीवर त्या दोघांनी एकमेकांना आव्हान देत जोरकस प्रणयक्रीडा केली होती. काझच्या मृत्यूमुळे चवताळल्याचं आणि दु:खी झाल्याचं किंवा सॅम्युएलचे काझशी असलेले संबंध पसंत नसल्याचं लोराँबरोबर स्वैर प्रणय करताना सॅम्युएलला जाणवलं नव्हतं. याआधी झालेल्या प्रणयसंग्रामाच्या वेळी लोराँ सुरुवातीला जोरजोरात पाय झटकून किंचाळत होती, पण जेव्हा सॅम्युएलने बाहेर पडण्याचा विचार केला, तेव्हा ती जास्तच जोरात किंचाळायला लागली. शेजारच्या फडताळाला तिची लाथ लागून ते खाली पडलं असतं, तर त्यामध्ये असलेल्या २५० वाइनच्या बाटल्यांखाली दोघंही चिरडून मेली असती. 'परमोच्च आनंदाच्या शोधात असलेल्या प्रणयधुंद जोडप्याचा जगातल्या अप्रतिम वाइनच्या बाटल्यांखाली मृत्यू! मरावं तर असं!' अशी बातमीही कादाचित नंतर छापून आली असती.

सॅम्युएलने लोराँकडे तिरकस नजरेने पाहिलं. लोराँच्या वागण्याचा त्याला अजूनही अंदाज येत नव्हता. शरीराने ते जरी घट्ट एकत्र आले असले, तरी मनाचा थांगपत्ता लागत नव्हता. ती पूर्णपणे मन मोकळं करत नव्हती किंवा करू शकत नव्हती.

लोराँ काही छापील माहिती वाचत होती. आता रोपनरचा संगणक बंद

झाल्यामुळे फक्त छापील माहितीचाच पर्याय उरला होता. त्याच्या नजरेतून काही सुटत असतं, तर लोरॉंच्या ते लक्षात आलं असतं, अशीही शक्यता होती. थोड्याच वेळात तिची बाहेर जाऊन केंपिसना भेटायची आणि काही खायला आणायची वेळ झाली असती. तसं पाहिलं, तर त्यांच्यापाशी खायच्या वस्तूंचा पुरेसा साठा होता, पण तळघरातील सततच्या वास्तव्यामुळे त्यांना आपण एखाद्या थडग्यात असल्यासारखं वाटत होतं आणि मनाला येईल, तेव्हा निदान बाहेर जाऊ शकतो, हे समाधानही त्यांच्यासाठी पुरेसं होतं.

पण केंपिस महाशयांनी त्यांचा बेत पार उधळून लावला. ते बाहेर जाण्याची तयारी करत असतानाच दार उघडलं गेलं आणि साक्षात केंपिस दारात उभे होते. हातातल्या टॉर्चच्या प्रकाशात त्यांचे डोळे चमकत होते. सध्या चालू असलेल्या गनिमी काव्याच्या वातावरणामुळे ते उत्साहित झाल्यासारखे वाटत होते.

केंपिसनी मान डोलावली. "अरे, घाबरू नका. मी आहे." सॅम्युएल परत खुर्चीत बसला. लोरॉंने केंपिसच्या जवळ जात त्यांच्या गालाचं चुंबन घेतलं. ती दोघं भिन्न जगातून आणि वातावरणातून आली होती, पण सॅम्युएलला वाचवून तो निरापराधी असल्याचं सिद्ध करणं, हा दोघांचा समान हेतू होता. ते दोघं जरी वकील असले, तरी त्यांचा कायद्याकडे बघायचा दृष्टिकोन हा परस्परविरोधी राजकीय दृष्टिकोनातून आलेला होता.

ते तळघरातील कोपऱ्यात असलेल्या खोलीत गेले आणि घडीच्या पलंगावर बसले.

"मग?"

सॅम्युएलने हाउट ब्रीयॉन २९चा मोठा पेग भरून केंपिसना दिला.

"ते आले तसे गेले." हातातल्या दारूचा आस्वाद घेत केंपिस म्हणाले.

"म्हणजे?"

"काही नाही. त्यांना पाहिजे त्या प्रश्नाची सरळ सरळ उत्तरं दिली, तसे ते निघून गेले. म्हणे खास विभागाचे गुप्तचर! आगाऊ, विक्षिप्त साले!"

"म्हणजे? ते गेले की काय?"

"नाही. तसंच काही म्हणता येणार नाही. ते जरी इथून गेले असले, तरी त्यांचं माझ्यावर थोडंफार लक्ष असेलच. मुळात ते माझं दार ठोठावत आलेच कसे, हा प्रश्न आहे. कदाचित त्यांनी तुझ्या अंगात काही इलेक्ट्रॉनिक वस्तू तर घातली नसेल? इतका अचूक पत्ता त्यांना कसा काय मिळाला? पण जरा विचार केल्यावर माझ्या लक्षात आलं की, यात त्यांनी साधं तर्कशास्त्र वापरलं होतं. तू जर काही अडचणीत असशील, तर सर्वप्रथम तू माझ्याकडेच येणार, हे तुझ्या शोधात असलेल्यांना ठाऊक असणार."

"मी रोपनरच्या कॉम्प्युटरमधल्या माहितीवर डल्ला मारला, तेव्हा कोणीतरी

माझ्या मागावर असलं पाहिजे, पण त्यांना मी नक्की कुठे आहे, हे माहीत नव्हतं.''

"मला अर्थातच ते आणि त्यांच्या विभागातले अनेक जण फार दिवसांपासून ओळखतात. मी काहीच गुन्हा केलेला नाही आणि असल्या म्हाताऱ्या खोडाला तुरुंगात टाकण्यासाठी त्यांच्याकडे सबळ कारण नाही. कौटुंबिक पातळीवर ओळख असलेल्या मित्राला आधार देणं, माझ्यासारख्या जखखड म्हाताऱ्याने पाहुणचार करणं हे काही तुरुंगात टाकण्याला कारण होऊ शकत नाही; निदान या देशात तरी. त्यांना फार फार तर माझा संशय आला असेल, पण त्यांच्याकडे पुरावा नाही.''

केंपिसना खरंतर खाडी पलीकडच्या देशातल्या फ्रान्स कायद्याची, इंग्लंडच्या सभ्य कायद्याशी तुलना करायची होती, पण त्यांनी लोराँची नजर चुकवली. त्यांनी लोराँला माहिती व्हावं म्हणून सांगितलं की, तांत्रिकदृष्ट्या विद्यापीठाच्या हद्दीत शहराच्या पोलिसांची हुकमत चालत नाही. विद्यापीठाचे आपले स्वत:चे कायदे असतात आणि स्वत:चं पोलीसदल असतं. त्यांना बुलडॉग्ज म्हणतात. केंपिसने पोलिसांना विद्यापीठाच्या आवारात येण्याची मूक संमती दिली होती. त्यांच्या सावध नजरेखाली पोलिसांनी सॅम्युएलची काही उपकरणं तपासली. काही काळापूर्वी खात्रीने केंपिसच्या खोलीत असलेला सॅम्युएल अचानक कसा गायब झाला, या विचाराने पोलीस संभ्रमात पडले. मागे कुठे मागमूस नव्हता आणि तपास करण्याचा अधिकार नव्हता. त्यांना करण्यासारखी एकच गोष्ट होती – मूग गिळून तणतणत गप्प बसणं.

हे सगळं सांगून झाल्यावर केंपिस मनापासून हसले आणि त्यांनी आपल्या ग्लासात परत वाइन भरली आणि लोराँचा अर्धवट रिकामा ग्लास भरला.

"मग सॅम्युएल, आता पुढे काय करायचं ठरवलं आहे? तुला दीड दिवस विचार करायला मिळाला होता. काही सुचलं का? आत्ताच्या घटकेला आपण सुरक्षित आहोत, पण व्हाइट हॉल केव्हाही खडबडून जागा होऊ शकतो आणि धूळ बसलेल्या फायली झटकून कामाला लागू शकतो. काही सांगता येत नाही. त्यांना अचानकपणे या जागेची आठवण व्हायची. तेव्हा तुला इथून हलायचं बघायलाच हवं.''

"अजूनतरी काही योजना सुचलेली नाही, पण लवकरच एखादी सुचेल.'' लोराँ म्हणाली. त्या अंधाऱ्या जागीसुद्धा ती उजळून दिसत होती.

सॅम्युएलने आपला वाइनचा अर्धवट भरलेला ग्लास हातात घेतला.

"खरंतर माझ्याकडे एक चांगली कल्पना आहे. सगळा खेळ इथेच खेळायचा. आणि मला वाटतं, मला या मैदानाची चांगली कल्पना आहे. मला मागे एकदा मिलरने दिलेला सल्ला आठवतो आहे. पीटर, मागे मी त्या इसमाविषयी तुम्हाला सांगितलं होतं, ते आठवतंय का तुम्हाला?''

केंपिसने मान डोलावली, पण ते जरा गोंधळात पडल्यासारखे वाटले. "तो जरा विचित्रच वाटला.''

"नक्कीच तो विचित्र होता, पण तो एकदा पहिली खेळी करण्याविषयी बोलला होता, त्यात काही अर्थ आहे असं आता वाटतं आहे. जो पहिली खेळी खेळतो, तो आपलं स्थान उघड करतो आणि लढाई हरतो."

"मग? आपण काय करायचं ठरवलं आहे?" लोराँने विचारलं.

"ती तर लढाईची कला आहे, हो की नाही?" केंपिसने विचारलं. "मला विचारशील, तर सॅम्युएल काय करणार आहे, याची तपशीलवार योजना त्याच्यापाशीदेखील नसेल."

"अगदी बरोब्बर पीटर!" वाइनचा घोट घेत सॅम्युएल म्हणाला. "गतकाळात काय घडलं, हे शोधून काढण्यासाठी मला माझ्या सावजाला भविष्यात उघडं पाडायला लागेल. हे सगळं केव्हा आणि कुठे होईल, हे आत्ताच मला सांगता येणार नाही. मी जेव्हा चाल करीन, तेव्हा ती अचूक आणि नेमकी असेल."

केंपिसने सॅम्युएलकडे पाहिलं, हातातला ग्लास उचलला, "आणि तशीच आशा करू या पोरा. तसंच होऊ दे." असं म्हणत चीअर्स केलं.

सॅम्युएलला जाग आली तेव्हा दुसऱ्या दिवशीची पहाट उजाडली होती. डोळ्यावरून संपूर्ण झोप उतरेपर्यंत त्याला आपण एकाकी असल्याचा भास झाला. पण लोराँ त्याच्या बाजूला झोपली होती. दूर कोपऱ्यातल्या मिणमिणणाऱ्या दिव्याच्या प्रकाशात तिच्या कमनीय बांध्याच्या कडा दिसत होत्या. त्याने हलकेच एक सुस्कारा टाकला. तिच्याजवळ जाऊन तिचे केस कुरवाळले. नंतर आपल्या घडीच्या खाटेवरून कसाबसा उठत तो कोपऱ्यातल्या प्रसाधनगृहात गेला.

त्याला स्वत:लाच अर्धवट समजलेल्या समस्येवर त्याच्याकडे थोडीफार उत्तरं होती. अनेक विस्कळीत गोष्टी भुंग्यांसारख्या डोळ्यासमोर भिरभिरत होत्या आणि जणूकाही त्याला पकडून दाखवण्याचं आवाहन करत होत्या. एकदा का आपण उठलो की, हे डोक्यातले भुंगे आपल्याला अनेक तास छळत राहतील, याची त्याला खात्री होती.

शव्हाल ब्लाँ, ग्राँ प्युई लाकोस्तसारख्या उंची वाइनच्या बाटल्या ठेवलेल्या फडताळामागे उभारलेल्या तात्पुरत्या कामाच्या जागी तो अनिच्छेने जाऊन बसला. लोराँचा छोटा लॅपटॉप त्याने चालू केला. अति पूर्वेकडील देश, रशिया आणि मध्य युरोपातल्या बातम्या एकामागून एक झळकायला लागल्या. युरोप जागा होत होता आणि लवकरच ब्रिटनसुद्धा अंथरुणातून बाहेर पडणार होता.

सॅम्युएलने झोपाळलेल्या डोळ्यांनी बातम्यांचे मथळे पाहिले. त्याला काही विशेष दिसलं नाही. मात्र एका सर्वसाधारण बातमीची ओळ बघताच तो ताबडतोब माउस घ्यायला सरसावला. ती रॉयटरची बातमी होती.

६ : ३८ पोलंड सरकारने बाजारात आणलेल्या कर्जरोख्यांना सुरुवातीला अल्प प्रतिसाद - महत्त्वाची घटना - पोलंडच्या सरकारने आपलं पतपत्र - क्रेडिट रेटिंग - उत्तम असल्याचा निर्वाळा दिला.

या बातमीशी संबंधित असलेली अशीच एक फारशी महत्त्वाची नसलेली बातमी शेजारी छापलेली होती.

वॉर्सा, सप्टेंबर ३० (रॉयटर) पोलंडच्या सरकारने पाच वेळा लिलाव करण्यासाठी काढलेल्या झोल्टीसच्या २.६ अब्ज कर्जरोख्यांना पहिल्याच लिलावाच्या वेळी अल्प प्रतिसाद मिळाला. या सुरुवातीच्या लिलावाच्या वेळी गुंतवणूकदारांनी बाजारभावाच्या ८५ टक्केच पैसे या रोख्यांसाठी देऊ केले. इतके दिवस बाजारात उलथापालथ चालू असताना स्थिर असलेल्या झोल्टीसचे लवकरच अवमूल्यन होणार असल्याच्या बातम्या पसरल्या, त्यामुळे गुंतवणूकदारांत चलबिचल झाल्यामुळे हे घडत असावे, असा प्राथमिक अंदाज आहे. हे झोल्टीस चलन पार ढेपाळणार आहे. या कर्जरोख्यांचे जर वास्तविक मूल्य लक्षात घेतले, तर झोल्टीसचे सुमारे वीस टक्क्यांनी अवमूल्यन होईल असा अंदाज बांधायला हरकत नाही. बाजाराचा कल बघून आपला प्रस्ताव बदलण्याचा आपला हक्क आपण राखून ठेवत आहोत, असे पोलंडच्या सरकारनी जाहीर केले आहे. आपले सार्वभौमत्व आपण कुठल्याही किमतीला अबाधित ठेवू, असा निर्वाळा त्यांनी दिला.

या संबंधी अधिक बातम्यांसाठी <PLIFMN> वर दोन वेळा क्लिक करा.

War saw newsroom, tel + 48 22751 6700

समाप्त

सॅम्युएलने तळघरात सभोवार पाहिलं. लोरॉंच्या श्वासोच्छ्वासाचा लयबद्ध आवाज सोडला, तर पूर्वीसारखीच शांतता होती. त्याने परत पडद्यावर पाहिलं आणि ती बातमी पुन्हा एकदा वाचली.

"हेच ते. हेच!" तो पुटपुटला.

पुढला एक तास तो महत्त्वाच्या सूचना आणि माहिती लॅपटॉपवर टाकत होता.

त्याचं काम संपत आलं असतानाच लोरॉं आली. तिने त्याच्या हातावर आपला हात ठेवला, खाली वाकली आणि त्याचं चुंबन घेतलं. जाम लावलेल्या पावाची बशी त्याच्या दिशेने तिने सरकावली आणि लॅपटॉपच्या पडद्यावर पाहायला लागली.

"हे तेच आहे का? हीच चाल अपेक्षित होती का?"

"मलातरी तसंच वाटतंय." असं म्हणत त्याने पावाचा घास घेतला.

पाहिजे ती माहिती लॅपटॉपवर टाकल्यावर त्याने परत बातम्या लावल्या. वॉर्सा समाचारचं कार्यालय जास्ती वेळ काम करत होतं. पोलिश सरकारच्या कर्जरोख्याचा बाजार क्षणाक्षणाला घसरत चालला होता. सरकारतर्फे अनेक बातम्या आणि निवेदनं प्रसारित केली जात होती.

कर्जरोख्याच्या बाजाराशिवाय आता चलनाच्या बाजारात वातावरण तापत चाललं होतं. झोल्टीसची किंमत सुमारे पंधरा टक्क्यांनी घसरलेली होती. लोक आता फक्त पोलंडचे कर्जरोखेच विकत नव्हते, तर फ्युचर आणि ऑप्शन्सच्या माध्यमातून झोल्टीस चलनही विकत होते. सॅम्युएलने लॅपटॉपचा पडदा पाहिला. सगळा बाजार पोलंडच्या चलनाविरुद्ध उभा होता. नव्हे त्या चलनाला चिरडण्याचा प्रयत्न करत होता.

पोलंडच्या परकीय गुंतवणूक विभागामार्फत दिलेल्या निवेदनात गुंतवणूकदारांनी घाबरून न जाण्याचं आवाहन केलं होतं. सध्याचा कृत्रिम फुगा फुटला की, मग बाजार स्थिरावेल आणि दीर्घ मुदतीत गुंतवणूकदारांचा फायदाच होईल, असा भरवसाही त्यांनी दिला होता. प्रत्यक्षात मात्र अब्जावधी डॉलर्सचा ओघ दर सेकंदाला देशाबाहेर चालला होता. गुंतवणुकीपैकी पंधरा टक्के तर लगेचच गेले होते, हे गुंतवणूकदारांना कळून चुकलं होतं; पण हे इथेच थांबेल, याची खात्री नव्हती. त्या घटकेला सगळं विकून टाकून नुकसान कमी करावं आणि पोलिश अर्थव्यवस्थेची पार वाट लागल्यावर मग कवडीमोल भावानी परत विकत घेण्याची अनेक गुंतवणूकदारांची योजना होती.

शेवटी सॅम्युएल ज्या गोष्टीची वाट पाहत होता, ते घडलं.

"ओह! हेच हेच!" असं म्हणत त्याने ती बातमी वर्ड प्रोसेसरमध्ये उतरवली, इंटरनेटची जोडणी काढून टाकली आणि ट्रेडिंग प्रोग्रॅमवरच एक्सिक्यूट बटण दाबलं.

"आता हे व्हायलाच पाहिजे." सॅम्युएल पुटपुटला.

"पण नाही झालं तर काय करायचं?" मागे उभी असलेली लोरॉं म्हणाली.

"नाही कसं, व्हायलाच पाहिजे. हे किंवा याहून काहीतरी भयानक! बहुतेक तुरुंगाशी संबंधित काहीतरी."

"ते केव्हा चालू होईल?"

"अगदी लवकर! ते बाजारावर आणि किती लवकर किमती कोसळतात,

याच्यावर अवलंबून आहे. माझ्या मते, त्या फार पटकन कोसळतील.''

त्याने शेवटची बातमी लोरॉंला दाखवली. तिने ती एकदा-दोनदा वाचली आणि मान डोलावली.

''हे काय आहे? मलातरी समजलं नाही.''

''बाजारात शांतता राखण्याचं खानने आवाहन केलं आहे. गेल्याच आठवड्यात त्याने चलनविषयक बाबींचं नियंत्रण करणाऱ्या समितीचं गठन करण्याची आणि आर्थिक अस्थैर्य नाहीसं करण्याची विनंती केली होती आणि आता हे आणखीन आर्थिक सुव्यवस्थेसाठीचं आवाहन. सभ्य वर्तन ठेवत लोकांकडून अक्कल हुशारीने वागण्याची अपेक्षा खान दाखवतो आहे.''

''तेच तर मी सांगते आहे. हे सगळं तुझ्या म्हणण्याच्या एकदम विपरीत आहे ना!''

''म्हणजे खान झोल्टी विकून स्पेक्युलेटीव्ह पोझिशनचा आधार घेत होता? किंवा फक्त स्वत:च्या फायद्यासाठी तो ते चलन मोडीत काढून संपूर्ण देशाला दिवाळखोरीच्या उंबरठ्यावर नेवून ठेवणार होता? शक्यच नाही!''

लोरॉंने तिची नाश्त्याची बशी बाजूला सारली आणि सिगारेट पेटवली.

''हां, आता माझ्या थोडं थोडं लक्षात यायला लागलं आहे. स्वत:च बाजारात उलथापालथ करून मग लोकांना असली आवाहनं करून तो त्याला बाजाराची फार काळजी वाटते, असा देखावा करतो आहे. आता जो तो आपापल्या मनाप्रमाणे वागतो आहे. प्रत्येकाचं तोंड वेगळ्या दिशेला. प्रचंड गोंधळ तर घालून झालेलाच आहे.''

''तेच तर मी सांगतो आहे. जेव्हा एखादा प्रसिद्ध दलाल चलननियंत्रणाच्या गोष्टी करतो आणि त्या समितीवर स्वत: काम करण्याची तयारी दाखवतो; बाजारातल्या ज्या अस्थैर्यामुळे त्याने कोट्यवधी डॉलर्स कमावले असतात, तोच आता स्थैर्याच्या गोष्टी करतो, तेव्हा यातून दोन अर्थ निघतात. एक तर तो आता म्हातारा झाला आहे आणि त्याचा काळ आता संपलेला आहे आणि या वेगाने तो बाजारातले व्यवहार आता करू शकत नाही.''

''आणि दुसरा? नको आता परत तेच मला सांगत बसू नकोस की मला भांडवलशाही आवडते. त्यातला बेमुर्वतखोरपणाच मला फार भावतो. दुसरी शक्यता अशीही आहे की, बाजार एकाच दिशेने जात राहील असं गृहीत धरून त्याने भरपूर गुंतवणूक केलेली आहे. आता तो परत स्थैर्याच्या दिशेने जावा, अशी दांभिकपणे विनवणी करून तो त्याला हवं ते मिळवू शकतो.''

सॅम्युएल हसला.

''हेच मला म्हणायचं आहे. शेअर्सची खरेदी-विक्री हा सगळा पत्त्याच्या जुगारासारखा प्रकार आहे. हे सगळं विश्वासावर आणि हातचलाखीवर चालतं. जे

कोणी खानला ओळखतात, त्यांना असं वाटेल की, खानने झोल्टीवर दाबून बोली लावलेली आहे. हा गडी आधी वकील होता नंतर दलाल झाला. आगे बढो!''

''पण मला सांग, तुझ्या ह्या मताचा नक्की कसा उपयोग करून घ्यायचा?''

ती आता सॅम्युएलच्या मांडीवर बसली होती आणि तिची छाती त्याच्या तोंडावर घासत होती. सॅम्युएल उद्दीपित झाल्याचं तिला जाणवलं, तेव्हा ती घुसळायला लागली.

''हा नुसता सिद्धान्त आहे. अर्थात फारच चांगला. आता पोलिश झोल्टीची आणि कर्जरोख्यांची पद्धतशीरपणे विक्री सुरू होईल आणि त्यांचा बाजार हळूहळू घसरणीला लागेल. एकदा का चढ्या भावाने झोल्टी विकले की मग अवमूल्यन झालेली झोल्टी परत विकत घ्यायला सुरुवात होईल. यालाच म्हणतात थोड्या अवधीत केलेला झटपट व्यवहार.''

आता लोरॉने सॅम्युएलच्या शर्टाची बटणं काढली आणि ती त्याची छाती कुरवाळू लागली.

''समजा तुझं म्हणणं बरोबर असलं, तरी खानला अब्जावधीची कमाई करण्यापासून कोण रोखू शकेल?''

''आहे. यार... हे बघ.''

सॅम्युएल लोरॉंच्या खालून निसटला आणि त्याने लॅपटॉपमध्ये डिस्क टाकली. आता लॅपटॉपच्या पडद्यावर काही माहिती दिसायला लागली.

''ही देवाचीच देणगी म्हणायला पाहिजे. मी आत्ता टाकलेल्या डिस्कमध्ये ॲटोमॅटिक सेल प्रोग्रॅमच्या नेमका विरुद्ध प्रोग्रॅम आहे. चांगले शेअर्स तुम्ही थेट विकत घेऊ शकता आणि तेही काही शंभर डालर्सच्या आसपास. एकदा का भाव खालच्या पातळीवर गेले की, मग मोठ्या प्रमाणात खरेदीची प्रणाली यात आहे.''

लोरॉंने आता आपला टॉप काढला होता. तिचं गुलाबी स्तन आता सॅम्युएलच्या तोंडापासून एक इंचावर होता. त्याने जीभ लावताच लोरॉंनी डोळे मिटले आणि मान मागे झुकवली.

''हे चालूच ठेव, पण मला आणखी माहिती दे.''

''आता बाजार पडला की, खरेदी करत राहायचं.'' त्याचा श्वासोच्छ्वास आता झपाट्याने होत होता. लोरॉंने एव्हाना त्याचा शर्ट काढून फेकून दिला होता आणि आता ती त्याच्या कमरेच्या पट्ट्याशी झगडत होती.

''पण याचा अर्थ ते सट्टेबाज श्रीमंत होत जाणार आणि आपण गरीब. हो की नाही?''

''अजिबात नाही.'' सॅम्युएल कसाबसा म्हणाला. आता लोरॉंची नाजूक बोटं तो हळूवारपणे कुरवाळायला लागला होता. सॅम्युएल आता वेगळ्याच विश्वात

वावरत होता.

"हे बघ, खरं म्हणजे आपण ही लबाडी करत आहोत. खानशी खेळून जिंकायचं, तर त्याच्या नियमांनी खेळून चालणार नाही. आपल्याला त्या नियमांना थोडीशी बगल दिली पाहिजे."

"आणि ती कशी?"

लोरॉंने सॅम्युएलला आता जमिनीवर झोपवलं आणि त्याच्यावर ती आरूढ झाली. याही परिस्थितीत सॅम्युएलने लॅपटॉपवरची नजर काढली नव्हती.

"मी आता खानची जागा घेतल्यामुळे तो जे सांकेतिक क्रमांक वापरेल, ते मला लगेचच समजतील. मागे मी व्हर्च्युअल डाटा पाहिला, तेव्हा मला ते काही वेळ दिसले होते. आता मला ते क्रमांक अचूकपणे आठवले पाहिजेत. तिथे बसवलेली सुरक्षा यंत्रणा नेमका आवाज ओळखूनच पुढे चाल देते. एकदा का असा आवाज ओळखला की, मग अधिकृत व्यवहाराला परवानगी मिळते."

इकडे लोरॉं जोरात, आणखी जोरात असं किंचाळत अंग घुसळत होती. "पण आपण खानचा आवाज कसा काढणार?"

"मागे त्याने मला व्हॉइस मेल पाठवले होते, तोच आवाज मी वापरला. कॉम्प्युटर फक्त सांकेतिक आवाज ओळखतो आणि आपलं काम पुढे चालू ठेवतो. बाप रे!"

"आता काही गडबड व्हायला लागली आहे का? आपण खानच्या नफ्यावर डल्ला मारायला सुरुवात केली आहे का? त्याच्याच खेळात त्याला मात देत आहोत का?"

त्यांच्या शृंगारानी आता परमोच्च बिंदू गाठला होता.

सुरुवातीला पोलंडचं चलन धोक्याची लाल पातळी दाखवत होतं, पण सॅम्युएलने खरेदीचा तडाखा सुरू केल्यावर आता सुरक्षित नीळी पातळी दिसायला लागली. प्रत्येक खरेदी-विक्रीच्या व्यवहाराबरोबर लॅपटॉपवर दिव्यांचा नाच चालू होता. कॉम्प्युटर प्रणालीत हेराफेरी केल्यामुळे आता खान स्वत:शीच व्यवहार करत होता. जगभरातल्या बाजारात कोटीच्या कोटी डॉलर्स येत होते आणि जात होते.

"आ ऽ हाऽ ऽ!" सॅम्युएल आनंदाने ओरडला.

आता सॅम्युएल परत आपल्या विश्वात रममाण झाला. "आ हा!" सॅम्युएल धाप लागल्यागत बोलला.

फ्युचरचे रोखे आता तेजीत यायला लागले होते. समोरचा सर्व पडदा आता निळा दिसायला लागला होता. मग लाल, परत निळा आणि शेवटी लाल दिसायला लागला. जणूकाही पोलिसांच्या गाडीवरचे दिवेच लुकलुकत होते.

हां! आता हे जमायला लागलं! मग तो शांतपणे डोळे मिटून बसला आणि आपल्याच विश्वात रममाण झाला.

त्याला समोरचे आकडे जेव्हा लाल दिसायला लागले, तेव्हा त्याच्या नसांतून रागाची गरम ऊर्जा वाहत असल्यासारखं त्याला वाटलं. हे सगळं परत व्हायला लागल होतं, याची त्याला खात्री पटली. परत एखादा चलनाचा खेळ बाहेरच्या जगात कुठेतरी खोडकर जादूचे प्रयोग चालू असल्याप्रमाणे चालू असल्याचं त्याला जाणवलं. सरकारी नियंत्रण नसलेल्या लहान लहान मोजक्या बेटांवर कोणीतरी हवेत हात मारत असल्याचं त्याच्या लक्षात आलं. त्याने त्याचा कॉम्प्युटर बंद केला आणि ऑफिसच्या बाहेर पडला.

आपल्या विरोधकांना आपण जरा लवकरच आपले पत्ते उघडे करून दाखवले, असं त्याला वाटून गेलं, पण त्याची त्याला फिकीर नव्हती. आता झटका देण्याची वेळ आलीच होती.

३०

चमचमीत ब्रेनिंगेन सॉसेजचा नाश्ता टेबलावर ठेवत असतानाच फोनची बेल वाजली.

सॅम्युएलने वर्तमानपत्रातून डोकं वर काढलं. वॉल स्ट्रीट जरनलची बातमी जवळपास अचूक होती आणि ती त्यांनी त्यांच्या स्पर्धकांपेक्षा मोठ्या मथळ्यात छापली होती. वर्तमानपत्रातल्या पहिल्या पानावर मथळा होता – **पोलंड दिवाळखोरीच्या उंबरठ्यावर! वेळेवर कर्ज न चुकवण्याचं खापर डोक्यावर फुटणार, OECD मधून हकालपट्टीची शक्यता.**

बाजारात प्रचंड प्रमाणात चलनाची आणि रोख्यांची उलाढाल झाली किंवा काही चलनांचं अवमूल्यन झालं, या बातम्या आता पहिल्या पानावर देण्याइतक्या महत्त्वाच्या राहिल्या नव्हत्या. त्यापेक्षाही नाट्यमय घटना घडत होत्या. आर्थिक संकटामुळे जनतेत प्रक्षोभ उसळण्याची शक्यता लक्षात घेऊन अमेरिकन सरकारने राखीव दलाला पाचरण केलं होते. खास करून दक्षिणेतल्या राज्यात जास्त असंतोष पसरलेला होता. मोटारीच्या पेट्रोलच्या किमती आवाक्याबाहेर चालल्या होत्या. शिवाय त्याच्या वापरावर फार कडक निर्बंध होते आणि दैनंदिन गरजा भागवणाऱ्या खाद्यपदार्थांचा तुटवडा होता. व्हाइट हाउसने दिलेल्या निवेदनात साठेबाजी आणि स्वार्थी प्रवृत्तीमुळे देशातली सामाजिक घडी विस्कटत चालल्याचं म्हटलं होतं. अलाबामा आणि मिसौरीसारख्या राज्यात बंदुकीशी संबंधित असलेल्या गुन्ह्यात चौपट वाढ झाली होती. न्यू हॅम्पशायरमध्ये तर लोकांना जीवे मारण्याची स्पर्धाच लागली असावी, असं चित्र होतं.

सकाळीही 'जर्नल'ला अमेरिकेतल्या अनेक चविष्ट बातम्या छापता आल्या असत्या, पण त्या दिवशी त्यांनी आंतरराष्ट्रीय स्तरावरची महत्त्वाची बातमी अचूकपणे पहिल्या पानावर छापली होती. नेहमीचं विनाशाचं भेसूर चित्र रंगवणाऱ्या रोपनर बँकेच्या ओव्हीड ल ब्रुईला या बातमीवर समालोचन करण्यासाठी न बोलावता एका

हुशार आणि स्वतंत्रपणे विचार मांडणाऱ्या समीक्षकाला त्याने पाचारण केले होतं. वर वर जरी बारीकसे तरंग उठत असले, तरी 'जर्नल'च्या मतानुसार या सर्व प्रकारामागे एखादा मोठा मासा खोल पाण्यात वावरत असावा.

खानच्या खात्याचा क्रमांक वापरून सॅम्युएलने जी भरमसाठ खरेदी केली होती, ती रोपनरच्या विक्रीच्या मागणीपेक्षा खूपच जास्त होती. पोलिश सरकारच्या कर्जरोख्याच्या विक्रीचं त्या दिवशीचं सत्र अतिशय नुकसानीत समाप्त झालं होतं आणि झोल्टीने तर सपाटून मार खाल्ला होता. इतकं असूनसुद्धा ज्या माणसाने सुरू केलेल्या तेलाच्या व्यवहारामुळे हे सगळं प्रकरण सुरू झालं होतं आणि ज्याने त्यात अब्ज डॉलर्सची कमाई केली होती, तोच माणूस या नवीन घडामोडींच्या मागे असून इथेही तो भरपूर कमाई करण्याच्या मागे होता, असा कोणाला संशयही आला नव्हता. खानचं प्रचंड नुकसान झालेलं होतं, याची कल्पना फक्त सॅम्युएलला होती. सॅम्युएलने तळघरात बसून खानशी केलेल्या व्यवहारामुळे खान तोट्यात गेलेला नव्हता, तर त्या व्यवहाराच्या पोटी येणाऱ्या इतर खर्चामुळे तोट्यात आला होता. प्रत्येक वेळी विक्री केली की, तितक्याच किमतीची खरेदीची मागणी नोंदवली जायची. शिवाय वर दलाली द्यायला लागायची, तो खर्च वेगळाच. खानचं भरमसाठ नुकसान झालं होतं.

फोनची बेल वाजतच राहिली. जुन्या जमान्यातल्या फोनची ती विशिष्ट आवाजातली बेल वाजतच होती. लोरॉं पलंगावरून उठून सॅम्युएलच्या जवळ आली. केंपिसही त्याच्याकडे पाहत होते. 'हा फोन कोणी लावला असेल?' ह्या फोनचा पत्ता जगामध्ये कोणालाही माहीत असण्याची शक्यता नव्हती.

"माझा आतला आवाज मला सांगतो आहे की, हा फोन तुझ्यासाठी असावा, पण तुझी हरकत नसेल, तर मी घेतो."

"नको, नको. मी या फोनची वाटच पाहत होतो."

सॅम्युएल फोनपाशी गेला आणि त्याने थोडासा त्रासिकपणेच फोन उचलला आणि सहजसुलभ आवाजात बोलायला लागला.

"हॅलोऽ!"

"ब्रिटिश साम्राज्याचा एकनिष्ठ पाईक. मला वाटलंच, तू भेटशील."

"साम्राज्याला धोका वगैरे..." सॅम्युएलला आता हसू आवरत नव्हतं.

"या खेळात तू जिंकू शकत नाहीस, हे तुझ्या लक्षात आलं का? कालची गंमत चांगली होती, पण शेवटी ती गंमतच होती. माझ्या खात्याचे सांकेतिक क्रमांक बदलले आहेत आणि सर्व सुरक्षा यंत्रणा बदलली आहे. पण तरीसुद्धा मानला तुला! हॅट्स ऑफ! तुझ्या हेराफेरीच्या व्यवहारामुळे मला एक अब्ज डॉलर्सचा गंडा बसला आहे."

"हा फोन नंबर तुला कोणी दिला?"

"ओळखी, अंगभूत हुशारी आणि तरल बुद्धी, हे सगळं असलं की, काहीच अशक्य नसतं. हे गुण नेहमीच उपयोगी पडतात. याचाच अर्थ, आत्ता, या घटकेला तू नक्की कुठे आहेस, हे मी सांगू शकणार नाही, पण मी माझं डोकं वापरून इतका अंदाज बांधू शकतो की, तू आत्ता तुझ्या मित्राच्या डॉ. केंपिसच्या मठीपासून फार लांब नसशील. उद्या तर मला अंदाज बांधत बसण्याचीही गरज पडायची नाही."

लोरॉं आणि केंपिस सॅम्युएलकडे पाहत राहिले. त्यांनी फक्त अर्धच संभाषण ऐकलेलं होतं, पण पलीकडचा काय म्हणत होता, ते त्यांनी ऐकलेलं नव्हतं. सॅम्युएलनी त्यांच्याकडे दुर्लक्ष केलं आणि तो खानच्या बोलण्याची आतुरतेने वाट पाहत होता.

"आता जरा कामाचं बोलू." खान शेवटी बोलला. "हे ऐकून तुला गंमत वाटेल. माझ्या विरोधात काल व्यवहार केलेल्या दलालाचा फोन क्रमांक ब्रिटनच्या संरक्षण खात्याचा आहे. याच्या पलीकडे मला काहीच माहिती नाही. सैन्याकडून शेअर बाजारात मार खायचा! किती लज्जास्पद आहे नाही?"

"कदाचित काही गोष्टी गुप्त राहण्याचा संकेतच असेल."

"तसंच काही नाही. मी जर माहिती काढायचं ठरवलंच, तर मी तुला लवकरच शोधून काढीन."

"कदाचित काढशीलही, पण मी ते स्कॅनर्स किंवा रोपनरची यंत्रणा वापरणार नाही."

सॅम्युएलने आपल्या बॅगेकडे पाहिलं. मायक्रोफोन असो अथवा नसो, खानचं म्हणणं बरोबर होतं. त्याने लवकरच त्याला शोधून काढलं असतं. तुम्ही जेव्हा बाजारात कोट्यवधी डॉलर्सचा घपला करता, तेव्हा लोक तुम्हाला शोधत येतातच आणि पाताळातूनही शोधून काढतात.

"तेव्हा सॅम्युएल, हा माझा प्रस्ताव आहे. विश्वास ठेव, हा मैत्रीपूर्ण प्रस्ताव आहे. तू माझी खोडी काढल्यामुळे मला जबरदस्त नुकसान सहन करावं लागलं, तेव्हा मला वाटतं, आपण एकदा एकत्र येऊन बोलायला हवं. महत्त्वाचं म्हणजे त्या ब्रिटिश पोलिसांच्या तावडीत सापडण्यापेक्षा मी तुला परत प्रसिद्धीच्या प्रकाशात आणतो. त्या पोलिसांना सभ्यपणे कसं वागावं, हे समजंतच नाही."

सॅम्युएलला हे चांगलंच माहीत होतं. त्या ब्लॉंदो आणि बूशीनेसारखे ब्रिटिश पोलीस काय करतील, याची कल्पनाच केलेली बरी होती.

"मग, तुला नक्की काय म्हणायचं आहे खान?"

पुढची दोन मिनिटं सॅम्युएल ऐकत होता आणि मध्येच मान डोलवत होता. मग त्याने काही जागांची नावं आणि वेळ सांगितली. नंतर फोन खाली ठेवला आणि त्याने लोरॉं आणि केंपिसकडे पाहिलं. त्यांची उत्कंठा आता शिगेला पोहोचली होती.

"मला जेवणाचं आमंत्रण मिळालं आहे."

"त्या खानकडून?" लोरॉंने आश्चर्याने विचारलं.

"हो! आणि ते स्वीकारायचा मला मोह होतो आहे."

"तसं करू नकोस. ते फार घातक आहे."

"माझ्यापुढे इतर काही पर्याय आहे, असं मला नाही वाटत. हो की नाही पीटर? मी इथे तुमच्याबरोबर आहे, हे त्याला माहीत आहे."

केंपिसने गाल खाजवला.

"निराश होऊ नकोस सॅम्युएल. काही लोकं अशी असतात की जी आयुष्यभर आपल्या ज्ञानाचं मृगजळ पसरवत असतात. तुला जेवायला बोलावलंय, याचा अर्थ कदाचित तू समजतोस इतकी त्याला तुझी माहिती नसावी."

"पण तू तिथे नक्कीच जात नाहीस. हो ना?" लोरॉं काकुळतीला येत म्हणाली.

सॅम्युएलने हताशपणे खाली मान घातली. "मला वाटतं मला जायला हवं."

"तसं असेल, तर मीपण तुझ्याबरोबर येणार." लोरॉं हट्टाने म्हणाली.

"का? कशाला तुझा जीव धोक्यात घालते आहेस?"

"म्हणजे त्यात धोका आहे, हे तुला पटतंय तर? मी इथे एकटीने राहणंही तितकंच धोक्याचं आहे. तेव्हा मी तुझ्याबरोबरच येते."

सॅम्युएलनी मान डोलावली.

"पीटर, तुम्ही तरी हिची समजूत काढाल काय?"

केंपिसने सॅम्युएलच्या खांद्यावर हात ठेवला. "मी तसं केलं असतं, पण मला असा संशय यायला लागला आहे की, लोरॉंचं म्हणणं बरोबर आहे आणि नेमकी त्याचीच खात्री करून घ्यायला मी तुमच्या दोघांबरोबर यायचं ठरवलं आहे. जास्त माणसं याचा अर्थ जास्त सुरक्षा असा होत नाही, पण थोडा आधार वाटतो. खान धोकादायक आहे, यात संशयच नाही."

सॅम्युएलला केंपिसच्या डोळ्यात एक प्रकारचा ठामपणा दिसला. त्याला अशाच खात्रीशीर गोष्टींची गरज होती. त्याने तळघरात सभोवताली पाहिलं. त्याला आता ते तुरुंगासारखं वाटत होतं.

"चला, आपापले तोंड धुण्याचे ब्रश वगैरे साहित्य बरोबर घ्या. शिकाऱ्याला त्याचा शत्रू त्याच्याच घरात भेटेल." त्याने काही गोष्टी पटापट पिशवीत टाकल्या. सगळ्यात शेवटी धनुर्धाऱ्याची मूर्ती घेतली. त्याने काही क्षण ती हातात धरली आणि तो हसला.

बराच काळ तळघरात घालवल्यामुळे त्याला बाहेरचा प्रकाश फार प्रखर वाटत होता; पण स्वच्छ सूर्यप्रकाश आणि मोकळी हवा मनाला आनंद देत

होत्या. केंम्पिस, लोराँच्या साथीत सॅम्युएल ऑक्सफर्डच्या पश्चिमोत्तर भागातल्या एका दलदलीच्या प्रदेशात उभा होता. दिलेली वेळ सुमारे नव्वद सेकंद लांब होती आणि तरीही त्याला काहीच ऐकू येत नव्हतं अथवा दिसत नव्हतं.

गोल गोल फिरणाऱ्या पंखांची घरघर ऐकू येण्यापूर्वी त्याला क्षितिजावर एक काळा ठिपका दिसायला लागला. त्या घरघर आवाजाने सगळे पक्षी सैरभैर उडायला लागले. हे तर सगळ्यात मोठं प्रचंड धूड होतं. याच्यावर सैन्याचं किंवा पोलिसांचं नाव लिहिलेलं नव्हतं, तर हे एक खाजगी हेलिकॉप्टर होतं. हेलिकॉप्टर खाली उतरवण्याच्या प्रयत्नात पायलट असल्याचं सॅम्युएलला दिसत होतं.

गरगर फिरणाऱ्या पंखांचा आणि हवेच्या झोताचा आवाज फार चिडचिड उत्पन्न करणारा होता. सॅम्युएल जरासा बिचकत होता. पायलटच्या ते लक्षात आलं. का उगीच तुझा आणि सगळ्यांचा वेळ वाया घालवतो आहेस? अशा अर्थाने त्याने खांदे उडवले. परत एकदा पायलटने खूण करताच सॅम्युएलने पिशवी उचलली आणि हेलिकॉप्टरकडे धावला.

"आवाज न करता गुपचूप खाली बस, नाहीतर मरशील."

त्याच्या मानेला पिस्तुलाची गार नळी लागली. तो गप्प बसून होता. आता तीन जण बसले होते आणि तिघंही फारच चांगल्या परिचयाचे निघाले. तो नेनटेरेमधल्या चौकीतला सडपातळ माणूस बूशीने आणि अर्थातच मानेवर पिस्तूल ठेवणारा ब्लाँदो. त्याच्या तोंडावर पट्टी बांधण्यात आली, हात मागे बांधले गेले आणि हे सगळं काम सराईतपणे केलं गेलं. सॅम्युएलला एका खुर्चीत कोंबल्यावर लोराँची पाळी होती. ती वर चढली. केंपिसनी हा सगळा प्रकार पाहिला, पण कसलाही विरोध न करता ते शरण गेले.

काही सेकंदातच त्यांनी आपलं स्वातंत्र्य गमावलं होतं आणि आता त्यांचं भवितव्य खानच्या हातात होतं. सॅम्युएल आता स्वत:वरच फार चिडला होता. तसे त्याच्याकडे फार पर्याय नव्हते, हे जरी खरं असलं, तरी असं स्वत:लाच अडकवून घ्यायचं? खान असा हिंसक प्रकार करेल असं सॅम्युएलच्या मनातही आलं नव्हतं. पण नेहमीप्रमाणे या वेळीही खानने त्याच्यावर मात केली होती. तो त्याला अजूनही नीट ओळखत नव्हता, हेच खरं.

"चला, आपण सगळे परत एकत्र आलो, हे बघून फार आनंद झाला." इंजिनाच्या वरचढ आवाज काढत ब्लाँदो म्हणाला. त्याच्या चेहऱ्यावर आता विकट हास्य होतं. सॅम्युएलच्या मागे ब्लाँदो बसला होता. त्याच्या हातात पिस्तूल होतं आणि शेजारी बूशीने बसली होती. तो सडपातळ माणूस आता विमानाच्या कोपऱ्यात जाऊन आरामात बसला होता.

हेलिकॉप्टर आता पूर्वेच्या दिशेने जात असावं, असा सॅम्युएलचा कयास होता.

त्याने हातांनी खुणा करत काही सांगण्याचा प्रयत्न केला. बूशीने पुढे वाकली आणि तिने सगळ्यांच्या तोंडावरची पट्टी काढली. ''नशीब माझं, मला वाटलं आता मी गुदमरतो बहुतेक!'' केंपिस म्हणाले.

''तेव्हा सॅम्युएल स्पेन्डलव्ह, आतातरी आपण थोडं बोलू शकतो ना?'' ब्लाँदो इंग्रजीत म्हणाला. ''का ते आपलं शेवटचंच संभाषण असू दे? माझं इंग्रजी जरा बेताचंच आहे, तरी मला माफ करा. मी तुमच्यासारखं शिकलेलो नाही.'' सॅम्युएलने बाहेर दिसणाऱ्या खुणांवरून दिशा ओळखण्याचा प्रयत्न केला, पण बाहेर त्याला फक्त ढग आणि आकाश दिसत होतं.

''तुम्हाला त्यांच्याकडून काय हवं आहे?'' केंपिस आणि लोराँकडे मान वळवत तो म्हणाला. ती दोघंही शांतपणे बसली होती. अर्थात हे केवळ सॅम्युएलच्या प्रेमापोटी होतं, हे त्याला समजत होतं.

ब्लाँदो परत एकदा विमानाच्या इंजिनापेक्षा मोठ्या आवाजात बोलत असताना त्याच्या तोंडाचा कुबट वास सर्वत्र भरला होता. ''तुला त्याचं उत्तर माहीत आहेच. त्यांना जर बरोबर घेतलं नसतं, तर त्यांनी ब्रिटिश पोलिसांना सावध केलं असतं.''

''आम्हाला जर सॅम्युएलच्या कृत्याचे भागीदार म्हणत असाल, तर आम्ही तसं का करू?'' केंपिस म्हणाले. ब्लाँदोने काहीच न बोलता फक्त हातवारे केले आणि खाली म्हाताऱ्या केंपिसकडे बघितलं.

''तुम्ही केलंही असेल.'' असं म्हणत त्याने केंपिसचे हात मोकळे केले. सॅम्युएलने लोराँकडे पहिलं. ती काहीच बोलली नाही, पण तिने नेहमीप्रमाणे नाक मुरडलं इतकं खरं. मागे जेव्हा ते काझच्या खुन्याच्या मागावर होते, तेव्हा असंच तिने नाक मुरडलं होतं. आत्ताही ते त्या खुन्याच्या मागावरच होते, पण आता ते स्वतःच नरकाच्या दिशेने प्रवास करत होते.

आता सगळे काही वेळ शांत बसले होते. सॅम्युएलने आपलं मनगट जरासं चोळलं. इतक्यात त्याचं लक्ष केंपिसकडे गेलं. केंपिसनी त्याला हलकेच डोळा मारला. सॅम्युएलने मानेनी नकार दिला; पण ह्या म्हाताऱ्यानी एखादी गोष्ट करायचं मनावर घेतलं की, त्याला कोणीच अडवू शकत नव्हतं, हे त्याला माहीत होतं. केंपिसनी पुढे वाकत बूशीनेच्या हातातली पिस्तूल काढण्याचा प्रयत्न केला, पण बूशीने सावध झाली आणि त्यांच्याच डोक्यात पिस्तुलाचा फटका मारला. ब्लाँदोनी सरसावत परत त्यांचे हात बांधले.

''परत असला मूर्खपणा कराल, तर मी गोळी घालीन. लक्षात ठेवा.'' आपल्या हातातलं पिस्तूल केंपिसवर रोखत ब्लाँदो फुत्कारला.

''काय चाललंय काय मागे?'' पायलटने विचारलं. सगळ्यांनीच तिकडे दुर्लक्ष केलं.

''आम्ही जेवणाचं आमंत्रण स्वीकारलं होतं.'' केंपिस म्हणाले. ''आपल्या

पाहुण्यांना वागवण्याची ही रीत नक्कीच नाही. तुमची ही अरेरावी आपल्या सगळ्यांनाच महागात पडेल.''

''त्या म्हाताऱ्या महामूर्खाला गोळी घाला रे कोणीतरी!''

सॅम्युएलने लोराँकडे पाहिलं. केंपिसचा धीटपणा पाहून तीसुद्धा सॅम्युएलइतकीच चकित झाली होती. म्हणजे या म्हाताऱ्याने खरंच सैन्यात काम केलं होतं तर! ''घाला त्याला गोळी घाला.'' ब्लाँदो किंचाळत होता.

''चूप, एकदम चूप!'' तो बारकुडा मागून ब्लाँदोच्या अंगावर खेकसत होता.

''मी मदतीसाठी बीनतारी संदेश पाठवू का?'' पायलटने काळजीयुक्त स्वरात विचारलं.

''नको. फक्त पुढे बघ आणि जात राहा.''

''आपण नेमके कुठे चाललो आहोत? मला काही समजतंच नाही.'' लोराँ सॅम्युएलच्या कानात कुजबुजली.

''ते मला माहीत नाही, पण आता जवळच असेल. असली विमानं फार लांब पल्ल्याची नसतात.'' मात्र हे सगळं बोलताना सॅम्युएलचं सतत त्या तिघांवर लक्ष होतं.

सुमारे पंचेचाळीस मिनिटांनंतर ते जमिनीवर उतरले. सॅम्युएलने खिडकीच्या बाहेर पाहिलं. त्याची अटकळ होती, त्याप्रमाणे पोलिसांचा हेलिकॉप्टरला वेढा पडलेला होता आणि ते जवळ जवळ येत होते. ब्लाँदोने बाहेरचं दृश्य पाहिलं आणि सॅम्युएलकडे पाहत तो फुशारकीने हसला.

विमानतळावर असलेल्या पाट्यांवरून ते एखाद्या लष्करी विमानतळावर उतरले असावेत, असा सॅम्युएलने तर्क केला. धावपट्टीच्या दिशेनी घोड्यावर स्वार असलेले पोलीस येत होते. एका काळ्या रंगाच्या सिट्रोन सफारीच्या सोबत मोटर सायकलस्वार पोलीस जात होते. ती जुनाट गाडी दणकट, पण दिसायला सुंदर होती. एके काळी राष्ट्राध्यक्ष द गॉल असल्या गाडीतून जात असत. मोटारीचं मागचं दार उघडलं, पण कोणी बाहेर आलं नाही.

काही वेळातच विमानाचे पंखे फिरेनासे झाले. घोडदळ आता जवळ आलं होतं. सॅम्युएलचं लक्ष गेलं, तेव्हा एक गोष्ट त्याच्या लक्षात आली. ते घोडेस्वार त्यांच्या नेहमीच्या वेषात नव्हते. त्यांच्या अंगावर केव्हलर जॅकेट्स नव्हती. विमानाला पूर्णपणे वेढा पडला होता.

शेवटी गाडीतून एक जण उतरला आणि आत्मविश्वासाने चालत त्यांच्या हेलिकॉप्टरपाशी आला. बाहेरून विमानाचं दार उघडलं गेलं. ब्लाँदोनी नाइलाजाने केंपिसचे हात मोकळे केले.

''या, या तुमचं स्वागत असो!'' खान म्हणाला. ''मला वाटलं, तू कोणी

अंगरक्षक वगैरे बरोबर आणशील. पण मी तर चकित झालो आहे!'' तो इतर दोघांकडे हात दाखवत म्हणाला.

''डॉ. केंपिस, मडवाझेल द ला जेनेस्त (आपल्याला भेटून आनंद झाला). चला, येता का माझ्याबरोबर?''

सॅम्युएलला या प्रकाराचं काहीच आश्चर्य वाटलं नाही. असा उंदीर-मांजराचा खेळ खेळणं, ही तर खानच्या स्वभावाची खासियत होती.

''या विदूषकांना जरा बाजूला करतोस का खान?''

''तो तसं पाहिलं तर माझा अधिकार नाही सॅम्युएल. त्यांच्यावर माझी हुकूमत चालत नाही. कधी कधी ते जरा जास्तच उत्साहाने आपलं काम करायला जातात. अर्थात मी सांगितलं, तर माझं ऐकतील, असं मला वाटतं.'' शेवटचं वाक्य बोलताना खानने त्या सडपातळ इसमाकडे पाहिलं आणि त्यानेही मानेने होकार भरला.

''चला, आता माझ्या मागे या.''

सॅम्युएलने ब्लाँदो आणि बूशीनेकडे पाहिलं. खानचं म्हणणं बरोबर होतं. ते दोघंही आता किंचित हसत होते.

सॅम्युएल खाली उतरण्यासाठी उठला आणि त्याच्या मागोमाग केंपिस आणि लोरॉंही निघाले.

काही मिनिटांतच ते त्या सिट्रोनमध्ये बसलेले होते. समोर दोन धिप्पाड माणसं बसलेली होती, पण बाकीचं वातावरण सामान्य होतं.

मोटारीत असलेल्या समोरच्या कप्प्यातून दारूचे ग्लास भरले गेले आणि सॅम्युएलला आश्चर्य वाटलं ते एका गोष्टीचं. केंपिस आणि खान हे दोघे जुने मित्र असल्यासारखे एकमेकांशी वागत होते. नव्याने भेटणाऱ्या लोकांत दिसणारा शिष्टाचार, एकमेकाला मान देण्याची खोटी बतावणी, हे काहीच दिसत नव्हतं. आता ते तत्त्वज्ञान, व्याकरण आणि शब्दशास्त्रावर गंभीरपणे चर्चा करत होते.

सॅम्युएलने बाहेर पाहत लोरॉंचा हात हातात घेतला. तिनेही त्याचा हात घट्ट धरला, तेव्हा त्याला ती तणावाखाली असल्याचं लक्षात आलं. ती भीती होती का संताप? कदाचित दोन्हीही असेल. केंपिस मात्र एखादा जुना मित्र अचानक भेटावा तसे आरामात खानशी गप्पा मारत बसले होते. काही काळापूर्वी त्यांच्या डोक्यावर पिस्तुलाचा फटका बसला होता, यावर कोणाचा विश्वासच बसला नसता. त्यांची गाडी बेस्टीलकडून पश्चिमेला जात कॉन्कॉर्डकडे न जाता उत्तरेकडे वळाली, तेव्हा ते त्याच्या अपेक्षेप्रमाणे रोपनर बँकेकडे जात नव्हते, हे त्याच्या लक्षात आलं. नंतर ते रेस्टॉरंट्स, रेड लाइट वस्ती, समलिंगी बार वगैरे गोष्टी असलेल्या माराईस विभागातून चालले होते. त्यांच्या गाडीसोबत पोलीस का होते, याचा त्याला त्या वेळी उलगडा झाला.

न्यु दे आर्चीला वळसा घालून एका सुरक्षा चौकीला ओलांडत ते एका ओळखीच्या जागी थांबले. बाहेरून दार उघडलं गेलं, तेव्हा खान उतरला आणि त्याच्या पाठोपाठ केंपिस आणि लोराँ उतरले. सॅम्युएल काही काळ तसाच बसून राहिला.

तो आत गेला तेव्हा खान केंपिस आणि लोराँची यजमानांशी ओळख करून देत होता. नंतर सॅम्युएलकडे वळून तो अभिमानाने म्हणाला, "... आणि पात्रीस, तू तर सॅम्युएल स्पेन्डलव्हला आधीच भेटलेला आहेस."

गूरदाँच्या मागे खान, केंपिस, लोराँ, सॅम्युएल, काही अधिकारी आणि अंगरक्षक आगगाडीच्या डब्यांसारखे अनेक दालनं पार करत निघाले. जात असताना सॅम्युएलचं लक्ष बाहेर हिरवळीवर उभ्या असलेल्या त्या सडपातळ माणसाकडे गेलं. तो ब्लाँदो आणि बूशीने यांच्या सोबतीने बाहेर सिगारेट पीत उभा होता. तिघंही किंचितशा अस्वस्थ अवस्थेत गुपचूप उभे होते.

पाच/सहा दालनं ओलांडून गेल्यावर ते एका प्रशस्त भोजनगृहात पोहोचले होते. गेल्या वेळी या ठिकाणीच सॅम्युएल थाटात जेवला होता. आता मात्र इथे बराच बदल झाल्याचं त्याच्या लक्षात आलं. आता सगळ्या चित्रांचे विषय बदलले होते. व्यक्तिरेखांची जागा आता मोठमोठ्या दारूच्या सुरयांनी आणि पेल्यांनी घेतली होती. प्रत्येक सुरई उभट चौथऱ्यावर ठेवली होती. सहज जरी त्या चित्रांकडे नजर टाकली, तरी ती एट्रूस्कॅन संस्कृतीच्या ख्रिस्तपूर्व काळातली इटालियन संस्कृती काळातली चित्रं असल्याचं लक्षात येत होतं. ती सुमारे पाचशे वर्षं ख्रिस्तपूर्व काळातली असावीत, असा सॅम्युएलने अंदाज बांधला. भिंतीवर असलेल्या मनोवेधक चित्रांपैकी एकही चित्र आधुनिक नव्हतं. त्याला फक्त आ फ्रा आंजेलिको आणि आ काराव्हज्जियो, हे दोनच चित्रकार ओळखता आले.

या वेळी सगळ्यात मोठा बदल त्याला एकच जाणवला. तो म्हणजे, एका भिंतीवर एक मोठी पांढरी चौकट दिसत होती.

"कृपा करून बसून घ्या." गूरदाँने सगळ्यांना विनंती केली. त्या लंबगोलाकार टेबलाच्या भोवती सगळे स्थानापन्न झाले.

"सर्वप्रथम मि. स्पेन्डलव्ह, आपण आल्याबद्दल मी आपला आभारी आहे."

"माझ्याकडे दुसरा काही पर्याय होता का मंत्रिमहोदय?"

गूरदाँ क्षणभर विचलित झाला, पण त्याने पुढे बोलायला सुरुवात केली. "तरीपण मला तुमच्या कल्पकतेचं कौतुक करायला हवं. तुम्ही पुढची चाल काय कराल, हे ओळखणं फार अवघड जात होतं. जेव्हा आम्ही चुकत होतो, तेव्हा फार अस्वस्थ होत होतो, हे मला कबूल केलंच पाहिजे."

हे बोलताना गूरदाँने खानकडे रोखून पाहिलं, पण खानने काहीच प्रतिक्रिया दर्शवली नाही.

"तेव्हा सभ्य स्त्रीपुरुषांनो, मी आमच्या नवीन योजनेत, ज्याचं नाव ऑलंपस आहे, स्वागत करतो. आम्ही गेले काही महिने एका अवघड प्रश्नाचं उत्तर शोधत होतो. एक वेळ अशी होती की, तू या योजनेतला अडथळा आहेस, असं आम्हाला वाटत होतं. आता मात्र तू आमच्या या योजनेचाच एक हिस्सा बनू शकतोस."

केंपिसनी लोराँ आणि सॅम्युएलकडे पाहिलं. दोघांनीही खांदे उडवून हा काय बोलतो आहे समजत नाही, अशा अर्थाची खूण केली.

"माफ करा, मी उगाचच कोड्यात बोलतो आहे, असं तुम्हाला वाटेल. जरा स्पष्टपणे खुलासा करतो."

त्या दालनातले दिवे मंद झाले आणि ती पांढरी चौकट प्रकाशाने उजळली.

"हे तर एक ऑफिस आहे. साधं ऑफिस." लोराँ म्हणाली.

"बरोबर आहे महोदया. ते एक ऑफिस आहे, तसंच हेपण एक आहे." आता दुसऱ्या एका ऑफिसचं चित्र दिसत होतं. फरक इतकाच होता की, इथे अनेक स्त्री-पुरुष कॉम्प्युटरसमोर बसले होते.

"आणि हे, हे आणि हेसुद्धा."

आता काय दिसणार, याचा सॅम्युएलला अंदाज बांधता आला.

"अर्थात रोपनर."

"अगदी बरोब्बर!"

"आर्थिक क्षेत्रातली यक्ष मंडळी. हे एकटेच, किंवा ..." असं म्हणत गूरदाँने बटण दाबलं. आता त्या पडद्यावर बारा लहान चौकटी दिसायला लागल्या.

"ही कोण यक्ष मंडळी आहेत, ती या ऑलंपसच्या पडद्यावर एकत्रित दिसत आहेत." केंपिस पुटपुटत म्हणाला.

"हे फार संतापजनक आहे." लोराँ खुर्चीतून उठत किंचाळत म्हणाली. "तुम्ही तर एखाद्या हुकूमशहासारखा कारभार करता आहात. भांडवलशाहीचा तुम्ही आपल्या स्वार्थासाठी उपयोग करत आहात."

"आपण जरा खाली बसता का?" खानने मध्येच तिला दटावलं. "मला वाटतं, तुम्ही योग्य निष्कर्षाच्या बरोबर विरुद्ध बाजूला आहात. पात्रीस स्वत:ला तुमच्यासारखा तथाकथित कम्युनिस्ट वगैरे समजत नाही. मला वाटतं, तो जास्त मानवतावादी आणि समाजवादी आहे. पात्रीसचं सरकार भांडवलशाहीवर नियंत्रण ठेवतंय म्हणून हे आम्ही दाखवत नाही, तर तसं नियंत्रण नाही म्हणून दाखवत आहोत."

"म्हणजे हे गुप्तहेर खात्याचं मुख्यालय आहे तर?" सॅम्युएलने कुत्सितपणे शेरा मारला.

"अर्थातच नियंत्रण कक्ष." गूरदाँने कबुली दिली. "एक लक्षात घे, ही मंडळी

आमच्या भूमीवर आहेत. ती काय करत आहेत, हे जाणून घेण्याचा आम्हाला पूर्ण अधिकार आहे. ते स्वत:ला जगाचे मालक समजतात का नाही, हा प्रश्न नाही. ते फ्रान्समध्ये आहेत.''

''सॅम्युएल, तुझ्या लक्षात या गोष्टी कशा येत नाहीत?'' खानने लगेच विचारलं. ''नक्कीच येत असतील. तुझं शिक्षण इतक्या चांगल्या प्रकारे झालं आहे की, बाजारातला हा ओंगळपणा तुझ्या केव्हाच नजरेला पडला असेल. हे शेअर बाजाराच्या प्रतिष्ठित नावाच्या आडून केलेले ओरबाडण्याचे आणि गुंडगिरीचे प्रकार तुला समजत नाहीत का? हा एक मूर्खपणा आहे आणि या गोंधळावर कोणाचंच नियंत्रण नाही.''

''पण तू तर या गोंधळाचा राजा आहेस खान. या गोंधळातूनच तू अफलातून संपत्ती जमवलीस.''

''तसं असेलही कदाचित, पण मला त्याची कार्यपद्धती आणि नियमावली आवडते.''

''म्हणून का तू माझ्यावर हल्ला करण्यासाठी मारेकरी पाठवलास?''

''मारेकरी? आणि मी? काय बोलतो आहेस सॅम्युएल? मी इतक्या उघडपणे काही करेन का?''

सॅम्युएलच्या मनाची आता चलबिचल झाली. खान इतका सभ्यपणे, मनावर भुरळ पाडणाऱ्या भाषेत बोलत होता की, आपणच काही चूक करत नाही ना, असं त्याला वाटलं. खानने गूरदाँकडे पाहिलं. नंतर सावकाश सॅम्युएलपाशी जात त्याच्या खांद्यावर हात ठेवत तो बोलायला लागला, ''सॅम्युएल, तू आमच्यात सामील व्हावंस, असं मला वाटतं. आपण ह्या जगाचा चांगल्यासाठी बदल करू या. आपण उद्याचं नाही, तर परवाचं जग बदलणार आहोत. आपलं हत्यार असेल, मेल्टडाउन पोर्टफोलियो.''

''मेल्टडाउन पोर्टफोलियो?'' सॅम्युएलच्या डोक्यात हे शब्द प्रतिध्वनीसारखे घुमायला लागले. रोपनरच्या तळघरातल्या ध्वनीमुद्रित केलेल्या संभाषणात त्याने ते ऐकले होते.

''हो, तुला समजत नाही का? हा भांडवलशाही नावाचा वाळूचा किल्ला केवळ विश्वासाच्या पायावर बांधलेला आहे. एकदा का हा विश्वास उडाला की, लोक बँकांवर, दलालांवर आणि तिथे काम करणाऱ्या हुशार लोकांवर विश्वास ठेवणार नाहीत. ते सरकारच्या आश्वासनांवरही विश्वास ठेवणार नाहीत. हे सगळं झाल्यावर सगळा बाजार कोलमडायला वेळ लागणार नाही. आपल्याला याची आधीच कल्पना असेल, तर आपण हा खेळ जिंकू शकतो आणि एक सुंदर आणि योजनाबद्ध कार्यप्रणाली आखू शकतो.''

“आणि या सगळ्याचा सूत्रधार तू असणार.”

“आपण सगळे सूत्रधार असणार आणि स्वच्छ कारभार करणार.”

सॅम्युएल जागेवरून उठला आणि खिडकीकडे चालत गेला आणि परत खानकडे वळाला.

“योजनाबद्ध आणि सुंदर कार्यप्रणाली? मला वाटतं, कुठल्याही चांगल्या अथवा वाईट मार्गाने तू जिंकण्यावर विश्वास ठेवतोस, असं म्हटलं तर जास्त अचूक नाही का होणार?” सॅम्युएलने पिशवीतून धनुर्धाऱ्याची मूर्ती काढून टेबलावर मधोमध ठेवली. “याचा अर्थ काय समजायचा खान? तू ज्या बाईकडून ही घेतलीस, तिचं नाव काझ डे. तुझी एके काळची सहकारी, जी आता मृत आहे. तिला असं काय गुपित समजलं होतं खान?”

गूरदाँ त्या कलाकृतीकडे पाहत म्हणाला, “बुर्देलच्या धनुर्धाऱ्याची मूर्ती आहे ना?”

खानसुद्धा त्या मूर्तीकडे गेला, ती त्याने हातात घेतली आणि वरखाली न्याहाळली. “बरोब्बर, हीच वस्तू सॅम्युएलने माझ्या घरातून चोरली होती आणि त्या पोलिसांच्यापासून त्याला वाचवल्याबद्दल माझे मानभावीपणे आभारही मानले होते.”

“पण तुला ही काझकडून मिळाली होती, हो की नाही?” सॅम्युएलने खोदून खोदून विचारलं. “तिला मारल्यावर तू पाठवलेल्या मारेकऱ्याने ती तुला एखाद्या चषकासारखी आणून दिली ना?”

“मी पाठवलेला मारेकरी? अरे तरुण पोरा, मी संग्राहक आहे. पैसा आणि रुची हे दोनच सेवक माझ्या सेवेत आहेत आणि त्या दोघांना ही असली लहानशी वस्तू हस्तगत करायला फार कष्ट करावे लागत नाहीत. असल्या किरकोळ गोष्टी माझ्याकडे ढीगाने असतील.” आता खान मनापासून आणि आत्मविश्वासाने हसला. लोरॉं पुढे सरसावली. तिने ती मूर्ती हातात घेतली.

“हीच ती. हीच काझ आणि माझ्याकडे होती. नक्कीच हीच.”

“खरं की काय? आता स्वत:च कबुली देणाऱ्या ह्या कलावस्तूंची चोरी करणाऱ्या या बाईवर किती विश्वास ठेवायचा? पात्रीस, आपण पुढे चालू करू या का?”

“खाली बस. आपण समजूतदार माणसांप्रमाणे यावर तोडगा काढू शकतो.” गूरदाँ सॅम्युएलकडे वळून म्हणाला.

“मंत्रिमहोदय, माझी खरी अडचण ही आहे की, माझा जीव धोक्यात आहे. माझ्यावर खुनाचा खोटा आळ ठेवलेला आहे. मला गुंगीचं औषध देऊन बेशुद्ध करण्यात आलं. अटक करून तुरुंगात ठेवलं, मारझोड केली आणि माझ्या गळ्याला तुमच्याच एका माणसाने पिस्तूल लावलं. आता तो सरकारी नोकर होता का नाही, हे मला माहीत नाही. या सर्व गोंधळात माझ्याकडून एक मारला गेला.”

"एकाला मारला?" गूरदाँने सॅम्युएलकडे गोंधळून पाहिलं.

सॅम्युएलच्या तोंडून हे कबुलीजबाब बाहेर पडत असताना त्याने केंपिसकडे मदतीच्या अपेक्षेने पाहिलं.

क्षणभर शांतता पसरली. केंपिसने आपला घसा मोकळा केला आणि बोलायला सुरुवात केली. "सॅम्युएलच्या कबुलीजबाबावर विश्वास ठेवायचा असेल, तर मग मला आता काही गोष्टी समजायला लागल्या आहेत आणि या सर्व प्रकाराचं मर्म ध्यानात यायला लागलं आहे, असं म्हणावं लागेल. तुम्ही म्हणजे खान आणि तुम्हीसुद्धा मंत्रिमहोदय, तुम्ही दोघांनी आखलेली संकल्पित योजना ही नियंत्रण मिळवण्याच्या कल्पनेवर आधारित आहे. त्यामुळे सॅम्युएलला तुम्ही लबाड दलाल म्हणून बाजारात उभा केलात. सगळा बाजार अस्थिर करून सोडलात. या गोंधळाचा फायदा घेऊन अब्जावधीची कमाई केलीत आणि त्याचं खापर सॅम्युएलवर फोडलंत."

खान आता केंपिसकडे रोखून पाहत होता. 'नसती कटकट मध्येच!' केंपिसने पुढे बोलायला सुरुवात केली. "पण यात एक अडचण अशी होती की, तुमच्या कल्पनेपेक्षा सॅम्युएल जास्त चांगल्या प्रकारे तुमच्या हातावर तुरी देऊन पळून जात होता. मला वाटतं, तुमच्या योजनेत तुम्ही दोघांनीच गरजेपेक्षा जास्त घोळ घालून ठेवला होता. हो की नाही? हे प्रकरण तुम्हाला फार महागात पडलं मि. खान. अर्थात तुम्हाला पैशाची फारशी फिकीर नाही म्हणा. खास करून मंत्रिमहोदयांना तर नाहीच नाही."

"तुम्ही जे सांगताय, त्यात तथ्य आहे डॉ. केंपिस. पैसा काहीच नाही आणि सगळंकाही आहे." बोलता बोलता खिडकीपाशी जात त्याने बाहेरच्या बागेवर नजर टाकली. "सॅम्युएल, तुला झालेल्या त्रासाबद्दल मी मनापासून दिलगिरी व्यक्त करतो, पण आता मीही तुला आमच्या योजनेत सामील व्हायची विनंती करतो. आपण सुसंस्कृत माणसं आहोत आणि तुला हेही पटेल की, आपण कायदा-सुव्यवस्थेचे रक्षक आहोत. आपण एक प्रकारची मानसिकता तयार करायचा प्रयत्न करत आहोत, ज्यामुळे अनागोंदीवर सुव्यवस्थेचं नियंत्रण असेल. आपण अनागोंदीला आपल्या गुलामाप्रमाणे वागवतो आणि त्यातून आपण भय आणि अव्यवस्था निर्माण करतो. शेवटी आपणच एका सुंदर, दर्जेदार आपल्या मनात येणाऱ्या विचारांच्या अनुसार रेखीव जगाची निर्मिती करू शकतो. आपण अशा बाजाराची उभारणी करू शकतो की, जो माणसाला मान देत सामाजिक मूल्याला महत्त्व देईल. पैशाच्या मागे धावण्याची आणि त्याची दादागिरी सहन करण्याची गरज पडणार नाही."

सॅम्युएलचं डोकं आता सणकायला लागलं होतं, पण केंपिसकडे पाहून त्याने ते शांत ठेवलं. केंपिस इतके शांतपणे बसले होते की, तो पाहतच बसला. शेवटी

त्या धनुधार्री मूर्तीची दखल घेतली गेली. ''माझ्या मनात तरीसुद्धा एक घोळ आहेच, जो तुम्हाला निस्तरायला लागेल. हे हाताळायला जरा जड जाईल. कारण त्यांच्याकडे असलेल्या माहितीमुळे तुमची वाट लागू शकते. तसं पाहिलं, तर तुम्ही काझला किंवा त्या तुंग्लीला मारलंत, हे मी सिद्ध करू शकत नाही, पण तरीसुद्धा मी असं सत्य उघड करू शकतो, ज्यामुळे तुम्ही अडचणीत येऊ शकता.''

''मी एक सांगू, मला त्या काझ आणि कोण तो, त्यांच्या निधनाविषयी काहीच माहिती नाही. अजिबात काहीच नाही.'' मंत्रिमहोदयांनी घाईघाईने खुलासा केला.

''माफ करा, पण मला तुमच्याशी इथे सहमत होता येणार नाही. हा सगळा प्रौढी मारण्याचा प्रकार आहे. माझी जवळपास खात्री पटलेली आहे की, तुम्ही किंवा खानने त्या लोकांना मारलं आहे'' सॅम्युएल जळजळीत स्वरात बोलला.

नेमकं त्याच वेळी मागचं दार उघडलं गेलं. त्याने मागे वळून पाहिलं. दारात उभा असलेला गृहस्थ इथे दिसेल, असं त्याला स्वप्नातही वाटलं नसतं.

''पुरावा नाही?'' तो गृहस्थ म्हणाला. ''कदाचित या कामात मी तुला काही मदत करू शकतो.''

त्याने आपला कॉम्प्युटर बंद केला आणि सरळ घरी जायला निघाला. संध्याकाळची गर्दी ओसरली की, भुयारी रेल्वेने जाणंच सोयिस्कर असतं. अर्थात तसा फारसा फरक पडत नाही आता.

घरी आल्यावर त्याने जेवणाच्या टेबलाखाली चिकटपट्टीने चिकटवलेली मेमरी स्टिक बाहेर काढली. त्या स्टिकमध्ये असलेली माहिती त्याने व्हर्चुअल साइटवर टाकली. काही गडबड झालीच असती, तर कमीत कमी त्याने मागे एक घोळ करून ठेवलेला असला असता.

नंतर त्याने आपल्याला बरं नसल्याचं ऑफिसला फोन करून कळवलं. म्हणजे त्याला तशा अर्थाने बरं वाटत नव्हतं, तर हे जे काही सभोवती चाललं होतं, ते पाहून तो वैतागला होता. नंतर त्याने त्याचा लँग्ले पास आणि जुनाट रिव्हॉल्वर शोधून ठेवलं.

आता फक्त फोनची वाट बघत बसणं, हेच काम उरलं होतं.

दुसऱ्या दिवशी त्याला हवी असलेली संधी मिळाली. काही मित्र दुपारी जेवायला एकत्र जमणार होते. त्याने लँग्लेचा पास खिशात टाकला, कमरेला पिस्तूल लावलं आणि अंगावर कोट चढवून बाहेर पडला. रस्त्यावर असलेल्या दुकानाच्या आणि रेस्टॉरंटच्या बाहेर सोनं, सिगारेट्स किंवा मौल्यवान वस्तूंच्या बदल्यात विक्री केली जाईल, चलनी नोटा स्वीकारल्या जाणार नाहीत, अशा अर्थाच्या पाट्या लावलेल्या होत्या. आर्थिक व्यवस्था कोलमडून पडत चालली होती, हे नक्की.

त्याचे अमेरिकन धाटणीचे उच्चार, ऑफिसचं ओळखपत्र, लँग्लेचा पास या सर्व गोष्टी त्याला आत सोडण्यासाठी पाहारेकऱ्याला पुरेशा होत्या. त्याने त्याला अदबीने आत जाण्याची खूण केली. खोलीबाहेर उभ्या असलेल्या दुसऱ्या पहारेकऱ्याची समजूत पटवायला जास्त वेळ लागला. जाड भिंगाचा चष्मा लावलेला बारीक

शरीरयष्टीचा तो पहारेकरी जास्तच चौकश्या करायला लागला होता. कमरेच्या पिस्तुलाने डोक्याच्या मागे हळूच एक फटका मारताच तो निपचिप झाला.

दाराबाहेर उभं राहून त्याने खोलीत जे काही चाललं होतं, त्याचा कानोसा घेतला. आतल्या लोकांचा चाललेला माजोरीपणा आणि हेकेखोरपणा पाहून तो अस्वस्थ झाला. या लोकांना असं देवासारखं वागू देणं धोक्याचं होतं. शेवटी ती घटका आली. त्याने कडीला हात घालून दार उघडलं.

आत खान होता, गूरदाँ होता. त्याशिवाय एक आक्रमक वाटणारी काळ्या केसाची बाई आणि याआधी न पाहिलेले एक वयस्क गृहस्थ होते. त्याच्यासमोर उभा असलेला स्पेन्डलव्ह आ वासून त्याच्याकडे बघत होता.

"पुरावा नाही? तो गृहस्थ म्हणाला. कदाचित या कामात मी तुला काही मदत करू शकतो."

३१

सॅम्युएलने सभोवताली पाहिलं आणि मग दाराच्या चौकटीत उभ्या असलेल्या माणसाकडे पाहिलं.

"मिलर! तुम्ही इथे काय करता आहात?"

"छान प्रश्न विचारलास स्पेन्डलव्ह. निदान आज तरी मी योग्य तेच केलं, असं तू म्हणू शकशील."

"तसं असेल तर अंतोन, हा चांगलाच बदल आहे म्हणायचं." खान थंडपणे म्हणाला.

"तुम्ही आत कसे काय आलात?" गूरदाँने रागाने विचारलं.

"महाशय, जसे बाकीचे आले तसाच." मिलर म्हणाला. मिलर शांतपणे उभा होता. सॅम्युएलला तर तो आज जास्तच बारीक झाल्यासारखा वाटला.

मिलरने गूरदाँकडे पाहिलं. "मंत्रिमहोदय, तुम्हाला माणसाचं स्वातंत्र्य, मान, सन्मान आणि प्रतिष्ठा या गोष्टींविषयी आदर असेल, पण इथे उपस्थित असलेल्या एकाला माणसाचं आयुष्य आणि यातना याविषयी जराही संवेदनशीलता नाही. मला सांगा, तुम्हाला खानच्या खऱ्या योजना काय आहेत, ते माहीत आहे का? म्हणजे शेवटी तुम्हालाही त्याच्या हुकमतीखाली आणायची त्याची योजना आहे, हे तुम्हाला माहीत आहे का?"

खान मिलरकडे रागारागाने पाहत होता, पण मिलर गूरदाँकडेच बघत होता.

"मला तसं वाटत नाही. कदाचित खानने तुम्हाला त्याची अंतिम योजना सांगितलीच नसेल. व्यवस्थापनाचं शास्त्र? जगात सर्वत्र गोंधळ उडवून द्यायचा. सध्याची अर्थव्यवस्था इतकी खिळखिळी करून सोडायची की, लोकांचा त्यावरचा विश्वासच उडाला पाहिजे. मग लोक खरेदीविक्रीसाठी चलनाऐवजी वस्तूंचा उपयोग करायला लागतील. मग सर्व व्यवहार, अन्न, सिगारेट्स आणि गरजेच्या सेवा यांच्याद्वाराच होईल. अरे हो! वेश्या व्यवसायाला खान साहेबांच्या कृपेने चांगलीच बरकत येईल."

गूरदाँने खानकडे पाहिलं. "हे काय बोलताहेत?"

खान काहीच बोलला नाही, पण त्याचा चेहरा आता पांढराफटक पडला होता आणि तो दातओठ खात होता.

"खानला हे जग आदिम काळात नेऊन ठेवायचं आहे, पण ते अध्यात्मिक भावनेतून नाही, तर स्वतःच्या फायद्यासाठी. त्याचा तो पोलंडचा खेळ यशस्वी झाला असता, तर त्याने त्या देशाला दिवाळखोर करून सोडलं असतं. पूर्वीच्या पूर्व युरोपियन देशांनी अन्नाच्या रूपाने करवसुली करण्याचं हल्लीच थांबवलं होतं आणि हा खान त्या सार्वभौम देशाच्या चलनावर बलात्कार करायला निघाला होता."

"हे खरं आहे का?" गूरदाँने विचारलं.

"तेऽ त्यांचं एक मत आहे."

"नाही." मिलर ठामपणे म्हणाला. "हे त्याच्याहून जास्त काहीतरी आहे. बघा."

असं बोलून मिलरने डाटा स्टिक गूरदाँसमोर टाकली.

"मी तुझा तो आदर्श व्यवस्था वगैरे पोरकटपणा ऐकलेला आहे खान. हीच युक्ती तू माझ्यावरही वापरली होतीस. माझ्याबरोबर राहा, शिखरापर्यंत चढा आणि हे सगळं साम्राज्य आपलंच आहे. सगळा फालतूपणा! आपल्या गुहेत बसून तो वेडा हिटलर असंच काहीसं बडबडत असे. तुला फक्त सत्ता हवी आहे, बाकी काही नको. तुला माणसाचं स्वातंत्र्य, मान आणि आयुष्य या विषयी काहीच वाटत नाही."

"मलाही माणसाच्या प्रतिष्ठेविषयी तुझ्याइतकाच आदर आहे बरं का काटकुळ्या माकडा!" खानला अशा प्रकारे वेडावत बोलताना सॅम्युएलने कधीच पाहिलं नव्हतं.

"हंऽऽ! पण माझ्याकडे असलेले पुरावे वेगळंच काही सांगतात."

खानवर नजर रोखत मिलर टेबलाच्या भोवती फिरत असताना सगळ्यांच्या नजरा मिलरवर खिळलेल्या होत्या. एखादा साप आपल्या सावजावर झडप घालण्याच्या आधी त्याला जसं संमोहित करतो, तसा मिलरचा आविर्भाव होता.

"आता माझ्या शब्दावर विश्वास ठेवा असं मी म्हणणार नाही, पण या डाटा स्टिकमधली माहिती तुमची खात्री पटवेल. खानच्या मनाला येईल त्या चलनावर तो हल्ला करत असे. यात त्याचे मुख्य साथीदार होते, मला वाटतं, सॅम्युएलने ओळखलं असेल, कॅथरिन काझ आणि डी. तुंग्ली."

"वेड्यासारखी तर्कहीन विधानं करतो आहे हा म्हातारा!" खान किंचाळत म्हणाला. नंतर हळूच पुटपुटला. "सिद्ध थोडीच करता येणार आहे?"

"मान्य कर खान, मान्य कर. तुला आपल्या सामर्थ्याचं प्रदर्शन करायची फार

हौस आहे. तुला मग या खेळात हौसेने भाग घेणारे साथीदार, गुंड यांची गरज पडली. मग असं काय बिनसलं की, तुला त्यांना मारण्याची सुपारी द्यावी लागली? त्यांनी तुझ्या विरोधात तोंड उघडण्याची धमकी दिली? का त्यांना जास्त कमिशन हवं होतं? का ही सगळी व्यवस्था उधळून लावण्याच्या तुझ्या सामर्थ्यामुळे आणि त्या गोंधळातून फक्त स्वत:च अमाप पैसा कमवण्याच्या कर्तबगारीपुढे ते अवाक झाले?''

गूरदाँ खानकडे टक लावून बघत होता. लोराँ खाली मान घालून बसली होती आणि कसल्यातरी गंभीर विचारात गुंतलेली होती. केंपिसने तर सर्वाधिकार मिलरच्या हवाली केले होते आणि आता पुढे काय होतं, त्याची ते वाट बघत होते.

''तुमच्यापाशी काही निर्णायक पुरावा आहे का?'' सॅम्युएलनं विचारलं.

''तुला माहीत आहेच सॅम्युएल, आपली डाटा सिस्टिम वेगळी असावी, याची खान फार काळजी घेत असे. फार थोड्या लोकांनाच त्याच्या व्यवहाराचे तपशील बघता येत असत. मोठमोठ्या संस्थांमध्ये ही एक अगतिकता दिसून येते की, ते संस्थेसाठी जास्त पैसा कमावून देणाऱ्याचे फार लाड करतात. खानला त्याने अनिर्बंध स्वातंत्र्य देत हवं ते करायची परवानगी दिली आणि रोपनरच्या प्रचंड भांडवलाच्या जोरावर तो जागतिक अर्थव्यवस्था उद्ध्वस्त करायला निघाला होता. मला वाटतं, तुझ्या हे लक्षात आलं होतं.''

''म्हणजे तुम्ही मला त्या इ-मेल पाठवत होतात आणि आगे बढोचे संदेश पाठवत होतात?''

मिलरनी काहीच प्रतिक्रिया न देता आपलं बोलणं पुढे चालू ठेवलं.

''... त्याने बाजारात घातलेल्या काही धाडी धाडसीपणाच्या होत्या. गॅलिमार्ड प्रकाशन संस्था. त्याचे तसे फार पैसे त्यात गुंतलेले नव्हते, पण त्यामुळे तुझी विल्यम बर्टनबरोबरची मैत्री समाप्त झालीच, पण आता तो तुझा घातक शत्रू बनला आहे, हे तुला पटलं असेल.''

सॅम्युएल विचारात पडला. म्हणजे मिलरला गॅलिमार्ड आणि बर्टन माहीत होते तर. कसं शक्य आहे?

''माझी? कसं सांगू तुला मिलर? शत्रूसंपदा प्रचंड आहे.'' खान हसत म्हणाला. ''कबूल आहे, त्यातले काही बर्टनपेक्षा जास्त श्रीमंत आहेत. पात्रीसच्या एका उद्योग समूहाला गॅलिमार्डचा ताबा मिळावा, म्हणून मी प्रयत्न केले हे खरं आहे, पण त्यामुळे फ्रान्सच्या सांस्कृतिक शिरपेचात एक चांगला तुरा खोवला गेला, हो की नाही पात्रीस?''

गूरदाँने त्याच्याकडे पाहत मान डोलावला. ''बाजारातला गोंधळ खान? चलनाऐवजी वस्तूंच्या देवाण-घेवाणीतून व्यवहार? वेश्या व्यवसाय?''

"मी हस्तक्षेप करावा असं तूच मला सांगितलं होतंस पात्रीस." खानच्या आवाजातला तणाव आता जाणवत होता. "बाजारातल्या नियमांची थोडीशी पायमल्ली झाली असेल, पण तू मला पूर्ण परवानगी दिली होतीस."

खान उठून खिडकीपाशी गेला. आपला माजी साहेब खिडकीतून वाकून खाली बघत असल्याचं सॅम्युएलने पाहिलं. खान स्वत:चा आत्मविश्वास वाढवण्याचा प्रयत्न करत असल्याचंही त्याच्या लक्षात आलं. कोपऱ्यात सापडलेलं मांजर जसं शेवटचा प्रयत्न म्हणून हल्ला करतं, तसा काहीसा खान चवताळलेला वाटत होता.

"तर मग कुठनं सुरुवात करू या?" खान आता सगळ्यांकडे बघून बोलत होता. तो आता परत नेहमीप्रमाणे सावरल्यासारखा वाटत होता. "मला वाटतं की, मी तुम्हा सगळ्यांवर थोडाफार नाराज आहे. अपवाद फक्त या बाईसाहेबांचा आहे, कारण मी त्यांना फारसं ओळखतही नाही आणि त्याही मला काही देणं लागत नाहीत."

"पात्रीस, या लोकांच्या उथळ विधानांनी तू भारावला गेलास, याचं मला नवल वाटतं आहे. मी माझं बोलणं संपवलं की, तुझं मत बदलेल कदाचित."

गूरदाँने मान डोलावली. तो आपला निकाल काही काळासाठी राखून ठेवणार होता.

"मिलर, तू एक धमाल प्राणी आहेस. तू तुझ्या मनातल्या राक्षसांनी तुझ्या डोक्यात भरवलेल्या कल्पनेतल्या जगात वावरत असतोस. तुझं हे असलं गांडू माणसासारखं माहिती गोळा करणं, माझ्यावर पाळत ठेवणं, ते तुझे साथीदार आणि न जाणे कोण-कोण आहेत, हे सगळं बकवास आहे. नुसते अंदाज बांधलेले आहेत, ठाम काही नाही. तू तुझ्या विश्वात आणि त्या ब्ल्यू फिल्मच्या जगातच शोभतोस. मला वाटतं, मी इतकंच तुझ्याविषयी चांगलं बोलू शकतो."

खान टेबलापाशी आला आणि ग्लासात पाणी भरून परत खिडकीपाशी गेला. खोलीत शांतता पसरली होती. खान पुढे काय बोलतो आहे याच्याकडे सगळ्यांचं लक्ष लागलं होतं. त्याने शांतपणे एक पाण्याचा घोट घेतला आणि पुढे बोलायला लागला. "आता डॉ. केंपिस, तुम्ही काही मोजक्या तथ्यांच्या आधारावर मारे मोठमोठे सिद्धान्त मांडता, पण तुम्हीही खोटेपणा करताच. सॅम्युएल, मला एक सांग, मी आणि पीटर एकमेकांचे चांगले मित्र आहोत, हे तुला माहीत होतं?"

सॅम्युएल खानकडे बघतच राहिला.

खानने खिशात हात घालून पाकीट बाहेर काढलं.

"तुला फार मोठा धक्का बसणार आहे सॅम्युएल. पीटर माझाच नाही, तर तुझ्या वडलांचाही फार जवळचा मित्र होता. हे बघ." असं म्हणत त्याने काही फिक्कट होत चाललेले फोटो सॅम्युएलच्या दिशेने भिरकावले. "काय म्हणणं आहे

तुझं याच्यावर?''

सॅम्युएलने ते उचलले. पहिला फोटो सगळ्या वर्गाचा होता. ब्रासनोझ कॉलेजच्या डीअर पार्कची पाश्वभूमी त्याने लगेच ओळखली. पुढे अनेक बालिश चेहऱ्याचे तरुण बसले होते. एक होता तरणाबांड खान आणि त्याच्या पुढच्या दोन ओळी सोडून बसले होते या कानापासून त्या कानापर्यंत हसणारे डॉ. केंपिस.

''खान, मला वाटलं तू केंब्रिजमध्ये होतास, प्रिन्सटनमध्ये नाही.''

''मी ऑक्सफर्डमध्ये नागरी कायद्याचा अभ्यास सुरू केला, पण ते मला झेपलं नाही, म्हणून सोडून दिलं.''

खान केंपिसकडे पाहत होता. त्याच्या काळ्या डोळ्यात आता विखार दिसत होता.

सॅम्युएलने केंपिसकडे पाहिलं. आता ते खाली मान घालून बसले होते.

''पीटर, तुम्हाला खान माहीत होता, तर आधी का नाही बोललात?''

''तो दुसरा फोटो बघ सॅम्युएल.'' खान म्हणाला.

दुसऱ्या फोटोत दोन तरुण एकमेकांच्या साथीत मस्तपैकी दारू पीत होते. त्यांच्या चेहऱ्यावरून ते काही भानगड करायच्या विचारात असल्यासारखं वाटत होतं; पण फोटोचं जास्त नीट निरीक्षण केलं असता त्या दोघांनी मारलेल्या मिठीवरून, ते फारच जवळचे मित्र, नव्हे प्रेमी असल्यासारखं वाटत होतं. त्याच्या वडलांच्या खांद्यावर हात ठेवणारा गृहस्थ त्या मुलाचा आक्रमक प्रेमी असल्यासारखा दिसत होता.

सॅम्युएलचं हृदय आता प्रचंड धडधडत होतं. त्याने तो फोटो केंपिससमोर धरला आणि म्हणाला, ''पीटर, हे असं काही नव्हतं ना?''

त्यांनी तो फोटो पाहिला आणि मान वळवत म्हणाले, ''निदान आत्तातरी जशा गोष्टी दिसत आहेत, तशाच त्या घडल्या.'' आपल्या छाताडावर कोणीतरी घणाचे घाव घातल्यासारखं सॅम्युएलला वाटलं. त्याने परत फोटो पाहिला. 'आपला बाप, डॉ. केंपिसचा वैषयिक गुलाम?' स्टोलिचनाया व्होडकाच्या बाटलीच्या मागे हे प्रेमी युगल उभं होतं. त्यांच्या मागे असलेल्या पोस्टरवर एका साम्यवादी चळवळीच्या लोकप्रिय पुढाऱ्याचं चित्र होतं.

त्या फोटोचा नीट परिणाम होईपर्यंत खानने ते सॅम्युएलकडून परत घेतले नाहीत. योग्य तो परिणाम झाला आहे असं दिसताच खानने चतुराईनं ते फोटो ताब्यात घेतले.

''हां तर मग सॅम्युएल, ते फोटो काय सांगत होते? मला माहीत आहे की, मी तुझा वापर करून घेतला, असा तुझा समज असल्यामुळे तू माझ्यावर नाराज आहेस. पण आपल्या दोघांच्या मित्राचं, डॉ. केंपिसचं काय? तू तर त्यांच्याकडून

मार्गदर्शन घेत होतास. असं तर नाही की, त्यांनी जसा तुझ्या बापाचा उपयोग करून घेतला तसा तुझाही ते करत होते? आणि तोच प्रयोग माझ्यावरही करायला बघत होते.''

''पीटर?'' सॅम्युएलच्या नाडीचे ठोके आता जलद पडत होते. ''पीटर सांगा ना, हे असं नव्हतं.''

''तुझा बाप एक छान उमदा तरुण होता सॅम्युएल, पण तो कम्युनिझम आणि दारूच्या नादाला लागून भरकटला होता.''

''आणि अर्थातच तुम्ही केंपिस महाशय!'' खानने पुन्हा आगीत तेल ओतलं. ''तुम्ही जरी मोठाल्या तात्त्विक गोष्टी सांगितल्यात, तरी त्या सुंदर पोराचे मुके घेण्याचा मोह तुम्हाला टाळता आला नाही. त्या पोराचं भलं करायची जर तुमची मनापासून इच्छा होती, तर तुम्ही त्याच्याशी सभ्यपणेच वागायला हवं होतं. समलैंगिकतेविषयी माझा काहीच आक्षेप नाही, पण अठरा वर्षाच्या पोरांना नादी लावणं, हा त्या काळात गुन्हा होता. तुम्ही तुमच्या अधिकारांचा गैरवापर केलात. तुमची मर्जी न राखणारा पोरगा कितीही हुशार असला, तरी त्याला कधीच चांगले मार्क मिळत नसत.''

खान सॅम्युएलच्या जवळ गेला. ''तुझ्या वडलांच्या मार्गदर्शकाला तू त्यांच्या उतार वयात भेटलास, हे तुझं नशीबच म्हणायचं. बरोबर आहे ना डॉ. केंपिस?''

केंपिसने खानच्या नजरेला नजर भिडवली नाही.

''तेव्हा सॅम्युएल, मी तुला इतके दिवस मदतच करत होतो. अर्थात तू त्याला बनवाबनवी म्हणशील. तुझ्या वडलांचा जसा केंपिसनी छळ केला, तसा मला तुझा होऊ द्यायचा नव्हता. मी तुला बोलावून घेतलं आणि ती वेळसुद्धा चपखल होती. तू आलास.''

सॅम्युएल पायाच्या अंगठ्याकडे बघत राहिला. आपला मेंदू आता तडकणार, असंच त्याला वाटलं. त्याचे वडील आणि केंपिस. खानला हे सगळं आधीच माहीत होतं; काझ आणि तुंग्लीच्या मृत्यूचा खेळ, सगळं जगच बदललं होतं. त्यानं केंपिसकडं पुन्हा रोखून बघितलं.

''मला तुला कसलीच इजा करायची नव्हती सॅम्युएल.'' केंपिस काकुळतीने म्हणाले. ''तुझे बाबा आणि मी... ते फार वर्षापूर्वी घडून गेलं... मला तुला काहीच इजा करायची नव्हती. तुला सतत तुझ्या आयुष्याची भीती दाखवत हा सैतान तुला छळत होता.''

केंपिसचा भावना उद्रेक कमी होईपर्यंत खान थांबला. ''ह्या ऑक्सफर्डच्या वाईट प्रभावापासून दूर राहा. हे सगळं प्रकरण ते विनात्रास पटवायला बघताहेत.''

खान सॅम्युएलच्या जवळ आला आणि जणूकाही ते दोघंच खोलीत असल्यासारखं

हळूहळू आवाजात बोलायला लागला. "परत सगळं असंच घडेल सॅम्युएल. गोष्टी कशा चुकत गेल्या तुला माहीत आहे. तू मला परत त्या मार्गावर आणायला मदत करू शकतोस. एक मात्र लक्षात ठेव, हे सगळं सत्ता आणि नियंत्रणासाठी चाललेलं नाही. हा सगळा गोंधळ आणि अव्यवस्था दूर करून सुव्यवस्था आणणं, हा आमचा उद्देश आहे. आपण या जगात चांगली कार्यपद्धती स्थापन करू शकतो."

आपला हात पुढे करत खान सॅम्युएलच्याजवळ गेला, "ये, आमच्यात सामील हो. या सगळ्या किरकोळ गोष्टी, दागदागिने सगळंकाही तुझं होऊ शकतं, फक्त तू हुकूम करायचा अवकाश!"

टेबलावर बसलेले सगळे आपल्याकडेच बघत आहेत, हे सॅम्युएलला समजत होतं. "मी जे काही शोधायला नको होतं, ते शोधून काढलं. हो ना खान? म्हणजे मी अगदी जवळ येऊन ठेपलो होतो आणि त्या माहितीमुळे फार फरक पडला असता. तू काझला जगू द्यायला हवं होतंस." लोराँकडे पाहत सॅम्युएल म्हणाला.

"त्या चवचाल बाईविषयी इतका जिव्हाळा तू दाखवू नयेस, असं मला वाटतं. हा अश्लीलपणाच तुझ्या अध:पतनाला कारणीभूत ठरेल सॅम्युएल." खान अधीरपणे म्हणाला.

खान आणि केंपिसने एकमेकांकडे पाहिलं. काही वेळापूर्वी जरी ते एकमेकांचे शत्रू असले, तरी आता एक झाल्यासारखे वाटत होते. सॅम्युएलला ज्या व्यावहारिक आणि तात्त्विक जगाची काळजी होती, ते त्यांच्या दृष्टीने गैरसोयीचं होतं. दोघांचं या विषयी एकमत होतं.

"तेव्हा तू मान्य केलंस तर?" सॅम्युएल ओरडून म्हणाला. "स्वत:च्या डामडौल आणि सत्तेपुढे तुला बाकी कशाचीच पर्वा नाही. काझ आणि तुंग्ली यांना काही हवं होतं किंवा ते तुझ्या खेळाविषयी काहीतरी जगाला ओरडून सांगणार होते. असो. तिला ती गोष्ट मला सांगायची परवानगी नव्हती. बरोबर?"

आता सॅम्युएल हातचा गेला, हे खानच्या लक्षात आलं. त्याने आशेने गूरदाँकडे पाहिलं. "व्यवहारी दृष्टिकोन ठेवण्याचं तुझं हे वेड फार घातक आणि विनाशक आहे सॅम्युएल. तू आज एका मोठ्या योजनेची वाट लावलेली आहेस. हरकत नाही. तरीसुद्धा आपण चर्चा करू शकतो. आपण क्षणभर असं समजून चालू की, काझला माझ्या योजनेविषयी काही गुप्त माहिती समजली होती. मग मी ती योजना कशी काय गुप्त ठेवू शकलो असतो? आणि जर तिने तुला काही सांगितलं असतं, तर तुझी मग धडगतच राहिली नसती."

"एखाद्या देवासारखा आव आणत बोलू नकोस खान. हे सगळं होत असताना तू फक्त तुझाच विचार करत आलास. मिलरचंच बरोबर होतं. तुला सगळंकाही हवं आहे. मुजोर आणि लोभी माणसाला स्वप्नात जितकी सत्ता हवी असते तेवढी सत्ता

तुला हवी आहे. मग त्यासाठी लाखो लोकांचं आयुष्य बरबाद झालं तरी चालेल.''

''सॅम्युएल, अरे स्वत:लाच किती क्षुद्र बनवतो आहेस? एका फालतू दलालाच्या मरणाविषयी तू इतका बारीकसारीक विचार करतो आहेस! खरंतर तू एका भव्यदिव्य चित्राच्या बाबतीत असा विचार करायला हवास. मला वाटतं, मी आता तुझा विचार करणं थांबवलं पाहिजे.''

''मला नाही तसं वाटत खान. त्या आधी आपल्याला काही महत्त्वाच्या गोष्टींवर चर्चा करायला हवी.'' गुरदाँने अधिकार गाजवत सांगितलं.

''माझा नाइलाज आहे, पण मी तुझ्या मताशी सहमत होऊ शकत नाही पात्रीस.''

खानने त्याच्या मनगटाच्या घड्याळावरचं बटण दाबलं, तेव्हा बाहेर दोन बंदुकीचे बार उडाल्याचा आवाज आला. नंतर धाडकन दार उघडलं गेलं आणि एक काळा सूट घातलेला काळा माणूस आत आला. त्याच्या हातात सायलेन्सर लावलेलं पिस्तूल होतं आणि ते त्याने सर्वांवर रोखलं होतं. कोणी जागचं हललं नाही.

''मला हे सगळं टाळायचं होतं.'' खान म्हणाला. ''काय करणार, सुसंस्कृतपणे काही क्रांती करायची होती, पण परिस्थितीने त्यात विघ्न आणलं. फार वाईट! सॅम्युएल, आता तुझं काय करायचं, ते मला ठरवावं लागेल. हा झेविअर.'' काळ्या माणसाकडे हात दाखवत खान म्हणाला, ''तुला भेटण्यासाठी उतावळा झाला आहे.'' आपला जखमी हात बँडेज बांधलेल्या डोक्यासमोर धरून झेविअर सॅम्युएलकडे बघून हसत होता.

मिलरला कमरेला पिस्तूल असल्याची जाणीव झाली.

''खान, तू किती खालच्या पातळीला चालला आहेस कळतंय का तुला? फार शरमेची बाब आहे.'' गूरदाँ खोलीच्या कोपऱ्यातून बोलला.

तो काळा खुनी हातातलं पिस्तूल सरसावत खोलीच्या मध्यावर यायला लागला, तसं सगळ्यांचं लक्ष त्याच्या हातातल्या पिस्तुलाकडेच होतं. खान कुत्सितपणे हसत होता. त्याचे डोळे आता प्रत्येकाचा चेहरा न्याहाळत होते. एखादा हिंस्र पशू श्वापदावर झडप घालायच्या आधी ओठावरून जीभ फिरवतो, तशी खान जीभ फिरवत होता.

''हे फार दुर्दैवी आहे; पण माझा नाइलाज आहे. तुम्ही ज्या केविलवाण्या बंधनात तुमचं उरलेलं आयुष्य घालवू इच्छिता त्याच्याशी माझी काही बांधिलकी नाही. तुमची ती मध्यमवर्गीय विचारसरणीची नाटकं, तुमचं केविलवाणं जिणं, एकाच पठडीतली विचारसरणी आणि निरर्थक जगणं!''

तो पिस्तूलधारी आता सॅम्युएलच्या दिशेने चालला होता आणि त्याचं पिस्तूल सॅम्युएलच्या डोक्यावर रोखलेलं होतं.

"तुझं नशीब चांगलं नाही. मी असा सहजासहजी मरत नाही." तो म्हणाला. "तुझ्याविषयी काय? तूसुद्धा उसळी मारू शकतोस. आम्हाला बघता येईल का?"

"नाही!"

लोराँ आता सभोवताली बघत होती. आजूबाजूला जे काही घडत होतं, त्यामुळे ती उदास झाली होती. तो पिस्तूलवाला बाजूने चालला असताना तिने एक गिरकी घेतली आणि ती धनुर्धाऱ्याची मूर्ती त्या काळ्याच्या जांघेत घुसवली. तो वेदनेने किंचाळला तसं त्याच्या हातातलं पिस्तूल दोन वेळा उडालं.

एक गोळी कसलंही नुकसान न करता भिंतीवर जाऊन आदळली. दुसरी गोळी उडाली तेव्हा मोठी किंकाळी ऐकू आली.

"अरे देवा, मला गोळी लागली!" आपला चिंधड्या झालेला हात उंचावत खान म्हणाला.

"ठीक आहे. बास झालं. आता सगळे शांत राहा. ते पिस्तूल इकडे आणा!" मिलरने हातातलं पिस्तूल सगळ्यांना दाखवत आज्ञा केली.

याच वेळी सुरक्षारक्षक आत घुसले आणि खाली जमिनीवर असलेल्या काळ्यावर आपल्या मशिनगन्स रोखत सगळ्यांना खाली जमिनीवर झोपण्याच्या सूचना दिल्या. मिलरने त्याचं लँग्लेचं ओळखपत्र दाखवलं. सुमारे अर्धा डझन पोलीस खोलीत घुसले.

"मला गोळी लागली आहे, खरंच गोळी लागली आहे." खान कळवळून सांगत होता.

"हो खान," सॅम्युएल गूरदाँसमोरून खानपाशी जात म्हणाला, "तुला खरंच गोळी लागली आहे.'

३२

त्या रात्री गूरदाँने दिलेलं भोजनाचं आमंत्रण सॅम्युएल आणि लोराँने नाकारलं होतं. बाजारात उडालेल्या गोंधळाची आणि फसलेल्या प्रयोगाची चर्चा करण्यात मला यापुढे रस नाही, हे सॅम्युएलने मंत्रिमहोदयांना पटवून दिलं होतं. त्याला परत त्याचं आयुष्य हवं होतं. त्या राजकारण्याने त्याचं म्हणणं समजून घेतलं आणि ते राहत असलेल्या पाहुण्यांच्या कक्षात त्यांचं जेवण पाठवण्याची व्यवस्था केली. त्या दिवशीच्या प्रकारानंतर मंत्रिमहोदयांनी त्या दोघांना काही दिवस त्यांच्या बंगल्यावर राहण्याचं आमंत्रण दिलं होतं. सॅम्युएलला ज्या प्रकारे वागवण्यात आलं होतं, त्याबद्दल गूरदाँ अतिशय दिलगीर होता. शिवाय गॅलिमार्ड प्रकाशन संस्था फ्रेंचांच्या ताब्यातच राहावी, म्हणून जे काही प्रयत्न झाले होते, त्यामागे नकळत का होईना, गूरदाँचा हात होता, हे समजल्यामुळे तो अस्वस्थ झाला होता. झालेल्या सर्व प्रकाराला छानपैकी राजकीय मुलामा देण्याचं गूरदाँने ठरवलं आणि त्या काळात सॅम्युएलने फारसं सक्रिय न राहण्याच्या त्याने सूचना दिल्या.

त्यांच्या दरवाजाचं दार ठोठावलं गेलं. एक झकपक पोशाख केलेला सरकारी चाकर दारात उभा होता.

त्याने आणलेल्या ट्रेमध्ये चविष्ट भोजन आणि मेउरसाँ वाइनची बाटली होती. लोराँ पलंगावर बसली होती आणि सॅम्युएल टेबलावरची मासिकं सारखी करून ट्रेसाठी जागा करत होता. तो सेवक परत गेल्यावर सॅम्युएल पलंगावर चढला आणि लोराँच्या भोवती हाताने मिठी मारत तिला काही खाण्याविषयी सुचवू लागला. खानच्या खोटेपणाची सर्व कथा ऐकल्यापासून ती फार गप्पगप्प झाली होती, पण आतून मात्र संतापाने फणफणली होती.

"मला अजूनही काझच्या बाबतीत न्याय हवा आहे." लोराँ म्हणाली.

"जर त्या काळ्याने कबुलीजबाब दिला, तर खटला भरण्याचं गूरदाँने आश्वासन दिलं आहे."

"ओ! तो छबकडा झेवियर? मला वाटतं त्यापेक्षा माझ्याकडे जास्त चांगला मार्ग आहे." दारातून गूरदाँ म्हणाला. लोराँ आणि सॅम्युएलच्या चेहऱ्यावरचे आश्चर्याचे भाव पाहून गूरदाँ म्हणाला, "मला माफ करा, पण दार उघडंच होतं."

सॅम्युएलने त्याला आत यायची विनंती केली. गूरदाँ पलंगासमोरच्या आरामखुर्चीत बसला.

"मी खानशी बोललो आहे. त्याच्या सांगण्याप्रमाणे त्याच्या साथीदारांनी स्वतःच्या मनानेच काझ आणि तुंग्लीवर हल्ले केले."

"म्हणजे सॅम्युएलवरचा हल्ला की काझचा खून."

"दोन्ही. पण झेविअर आणि खानच्या विरोधातले पुरावे फारच तकलादू आहेत."

"अशक्य! तुम्ही परत एकदा सगळ्याची चौकशी करा हवीतर." पलंगावरून ताडकन उठत लोराँ म्हणाली.

"मादम्वाझेल द ला जेनेस्त. (त्याची तुम्ही काळजीच करू नका.) काझच्या आणि ब्लाँदो, बूशीनेसकट तीन सुरक्षा-कर्मचाऱ्यांचा खून करण्याच्या आरोपावरून खानवर खटला तर नक्कीच भरला जाईल. सरकारी कर्मचाऱ्यांना जीवे मारणे, याचा अर्थ देशद्रोह होतो आणि त्यासाठी फार मोठी शिक्षा कायद्यात आहे."

ब्लाँदो आणि बूशीनेची बातमी ऐकून सॅम्युएलला वाईट वाटलं, पण त्यांच्याकरता अश्रू ढाळण्यासारखे त्यांचे संबंध नव्हते. "शिवाय अफरातफर आणि चोरीच्या गुन्ह्याखाली त्याच्यावर वेगळा खटला भरला जाईल. तो आयुष्यात परत कधी तुरुंगाच्या बाहेर पडेल असं मलातरी वाटत नाही."

"पण मंत्रिमहोदय, तुमचं काय?" लोराँने विचारलं. "या सर्व प्रकरणामुळे तुमची प्रतिमा डागाळेल, त्याचं काय?"

"हो म्हणजे, ते जरासं अवघड जागेचं दुखणं ठरणार आहे. माझे आणि खानचे कुठलेही अधिकृत संबंध नव्हते आणि जे काही होते, त्या विषयी फार थोडे साक्षीसाठी पुढे येतील."

त्याने प्रश्नार्थक मुद्रेने त्या दोघांकडे पाहिलं.

"म्हणजे आपण लोकांच्यापुढे जर ह्या बाजाराच्या घातपाताची आणि तो अस्थिर करण्याची बाब उघड केली नाही, तर मग खानवर दावा लावायचा मार्ग सोप्पा होईल, असंच ना?"

गूरदाँने मानेनेच होकार दिला. लोराँने तिचं डोकं हलवत उच्छ्वास सोडला. आता बदला घेण्याचं काम तिने सॅम्युएलकडे सोपवलं.

"याचा अर्थ काझला मारण्याची सुपारी खाननेच दिली, हे तो कबूल करतो आहे का?"

"करून घेतलं असेल. गॅलिमार्डचेही शेअर असतील कदाचित. पण मग

सगळ्या बाजारातच गोंधळ घालायची त्याची योजना काझला समजली असेल आणि मग तिने त्याच्या व्यवहारांच्या नोंदी ठेवायला सुरुवात केली असेल. कदाचित काझने असा तर्क केला असेल की, सगळ्या बाजाराला बाजूला करून खान स्वत:लाच सर्वेसर्वा बनवण्याच्या मागे असावा. आपली योजना काझला समजली आहे, असं खानच्या लक्षात आल्यानंतर काझचं जगातून जाणं ठरलेलं होतं. सत्तेची हाव आणि उद्दामपण या दोन दुर्गुणांनी त्याच्यातली माणुसकी ओरबाडून टाकली होती.''

''हे तर्कसंगत वाटतं आहे, पण काझच्या खुनामागे नक्की कोण होता आणि त्या मागचं कारण काय होतं, हे समजायला काही काळ जावा लागेल.''

सॅम्युएलने वाइनचा घोट घेतला. ''त्या तुंग्लीचं काय?''

''आता खरं म्हणजे ते सगळं फ्रँकफर्टमध्ये घडलं, त्यामुळे नक्की काय घडलं असेल, ते सांगणं अवघड आहे. आत्ताच्या घटकेला तरी असं वाटतं की, दारू, जुगार किंवा अमली पदार्थ यांपैकी काहीतरी कारण असेल. खान आणि त्याचा तो काळा साथीदार त्यांचा यात हात असल्याचं नाकारतात आणि माझा त्यावर विश्वास आहे. तुंग्लीला व्यसनाची समस्या असावी. आता आपल्याच बाजारातल्या लोकांचं बघ. आम्ही आमच्या ऑलिंपस योजनेच्या वेळी एक सर्वेक्षण केलं होतं. तेव्हा असं लक्षात आलं की, काही जण अगदी बरबादीच्या काठावर जगत असतात. कॅफीन, दारू, अमली पदार्थ आणि बायका, ही व्यसनं त्यांना मदत करत असतात. तुंग्ली एखाद्या मोठ्या दलालाच्या मर्जीतून किंवा अमली पदार्थाच्या दलालाच्या मर्जीतून उतरला असेल. तो त्याचे पैसे देऊ शकत नसावा.''

''पण याचा अर्थ पैसे बुडालेल्या त्या माणसाने त्या पैशावर पाणी सोडायचं, असाच झाला.'' सॅम्युएल उपरोधाने म्हणाला.

''असे अनेक दलाल आहेत की, जे वर्षाकाठी अशी वसूल न होणारी रक्कम ते धंद्याचा भांडवली खर्च म्हणून आपल्या वहीखात्यातून काढून टाकतात.''

''आणि सॅम्युएलचं काय?'' लोराँने मध्येच विचारलं. ''बाजाराच्या दृष्टीने सॅम्युएल एक धोकेबाज दलाल आहे आणि त्याला फासावर चढवण्याची सगळ्यांनी तयारी केली आहे.''

''वित्तमंत्रालयात असलेल्या माझ्या मित्रांनी मला सांगितलं की, बाजार परत उसळी मारून वर येतो आहे.''

''काय? उसळी?'' लोराँ अविश्वास दाखवत म्हणाली.

''हो! हो! उसळीच. आणि तीसुद्धा बऱ्यापैकी.''

''मग...'' गूरदाँ सॅम्युएलकडे वळत म्हणाला. ''आपण करार करायचा ना?''

''मला वाटतं, मी आता कुठलाही आणि कुणाशीही करार करायच्या मन:स्थितीत

नाही. बघा ना, मी आधी केलेल्या करारांचं काय झालं? केंपिस यांच्याशी करार केला, पण त्यांनी माझ्या वडलांना जसं लुबाडलं, तसंच ते मला लुबाडायला निघाले होते. त्या स्वकेंद्रित खानच्या बाबतीत तेच झालं. त्याला तर इतरांच्या जिवाची काहीच काळजी नव्हती. मंत्रिमहोदय, मला आता या करारांचा वीट आला आहे.''

''हरकत नाही, मला समजतंय तुला काय म्हणायचं आहे ते, पण मी तुझ्या सदसद्विवेकबुद्धीवर विश्वास ठेवू शकतो ना?''

सॅम्युएलने एक सुस्कारा सोडला आणि म्हणाला, ''अर्थातच!''

गूरदाँने मान किंचितशी वाकवून त्याचे आभार मानले.

''सॅम्युएल, गेले काही दिवस तुला फारकाही सहन करावं लागलं. तुम्ही दोघंही थकल्यासारखे दिसता आहात. मी जातो आता. तुम्ही जेवून घ्या. आपण उद्या परत बोलू. मी उद्या सकाळी जनतेसाठी एक निवेदन देणार आहे आणि त्यात मी तू पूर्णपणे निर्दोष असल्याचं जाहीर करणार आहे. ते प्रसिद्धीला देण्याआधी मी तुला वाचायला देईनच.''

गूरदाँचं राजकीय भवितव्य आता संकटात आलं होतं, म्हणूनच तो आपलं राजकीय कौशल्य पणाला लावून सॅम्युएल आणि लोराँला सहकार्यासाठी राजी करत होता. हा माणूस काही चुकीच्या गोष्टी सुधारण्याचा प्रयत्न करत असल्याचं सॅम्युएलचं मत होतं. घडून गेलेल्या घटनांचा बारीकसारीक तपशील गूरदाँला विचारत बसण्यात सॅम्युएलला रस नव्हता. त्याने मंत्रिमहोदयांचे पाहुणचारासाठी आभार मानले आणि त्यांना निरोप दिला.

गूरदाँ जाताच लोराँ पलंगावर धाडकन आडवी झाली आणि मुसमुसून रडायला लागली. सॅम्युएल तिच्याजवळ गेला आणि तिचे केस कुरवाळत तिच्या कपाळाचं त्यानं चुंबन घेतलं. नंतर दोघंही एकमेकांच्या मिठीत विसावले आणि गेल्या काही दिवसांत घडलेल्या घटना खरंच घडल्या होत्या का, याचा विचार करायला लागले. निदान त्यांना आता काझचा खुनी कोण, हे तरी समजलं होतं किंवा तसं वाटत होतं. या सर्व प्रकरणापायी आयुष्यातले काही चांगले क्षण उगाचच वाया गेले, असं त्यांना वाटलं.

आता लोराँ रडायची थांबली होती आणि तिचा डोळा लागला होता. सॅम्युएलने हलकेच दिवे बंद केले. बाहेरच्या बागेतल्या दिव्यांचा प्रकाश खिडकीच्या पडद्यातून आत झिरपत होता. बागेतल्या कारंज्याच्या पाण्याची खळखळ त्याला ऐकू येत होती. तो आवाज जणूकाही आनंद आणि आशा पल्लवित करत होता. त्याच्या आणि लोराँच्या नशिबात काय असेल, याचा विचार करत असताना तोही झोपेच्या आहारी गेला.

बरीच रात्र उलटून गेली. ती दोघं गाढ झोपलेली होती. लोरॉं प्रथम उठली आणि तिनं सॅम्युएलच्या गालाचं चुंबन घेतलं.

"तुला आता जरा बरं वाटतं आहे का?" आळोखेपिळोखे देत सॅम्युएलने विचारलं आणि तिला घट्ट मिठीत घेतलं.

"आता खरंच मला बरं वाटतंय. फक्त काझचा विचार केला की वाईट वाटतं. ती माझी फार चांगली मैत्रीण होती आणि तिचं हे मरायचं वय नव्हतं. मात्र या सगळ्या प्रकरणात एक चांगली गोष्ट झाली. ती म्हणजे आपण एकमेकांना भेटलो." तिने त्याचं आवेगाने चुंबन घेतलं, तेव्हा त्यानेही साजेसा प्रतिसाद दिला. आता जिभेने मुखसंचार करत तिने सॅम्युएलचा ओठ हलकेच चावला. त्याचं अंग शहारलं. आता तो तिच्या बटणांशी खटपट करायला लागला.

"मी तुझ्याबरोबर जसे प्रेमाचे चाळे करते, तसे मी कोणा पुरुषाबरोबर करीन, असं मला कधी वाटलंच नाही सॅम्युएल."

"म्हणजे तुला बायकाच जास्त आवडत होत्या का?"

"एखाद्या स्त्रीला नक्की काय हवं असतं, ते तुझ्यासारख्या फार थोड्या पुरुषांना समजतं."

"पण तरीही माझं लग्न टिकलं नाहीच."

"पुरे आता. तो विषय परत परत काढू नकोस." लोरॉंने दटावणीच्या सुरात सांगितलं. आता बटणांशी खटपट करायची लोरॉंची पाळी होती.

"आपला भूतकाळ आपण दोघांनीही विसरायला हवा. आता काझ आणि गेल यांचं नावंही काढायचं नाही. आपण दोघंही एक प्रकारे शोकाकुल आहोत, पण आता पुढे जात राहायला हवं."

तिच्या हाताचा मुलायम तळवा आता सफाईने फिरत होता आणि सॅम्युएल हुंकारे भरत दाद देत होता.

आता ती खाली सरकली. तिथे उबदार ओठांचा ओलसर स्पर्श होताच सॅम्युएलच्या अंगावर शहारा आला. आता तो एका वेगळ्याच विश्वात पोहोचला होता. या उत्कट आनंदाच्या क्षणी फक्त त्या क्षणाला महत्त्व होतं; बाकी कशालाही नाही. तो तिचे काळेभोर केस कुरवाळत होता. ती परत वरती सरकली आणि तिने त्याच्या तोंडाचं दीर्घ चुंबन घेतलं.

तिचा टॉप मघाशीच गळून पडला होता. आता त्याच्या पाठोपाठ इतर वस्त्रही गळून पडली. दोघांनी यथेच्छ शृंगारलीला करत श्रमपरिहार केला. आता प्रत्यक्ष क्रियेला सुरुवात झाली होती. लोरॉं आता आवेगाने किंचाळत होती. हे सगळं संपूच नये, असं दोघांनाही वाटत होतं.

आता दोघंही एकमेकांची आवेगाने चुंबनं घ्यायला लागली होती. दोघांचेही हुंकार आणि घुमलेले आवाज ऐकायला यायला लागले. दोघांचही आयुष्य आता पार बदलून गेलं होतं.

महोगनीच्या अतिविशाल जेवणाच्या टेबलावर सॅम्युएल आणि लोरॉं एका बाजूला बसले होते. गूरदॉंची खाजगी पत्र एका उंची थाळीत सेवकाने आणली. सोबत ती पत्रं उघडण्यासाठी चांदीची सुरी होती. त्याने ती थाळी हातांनी बाजूला केली. आज सकाळी त्याला इतर काही महत्त्वाची कामं उरकायची होती.

"काय, नीट झोप झाली ना?" त्याने उत्साहाने विचारलं.

"गेल्या काही आठवड्यातल्या घटनांमुळे शांत झोप लागणं अवघड होतं, पण विचारल्याबद्दल आभार."

"सॅम्युएल, काल तुला बोलल्याप्रमाणे मी आज एक निवेदन प्रसिद्धीसाठी देणार आहे. त्यात मी तू पूर्णपणे निर्दोष असल्याचं जाहीर करून दुष्ट प्रवृत्तीच्या लोकांनी तुला बळीचा बकरा बनवला, असं सांगणार आहे. या प्रकरणात खान दोषी आहे असं आत्ताच आपण म्हणू शकणार नाही, कारण तसं न्यायालयात सिद्ध झालं पाहिजे. मात्र अनेक आरोपांखाली त्याला पकडलेलं असून त्यात खुनाचा कट केल्याचा आरोपही आहे, असं मी स्पष्ट करणार आहे. कोसळायच्या बेतात असलेल्या आर्थिक बाजाराचं पुनरुज्जीवन करणारा हिरो म्हणून तुझा त्यात गौरव करण्यात येईल."

"जगातली प्रसार माध्यमं हे सगळं स्वीकारतील? त्यांच्या दृष्टीने तर मी धोकेबाज दलाल, खुनी, बलात्कारी, सगळंकाही होतो."

"त्या क्षेत्रातल्या काही प्रभावी लोकांशी माझी माणसं बोलली आहेत..."

"आता तुम्ही बर्टन साम्राज्याशी बोललात, असं मलातरी सांगू नका."

"त्या कंपनीवर त्याचा डोळा आहे आणि काही अधिकारही आहे."

"म्हणजे तुम्ही त्याला ती देण्याचं मान्य केलं आहे? दाखवण्यासाठी का होईना, जे हक्क आहेत, ते सोडून देणार?"

"तुला खरंच काळजी वाटते का सॅम्युएल?" लोरॉंने विचारलं. "त्यांचं म्हणणं बरोबर आहे. त्यांच्या लबाडीच्या खेळातले नियमसुद्धा साधेसरळ नसतात."

"मला वाटतं, तुझ्या प्रश्नाचं सरळ उत्तर आहे, मला काहीच देणं-घेणं नाही. शेवटी सभ्यपणा हा टिकवलाच पाहिजे. आम्हाला आसरा दिल्याबद्दल मी आणि लोरॉं आपले आभारी आहोत."

गूरदॉं काही उत्तर देणार होता, पण सॅम्युएलने हा विषय आता इथेच संपला असल्याचं जाहीर केलं. त्याने खिशातून ती धनुर्धाऱ्याची मूर्ती बाहेर काढली आणि

गूरदाँच्या समोर ठेवली.

"आपणा सर्वांना काय काय दिव्य पार पाडावं लागलं, याची आठवण. ही फ्रेंच सरकारच्या मालकीची वस्तू आहे, मला वाटतं." तो उठला आणि लोराँकडे वळला.

"येणार का डार्लिंग?"

"कुठे?"

"मला नाही माहीत. मी काहीच योजना आखलेली नाही आणि काही आश्वासनपण देत नाही. मी आता शिकारीला चाललो आहे. येणार?"

"कसली शिकार करण्याचा विचार आहे तुझा?" लोराँने हातात बॅग घेत विचारलं.

"हां! हा फार चांगला प्रश्न विचारलास."

आपल्या जपानी बायकोंची कमनीय विवस्त्र पाठ न्हाणीघरात जात असताना विल्यम बर्टन आशाळभूतपणे पाहत होता. या जपानी पोरींमध्ये अवर्णनीय आणि असाध्य असं काहीतरी असतं, असं त्याला नेहमीच वाटत असे. ज्या माणसापाशी सर्वकाही आहे, अशा माणसाला पार भुरळ पाडेल, अशी ती गोष्ट होती. अर्थात त्याची बायको नक्कीच एखादी रती नव्हती आणि म्हणूनच मिसेस बर्टन विल्यमजवळ टिकून राहिल्या होत्या.

आदल्या दिवशीच्या प्रणयसुखाचे वास आणि रस ती पाण्यानी धुवून टाकत असताना पाण्याची होणारी नाजूक खळखळ त्याला बाहेर ऐकू येत होती.

केवळ शब्दच त्या सत्य घटनेचे भागीदार होते किंवा कदाचित काही अज्ञात आणि कधीच ज्ञात न होणाऱ्या गोष्टी त्या सत्याच्या भागीदार होत्या.

त्याने *एक्साइल ऑफ किंग्डम* हे पुस्तक उचललं आणि कामूसच्या लेखातला एक उतारा वाचला:

> काळाच्या उदयापासून पुरुषांचा एक जथ्था निर्दयपणे या अपरिमित, ओसाड आणि शुष्क भूप्रदेशावर भरकटत जात होता. ते कोणाचीच सेवा करत नव्हते आणि त्यांची कशावरही मालकी नव्हती. ते कंगाल जरूर होते, पण त्या साम्राज्याचे मुक्त राजे होते.

गॅलिमार्ड प्रकाशन... आश्चर्य म्हणजे त्याच्या हातात नेमकं त्यांचंच पुस्तक होतं. इतके दिवस बर्टनला जे मिळवण्याची तीव्र इच्छा होती, ते नगण्य कसं असू शकत होतं? केवळ एकत्रित बांधणी केलेले काही कागदच का?

'हं ऽ ऽ. कंगाल, पण निष्ठूरपणे ओसाड जमिनींचे सौदे करणारा मुक्त सम्राट! हाच का त्याच्या आयुष्याचा गोषवारा समजायचा? किंवा त्याहूनही चपखल म्हणजे हे खानच्या आयुष्याचं तर वर्णन नाही? अर्थात, तसं असलं असतं तर त्यातला *मुक्त* हा शब्द मात्र वगळायला हवा होता. मदनिका न्हाणीघराच्या बाहेर आली

आणि बर्टनकडे पाहून लाजून गोड हसली. बर्टननेही हसून प्रत्युत्तर केलं.

ही टिकली असती, पण बर्टन नक्कीच नाही. त्याला खोकल्याची उबळ आली, तेव्हा छातीत काही खळबळ झाल्यासारखं वाटलं. हा कधीतरी जाणारच होता; आता नाहीतर नंतर. दहा वर्षं? वर्षं? किंवा उद्याच?

इथे कोणाला फिकीर होती! त्या मदनिकेप्रमाणेच गॅलिमार्ड प्रकाशन संस्थाही आत्ता, या क्षणी तरी त्याचीच होती. त्याने मागच्या सुवासिक उशीवर डोकं टेकवलं. या माणसाचा कशावरही मालकी हक्क नाही, पण तरीही सर्व जगाचा स्वामी आहे!